ஏழாவது உடை
கதையுருவாக்கக் கதைகள்

ஏழாவது உடை
கதையுருவாக்கக் கதைகள்

பிரேம் (பி. 1965)

இயற்பெயர் பிரேமானந்தன். புதுச்சேரி மாநிலத்தைச் சேர்ந்தவர். இவரது சோதனை முறை எழுத்துகள் 1985–87 காலப் பகுதியில் கிரணம் இதழ்களாக வெளி வந்ததிலிருந்து தொடர் விவாதங்களை உருவாக்கியது. அதன்பின் படைப்பிலக்கியம், கோட்பாடாக்கம் என்பவற்றை இணைத்து எழுதி வருகிறார். தமிழில் படைப்பிலக்கியத் திலும் கோட்பாட்டுத் தளத்திலும் இயங்கும் மிகச் சிலரில் ஒருவர். 1994–2002 காலப்பகுதியில் அம்பேத்கர், அயோத்திதாசர் பயிற்சி வகுப்புகள், தலித் நாடக இயக்கம் என்பனவற்றில் அமைப்பாளராக இருந்து புதுவை தலித் இயக்கங்களின் செயல்பாடுகளில் பங்காற்றியிருக்கிறார். தமிழின் பின்நவீனத்துவ, பின்காலனிய, விளிம்புநிலை அரசியல் கோட்பாடுகளையும் விவாதங்களையும் தொடர்ந்து முன்னெடுத்துச் செல்லும் பிரேம் தற்போது தில்லிப் பல்கலைக்கழகத்தின் நவீன இந்திய மொழிகள் மற்றும் இலக்கிய ஆய்வுகள் துறையில் இந்திய இலக்கியங் களுக்கான பேராசிரியராகப் பணியாற்றி வருகிறார்.

பிரேம்

ஏழாவது உடை
கதையுருவாக்கக் கதைகள்

காலச்சுவடு பதிப்பகம்

● அன்பார்ந்த வாசகருக்கு,

வணக்கம்.

காலச்சுவடு நூலை வாங்கியமைக்கு நன்றி.

நூலின் உள்ளடக்கம், உருவாக்கம், அட்டைப்படம் இன்ன பிற அம்சங்கள் பற்றிய உங்கள் கருத்துகளையும் ஆலோசனைகளையும் காலச்சுவடு வரவேற்கிறது. தகவல், எழுத்து, வாக்கியப் பிழைகள் தென்பட்டால் கட்டாயம் தெரிவித்து உதவுங்கள். நூல் தயாரிப்பில் கடும் குறைபாடு இருப்பின் மாற்றுப் பிரதி உங்களுக்குக் கிடைக்கக் காலச்சுவடு ஏற்பாடு செய்யும்.

மின்னஞ்சல்: **publisher@kalachuvadu.com**

காலச்சுவடு நாகர்கோவில் அலுவலகத்திற்குக் கடிதம் அனுப்பலாம்.

தங்கள்
எஸ்.ஆர். சுந்தரம் (கண்ணன்)
பதிப்பாளர் – நிர்வாக இயக்குநர்

ஏழாவது உடை ❉ சிறுகதைகள் ❉ ஆசிரியர்: பிரேம் ❉ © பிரேமானந்தன் ❉ முதல் பதிப்பு: அக்டோபர் 2023 ❉ வெளியீடு: காலச்சுவடு பப்ளிகேஷன்ஸ் (பி) லிட்., 669, கே.பி. சாலை, நாகர்கோவில் 629001

காலச்சுவடு பதிப்பக வெளியீடு: 1214

eezavatu uTai ❉ Short Stories ❉ Author: Prem ❉ © K. Premananthan ❉ Language: Tamil ❉ First Edition: October 2023 ❉ Size: Demy 1 x 8 ❉ Paper: 18.6 kg maplitho ❉ Pages: 256

Published by Kalachuvadu Publications Pvt. Ltd., 669, K.P. Road, Nagercoil 629001, India ❉ Phone: 91-4652-278525 ❉ e-mail: publications@kalachuvadu.com ❉ Printed at Clicto Print, Jaleel Towers, 42 KB Dasan Road, Teynampet Chennai 600018

ISBN: 978-81-19034-43-7

10/2023/S.No. 1214, kcp 4684, 18.6 (1) rss

பொருளடக்கம்

முன்னுரை	9
பரதேசி	13
பார்த்தின் மரணம் ஒரு விபத்தில்லை	41
பிரம்மனின் உடலுக்கு வெளியே	58
பரமபதப் பாதைகள்	78
காலவட்டத்துக்குள் இரண்டு கண்கள்	92
முன்பு ஒரு காலத்தில் நூற்றியெட்டுக் கிளிகள் இருந்தன	106
ஏழாவது உடை	120
மகாமுனி	129
நூறு நாய்கள் குரைக்கட்டும்	150
கடன்	163
காலத்தினூடாக உன்னைத் தீண்டும் இன்மையை நோக்கி	174
எனது மொழியில் உனக்கொரு காதல் கதை	186
பேசப்படாத பூக்களுக்கு இனி மௌனங்களும் இல்லை	198
பெருங்கிணறு	211
1789, ஜூலை 14, அன்று கனவில் பெய்த மழையைப் பற்றிய இசைக் குறிப்புகள்	228

நன்றி !

ரமேஷ் பிரேதன்,
மாலதி மைத்ரி,
தாபிதா மைத்ரி

முன்னுரை

எழுத்து எப்போதும் பன்மிய உருவாக்கம். அது பல எழுத்துகளின் இணைவால் உருவாக்கப் படுவது. இந்தக் கதைகள் பல எழுத்துருவங்களின் இணைப்பில் உருவானவை. அத்துடன் இரண்டு எழுதும் உருவங்களும் இதில் படிந்துள்ளன. தொடர் பேச்சாகவும், கட்டமைப்பு வரைபடமாகவும் இருந்து ஒரு பொழுதில் எழுத்துருவாக மாறும் போது இவை கதைகளாக உருக்கொண்டன. எழுதப்பட வேண்டியவை எனக் குறிக்கப்பட்டவை களின் சில பகுதிகளைக் கதையாக்கிப் பார்ப்பது என்ற வடிவத்தில் உருவான கதைகள். இவை வேறு பக்கங்களில் தொடரும்போது முற்றிலும் வேறு சொல்வெளிகளில் இயங்கவும் கூடும். ஆனால் இவை தம்மளவில் கதையுருவாக்கக் கதைகள்.

வரலாறு, இலக்கியம் இரண்டுமே சொல்லாடலா லும் கதையாடலாலும் எடுத்துரைப்பாலும் உருவாக்கப்படுபவை, பொருளுரைக்கப்படுபவை என்பதை அறிந்துகொண்ட பிறகு; வரலாறு, இலக்கியம் என்ற இரண்டுமே உண்மைகளை உருவாக்க, உறுதிப்படுத்த முயலுகிறவை என்பதைப் புரிந்துகொண்ட பிறகு; தனிமனிதர், சமூகம், உலகம் என்பனவற்றின் நிகழ்வும் நிலைப்பும் நினைவும் சொல்லாடல், கதையாடல்களால் உருவாக்கப்படும் உண்மை, உண்மையற்றவை என்ற எதிரிடைகளின் போராட்டக் களங்களாகவே அமைந்திருக்கின்றன என்பதைத் தெரிந்துகொண்ட பிறகு கதைகூறுதல்

என்பது முன்போல அமையவே முடியாது என்பதுதான் இன்றைய தமிழ்ப் பின்நவீனத்துவ இலக்கிய உருவாக்கத்தின் அடிப்படைப் பிரக்ஞை.

தமிழில் புனைவுருவாக்கப் புனைவு (metafiction என ஆங்கிலத்தில் கூறப்படுவதன் கருத்தியல் தமிழ்வடிவம்.) என்பதன் தேவை இவ்வாறுதான் என்னால் முன்வைக்கப் பட்டது. தமிழ் என்ற நெடும் புனைவுப் பரப்பில் பொங்கிப் பெருகிக் கலந்துகொண்டிருக்கும் புனைவுகளிலிருந்து புனைவுருவாக்கப் புனைவுகளை, தற்சிதைவாக்கப் பிரதிகளை (self-deconstructive) உருவாக்க வேண்டுவதற்காக நான் செய்த பரிசோதனைகள் பலவித வடிவமைப்பு மாதிரிகளை உருவாக்கித் தந்துள்ளன.

தமிழ் மண்ணின் வரலாறு, காலனிய வரலாறு, சிறுமரபுகள் – உபமரபுகளின் வரலாறு, தனி மனிதர்களின் கற்பனை மற்றும் புனைவு வரலாறுகள், தமிழ் மனத்தின் உள் உடைப்புகள்- மறைப்புகள், பன்னாட்டுச் சொல்லாடல், பிம்பங்களின் கலப்பு எனப் பல தளங்களின் எந்திரவியலை அறிந்து, கேள்விகளால் மறுத்துச் சில புனைவு வடிவாக்க உத்திகளின் மூலம் உருவாக்கப்பட்டவை இங்குள்ள புனைவுருவாக்கப் புனைவுகள்.

இவை சிறுகதை, குறுநாவல் என்ற வகைகளில் அடங்காத கதைகூறல் வடிவில் அமைபவை. பேச்சு, எழுத்து என இருவகை எடுத்துரைப்பு முறைகளும் இங்கு வெவ்வேறு விகிதங்களில் வடிவிணைப்புச் செய்யப்பட்டுள்ளன. இதன் மூலம் அறிதல் முறைகளின் பல்வேறு அடிப்படைகள் கலைத்துப் போடப்பட்டுள்ளன.

தொன்மம் – தொன்மம் கலைந்த மர்மம் என்ற எதிர் எதிர் நிலைகளும் வரலாறு – எதிர்வரலாறு என்ற மாறுபாடுகளும், தனிமனம் – கூட்டு மனம் என்ற வகைகளும் இங்கு கலைத்துப் போடப்பட்டுப் பொருளுரைத்தலின் எல்லைகளை விரிவுபடுத்தும் புனைவாக்கமாக அமைக்கப்பட்டுள்ளன. வடிவம் ஒன்றை வைத்துக்கொண்டு அதில் பலவித சொல்லாடல்களை நிரப்புவதற்கும், பலவித வடிவாக்கங்களை உருவாக்குவதற்கும் ஏகப்பட்ட வேறுபாடுகள் உள்ளன. இந்தக் கதைகள் வடிவ வகைமைகளின் பெருக்கத்தை நிகழ்த்திக் காட்டுபவை. இதன் மூலம் கதையாடல் சாத்தியங்களைப் பெருக்குபவை.

தமிழிலிருந்து உலக அளவில் தமிழ்க் கதை வடிவங்களின் பங்களிப்பாகத் தருவதற்குரிய கட்டமைப்பும் தற்சிதைவாக்கத் தன்மையும் கருத்தியல் உழைப்பும் உடையவை இவையென

உலக இலக்கியங்களை உணர்ந்து பயின்றவர்களுக்குத் தெரியும்.

தமிழில் மட்டுமே வாசிப்பவர்களுக்குத் தமிழ் மரபுகளின் பன்முகத் தன்மைகளை இவை நினைவூட்டி வேறுபடும் கதைசுூறல் வடிவங்களை அடையாளம் காட்டிச்செல்லும் என்று நம்புகிறேன்.

தில்லி
17-05-2023

பிரேம்

பரதேசி

முழுநிலவு நாளின் குளுமையும் அதிசயமும் அந்த ஊரைக் கவிந்திருந்தன. மின் விளக்குகள் கடந்த இடத்திற்கு வந்தபோதுதான் பௌர்ணமியின் அதிசயமும் அதன் ஈர்ப்பும் முழுமையாகத் தெரிந்தது. நான்கைந்து கிலோமீட்டர்கள் அந்தச் சுற்றுப்பாதையில் நடந்தாகிவிட்டது; இன்னும் எட்டு ஒன்பது கிலோ மீட்டர்கள் மிச்சம். நிலவின் ஒளியில் அருணாச்சலம் விபரீதமாகத் தோன்றியது. நிலவைச் சூடிய மலை நீலமும் பச்சையும் உள்ளே புதைந்து கிடந்தன. நண்பர் மகேந்திரன் ஓரிடத்தில் நின்று தூரத்து மலையையே பார்த்துக்கொண்டிருந்தார். நானும் அந்தக் காட்சியில் மூழ்கியிருக்கிறேன் என்பதில் அவருக்குத் திருப்தி.

எத்தனையோ மாதங்களாக அவர் என்னைத் திருவண்ணாமலைக்குக் கூப்பிட்டுக்கொண்டே இருந்தார். மலை வலம் செய்யவும், மனம் அமைதியடையவும் ஒரு நடை. நான் ஏதேதோ காரணம் சொல்லித் தவிர்த்துக்கொண்டிருந்தேன். ஆனால் அன்று அவர் விடவில்லை. நண்பர் ஒருவரின் காருடன் வீட்டுமுன் நின்றவர் என்னைப் பிடித்து இழுத்துக்கொண்டு வந்துவிட்டார். அவருக்கு அப்படி ஒரு பழக்கம். ஊர்பேர் தெரியாத கோயில்களும் ஆசிரமங்களும் சித்தர்களும் அவருக்கு எப்படியோ தெரிந்திருந்தன. என்னை மட்டுமே விடாப்பிடியாக அந்த இடங்களுக்கு இழுத்துச்

சென்றுவிடுவது அவர் பழக்கம். என்னைவிட மூத்தவர், பலவகைகளில்; ஆனால் என்னை மூத்தவனாக நடத்துவதில் அவருக்கு ஒரு மகிழ்ச்சி.

கார் பயணம் எப்போதும் ஒரு குழந்தைத்தனமான மகிழ்ச்சியை எனக்குக் கொடுக்கும் என்பது அவருக்குத் தெரியும். பாண்டிச்சேரியின் எல்லையைக் கடக்கும்வரை இருவரும் ஏதும் பேசிக்கொள்ளவில்லை.

"என்னை எப்படியாவது கடவுள் நம்பிக்கை உடையவனாக மாற்றிவிடவேண்டும் என்பது உங்கள் விருப்பம் என்று நண்பர் இக்பால் ஒருமுறை என்னிடம் சொன்னார்." மகேந்திரனிடம் கேட்டேன்.

"கடவுள் இல்லையென்று தெரிந்துகொள்வதும் பக்தியில் லாமல் இருப்பதும் வேறுவேறு என்று நீங்கள்தானே ஒருமுறை சொன்னீர்கள்" என்றார்.

"தெய்வீகம் பற்றிய நம்பிக்கையை இழப்பதின் கொடுமையை, வலியை நீங்கள் அனுபவித்தால்தான் தெரியும் மகி" என்றேன்.

"கவிஞர்களும் கலைஞர்களும் எவ்வளவு முயற்சித்தாலும் நாத்திகர் ஆவதில்லை என்றுதான் தோன்றுகிறது" என்றார் மகி.

"நான் கவிஞன் இல்லை என்கிறீர்களா அல்லது நாத்திகன் இல்லை என்கிறீர்களா ?"

"நீங்கள் இந்த இரண்டு மட்டும் தானா என்ன ?"

"மகி, என்னைப் பற்றி அளவுக்கதிகமான மதிப்பையும் பிம்பத்தையும் வைத்திருக்கிறீர்கள். நான் மிகமிகச் சாதாரண மானவன்; ஒரு வகையில் சாமான்யர்களைவிட அதிகம் சிதைந்தும் குழம்பியும் உள்ளவன்."

"பித்தா பிறைசூடி பெருமானே அருளாலா" என்று நிறுத்தி நிதானமாகச் சொன்னார் மகி. எனக்குச் சிரிப்பு வந்தது.

"நீங்கள்தான் மிகப் பெரிய நாத்திகர் மகி; உங்களுக்கு நிஜமாக இதிலெல்லாம் ஈடுபாடு இருக்கிறதா என்ன" என்றேன்.

அவர் தனது கழுத்திலிருந்து பளிங்கு மாலையை எடுத்துக் காட்டினார். "இதற்கு என்ன அர்த்தம்" என்றார்.

"உங்களுக்குக் குளுமை பிடிக்கும் என்று அர்த்தம்."

"இதை நான் பத்ரிநாத் சென்றபோது வாங்கினேன். இதை அணிந்துகொண்ட பிறகு என்னுடைய வாழ்க்கையில் பல மாற்றங்கள் ஏற்பட்டுவிட்டன."

பிரேம்

நண்பரை உற்றுப் பார்த்தேன்.

"உங்களிடம் எனக்குப் பிடித்ததே எல்லாவற்றிலும் உண்மை யும் காரணமும் உண்டு என்று நம்பி உற்றுக் கவனிப்பதுதான்" என்றார். "உங்களிடம் மட்டும்தான் எல்லாவற்றையும் பேச முடியும்" என்றார்.

"என்னைப் போன்றவர்கள் ஆபத்தானவர்கள் மகி. சில சமயம் பயனற்றவர்களும்கூட" என்றேன்.

என் கையைப் பற்றித் தட்டிக்கொடுத்தவர், "உங்களைப் போன்றவர்களை ஈசன் பெருங்காரியத்தைச் செய்யத்தான் அனுப்பி இருக்கிறான். எல்லாவற்றையும் கேட்டுக்கொண்டும் கவனித்துக்கொண்டும் நீங்கள் செய்ய நினைப்பதை செய்து விட்டுத்தான் இங்கிருந்து செல்வீர்கள். என்னைப் போன்ற ஆட்கள்தான் ஒன்றுமில்லாமல் போவோம்."

எனக்கு வருத்தமாக, சங்கடமாக இருந்தது. அவரைப் பார்ப்பதைச் சற்றுநேரம் தவிர்த்திருந்தேன்.

விளைவாகி வித்தாகி விண்ணுக்கும் மூலமாகி
எளிதாகி அரிதாகி இருப்புடன் இன்மையாகி
பலவாகி ஒன்றாகிப் பார்ப்பது அனைத்துமாகி
உளனாகி இலனாகி உள்வெளி கடந்ததேவா

மகி சிரித்தபடி என்னைப்பார்த்தார். "யார் பாடியது" என்றார். "உங்களுக்குத் தெரிந்த யாரோ ஒரு சித்தர்தான் பாடி யிருக்க வேண்டும்" என்று சொன்னேன்.

செஞ்சியைக் கடந்து சென்றுகொண்டிருந்தது கார்.

"ஒரு கிறித்துவரும், இஸ்லாமியரும், யூதரும் நாத்திகரா வதும் இறைமறுப்பாளராவதும் மிகச் சுலபம். ஒரு இந்துவோ இந்தியனோ நாத்திகராவது மிகச் சிரமம். எத்தனைக் கடவுளரை நீங்கள் மறுக்க வேண்டியிருக்கும்; முடியாதப்பா. இது பெரும் வேலை. சோழர்கால பஞ்சலோகச் சிற்பத்தில் தோன்றும் ஒரு உமையையோ பல்லவர் கால திருமாலையோ கண் நிறையக் கண்டபின் நீங்கள் நாத்திகரானாலும் காதலாகிக் கசிந்து கண்ணீர் மல்கி நிற்கத்தான் வேண்டியிருக்கிறது."

"கண்களும் கண்ணீரும் இருக்கும்வரை கடவுளர்களும் இருப்பார்கள் என்பதுதான் உங்கள் ஆராய்ச்சியின் முடிவா? ஊடினாலும் மெய்யடியாரை இகவா! ஒற்றிமேவிய உத்தமப் பொருளே" என்றேன் நான்.

"என் குட்டிச் செல்லத்தை முதல்முறையாகத் துணியில் பொதித்து முகம் மட்டும் வெளியே தெரியும்படி கொண்டு

வந்தார் ஒரு செவிலிப்பெண். கையில் வாங்க முடியாத அளவுக்கு நடுக்கம். மார்பில் தடதடப்பு. மெல்ல சமாளித்தபடி வாங்கினேன். எங்கிருந்து வந்தது அந்தப் புன்சிரிப்பு. சற்றே சுழித்த பூவுதட்டில் எல்லாப் பருவகாலங்களும் கலந்த ஒரு நெளிவு. கண்களில் பொட்டுப் பொட்டாக வெளிச்சம். ஒரு நொடி அல்லது ஒரு யுகம் மட்டுமே தோன்றி மறைந்தது அந்தப் புன்னகை. அந்த நிமிடத்திலிருந்து நான் மதவாதியும் இல்லை, நாத்திகனும் இல்லை மகி."

நாங்கள் திருவண்ணாமலையை அடைந்திருந்தோம். மகி சொன்னார், "நானும்தான் அன்று உடன் இருந்தேன்; கடந்த நூற்றாண்டின் கடைசி அதிக மழை பெய்த அந்த மாதத்தில்."

மகி என் கையைப் பற்றி அழைத்துச் சென்றார். கார் இங்கேயே இருக்கும், நான்கு அல்லது ஐந்து மணிநேரம்.

நடக்கத் தொடங்கினோம். கூட்டம். பெருகி நகரும் கூட்டம். சலசலப்பு. ஒரே திசை நோக்கிய நடை மேற்கிலிருந்து கிழக்காக.

"இது மலை வலம்போல இல்லை மகி, நகர்வலமாக இருக்கிறது."

தூரத்து மலையையே பார்த்துக்கொண்டிருந்த மகேந்திரன் என்னைக் கூப்பிட்டார். "அந்த நந்தியைப் பாருங்கள்."

மலையின் ஒரு கல் நந்தியாகத் தோன்றியது. நிலவின் பின்புலம் அதை பிரம்மாண்டமாகக் காட்டியது. கூட்டம் முடிவில் லாதது போல் எங்களைக் கடந்து சென்றுகொண்டிருந்தது.

"இந்த மலை அக்கினி வடிவம். இதுதான் இந்த உலகில் முதலில் குளிர்ந்து கல்வடிவான பிழம்பு. அடிமுடி காண முடியாத அருணாசலனின் பெருந்தீப வடிவம். சோதியாய் நின்ற உருவே."

"மகி உங்களுக்குத் தெரியுமா மெக்காவில் உள்ள காபாவில்தான் உலகம் தோன்றுவதற்கும் முன்பு உருவான கல் உள்ளது. கருப்புக் கல்."

"இருக்கலாம், இது உலகம் தோன்றும்போது உருவானது, அது உலகம் தோன்றுவதற்கும் முன்பே உருவாகி பிறகு இங்கு வந்தது."

"மெக்காவில் ஆண்டுக்கு ஒருமுறை இருபதுலட்சம் பேர் கூடுகிறார்கள் மகி; ஒரே இடத்தில் ஒரே நினைவுடன் இருபது லட்சம்பேர்."

மகி சொன்னார், "ஒரே நினைவுடன் கூடும் மக்கள் கூட்டம், தெய்வத்தின் வடிவம். ஒரே நினைவுடன் ஒரே லயிப்புடன்

மக்கள் கூடும் இடம் எனக்குப் பிடிக்கும். அதனால்தான் எனக்கு திருவிழாக்களையும் கோயில்களையும் பிடிக்கிறது."

"ஆனால் ஒரே நினைவுடன் மக்கள் கூடும் இன்னொரு காலமும் இடமும் உண்டு. படுகொலைக் காலங்கள். வெறிபிடித்த தாக்குதல்கள்."

மகி என் தோளைத் தொட்டார்; "வேண்டாம் வேறு பேசுவோம்."

எங்களைக் கடந்து ஒரு நாய் வேகமாக ஓடியது.

"உண்மையில் தெய்வீகம் என்றும் தெய்வம் என்றும் ஒன்று இருந்தால் எவ்வளவு நன்றாக இருக்கும். "

மகி என்னை வெடுக்கெனப் பார்த்துவிட்டு தோள் குலுங்கச் சிரித்தார். "ஒருமுறை சந்தேகம் வந்துவிட்டால் மீண்டும் திரும்ப முடியாது" என்றார்.

"முழுமையாக ஒப்படைக்க வேண்டும். உன் அருளால் உன் தாள் வணங்கி, ஆழித்துரும்பெனவே அங்குமிங்கும் உன்னடிமைப் பாழில் திரிவதென்ன பாவம் பராபரமே" என் தோளைப் பற்றி "வாருங்கள்" என்றார். "கொஞ்சம் மது இருந்தால் சுகமாக இருக்கும்" என்றேன். "என்னிடமே சொல்கிறீர்களா" என்ற மகி "காரில் இருக்கிறது பிறகு பார்க்கலாம்" என்றார். அப்பொழுதுதான் கவனித்தேன்; இன்று மாலை யிலிருந்து அவர் புகைபிடிக்கவில்லை. "தினம் கிரிவலம் வரலாம் மகேந்திரன்" என்றேன். "உலகத்தின் மற்ற உயிர்களும் உய்ய வழி வேண்டாமா" என்றார் மகி.

எங்களைக் கடந்து இரண்டு மூன்று நாய்கள் ஓடின. கூட்டத்திற்குள் கவனித்தபோது அங்கொன்றும் இங்கொன்றுமாய் நாய்கள் ஒரே திசையை நோக்கி ஓடிக்கொண்டிருந்தன. நான் நண்பரைப் பார்த்தேன். இதற்கு முன்பும் இதுபோல் நாய்கள் கூட்டத்திற்குள் புகுந்து ஏதோ ஒரு குறிப்பிட்ட இடத்தை நோக்கி ஓடுவதைப் பார்த்ததாகச் சொன்னார். இரண்டும் மூன்றுமாய் பல நிறங்களில் பல வடிவங்களில் சிறிதும் பெரிதுமாய் நாய்கள் மனிதர்களைக் கடந்து கூட்டத்தைக் கிழித்துக் கொண்டு புகுந்தும் நெளிந்தும் ஓடிக்கொண்டிருந்தன. சற்றுநேரம் தொடர்ந்து கவனித்தபோது அந்நகரத்தில் திரியும் நாய்கள் மட்டுமின்றி அக்கம் பக்கத்து ஊர்களைச் சேர்ந்த நாய்களும் ஏதோ ஓரிடத்தை நோக்கி சென்றுகொண்டிருப்பது தெரிந்தது.

எனக்குக் கிரிவலத்தைவிட அது என்ன என்று தெரிந்து கொள்ளும் ஆவல் அதிகமானது. நண்பரை நச்சரித்தேன். அக்கம்

பக்கத்தில் கேட்டோம். சிலரிடம் கேட்டதில் ஊர் என்றால் நாய்கள் இருக்கும்தானே என்றார்கள். சிலர் தெரியவில்லை என்றார்கள். ஒரு பெரியவர் மட்டும், தான் கடந்த மூன்று வருடங்களாக ஒவ்வொரு பௌர்ணமியன்றும் வருவதாகவும் இதே போல் நாய்கள் இந்த நேரத்தில் மலையின் அடுத்த பக்கம் நோக்கி ஓடுவதாகவும் சொன்னார். அவருக்கும் காரணம் தெரியவில்லை. மலைப்பாதையில் பாதிக்கு மேல் கடந்தாகிவிட்டது.

எவருக்கும் சரியான காரணம் தெரியவில்லை. நிலா உச்சியைக் கடந்துவிட்டது. ஓரிடத்தில் நாங்கள் நின்றோம். பழம் விற்கும் ஒரு வயதான அம்மாவிடம் பழம் வாங்கியபடி மகேந்திரன் பேச்சுக் கொடுத்தார். பேச்சுவாக்கில் அந்த அம்மா நாய்களைப் பற்றி குறிப்பிட்டார். "தினமும் பசி நேரத்திற்குப் போய் சாப்பிட்டுவிடும் இந்த நாய்களுக்கு பௌர்ணமியன்று மட்டும் படாதபாடாகிவிடுகிறது" என்றவுடன் இருவரும் அந்த அம்மாவைக் கையெடுத்துக் கும்பிட்டு "அந்த நாய்கள் எங்கு போகின்றன, என்ன இதன் ஐதீகம்" என்று கேட்டோம். அவர் சொன்னதை நம்பவும் முடியவில்லை, நம்பாமல் இருக்கவும் முடியவில்லை.

"மலையின் ஒரு உட்புறத்தே யோகி ஒருவர் இருக்கிறார். அவர் பகல் முழுக்க ஊரில் கிடைக்கும் சாப்பிடத் தகுந்த பொருள்களை எல்லாம் சேகரிப்பார். சில வீடுகளில் கேட்டும் வாங்குவார். மாலையானதும் தனது குகைக்குப் போய்விடுவார். அவருடைய குகையைச் சுற்றிலும் அடர்ந்த மரங்கள் இருக்கும். குகையில் பழங்கால கோயில் மண்டபம் ஒன்றின் இடிபாடு இருக்கிறது. சுற்றிலும் ஆங்காங்கே இடிந்துபோன மதிற்கற்கள் சிலவும் உள்ளன. ஒரு சிறு குளம்கூட அங்கே இருக்கிறது. சூரியன் மறையத் தொடங்கியதும் அவர் ஒரு விசித்திரமான மணியை ஒலிப்பார். மிகச் சன்னமான சப்தம்தான் அது; ஆனால் சுற்று வட்டாரத்திலிருக்கும் பசித்த நாய்களுக்கு எல்லாம் கேட்கும். அவை அவரை நோக்கி ஓடுகின்றன. அவர் கையால் தரும் உணவை ஒன்றன்பின் ஒன்றாக சாப்பிட்டுவிட்டுத் திரும்பி வருகின்றன. இதுவரை உணவு கிடைக்காமல் திரும்பிய நாய் எதுவும் இல்லை அப்பா. அவர் எடுக்க எடுக்க உணவு வந்து கொண்டே இருக்கும். ஊரில் காயமுற்றோ, நோய்வாய்ப்பட்டோ கிடக்கும் நாய்களையும் அவர் சிகிச்சை செய்து குணப்படுத்து வார். அவர் சொல்கிறார்; நாய்கள் அமைதியாகப் பசியின்றி வாழ்ந்து சாகும் உலகத்தில்தான் இறைவனும் இருப்பாராம். நீ நாய்களுக்கு இடும் ஒவ்வொரு சோற்றுப் பருக்கையும்

பகவானுக்குப் போய்ச் சேரும் நைவேத்தியமாம். நாய்களுக்கு இரை போடுவதால் அவரை எல்லோரும் இரையோகி என்றுதான் சொல்வார்கள். மூன்று வருடமாக இது நடக்கிறது. ஆனால் அந்த யோகி எத்தனை வருடமாக இங்கு இருக்கிறாரோ."

நண்பரும் நானும் ஒரு வயதான நாயைத் தொடர்ந்து போனோம். அவை எங்கே போகின்றன என்பதைக் கண்டு பிடிக்க அந்த நாயைத் தொடர்வதுதான் ஒரே வழி என நாங்கள் நடந்தோம். கிரிவலப்பாதையில் சற்றுதூரம் போனபிறகு குறுக்காக மலைக்கு உள்பகுதி நோக்கித் திரும்பியது அந்நாய். மகேந்திரன் என்னைப் பார்த்தார். "எப்படியும் அந்த யோகியைப் பார்த்தே ஆகவேண்டும்" என்றேன் நான். ஒற்றையடிப் பாதை. பாறையும் புதர்களும் வழியை மறைத்தன. ஒருவழியாக அந்த அனந்தரமான பிரதேசத்தை நாங்கள் அடைந்து விட்டோம். அங்கிருந்து நாய்கள் பல திரும்பிக்கொண்டிருந்தன. அந்த வழியில் எதிர்ப்பட்ட நாய்கள் எதுவும் எங்களைக் கண்டு கொள்ளவே இல்லை. பாறைகளைத் தாண்டி இடிந்து கிடந்த ஒரு மதில் பக்கமாக வந்து நின்றோம். ஒரு தீப்பந்தம் உள்ளே எரிந்துகொண்டிருந்தது. அதில் ஓர் உருவம் இரண்டு கைகளிலும் உணவை அள்ளிக்காட்ட ஒவ்வொரு நாயும் தேவையான அளவு தின்றுவிட்டு அவர் கைகளை நக்கிக்கொடுத்துவிட்டு அவர் முகத்தைப் பார்க்கின்றன. அவர் அவற்றின் தலையைத் தடவித் தந்தவுடன் அந்த இடத்திலிருந்து திரும்பி வந்த வழியே சில ஓடுகின்றன. சில அங்குமிங்கும் நிற்கின்றன. சில படுத்துவிடுகின்றன. பார்க்கப் பார்க்க நம்பமுடியாத இந்தக் காட்சியை நான் உற்றுப் பார்த்துக்கொண்டே இருந்தேன். நாய்களைக் கவனித்த என் கண்கள் அந்த யோகியின் முகத்தை அப்பொழுதுதான் உற்றுப் பார்த்தன. சடேரென என் கண்களின் குறுக்காக தீப்பொறி ஒன்று. மீண்டும் பார்த்தேன். என் உடல் பதறத் தொடங்கி விட்டது. நம்ப முடியவில்லை. ஆனால் உண்மை அதுதான். அதே உருவம், அதே உயிர்ப்பு, வேறு தோற்றம். அவர் என் குரு. நான் இழந்துவிட்ட என் குரு. என்னை மறந்துவிட்டு தடயமின்றி மறைந்துபோன என் குரு.

நண்பர் மகியைக் கையைப் பிடித்து தூரமாக அழைத்து வந்தேன். "இங்கிருந்து உடனே போக வேண்டும்." மகி என்னை புதிராகப் பார்த்தார். என்றாலும் "சரி" என்றபடி வேகவேகமாக நடந்தார். நான் ஓடுவதுபோல் அங்கிருந்து விலகிச் சென்றேன். நேராக கார் இருந்த இடத்திற்குப் போனோம். ஓட்டுநர் தூங்கிக்கொண்டிருந்தார். நான் நண்பரிடம் "புறப்படலாம்" என்றேன். ஆயத்தம் நடந்தது. கார் புறப்பட்டு சற்று தூரம் சென்றதும் நிறுத்தச் சொன்னேன்.

“தயதுவுசெய்து மன்னிக்கவும் தோழர். நீங்கள் ஊருக்குப் போங்கள் நான் நாளை வருகிறேன். காரணம் கேட்க வேண்டாம்.”

“தோழர் இல்லை, நான் முன்னாள் தோழர்” என்று சிரித்தார் மகி. “அந்த இரையோகியைத்தானே பார்க்கப் போகிறீர்கள்” என்றார்.

“நீங்கள் அவரைப் பார்த்தீர்களா” என்றேன். “என் கண்ணாடிக் கண்ணுக்கு எது தெரியப்போகிறது” என்றவர், என் மிதியடியைக் காரிலிருந்து எடுத்துக் கையில் கொடுத்தார். சட்டைப்பையில் கொஞ்சம் ரூபாய்களை வைத்தார். “நன்றி” என்று சொல்லிவிட்டு வேகமாக நடக்கத் தொடங்கினேன். வழியில் பார்த்த காட்சிகள் முன்புபோல் இல்லை. நான் எதிர்பார்த்தது மலையின் ஊடான பயணம். இது வேறுபோல் இருந்தது.

‘கைலாயமலையில் ஈசன் இருக்கிறான்; ஆனால் அண்ணாமலையே ஈசன்தான்’. என் காதில் ஒரு குரல் ஒலித்தது. எது எப்படியானாலும் நான் என் குருவைக் காண வேண்டும். மீண்டும் காண வேண்டும். குருவே குருவே ஏன் என்னைக் கைவிட்டீர் என்று கேட்க வேண்டும். ஊர் கடந்து முறையான சாலை கடந்து குறுக்கு மறுக்கான பாதை கடந்து மீண்டும் அந்த இடத்தை அடைந்தேன். நாய்கள் சில மட்டும் அங்குமிங்கும் படுத்துக்கிடந்தன. உள்ளே தீப்பந்தம் மங்கலாக எரிந்து கொண்டிருந்தது. நான் நெருக்கத்தில் சென்று “புரஃபசர்” என்று கூப்பிட்டேன். “யாரது” என்று திடுக்கிட்ட குரல் கேட்டது. பிறகு அமைதி. மீண்டும் “புரஃபசர் நான்தான் ஆனந்தன் வந்திருக்கி றேன்” என்று உரக்கக் கத்தினேன். “இங்கே யாரும் புரஃபசர் இல்லை, எனக்கு எந்த ஆனந்தனையும் பார்க்க விருப்பமில்லை” என்று பதில்வந்தது.

“ஒரே ஒரு கேள்வி மட்டும் புரஃபசர், ஏன் என்னிடம்கூட சொல்லாமல்? ஏன் இப்படி?”

“நீங்கள் இங்கிருந்து போய்விடுங்கள் தயவுசெய்து.”

‘எனக்கு விடை தெரியாமல் போக முடியாது. எனக்குப் பதில் சொல்லும் கடமை குருவுக்கு இருக்கிறது.’

“யாரும் இங்கு குருவும் இல்லை. யாரும் எதையும் கற்பதும் இல்லை; மறப்பதும் இல்லை; தயவுசெய்து நீங்கள் போய்விடுங்கள்.” இருட்டினூடாக எங்கள் குரல்களின் பரிமாற்றம் காலத்தை உறையவைத்து அதன்மீது படர்ந்தது.

“நான் உங்களிடம் பேசி முடிக்காமல் இங்கிருந்து போக மாட்டேன்.” ஒரு பாறைமீது உட்கார்ந்தேன். இரவு கழிந்து

கொண்டிருந்தது. குளிர் உடலை நடுங்க வைத்தது. தூக்கம் வரவில்லையானாலும் உடல் கிடக்க வலியுறுத்தியது. எப்போது விழித்தேன் என்று தெரியவில்லை. என்மீது கந்தல் போர்வையொன்று போர்த்தப்பட்டிருந்தது. திடீரென எழுந்து உட்கார்ந்து சுற்றும் முற்றும் பார்த்தேன். தூரத்தில் பேராசிரியர் இடுப்பில் ஒரு வேட்டியும் தோளைச் சுற்றி ஒரு துண்டும் போட்டபடி நாய் ஒன்றின் காலுக்குப் பச்சிலை வைத்துக் கட்டிக்கொண்டிருந்தார். சுற்றிலும் அதுபோல் வெவ்வேறு வகையில் காயம்பட்டதும் நோய்ப்பட்டதுமான சில நாய்கள்.

எழுந்துபோய் பேராசிரியர் முன்பு நின்றேன். “மன்னிக்கவும் அய்யா, உங்களைத் தொந்தரவு செய்ய வரவில்லை. எனக்குச் சில விடைகள் வேண்டும். சில புதிர்கள் விடுபட வேண்டும். நான் சரியாக உறங்கி, சரியாகப் பிறருடன் பேசி மூன்று ஆண்டுகள் ஆகிவிட்டன. இனியும் இப்படி என்னால் தொடர முடியாது. தயவுசெய்து என்னுடன் கொஞ்ச நேரம் செலவு செய்யுங்கள். நான் போய்விடுகிறேன்.”

“இதைக் கொஞ்சம் இரண்டாகக் கிழித்துத் தாருங்கள்” என்று ஒரு துணியை நீட்டினார் பேராசிரியர். கிழித்ததில் ஒன்றை எடுத்து பச்சிலை வைத்த கழுத்துப் பகுதியில் கட்டி நாயைத் தட்டிக்கொடுத்தார்.

“சரியாயிடும் போய் வா.”

எனக்கு விடைகிடைத்துவிடும் என்ற நம்பிக்கை வந்தது. அங்கே ஒரு கல்லின் மீது உட்கார்ந்தேன்.

பேராசிரியரை நான் முதன்முதலில் பார்த்தது 1995இல். புதுவைப் பல்கலைக்கழகத்தின் நாடகத்துறையில் பகுதிநேர விரிவுரையாளனாக சேர்ந்த புதிது. வகுப்பு நேரமும் துறைத் தலைவருக்கு ஆங்கிலத்தில் கடிதங்கள் எழுதிக் கொடுக்கும் நேரமும்போக மற்ற நேரம் முழுக்க நூலகத்திற்குள் கழியும். அதன் மேற்பகுதியில் இருந்த பல துறைகளில் ஒன்று ஆங்கிலத் துறை. அவ்வப்பொழுது அங்கும் செல்வது உண்டு. ஒரு மாணவன் என்னிடம் ‘டான் குயிக்ஸோத்’ பற்றி பேசி நட்புக் கொண்டிருந்தான். எனக்கும் அவனுக்கும் ஷேக்ஸ்பியர் பற்றிப் பேச நிறைய இருந்தது. அதைவிட அவனிடம் நிறைய கிளாசிக்கல் மியூசிக் கேசட்டுகள் இருந்தன. அவனைப் பார்க்க ஒருநாள் பிற்பகல் துறைக்குச் சென்றேன். அவன் கொடுத்த புத்தகம் ஒன்று என்னிடம் தங்கிவிட்டது. வெவ்வேறு அறைகளில் பார்த்த நான் ஓர் அறைக்குள் வகுப்பு நடந்துகொண்டிருப்பதைப் பார்த்தேன். அங்குதான் அவன் இருந்தான். பத்து பன்னிரெண்டு மாணவர்கள் இருந்திருப்பார்கள். அவர்கள் எதிரே நின்று

பேசிக்கொண்டிருந்தார் ஒரு பேராசிரியர். வகுப்பு முடியும்வரை காத்திருந்தேன். பேராசிரியர் வெளியே சென்றதும் அந்த அறைக்குள் சென்றேன். “வாங்க சார்” என்றான் நண்பன். “பகுதிநேரம் என்றாலும் சார் சார்தானே” என்றபடி உள்ளே சென்றேன். “என்ன நீங்க, உங்க வகுப்பைக் கவனிக்கும் யாருக்கும் உங்க மேல தனி மரியாதை வரும் சார். நீங்கல்லாம் எங்க இருந்தாலும் ஆசிரியர்தான்” என்றான். அவன் என்னிடம் ஒரு துணைப்பாடம் எடுத்துப் படிக்கத் தொடங்கி இரண்டு மாதங்களாகின்றன. எதேச்சையாக வெண்பலகையை நோக்கி என் பார்வை சென்றது. நீல நிற மார்க்கரில் எழுதப்பட்ட எழுத்துகள், பழங்காலக் கையெழுத்தில் இருந்தன. மிகையீல் பக்தின், தாஸ்தயேவ்ஸ்கி, இம்மானுவல் காண்ட், எரிக் ஃப்ராம், ஜான் பார்த், எர்னஸ்ட் ஹெமிங்வே போன்ற பெயர்கள் அங்கும் இங்கும் இருந்தன. வேறு சில தெரியாத பெயர்களும். ஒரு பல்கலைக்கழக வகுப்புக்குள் ஒரு மணிநேரப் பேச்சில் இத்தனைப் பெயர்களைக்கொண்டு ஒரு கருத்தை விளக்கும் பேராசிரியர் யார். எனக்கு அதிசயமாக இருந்தது. மாணவனிடம் கேட்டேன்.

“என்ன டாபிக் இந்த வகுப்பில்.”

“நேரேஷன் அன்ட் நேரேட்டர். ஆனால் பாதிதான் முடிந்தது மீதி அடுத்த வகுப்பில்தான்.”

“யார் இவர்.”

“புரஃபசர் பச்சையப்பன், இவர்தான் இப்போது துறைத்தலைவரும் கூட.” அவரைப் பற்றி அவன் கூறியவற்றி லிருந்து எனக்கு அவர்மேல் மதிப்புக் கூடியது. ஒருவாரம் கழிந்து நடந்த அவர்கள் துறை வாரச் சொற்பொழிவில் பேராசிரியர் பச்சையப்பன் தரம்வீர் பாரதியின் அந்தாயுக் பற்றி ஒன்றரை மணிநேரம் பேசியதைக் கேட்கும் நல்வாய்ப்பு எனக்குக் கிடைத்தது. நல்வாய்ப்பு என்றுதான் சொல்ல வேண்டும். முடிவில் கேள்வி நேரத்தில் நானும் பங்கெடுத்துக்கொள்ளலாமா என்ற அனுமதியுடன் பேசினேன். “அந்தாயுக்கின் சப்டெக்ஸ்ட் இந்திய பாகிஸ்தான் பிரிவினையின் போது நடந்த படுபாதகங்கள் தானே சார். ஏன் அதை நீங்கள் கூறவில்லை” என்று கேட்டு அதற்கான சில விளக்கங்களையும் சொன்னேன். ஆங்கிலத் துறையின் மாணவர்கள் மத்தியில் என் ஆங்கிலம் சற்று நெருடலாக இருந்தாலும் அவர் அமைதியாக என் முகத்தைப் பார்த்தார்.

“சுதந்திர இந்தியாவின் பிரிடெக்ஸ்டே அப்போதைய பெரு வன்முறை தானே, ஆனால் சிலவற்றை நாம் பேசாமல் விட வேண்டியது இருக்கிறது. *Where there is a silence of ethics, silence also becomes a plead for ethics.* சிலவற்றை மறக்க வேண்டியிருக்கிறது எல்லோருமே.”

எங்கள் நட்பு இப்படியாகத்தான் தொடங்கியது. கலந்துரையாடல் முடிந்தவுடன் அவர் அறைக்கு என்னை அழைத்து தேனீர் தந்தபடி என்னைப்பற்றி விசாரித்தார். அவருடைய இரு ஆங்கில நூல்களைத் தந்தார். அடிக்கடி சந்திக்க வேண்டும் என்றார்.

பேராசியர் பச்சையப்பனை எனது ஆசிரியர் என்றும் குரு என்றும் கூறிக்கொள்ளும்போது எனக்குள் ஒரு நெகிழ்வு ஏற்படும். “அறிவையும், ஞானத்தையும், அறிவை அறியும் வழியையும் ஓரளவு அறிந்தவர்களுக்குக்கூட குரு என்பது எவ்வளவு பெரிய நிகழ்வு என்பதும் எவ்வளவு அபூர்வ இருப்பு என்பதும் புரியவரும். இலக்கியம், கலை, தத்துவம், வித்தை என அனைத்திலும் குருவின் இருப்பு சொற்களால் விவரிக்க முடியாத ஒன்று. ஒரு நல்ல குருவை அடைவதைவிட இவ்வுலகில் பெரும்பேறு வேறு எது இருக்க முடியும்.” பேராசிரியருடன் பேசிக்கொண்டிருக்கும் போது ஒருமுறை இப்படிக் கூறினேன். அவரோ “குருவை ஒருவர் அடையாளம் காணும்பொழுதே அவரும் ஒரு குருவுக்குரிய நிலையை அடைந்துவிடுகிறார். ஆனால் இப்பொழுது நமக்கு குரு என ஒன்று போதுமா. எத்தனை குருமார்கள். அறிவையும் அறத்தையும் சுட்டிச் செல்லும் ஒவ்வொரு வாக்கியத்திற்கு உரியவரும் எனக்குக் குருதான் ஆனந்தன்” என்றார்.

பேராசிரியருக்குத் திருமணம் ஆகவில்லை. தனியாக இருந்தார். அவருடைய வீடு பெரியவீடு. வீடு முழுக்க புத்தகங்களும் அமைதியும் சுத்தமும் எப்பொழுதும் இருக்கும் அழகான வீடு. அவர் வீட்டில் வேலைசெய்த அம்மா ஒருவருக்கு இரண்டு பிள்ளைகள். அம்மாவும் அவருடைய மூத்த பிள்ளையும் பேராசிரியர் வீட்டில் காலையும் மாலையும் வேலை செய்தனர். அம்மாவுக்கு மாத சம்பளம் ரூ. 3500. பையனுக்கு ரூ. 3000. ஒருமுறை செக் எழுதும்போது பார்த்து மிரண்டு போனேன். கேட்டதற்கு “எனது உணவையும் எனது வாழிடத்தையும் எனது நூல்களையும் பார்த்துக்கொள்ளும் இவர்களுக்கு இதுவும்கூட குறைவுதான்” என்றார்.

பேராசிரியருக்குப் பல்கலைக்கழகம் முழுக்க மரியாதை உண்டு. இவருடைய கட்டுரைகள் வெளிநாட்டு ஆங்கிலப் பத்திரிகைகளில் வெளிவந்திருக்கின்றன. இலக்கியம் மட்டும் அன்றி அத்தனை அறிவுத்துறை பற்றியும் ஆழமாக விவரிக்கும் அறிவுத்திறம் உடையவர். இவை இப்படி இருக்கப் பேராசிரியருடன் ஒருமணி நேரம் பேசிக்கொண்டிருப்பது என்பது ஒரு மாதம் நூலகத்திற்குள் செலவழித்தது போன்ற அனுபவத்தை

ஏற்படுத்தும். நானும் அவரும் நிறைய விவாதித்து இருக்கிறோம். முடிவு நோக்கி வருவதைத் தவிர்த்தபடி கேள்விகளை அடுக்கியபடி செல்லும் தர்க்கமுறை அவருடையது. சில சமயம் அவருடைய விவாதம் விளையாட்டோ எனத்தோன்றும்; ஆனால் மிக முக்கியமான மௌனங்களை அது கலைத்துவிடும்.

எல்லோருக்கும் தெரிந்த பேராசிரியர் பச்சையப்பன் வேறு; எனக்குத் தெரிந்த பேராசிரியர் பச்சையப்பன் வேறு; எல்லோரும் அவரை மதித்ததற்குச் சில காரணங்கள் இருந்தன. நான் அவரை மதித்ததற்கு வேறுபல காரணங்கள் இருந்தன. தமிழோ, ஆங்கிலமோ பேராசிரியர் ஒரு நாளைக்கு இருநூறு பக்கங்கள் படித்துவிடுவார். அவருடைய வகுப்பு ஒன்றைப்போல் மற்றொன்று இருக்காது. தனக்குத் தெரியாத கேள்வியை எந்த மாணவராவது கேட்டுவிட்டால், அத்துடன் அந்த வகுப்பை முடித்துவிட்டு, மன்னிக்க வேண்டும்; அடுத்த வகுப்பில் இதைத் தெரிந்துகொண்டு விளக்குகிறேன் என்று விடை பெற்றுக்கொள்வார். துறைத்தலைவர் என்றாலும் கடைநிலை ஊழியர்களைக்கூட நாற்காலியில் உட்கார வைத்துத்தான் பேசுவார். அவர் அழைப்புமணியை அடித்து ஊழியர்களை அழைக்கமாட்டார். அவரிடம் யார் கடன் கேட்டாலும் “கடன் இல்லை, இந்தப் பணத்தை வைத்துக்கொள்ளுங்கள்” என்று இருநூறு ரூபாயை மட்டும் தருவார். இந்தியப் பொருளாதாரத் திற்குப் பல்கலைக்கழகங்கள் ஒரு கொடூர ஆடம்பரம்தான். ஆனால் ஒரு தேசிய உருவாக்கத்திற்கு இவை தேவைப்படுகின்றன. இந்நிலையில் எத்தனைப் பேராசிரியர்கள் ஒரு மாணவரை சமூக ஜீவியாக வளர்த்தெடுக்கிறார்கள் என்பதுதான் கேள்வி என்பார். அவர் எல்லா அரசுச் சடங்குகளிலும் கலந்துகொள்வார். ஆனால் அவற்றின்மீது அவருக்குப் பிடிப்பு ஒன்றும் கிடையாது. அவருக்குள் ஒரு துறவியை நான் தொடர்ந்து கவனித்திருக்கிறேன். அவரிடம் நான் எனது ஆராய்ச்சிப் பட்டத்திற்காகப் பதிவு செய்துகொண்டபோது முதல்முறையாக என்னை அழைத்து வீட்டில் மது அளித்தார். இரவில் எப்போதாவது பைப் பிடிக்கும் பழக்கம் உண்டு, பிறருக்குத் தெரியாது. அவருடைய தோழிகளைப் பற்றி கேட்க வேண்டும் என்று எனக்குத் தோன்றிய தில்லை. ரோலாண் பார்த்தையும் தாயுமானவரையும் ஒரே சிரத்தையுடன் படிக்கக்கூடியவர். அபாரமான நினைவாற்றல் உடையவர். தமிழிலக்கியம் முழுமையையும் ஆங்கிலத்தில் மொழிபெயர்க்க வேண்டும் என்ற ஆசையுடையவர். அவரிடம் மேற்குலகை அதிசயப்படவைக்கும் பல ஆய்வுக் கருதுகோள்கள் மறைந்து கிடந்தன. என்னுடைய முழு அவநம்பிக்கைவாதத்தை யும் பொறுத்துக்கொள்ளக்கூடியவர். எனது ஓயா அலைச்சலுக்கு

ஒரு தத்துவார்த்த வடிவத்தைத் தந்தவர். அவர் 2000ஆம் ஆண்டு பிரான்ஸுக்குச் சென்று மூன்று மாதங்கள் கற்பித்துவிட்டு வந்தார். அவர் திரும்பி வந்தபோது நான் வேறொரு வேலை தொடர்பாக வெளியூர் போயிருந்தேன். நீண்ட இடைவெளிக்குப் பிறகு அவருடைய துறைக்குச் சென்று பேராசிரியர் வந்துவிட்டாரா என்று விசாரித்தேன். அனைவரிடமும் ஒரு கனத்த மௌனம் நிலவியது. பிறகு ஒவ்வொன்றாகத் தெரியவந்தது.

பிரான்ஸ் சென்று வந்தவுடன் பேராசிரியர் வேலையை ராஜினாமா செய்துவிட்டார். தனது பணிக்கான சேமிப்புத் தொகை அனைத்தையும் அனாதை ஆசிரமம் ஒன்றுக்குத் தந்து விட்டார். அவருடைய வீட்டை, வேலை செய்த அம்மாவின் குடும்பத்துக்கே எழுதி வைத்துவிட்டார். பிறகு யாரிடமும் சொல்லாமல் ஊரைவிட்டுப் போய்விட்டார். எனது சிந்தனை யின் பொறியியலே தடுமாறிவிட்டது போல் இருந்தது. எனது ஆய்வுப் படிப்பு இனி இல்லை என்பது ஒருபுறம் இருக்க எனது 'குரு' என்ற ஒரு இடம் வெற்றிடமாக இருப்பதைத் தாங்க முடியாதவனானேன். அவருடைய அப்பாவும் அம்மாவும் எண்பது வயதிற்கு மேலானவர்கள். வற்றிச் சுருங்கிய முகமும் உடலும். ஊரில் பரமநாதப் படையாச்சி என்று கேட்டால் தெரிவதைவிட பச்சையப்பன் வாத்தியார் அப்பா என்றால் தான் தெரிகிறது. பேராசிரியர் ஊருக்கு எவ்வளவோ செய்திருக்கிறார் என்பது ஒவ்வொருவர் பேச்சிலும் தெரிந்தது. பேராசிரியரின் அம்மாவும் அப்பாவும் பேராசிரியரைப் பெயர்சொல்லிக் குறிப்பிடாமல் 'வாத்தியார் எங்களை விட்டுவிட்டுப் போய் விட்டார். அவர் போனால் அதற்குக் காரணம் இருக்கத்தான் செய்யும். ஆனா என்ன கொள்ளிபோட இருந்த ஒரே ஆம்புள புள்ள இல்லாமல் போயிட்டார்' என்று மரியாதையாகக் குறிப்பிட்டார்கள். அவர்கள் வீட்டில் எல்லோரும் நல்ல கருப்பு. நான் கேட்டேன் "தாத்தா வாத்தியார் மட்டும் எப்படி அதுபோல ஒரு வெள்ளை?" தாத்தாவும் பாட்டியும் "அது அப்படித்தான்" என்றார்கள். பேராசிரியரின் முக ஜாடை அவர் குடும்பத்தில் மட்டுமில்லை அந்த ஊரிலேயே எங்கும் இல்லை. பச்சையப்ப படையாச்சி என்று ஒருமுறை சொல்லிப் பார்த்தேன். உருவத்திற்கும் பெயருக்கும் பொருந்திவரவே இல்லை. பேராசிரியரைப் பற்றி அதற்குப் பிறகு எந்தத் தகவலும் இல்லாமல் மூன்று ஆண்டுகள் கடந்துவிட்டன. என்னிடம்கூட சொல்லிக்கொள்ளவில்லையே என்று மனம் துடித்துக்கொண்டிருந்தது.

பேராசிரியர் எனக்குச் சில பழங்களைத் தந்து சாப்பிடச் சொன்னார். "கண்டெடுக்கப்பட்டவைதான், ஆனால் கெட்டுப்

போகாதவை. சுத்தமாகக் கழுவப்பட்டவை” என்றார். நான் அவரிடம் எப்படிப் பேச்சை ஆரம்பிப்பது என்று தெரியாமல் தவித்துக்கொண்டிருந்தேன். நகரம் அங்கிருந்து தெளிவாகத் தெரிந்தது. ஊரே ஒரு கோயில் பிரகாரம்போலத் தோன்றியது. எனக்குள் நேற்று இருந்த எந்த மனநிலையும் அப்போது மிச்சமில்லை. பகல், எல்லாவித பிரம்மைகளையும் உடைத்தெரிந் திருந்தது. கடும் கோடையின் தொடக்கம். சில மரங்களின் நிழலைத் தவிர எல்லாம் வெப்பமேறிக் கிடந்தன. “உணவு சேகரிக்கச் செல்ல வேண்டும்” என்றார் பேராசிரியர். சில சாக்குப் பைகளும் பாத்திரங்களும் தயாராக இருந்தன.

“நீங்கள் போய் வரும்வரை இங்கேயே இருக்கிறேன்” என்றேன்.

“நீங்கள் தெரிந்துகொள்ள எத்தனையோ இருக்கும்போது என்னைப் பற்றித் தெரிந்துகொண்டு என்ன ஆகப்போகிறது ஆனந்தன்” என்றார்.

“கடந்த மூன்று ஆண்டுகளாக நான் எதையும் சிந்திக்க முடியவில்லை. எதையும் வாசிக்கவும் எழுதவும் முடியவில்லை புரஃபசர்” என்றேன்.

“குழந்தை எப்படி இருக்கிறாள்” என்றார்.

“இப்போது என்னுடைய ஒவ்வொரு அசைவுக்கும் மைய விசை அவள்தான் புரஃபசர்.” எங்கள் பேச்சு இப்படியாக ஆரம்பித்து சிறிது சிறிதாக விரிந்து சென்றது. உச்சிப் பகல் நேரத்தில் என் மனதின் ஒரு பகுதி இடிபாடுகளிலிருந்து, நான் வெளியே வத்ததுபோல் உணர்ந்தேன். அது ஒரு பெரும் சிகிச்சை. “நன்றி” என்று கூறினேன். “நீங்கள் புறப்படுவது நல்லது” என்றார் பேராசிரியர். “நான் ஏதாவது உங்களுக்குச் செய்ய வேண்டுமா” என்றேன். சற்று நிதானித்தவர் “இந்த கால் முடமான நாய்க்குட்டியை எடுத்துச் சென்று வளர்க்க முடிந்தால் நான் ஆறுதல் அடைவேன்” என்றார்.

“எல்லா நாய்களும் இங்கு வருவதும் போவதுமாக இருக்கும். இது மட்டும் இரண்டு மாதங்களாக நடக்க முடியாமல் என்னுடனேயே தங்கிவிட்டது. இது எப்படிப் பிழைக்கப் போகிறது என்று தெரியவில்லை.”

வெள்ளையும் பழுப்பும் கலந்த ஒரு நாய்க்குட்டி சற்றே வளர்ந்திருந்தது. அருகில் சென்றதும் எழுந்து ஒரு காலை நொண்டிக்கொண்டு நின்றது. பேராசிரியர் அதைத் தடவிக் கொடுத்தபோது கையை நக்கியது. தூக்கி என் கையில் கொடுத்தார். அது அவர் முகத்தையே பார்த்தது.

"போய்வா, ஆனந்தன் உன்னைக் கவனித்துக்கொள்வார்" என்றார்.

நான் அங்கிருந்து புறப்படும்போது என்னிடம் மூன்று உறுதிமொழிகள் கேட்டார். அவர் இங்கு இருக்கிறார் என்பதை நான் யாரிடமும் சொல்லக்கூடாது என்பது ஒன்று. அவர் பேசியவை குறித்தோ, அவரைப் பற்றியோ யாரிடமும் சொல்லக்கூடாது என்பது இன்னொன்று. நான் மீண்டும் அவரைப் பார்க்க வரக்கூடாது என்பது மூன்றாவது. அவர் கைகளைப் பற்றிக்கொண்டு சிறிது நேரம் நின்ற என் கண்கள் கலங்கின. தோளைத் தட்டி "போய்விடுங்கள்" என்றார்.

நாய்க்குட்டியுடன் சிரமப்பட்டு ஊர்வந்து சேர்ந்தேன். வீட்டுக்குப் போனதும் என் செல்லத்திடம் "ரொம்ப நாளாக நீங்க கேட்ட நாய்க்குட்டி பாத்திங்களா" என்றேன். "இதைத் தேடித்தான் போனீர்களா" என்றாள். "ஆமாம், இதற்கு ஒரு கால் நடக்க வராது, நீங்கதான் பாத்துக்கணும்." "சரி என் செல்ல நாய்க்குட்டி" என்றாள் செல்லம்.

அறைக்குள் சென்ற நான் பேராசிரியர் எழுதிய புத்தகம் ஒன்றை எடுத்து குறிப்பிட்ட பக்கங்களைப் படித்தேன். நீட்ஷேவின் 'நன்மைக்கும் தீமைக்கும் அப்பால்' நூலையும் பகவத் கீதையையும் ஒப்பிட்டு அவர் செய்திருந்த ஒப்பியல் வாசிப்பு பற்றிய கட்டுரை அது. 'மனிதராக இருப்பதற்கான துணிவு என்பது தீமைகளை உறுத்தலின்றிச் செய்வதற்கான தெளிவில் ஆரம்பிக்கிறது. இறையியல் என்பது மனிதர் தாம் இழந்து போன விலங்குத் தன்மையை ஈடுசெய்வதற்காக உருவாக்கிக்கொள்ளும் வலிநீக்கும் மருந்து' என்று அந்தக் கட்டுரை ஆரம்பிக்கிறது.'

பேராசிரியர் சொன்ன முதல் கதை

அவன் பெயர் சதாத் ஹசன், 1941இல் பிறந்தவன். இப்போது பாகிஸ்தானில் இருக்கும் ஐதராபாத்தில் வாழ்ந்த முஸ்லிம் குடும்பம் அவனுடையது. அவனுடைய அப்பாவுக்கு இரண்டு மனைவிகள், எட்டுப் பிள்ளைகள், இவன் கடைசிப் பையன். நெசவுத்தொழில் செய்த அவனுடைய அப்பா நல்ல பாடகர். அவனது வீட்டில் எல்லோருமே நெசவிலும் பின்னலிலும் ஈடுபட்டிருந்தனர். இவனுக்கு ஆறு அக்காள்கள், ஒரு அண்ணன், அண்ணனுக்கு சுன்னத் விழா நடந்து முடிந்த மறுநாள் நாட்டில் பெரும் கலவரம். எங்கு பார்த்தாலும் தீவைப்பும் கொலைகளும். நாடு இரண்டாகப் பிரியப்போகிறது என்று எல்லா இடங்களிலும் பேச்சு. சூரத்திலிருந்த தன் தம்பியையும் தங்கையையும் விட்டு இருக்க வேண்டியிருக்கும் என்று 1946

நவம்பரில் அவனுடைய அப்பா தன் குடும்பத்தினரோடு குஜராத்திற்கு சென்றார். பெரிய குடும்பம். சித்தப்பா பிள்ளைகள், அத்தை பிள்ளைகள் என பெருங்கூட்டம். ஆனால் வெளியே சென்று விளையாடுவதெல்லாம் எப்பொழுதோ நின்றுபோனது. வீட்டுக்குள் எப்போதும் பயம். வெளியே செல்வதற்கு அதைவிட பயம். மீண்டும் கலவரம் தொடங்கிவிட்டது. தீவைப்பும் ஓலமும் ரத்தமும். அவனுடைய வீட்டில் ஒவ்வொருவராகக் காணாமல் போனார்கள். ஆண்கள் யாருமில்லை. ஒருநாள் கும்பல் ஒன்று இவர்கள் வீட்டிற்குள் புகுந்து பெண்களில் பலரைத் தூக்கிச் சென்றுவிட்டது. மறுநாள் இவனுடைய அண்ணன் குடல் சரிந்து தெருவில் கிடந்தான். இவனுடைய அக்காள்கள் எல்லோரையும் கைகளைப் பின்புறம் கட்டி அழைத்துப்போனது ஒரு கூட்டம். ஒரு பெண்ணின் விலை இருபது ரூபாய். இவன் மட்டும் தெருவில் ஓடி சந்து பொந்துகளில் பதுங்கிக் கிடந்தான். ரயில் வண்டிகளில் ஆயிரக்கணக்கில் பிணங்கள் இங்கும் அங்கும் பரிமாறிக்கொள்ளப்பட்டன. இவனைப் பிடித்த ஒரு கும்பல் இருபது சிறுவர்களைக்கொண்ட ஒரு கும்பலை நூறு ரூபாய்க்கு விற்றது. எங்கே போகிறோம் என்று தெரியாமல் இருபது சிறுவர் களும் ஒரு லாரியில் போய்க் கொண்டிருந்தார்கள். வழியில் லாரி நின்றபோது, மயங்கிக் கிடந்த இவனை செத்துவிட்டதாக நினைத்து ஒருவன் தூக்கிச் சாலையோரம் போட்டான். கண் விழித்தபோது போலிஸ்காரர்கள் சிலபேர் இவனைச் சுற்றி நின்றிருந்தார்கள். கால்சட்டையை அவிழ்த்துப் பார்த்து விட்டு சுன்னத் இல்லாததால் ஒரு முகாமில் கொண்டுபோய் விட்டனர். அங்கே இவன் பத்துநாள் காய்ச்சலில் கிடந்தான். ஒரு இளைஞன் இவனை அடிக்கடி பார்க்க வந்தான். சிறுவனுக்கு பேச்சு முழுக்க நின்றுபோய் இருந்தது. தமிழ்நாட்டைச் சேர்ந்த அந்த இளைஞன் பிரிட்டிஷ் ஆபீசர் ஒருவர் வீட்டில் வேலை செய்துகொண்டிருந்தவன். அந்த ஆபீசர் தமிழ்நாட்டில் திண்டிவனம் பகுதியில் இருந்தபோது வேலையில் சேர்ந்தவன். அவர் மாற்றலாகி குஜராத்துக்கு வந்தபோது அவருடைய குடும்பத்துடன் கூட வந்தவன்; நாட்டைவிட்டு அவர் போனபிறகு தன் ஊருக்குப் போகக் கிளம்பிக்கொண்டிருந்தான். சிறுவனை சிலமுறை பார்த்தவுடன் அவனுக்கு இனம்புரியாத பாசம் தோன்றிவிட்டது.

ஒருநாள் இரவு சிறுவனை அழைத்துக்கொண்டு புறப்பட்டு விட்டான். தமிழ்நாட்டுக்கு வந்து சேர்ந்து ஆறு மாதங்கள் பிரம்மை பிடித்து இருந்த சிறுவன் மெல்ல குடும்பத்துடன் பழகத் தொடங்கினான். இரண்டு மூன்று ஆண்டுகள் கழித்தபின் தமிழ் பேசக் கற்றுக்கொண்டான். 1951இல் வானூரில் இருந்த

பள்ளிக்கூடத்தில் சேர்க்கப்பட்டபோது பள்ளிப் பதிவேட்டில் அவன் புதிய பிறப்பு எடுத்தான். பெயர்: பச்சையப்பன், பிறந்த தேதி: *15–8–1947*, தந்தை பெயர்: பரமநாத படையாட்சி, தாயார் பெயர்: உண்ணாமலை, மதம்: இந்து, சாதி: படையாட்சி – வன்னியர், தாய்மொழி: தமிழ், தேசிய இனம்: இந்தியன்.

சிறுவன் வளர்ந்து பெரியவனான பிறகு முதலில் கல்லூரி யில் ஆங்கில விரிவுரையாளராகப் பணியைத் தொடங்கினான். படிப்பில் கெட்டிக்காரன். பழகுவதற்கு எளிமையானவன். யாருடனும் அதிகம் பேசுவதில்லை. நண்பர்கள் என்று யாருமில்லை. திருமணம் செய்து கொள்ளச் சொல்லி அம்மா அப்பா சொன்னபோது அதைப் பற்றிய எண்ணம் இல்லை யென்று சொல்லிவிட்டான்.

பிறகு படித்துத் தெரிந்துகொண்டவை; இந்தியா – பாகிஸ்தான் பிரிவினையின்போது வீடும் மண்ணும் இழந்தவர்கள் 12 மில்லியன். கொல்லப்பட்டவர்கள் 2 மில்லியன். ஒரு லட்சத்திற்கு மேல் பெண்கள் கடத்தப்பட்டு கற்பழிக்கப்பட்டனர். இரண்டு ஆண்டுகளுக்குக் கள்ளச் சந்தையில் இரு நாட்டிலும் விற்கப் பட்ட பெண்கள் இரண்டு லட்சத்திற்கும் மேல். இந்திய வரலாற்றில் இவ்வளவு குறுகிய காலஅளவில் இதுவரை இவ்வளவு பேர் கொல்லப்பட்டதில்லை. கொல்லப்பட்டவர்கள் இந்து, முஸ்லிம், சீக்கியர்கள். கொலை செய்யச் சொல்லி யாரும் கேட்டுக்கொள்ளவில்லை. ஆனால் அமைதி காக்கச் சொல்லி கேட்டுக்கொண்டவர்களும் கொல்லப்பட்டார்கள்.

அந்தச் சிறுவனுக்கு எல்லாம் தெளிவாக ஞாபகமிருந்தன. ஆனால் யாரிடமும் பேசியதில்லை. மறக்க மறக்க அதிகமாக ஞாபகம் வத்தது. பேச்சு மட்டும் தடைபட்டது. அவன் வேறொருவனாக இருக்கப் பழகிக்கொண்டான்; பச்சையப்பப் படையாட்சி என்கிற சதாத் ஹசன்.'

பேராசிரியர் சொன்ன இரண்டாவது கதை

எனது வகுப்புகள் பிரான்ஸில் ஏறக்குறைய முடியும் நிலை. ஹான்னா என் ஜெர்மானிய மாணவி, பெர்லினுக்கு அழைத்துச் சென்றாள். அவள் வீடு பெர்லினில் காடு போன்ற ஒரு பகுதியில் அமைந்திருந்தது. ஹான்னாவுக்கு அம்மா மட்டும் இருந்தார். அப்பா என்று யாரும் கிடையாது.

ஹான்னாவின் அம்மா மார்னி ஒரு நாடகக் கலைஞர். முதல் மூன்று மணிநேரம் நாடகம் பற்றிய பேச்சு ஓயவே இல்லை. நிறைய புகைப்படங்களும் வீடியோக்களுமாக இருந்தன; அவருடைய நாடக அனுபவங்கள். ஃபாஸ்பைண்டரின்

நாடகங்களில்கூட நடித்திருப்பதாகச் சொன்னார். சிறுசிறு மந்திர வித்தைகளைச் செய்துகாட்டி வியப்படையச் செய்தார்.

இரவு ஹான்னா வந்து அவள் அம்மாவிடம் என்னை ஓய்வெடுக்க விடும்படி கேட்டுக்கொண்டாள். அவள் அம்மாவின் முகம் வாடிவிட்டது. நான் பேசிக்கொண்டிருக்கலாம் என்று தொடர்ந்தேன். அவருடைய குடும்பப் புகைப்படங்களை காட்டினார். அவருடைய அப்பா ஹென்ரிச் ஹிம்லரின் எஸ்.எஸ். படையில் இருந்தவர். 1947இல் அவருக்கு சோவியத் ராணுவ நீதிமன்றம் பத்தாண்டு சிறைதண்டனை அளித்தது. அந்த ஆண்டுதான் சோவியத் மரண தண்டனையை ரத்து செய்து இருந்ததால் உயிர் பிழைத்தவர் அவர். அவருடைய கூட்டாளிகள் பல பேருக்குச் சில மாதங்களுக்குமுன் மரணதண்டனை விதிக்கப்பட்டிருந்தது. எல்லோரும் ஸ்டார்மாப் டெய்லங்க் என்ற புயல்படையில் இருந்தவர்கள். அந்தக் காலத்தில் அதுவே இளைஞர்களின் லட்சியம். அவருடைய அப்பாவை அவர் நேரில் பார்த்ததே இல்லை. 1945இல் ஹான்னாவின் அம்மா மார்னி பிறந்தபோது அவர் வீட்டின்மீது குண்டு விழுந்து மேற்பகுதி இடிந்தது. கீழே நிலத்தடி அறையில் கைக்குழந்தையும் அம்மாவும் பத்துநாட்கள் இருந்தார்கள். மார்னி தன் அப்பாவைப் பற்றிப் பேசும்போது 'பாவத்திற்குத் தள்ளப்பட்டவன்' என்று குறிப்பிட்டார். 20 வயதில் எஸ்எஸ்சில் சேர்ந்து பிறகு கல்யாணம் செய்து ஒரே ஒரு குழந்தையைக் கொடுத்துவிட்டு பிறகு காணாமலேயே போனவன். ஹான்னாவின் பாட்டிக்கு 35 வயதில் புத்தி பேதலித்துப்போனது. சாகும் வரை அவர் தன்னை 7534 என்ற எண்ணால்தான் குறித்துக் கொண்டார். அது அவருடைய அண்ணனின் கொன்ஸென்ரேஷன் ஸ்லேகர் எண். கம்யூனிஸ்ட் கட்சி உறுப்பினராக இருந்து பல்கலைக்கழகத்தில் வைத்து கைது செய்யப்பட்டவன். ஒருமுறை புயல்படையால் கைது செய்யப்பட்டால் கதை முடிந்தது. அதற்குப் பிறகு எந்த விபரமும் தெரியாத நிலையில் தன் அண்ணாவைப் பற்றி தன் கணவரிடமே அவர் தெரிந்துகொண்டார். அவருடைய அண்ணன் புஷன்வால்ட் கேம்ப்புக்கு அனுப்பப்பட்டிருந்தான். அவன் எண் 7534. அதற்குமேல் விபரம் யாருக்கும் தெரியாது.

மார்னி பேசிக்கொண்டே இருந்தார். தன் தாயின் அழகைப் பற்றியும்; பிறகு அவர் மொட்டை அடித்துக்கொண்டதுடன் முரட்டுக் கைதியாடையையே எப்போதும் அணிந்தபடி இருந்தது பற்றியும் கூறினார். மார்னி நிறைய மது அருந்திக் கொண்டே இருந்தார். ஹான்னா அவருடைய 35ஆவது வயதில் பிறந்தவள். அவளுடைய காதலனுக்கு அப்போது வயது 17தான். 40 நாட்கள் மட்டுமே நீடித்த காதல் வாழ்க்கை. சுத்த

பைத்தியக்காரத்தனம் என்றார் மார்னி. அவர் முகம் முற்றிலும் மாறி முழு குடிபோதையில் தளர்ந்திருந்தது. ஆனால் பேச்சு தொடர்ந்துகொண்டே இருந்தது. ஹான்னா வந்து எனக்குச் சைகை காட்டினாள். மார்னி என்னிடம் இந்தியாவைப் பற்றிச் சொல்லச் சொன்னார். எல்லோரும் அங்கே சமஸ்கிருதம்தான் பேசுவார்களா எனக் கேட்டாள். ஹான்னா எல்லாம் நாளை பேசிக்கொள்ளலாம் என்றபோது, மார்னி என் கையைப் பற்றிக்கொண்டு ஹான்னாவுக்கு அவள் பிறந்ததிலிருந்தே தன்மீது அன்பு இல்லை என்று சொன்னார். பிறகு தன்மீது அவளுக்கு இரக்கம் மட்டும்தான் இருக்கிறது என்றார். ஹான்னா பழங்கள் சிலவற்றை எடுத்துவந்து தந்துவிட்டு எனக்கான அறையைக் காட்டியவள், "நாளை 9 மணிக்கு சக்ஷென்ஹாசன் புறப்படுகிறோம். மனிதர்களின் உண்மையான மனதின் வரைபடத்தைப் பார்க்கப் போகிறோம்" என்றாள்.

காலையில் ஹான்னாவின் தோழி மார்க்ரிடா காருடன் வந்தாள். ஹான்னாவின் அம்மா இருந்ததால் வீட்டுக்குள் வரவில்லை. பையனைப்போல இருந்தாள். சற்றே சிடுசிடுப்பு இருந்தது அவளிடம். ஹான்னா, "இந்தியத் தத்துவங்களைப் படிப்பதில் ஏதாவது பயன் இருக்குமா" என்று கேட்டாள். "அதுபற்றி எனக்குத் தெரியாது. ஆனால் நாங்கள் ஜெர்மானியத் தத்துவவாதிகளைப் படித்துக்கொண்டிருக்கிறோம்" என்றேன். மார்க்ரிடா தன் தோழியிடம் இந்தப் பேராசிரியர் முஸ்லீமா என்று ஜெர்மனியில் கேட்டாள். ஹான்னா என்னைப் பார்த்தாள். நான் ஏதும் புரியாதது போல் இருந்துவிட்டேன். ஐரோப்பியப் பயணத்தில் முகச்சவரம் செய்யாமல்விட்டது என் தவறுதான் என்று தோன்றியது. ஹான்னா மார்க்ரிடாவிடம் "நான் அவரை சோதித்துப் பார்க்கவில்லை, சோதிக்க அவரும் விடமாட்டார்" என்றாள். சற்றுத் தாமதமாகத்தான் இது எனக்குப் புரிந்தது; ஆனால் சிறு புன்னகையைத் தடுத்துக்கொண்டேன். கார் ஐரோப்பிய வேகத்தில் விரைந்தது. மார்க்ரிடா ஹான்னா விடம் "நம்மைப் பற்றி எல்லாவற்றையும் உன் பிரியமான பேராசிரியரிடம் சொல்லிவிட்டாயா என்ன" என்றாள். "சொல்லாவிட்டாலும் அவருக்குப் புரியும்; காமசூத்திரமும் காளிதாசனும் நிறைந்த மண்ணில் இருந்து வந்த படிப்பாளி யல்லவா இவர்" என்றாள் ஹான்னா. நான் "நன்றி" என்று ஜெர்மனியில் சொன்னேன். ஒரு நிமிடம் திருதிருவென விழித்த இருவரும் கலகலவெனச் சிரித்தார்கள்.

பெர்லினின் வடக்காக ஓரானியன்பர்க் என்ற இடத்திற்கு அருகே இருக்கிறது சக்ஷென்ஹாசன் என்ற சித்திரவதை முகாம் அல்லது கடுங்காவல் பட்டறை. அது 1936ஆம் ஆண்டு

ஜூலை 12இல் திறக்கப்பட்டது. எஸ்டர்வேகன் என்ற முகாமில் இருந்து கொண்டுவரப்பட்ட 50 கைதிகளை வைத்து இதன் கட்டுமானத்தை ஆரம்பித்தார்கள். பிறகு இங்கேயே அவர்கள் அடைக்கப்பட்டார்கள். ஹென்சிச் ஹிம்லர் 1936 நவம்பரில் கிரிஸ்டல் நாட்ச் என்ற கண்ணாடி உடைபடும் இரவு நடவடிக்கைக்கு உத்தரவிட்டபோது புயல்படையினர் ஒரே நாளில் 30000 யூதர்களைக் கைது செய்தார்கள். அதில் 6000 பேரை சக்ஷென்ஹாசனுக்கும் மற்றவர்களை டாச்ஷூ மற்றும் பூஷன்வால்ட் முகாம்களுக்கும் அனுப்பினார்கள். சக்ஷென்ஹாசன் பெர்லின் பகுதிக்கான முக்கிய முகாம். 1939இல் போலந்திலிருந்து 900 யூதர்கள் இங்கு கொண்டுவரப்பட்டார்கள். 1940இல் 1200 அரசியல் கைதிகள் போலந்திலிருந்து வந்தார்கள். 1941இல் 'தேர்ந்தெடுத்த கொலை' என்ற யூதனேஷியா திட்டத்தை வடிவமைத்த ஃபிரடெரிச் மென்னக் இங்கிருந்து தனது செயல்பாட்டை ஆரம்பித்தான். பலகீனமானவர்கள், மனநிலை பாதிக்கப்பட்டவர்கள், உடல் ஊனமுற்றவர்களைத் தேர்ந்தெடுத்து விஷவாயு அறைக்கு அனுப்பத் தொடங்கினார்கள். 1941இல் 18000 சோவியத் போர் கைதிகள் இங்கு கொண்டு வரப்பட்டார்கள். அவர்களில் 13000 பேர் மூன்று மாதகால அளவிலேயே தவணைமுறையில் சுட்டுக் கொல்லப் பட்டார்கள். 1944இல் போலந்துப் புரட்சியாளர்களில் 65000 பேர் ஜெர்மனிக்குக்கொண்டுவரப்பட்டார்கள். அதில் 3500 பேர் சக்ஷென்ஹாசனுக்கு வந்து சேர்ந்தார்கள். 1945இல் 65000 கைதிகள் இங்கு அடைக்கப்பட்டார்கள்; அதில் 13000 பேர் பெண்கள். சக்ஷென்ஹாசன் கைதிகள் அனைவரும் ஆயுதத் தொழிற்சாலைகளில் வேலை செய்ய அனுப்பப்பட்டார்கள். காலை 6 மணி முதல் இரவு 10 மணிவரை வேலை நடக்கும். ஜெர்மனியில் நடந்த மருத்துவ ஆராய்ச்சியில் பெரும்பகுதி சக்ஷென்ஹாசனில் நடத்தப்பட்டது. இதயம், சிறுநீரகம், மூளை பற்றிய முக்கிய ஆராய்ச்சிகள் இங்கு நடந்தன. பல மருந்துகள் இங்கு சோதிக்கப்பட்டன. 1945இல் சோவியத் படைகள் ஆஸ்ட்விட்சைக் கைப்பற்றி முகாமை விடுவித்த செய்தி பரவியதும் ஜெர்மன் காவல் படையினர் ஐரோப்பா முழுவதும் இருந்த தங்களுடைய சித்திரவதை முகாம் கைதிகளை வெவ்வேறு இடங்களுக்குக் கொண்டு சென்றார்கள். சக்ஷென்ஹாசனில் இருந்து 30000 பேரை வடமேற்குத் திசைநோக்கி நடத்தி அழைத்துச்சென்றனர் படையினர். வழிநெடுக, நடக்க முடியாதவர்களை உடனடியாக சுட்டுத் தூக்கி எறிந்தார்கள். 1945 மே மாதம் இரண்டாம் நாள் எஞ்சிய கைதிகள் பாதி வழியில் சோவியத் படையினரால் விடுதலை செய்யப்பட்டார்கள். 1945 ஏப்ரல் மாதம் 22ஆம் தேதி சக்ஷென்ஹாசனை சோவியத் படை

விடுவித்த போது நோயுற்ற வெற்று எலும்புக்கூடான 3000 பேர் மட்டுமே அங்கு எஞ்சி இருந்தார்கள். சக்ஷென்ஹாசனின் பதிவேட்டில் 1936 முதல் 1945வரை பதியப்பட்ட பெயர்கள் 140000. நேரடியாகக் கொல்லப்பட்டவர்கள் 30000 பேர், மீதிப் பேர் என்ன ஆனார்கள் என்பது பதிவேட்டில் இடம் பெறவில்லை. பதிவேட்டில் பதியப்படாமல் ஆயிரக்கணக்கான பேர் அங்கு அடைக்கப்பட்டார்கள். குறிப்பாக சோவியத் கைதிகளும் பிறநாட்டுப் போர்க் கைதிகளும். அரசியல் கைதிகள் பெரும்பாலும் பதிவு செய்யப்படுவதில்லை. மார்க்ரிடா விவரங்களை அடுக்கிக்கொண்டே போனாள்.

"ஹிட்லர் சான்சலராக பதவியேற்ற 1933ஆம் ஆண்டிலேயே முதல் சித்திரவதை முகாம் தொடங்கப்பட்டதல்லவா?"

"ஆமாம், டாஷு என்ற இடத்தில் முதல் கொன்ஸன்ட்ரேஷன் ஸ்லாகர் தொடங்கப்பட்டது. பிறகு ஐரோப்பா முழுவதும் பத்து நூறு என்று பெருகியது. சரியான எண்ணிக்கை தெரிய வில்லை. பெரிய அளவிலான காம்ப் 60க்கு மேல் இருந்தன. நாஜிகள் தோல்வி அடைவது தொடங்கியவுடன் ஒவ்வொரு முகாமையும் ஜெர்மன் காவல்படை அழித்துத் தடம் இல்லாமல் செய்ய முயன்றது."

"ஜெர்மனிக்கு அந்தக் காலகட்டத்தில் கிடைத்த இலவச உழைப்பு தேசியப் பொருளாதாரத்தைப் பல மடங்கு உயர்த்தியதாகச் சொல்வார்கள்."

"யூதர்கள், கம்யூனிஸ்ட்டுகள், மாற்றுக் கருத்து உடையவர்கள், கலப்பினத்தவர், தன்பால் விருப்புடையவர்கள், ஜிப்சிகள், யூதப் பெண்களை மணந்தவர்கள் இவர்களால் நிரம்பியிருந்தன முகாம்கள். அவர்கள் உழைத்துக்கொண்டே இருக்க வேண்டும். ஒருவேளை உணவு, நாள் முழுக்க உழைப்பு. ஒரு கைதிக்கு அனுமதிக்கப்பட்ட வாழ்நாள் ஒன்பது மாதங்கள், அதன்பிறகு அவர் பயனற்றவர். ஒருநாள் காலை அவர்கள் மருத்துவமனைக்குக் கொண்டு செல்லப்படுவார்கள். மருத்துவர் முத்திரை இட்டவுடன் பின்பகுதி வழியாக சுடுகளம் அல்லது விஷவாயு அறை; பின்னால் வண்டி தயாராக இருக்கும். எப்போதும் அணையாத உடல் எரிப்பு ஆலைகள். பெரிய புகைபோக்கி வழியாகச் சதை கரிந்த புகை. சோவியத்தின் கட்டாய உழைப்பு முகாம்களில் விஷவாயு அறையும் கொள்ளிவைப்பு ஆலையும் இல்லையென்று சொல்வார்கள்."

நாங்கள் சக்ஷென்ஹாசன் முகாமின் மதில் அருகில் நின்றிருந்தோம். மரங்கள் வரிசையாக இருந்தன. இது ஒரு வரலாற்றுச் சின்னமாக மாற்றப்பட்ட பின் பலமுறை நாசிகள்

இதற்குத் தீவைத்து அழிக்க முயன்றிருக்கிறார்கள். நாங்கள் பெருஞ்சிறையின் வாயிலில் இருந்தோம். ‘உழைப்பு உங்களை விடுதலை செய்யும்’, வாயிலின் மேற்பகுதியில் ஜெர்மன் மொழியில் பெரிதாக எழுதப்பட்டிருந்தது. சுற்றிலும் பேரமைதி. ஒவ்வொரு இடத்திலும் ஆங்கிலத்திலும், ஜெர்மனியிலும் எழுதப்பட்ட விளக்கக் குறிப்புகள். கம்ப்யூட்டர் திரையில் எல்லாவிதமான தகவல்களும் விரல் தொட்டவுடன் பெருகி ஓடின. பெரும்பாலான கொட்டடிகள் அப்படியே இருந்தன. கைதிகள் வந்துசேரும் இடம், பதியும் இடம், மொட்டையடிக்கும் இடம், ஆடை மாற்றி உள்ளே செல்லும் இடம். கட்டில்களில் எண்கள், வரிசையாகக் கட்டில்கள், அடுக்கடுக்காகச் சில கொட்டடிகள், தனிமைச் சிறைகள். எல்லா மரக் கட்டில்களிலும் மரச்சுவர்களிலும் ஏதாவது எழுத்துகள் செதுக்கப்பட்டிருந்தன. பல மொழி எழுத்துகள், பெயர்கள், வாக்கியங்கள், கடிதங்கள். ஒவ்வொரு கொட்டடியிலும் புகைப்படங்கள். பலருடைய புகைப்படங்கள், மியூசியத்திற்குள் கைதிகளிடமிருந்து பறிமுதல் செய்யப்பட்ட பொருட்கள். விசாரணைக்கான தனி அறை. தண்டனை தரத் தனி அறை. எல்லோரும் கைகால் கழுவப் பெரிய தொட்டி. முரட்டுத் துணியில் தைத்த கைதி உடைகள் ஒரு அறையில் அடுக்கப்பட்டிருந்தன.

இங்கே வந்தபின் திரும்பிச் சென்றவர் யாரும் இருக்க முடியாது என்பது தெளிவாகத் தெரிந்தது. ஒருமுறை நுழைவு; உலகத்திலிருந்து வெளியேற்றம். விவரணைகளும் காட்சிப் படங்களும், வீடியோ பதிவுகளும் உடலைக் கவ்வி உயிரைக் குதறின. நாங்கள் பேச்சை நிறுத்திவிட்டோம். அங்கும் இங்கும் பயணிகள். பல நாட்டுப் பயணிகள். எல்லோருடைய கையிலும் குரல் கேட்புக் கருவி இருந்தது. அதிலிருந்து இடங்களை விவரிக்கும் குரல் அவர்களுக்கு மட்டுமே கேட்டது. படு பயங்கர அமைதி. சுற்றிலும் ஓலங்கள் உறைந்து போனதுபோல் இருந்தது. ஒரு இளம்பெண் தன் தோழனின் தோளில் முகத்தைப் புதைத்து அழுதுகொண்டிருந்தாள். பாதிப்பேர் தமது கண்ணீரை மறைக்க முயற்சித்தபடி ஒவ்வொன்றாகப் பார்த்துக்கொண்டிருந்தார்கள்.

கட்டில்களிலும் தூண்களிலும் எழுதப்பட்ட சில கடிதங்களை மார்க்ரிட்டா மெதுவாக வாசித்துப் பொருள் சொன்னாள். ஹான்னா பேசவேயில்லை. “அன்பே நான் உன்னை இனிக் காணப் போவதில்லை; நீயும் என்னைக் காணப்போவதில்லை. நான் இறைவனிடம் பிரார்த்திப்பதெல்லாம் உன் நினைவில் இருந்து என்னை முழுமையாகத் துடைத்துவிட வேண்டும் என்பதுதான். முழுமையாக மறந்துபோய்விடு. உன் நினைவு

மட்டும் இல்லையென்றால் இந்த வலி என்னை ஒன்றும் செய்யாமலேயே இருந்திருக்கும். நாளை மறுநாள் வாயுக் கூண்டுக்குள் நான் செல்வேன். பிறகு இறைவனிடம் கேட்பேன். எல்லாம் உன்னால் படைக்கப்பட்டதென்றால் இந்த முகாமை யார் சொல்லிப் படைத்தாய்? நம் குழந்தைகளிடம் எதையும் சொல்லாதே; அவர்களுக்கு ஒரு தந்தை இருந்தது தெரியாமலேயே இருக்கட்டும். அதேபோல் இந்த முகாம் இருந்ததும்."

ஹான்னா வெளியே வேகமாக முகத்தை மூடிக்கொண்டு ஓடினாள். நீண்ட நேரத்திற்குப் பிறகு வேறு ஒரு கொட்டடியில் எங்களுடன் மீண்டும் சேர்ந்துகொண்டாள்.

நான் ஒவ்வொரு கட்டிலாகப் பார்த்துக்கொண்டு வந்தேன். சில இடங்களைத் தொட்டுப் பார்த்தேன். ஒரு நாற்காலியில் உட்காரப் போனபோது ஹான்னா என் தோளைத் தொட்டு ஒரு இடத்தைக் காட்டினாள். உற்றுப் பார்த்தபோது கட்டிலுக்கு மேல் உள்ள மரச்சுவரில் தமிழ் எழுத்துகள். நோயல் கருணாகரன். கைதி எண் 21069. திடுக்கிட்டு அருகே சென்று உற்றுப்பார்த்ததில் கத்தியாலோ ஆணியாலோ எழுதப்பட்ட தமிழ் எழுத்துகள். அங்கும் இங்கும் சொற்களாக, வாக்கியங்களாக, தொடர்களாக, முகவரியாக, பெயர்களாக; தமிழ் எழுத்துகள்:

எல்லாரும் இன்புற்று இருக்க நினைப்பதுவே

அல்லாமல் வேறொன்று அறியேன் பராபரமே.

சில மணித்துளிகள் எனக்கு என்ன ஆனது என்று புரிய வில்லை. அவற்றை என் கைப்பையில் இருந்த சிறிய நோட்டுப் புத்தகத்தில் ஒவ்வொன்றாக எழுதத் தொடங்கினேன். கைதி எண்ணைக் குறித்துக்கொண்டு "இது பற்றிய தகவல் ஆவணக் காப்பகத்தில் கிடைக்குமா" என்று ஹான்னாவிடம் கேட்டேன்." "வாய்ப்பு உண்டு என்றாள்.

புகைப்படங்கள், ஆவணங்கள், கைதிகளின் கடிதங்கள், டைரிகள், கைதிகளிடம் இருந்து எடுக்கப்பட்ட பொருட்கள் அடங்கிய ஆவணக் காப்பகத்திற்குச் சென்றோம். மார்க்ரிட்டா தனக்குத் தெரிந்த ஒரு பெண் அங்கே இருக்கிறாள் என்று சொல்லித் தேடிப்பார்த்துக் கண்டுபிடித்தாள். அடுத்த ஒரு மணி நேரத்தில் நான் பலவற்றைப் பார்க்க முடிந்தது. நோயல் கருணாகரனின் உருவப்படம் சில கடிதங்கள், குழந்தைகள் அணியும் வெள்ளி அரைஞான் கயிறு, ஒரு நோட்டுப் புத்தகம் எல்லாம் மைக்ரோ பிலிம் வடிவத்தில் பார்க்கக் கிடைத்தன. 1941இல் இந்த முகாமுக்குக் கொண்டுவரப்பட்ட கைதிகளில் ஒருவருடைய பதிவுகள் அவை. பிரஞ்சு நாட்டிலிருந்து கொண்டு

வரப்பட்ட கம்யூனிஸ்ட் கைதிகளின் குழுவில் அவருடைய பெயர் இடம்பெற்றிருந்தது. புகைப்படத்தில் மூன்று வகைத் தோற்றங்கள் தெரிந்தன; நேர்தோற்றம், இடப்பக்கம், வலப்பக்கம். கண்களைக் கூர்ந்து கவனித்ததில் எதிரே நின்றிருந்த ஆயுதம் தாங்கிய நிழல்கள் தெரிந்தன. அந்த முகத்தில் அந்த நொடியில் தோன்றிய உணர்வுகளுக்குப் பின் தமிழ் வாக்கியங்கள் ஓடி யிருக்கும் என்று நினைத்தபோது எனக்குள் ஒரு பேரிரைச்சல் எழுந்து அடங்கியது. படிக்க முடிந்தவைகளை எழுதியெடுத்துக் கொண்டேன். ஒரு பக்கம் மட்டும் பிரிண்ட் அவுட் கிடைத்தது. பையில் வைத்துக்கொண்டேன்.

மாலை நெருங்கிக்கொண்டிருந்தது. ஒவ்வொரு இடமும் மரண ஓலத்திலும் வலியிலும் உறைந்த மௌனத்திலும் மூழ்கிக்கிடந்தது. துப்பாக்கி சுடுகளம், விஷவாயு அறை, எரிக்கும் அடுப்பு என ஒவ்வொன்றாகப் பார்த்தபடி எதுவும் பேசாமல் நடந்து வெளியே வந்தோம். காரில் போகும்போது நாங்கள் பேசிக்கொள்ளவில்லை. அன்று இரவு உடனடியாகப் பாரிஸுக்குத் திரும்பும் பஸ்ஸைப் பிடிப்பதில் சிரமம் இருந்தது; ஆனால் மார்க்ரிட்டா எப்படியோ பதிவு செய்து முடித்தாள். மார்னி ஒன்றும் புரியாமல், "ஒருவாரம் தங்குவதாகச் சொன்னீர்களே" என்று கேட்டார். நான் உடனே "நாடு திரும்ப வேண்டும் அதுதான்" என்றேன். ஹான்னாகூட என்னை ஏதும் புரியாமல் பார்த்தாள். மார்னி ஹான்னாவிடம் "பகலில் எங்கே போயிருந்தீர்கள்" எனக் கேட்டார். "சக்ஷென்ஹாசன்" என்றாள் ஹான்னா. "இந்தியாவிலிருந்து வரும் ஒருவரை அழைத்துப்போகும் இடமா அது" என்றபடி மார்னி என்னைப் பார்த்தார். நான் "மன்னிக்கனும்" என்றேன். நீங்கள்தான் எங்களை "மன்னிக்கனும்" என்றார் மார்னி.

மார்க்ரிட்டா, ஹான்னா இருவரும் பஸ்ஸுக்குப் பக்கத்தில் என்னுடன் நின்றுகொண்டிருந்தனர். "சாப்பிட ஏதாவது" என்றாள் ஹான்னா. "வேண்டாம் பசிக்கவில்லை" என்றேன். "அடுத்த வகுப்புக்கு எப்போது நான் வர வேண்டும்" என்றாள் ஹான்னா. "இனி வகுப்புகள் இல்லை. நாளையோ நாளை மறுநாளோ நான் பிரான்ஸை விட்டுச் சென்றுவிடுவேன். மன்னிக்க வேண்டும் ஹான்னா. மற்ற ஆராய்ச்சி மாணவர்களைப் பார்க்கும்போது தவறாமல் நான் மன்னிப்புக் கேட்டதாகச் சொல்லிவிடு" என்றேன். பஸ் புறப்படும் முன்பே அவர்களை அங்கிருந்து போய்விடும்படி கேட்டுக்கொண்டேன். நீண்ட பயணம். தூக்கமற்ற பித்த ஓட்டம். மூன்றாவது நாள் பல சிக்கல் களைக் கடந்து புதுச்சேரி வந்து சேர்ந்தேன்.

ஆராய்ச்சி நெறிமுறைகள் அறிந்த ஒருவனுக்கு தனக்குக் கிடைத்த தகவல்களை வைத்து அந்த மனிதன், நோயல் கருணாகரனின் வம்சாவழியையும், அவர்கள் குடும்பக் கிளைகளையும் அறிந்து கொள்வது அவ்வளவு கடினமாக இல்லை. பிரெஞ்சு ஆவணங்களூடாக அந்தக் குடும்பத்தை நான் கண்டுபிடிக்க எட்டு நாட்கள் ஆனது.

முத்தியால்பேட்டையில் அமைந்த பெரிய வீடு அது. இரண்டு நாட்கள் அந்தக் குடும்பத்தை மீண்டும் மீண்டும் அணுகிய பிறகு அந்தப் பெரியவரைச் சந்திக்க முடிந்தது. நோயல் சத்தியநாதன், வயது 71, நோயல் கருணாகரனின் தம்பி, என்னை அறிமுகப்படுத்திக்கொண்டு "நோயல் கருணாகரனைப் பற்றிச் சொல்லுங்கள்" என்றேன். அவர் பார்வையில் தோன்றிய அவமதிப்பும் வெறுப்பும் என்னைச் சில நிமிடங்களுக்குக் குன்றிப்போக வைத்தது. நான் பிரான்ஸ் சென்றபோது ஒருவர் நோயல் கருணாகரன் பற்றிச் சொன்னதாகவும் அவரைப் பற்றிய முழுத் தகவல்களைத் தெரிந்துகொள்ள நான் வந்திருப்ப தாகவும் பொய் சொன்னேன். "ஃப்ரான்ஸ் போனிங்களா நீங்க, பரியில் எங்கே தங்கியிருந்தீர்கள்" என்று பேச்சை ஆரம்பித்தவர் சற்றே இறுக்கம் குறைந்து காணப்பட்டார்.

"நோயல் கருணாகரன் என் அண்ணன், அவனுக்குப் பிறகு நான், என் தங்கை, இன்னொரு தம்பி, அவர்கள் இப்போ வேறு வீடுகளில் இருக்கிறார்கள். நோயல் கருணாகரன் எங்கள் குடும்பத்தின் சாபக்கேடு. ஓடுகாலி. எங்கள் குடும்பம் அவனால் பட்ட பாடுகள் அதிகம். அவனால் எங்கள் மூன்றுபேர் வாழ்க்கையும் அழிந்தே போயிருக்கும். கர்த்தர் கிருபையால் நாங்கள் தப்பித்தோம். ஆனால் அதற்கு நாங்கள் எவ்வளவு விலைகொடுக்க வேண்டியிருந்தது."

"நோயல் கருணாகரன் இப்போது எங்கே இருக்கிறார்?" என்று கேட்டேன்.

"அவன் ஒரு மெக்ஸீக்காரியுடன் ஏதோ ஒரு தென்னமெரிக்க நாட்டுக்கு ஓடிப்போய்விட்டான்" அவர் உறுதியாகச் சொன்னார்.

"அவன் இங்கே படித்துக்கொண்டிருந்தபோதே நாசமாகப் போனவன்; கண்ட புத்தகங்களைப் படித்து ஏழையும் பணக்காரனும் ஒன்றாக வேண்டும் என்று பேசிக்கொண்டு திரிந்தான். கூட்டம் கூட்டி மேடையில் பேசினான். வ. சுப்பையா கட்சிக்காரர்களுடன் சேர்ந்துகொண்டு நோட்டீஸ் அச்சடித்துக் கொடுத்து போலீஸில் மாட்டினான். அப்பா உயிரைப் பணயம் வைத்து அவனை ஒவ்வொரு முறையும்

மீட்டார். பொந்திஷேரியில் பெருமைமிக்க குடும்பங்களில் ஒன்று எங்களுடையது. இவனால் எங்கள் அப்பாவை எல்லாப் பெரிய மனிதர்களும் ஒதுக்கிவைக்கத் தொடங்கினார்கள். தமிழ்நாடு யூனியனில் போய் சில வேண்டாத வேலைகளைச் செய்து அடிபட்டு வந்தான். அவன் அறையில் கொம்யூனிஸ்த்காரர்களின் படங்களை மாட்டிவைத்திருந்தான். ஒருமுறை எங்கள் அப்பாவை போலீஸ் அழைத்து விசாரித்தது. அன்றிலிருந்து அப்பாவுக்கு உடம்பே சரியில்லாமல் போனது. அதைவிட அவன் செய்த வேலை ஒன்று தெரியுமா? எங்கள் வீட்டு வேலைக்காரியுடைய மகள் மல்லிகாவைக் கல்யாணம் செய்து கொண்டான். ஏழை பணக்கார சாதிய ஏற்றத்தாழ்வை ஒழிப்பதற்கு அதுவும் ஒரு வழி என்று அவனுக்குத் தோன்றி யிருக்கிறது. அவனால் எங்கள் குடும்பமே வெளியே தலைகாட்ட முடியாமல் போனது. சாதிகெட்ட கல்யாணம். அவனுக்கு ஒரு பெண் குழந்தை வேறு பிறந்துவிட்டது. அப்பா போய் அவனை மறுபடியும் வீட்டுக்குக் கூப்பிட்டு வந்து வைத்து, படாதபாடு பட்டு படிப்பதற்காக பரிக்கு அனுப்பி வைத்தார். போனவன் என்ன செய்தான் தெரியுமா? கொம்யூனிஸ்த் பார்த்தியில் சேர்ந்து தேசத்துரோகம் செய்தான். உலகத்தையே ஆட்டிப்படைத்த ஹித்லேரை எதிர்த்து அவன் வேலை செய்தான். எங்கள் குடும்பம் இங்கு உயிரைக் கையில் பிடித்துக்கொண்டு நடுங்கிக்கொண்டிருந்தது. அரசாங்கத்துக்கெதிராக பெரிய சதி செய்த கும்பலில் சேர்ந்து ஏதேதோ நடத்திவிட்டு அவனுடன் படித்த மெக்ஸீக்காரியுடன் ஓடிப்போய் ஒளிந்துகொண்டான். எங்கள் மாமா பரியில் இருந்தவர்; அவர்கள் இருவரையும் பலமுறை ஒரே அறையில் பார்த்திருக்கிறார். இருவரையும் ஒருநாள் காணவில்லை. ஒருவழியாய் ஒழிந்தான் என்று பார்த்தால் அதன் பிறகுதான் எங்கள் குடும்பமே பரிக்குச் செல்வதில் சிக்கல் ஏற்பட்டது. உங்கள் மூத்தமகன் எங்கே என்று கேட்டு குவர்ண்மான்ந் எங்களைத் துளைத்தெடுத்தது. நாங்கள் படாத பாடுபட்டோம். 1948இல் மிலித்தேருக்குப் போக வேண்டிய நான் போக முடியாமல் போனது. என் தம்பி, தங்கை வாழ்க்கையும் அஸ்தமித்துப் போனது. இங்கேயே வாத்தியார் உத்தியோகம் பார்த்து சீரழிய வேண்டிய நிலைதான். ஒருவழியாக 1954இல் எங்களுக்கு விடிவுகாலம் பிறந்தது. நான் என்னுடைய 25வது வயதில் பரிக்குப் போனேன்; குடும்பம் தலைநிமிர்ந்தது. ஒருவழியாக எங்கள் குடும்பம் தப்பிப் பிழைத்து விட்டது.” அவர் மூச்சிரைக்கப் பேசிக்கொண்டே இருந்தார்.

“உங்கள் அண்ணன் இப்போது இருந்தால் என்ன வயதிருக்கும்.”

"என்ன 81 வயதிருக்கும்; என்னைவிட பத்து வயது மூத்தவன். மெக்ஸிக்கோவிலோ, கியூபாவிலோ ஏதோ ஒரு தீவிலோ பதுங்கிக்கொண்டிருப்பான்."

"உன் மாமா அதை உறுதியாகத் தெரிந்துதான் சொன்னாரா?"

"அவனுடைய நடவடிக்கை ஒவ்வொன்றையும் அவர் கவனித்துக்கொண்டுதான் இருந்தார். ஒரே கும்பல், பெண்களும் ஆண்களுமாக. எல்லாம் ரகசிய வேலை. அவனுக்கும் அவளுக்கும் மட்டும் ரொம்பக் காதல். சொல்லாமல் கொள்ளாமல் ஓடிப் போனார்கள். கொஞ்சநாள் பத்திரிகையெல்லாம் அச்சடித்து விற்றார்களாம். பழுப்புத் தோல்காரி ஆறு அடி உயரமாம். மாமா மாய்ந்து மாய்ந்து சொல்லுவார்."

"அவருடைய மனைவி, மகள் என்ன ஆனார்கள்?"

"அவளுவ கெட்டுச் சீரழிஞ்சி போனாளுவ. உன் புருஷன் பழுப்புத் தோல்காரிகூட ஓடிப்போய்யிட்டான்னு சொன்னதுக்கு, அவ சொன்னா; "அவர் யார் கூடயும் ஓடிப்போக மாட்டார். என் புள்ளயும் நானும் உயிரோட இருக்கிறவரைக்கும் அவர் எங்ககூடதான் இருப்பார்." இந்த கருப்புத் தோல்காரிகிட்ட அவன் மயங்கிப்போய் தன்னையே நினைச்சிக்கிட்டிருப்பான்னு இவளுக்கு நெனப்பு. உலகத்துல எங்கேயோ ஒரு மூலையில இவளுக்காக அவன் இருப்பானாம். இவ மகள பாக்க எப்படியும் வருவானாம். சாதிகெட்ட சனங்க பேசறது மட்டும் கவிதை மாதிரி."

"இப்போ அந்த அம்மா எங்க இருக்காங்க?"

"ஆத்தாளும் மகளும் ஆசிரமத்துலதான் வேல செய்யறாங்க. கெழவிக்கு வயசு என்னைவிட அதிகம். அவபொண்ணுக்கு வயசு அம்பத்தொன்பது ஆவுது. சின்ன வயசுலயே ஒரு கல்யாணத்தப் பண்ணி கடனத் தொலைக்கலாம்னு பாத்தா; அவளோட அப்பா வராம கல்யாணம் பண்ணிக்க மாட்டாளாம். இன்னும் உட்கார்ந்திருக்கா அப்பன் வருவாருன்னு. தேசத்துரோகி, வீட்டுக்கும் துரோகி அவன். இனிமே வந்து அவன் மகளுக்குக் கல்யாணம் செஞ்சி வச்சி வம்சத்த வளர்க்கப் போறான்."

நான் ஏதும் பேசாமல் விடைபெற்று வந்தேன். மறுநாள் ஆசிரமத்தின் ஒரு பகுதியில் அவர்களைப் பற்றி விசாரித்துத் தேடிச் சென்றபோது அரவிந்தர் அன்னை சமாதி பகுதியில் வேலை செய்வதாகத் தகவல் கிடைத்தது. தாயையும் மகளையும் பார்த்தேன். சமாதியிலிருந்த காய்ந்த பூக்களை அகற்றுவது,

ஏழாவது உடை

வெளியே பெருக்குவது; உள்ளே துடைப்பது, பிறகு செடிகளைக் கவனிப்பது என ஓயாமல் எதையாவது செய்துகொண்டிருந்தார்கள். மகளுடைய முகத்தில் தகப்பனின் ஒரு பதிவு அப்படியே இருந்தது. வருவோர் போவோருக்குப் பிரசாதமாக அவர்கள் கொடுக்கும் ஒவ்வொரு பூவிலும் அந்தத் தகப்பனுக்கான வேண்டுதல் தென்படுவதுபோல இருந்தது. நடைதளர்ந்த அந்த மூதாட்டியின் முகத்தில் அசாத்தியமான ஒரு தியான ஒளி படிந்திருந்தது. ஒருநாள் முழுக்க அவர்களையே கவனித்துக் கொண்டிருந்துவிட்டு மாலை வீட்டுக்கு வந்தேன். அவர்களிடம் என்ன பேசுவது?

என் நோட்டில் பிரதியெடுத்திருந்த சக்ஷென்ஹாசன் முகாமின் தமிழ் எழுத்துகளில் சிலவற்றை எழுத்துக்கூட்டிப் படிக்கத் தொடங்கினேன். எனக்குள்ளாக ஏதேதோ உடையத் தொடங்கின.

நாதனை அறிந்தபின் நாமபேதம் தோன்றுமோ

வேதமென்ன சொல்லினும் வித்தையென்ன சொல்லினும்

பூதமைந்தும் கூடியே பொதிந்துவைத்த மெய்யென

போதம் தோன்றிவிட்டபின் புவனம் உள்ளடங்குமே.

எனது அறையில் பேராசிரியரைப் பற்றிய நினைவுகளில் ஆழ்ந்திருந்தேன். இன்று பௌர்ணமி நாள். இன்று மாலை என் மகளை கடற்கரைக்கு அழைத்துச் சென்று கடலிலிருந்து எழும் நிலவைக் காட்ட வேண்டும் என்ற நினைப்பை அறுத்தபடி படீரென அறைக் கதவைத் திறந்துக்கொண்டு என் செல்லம் ஓடிவந்தாள்.

“அப்பா வந்து பாருங்களேன் அந்த நாய்க்குட்டியை.”

நான் வெளியே வந்து பார்த்தேன். நான்கு கால்களுடன் நின்றுகொண்டிருந்த அது என்னைக் கண்டதும் மீண்டும் ஒருகாலை நொண்டியபடி வைத்துக்கொண்டு எங்கள் இருவரையும் மாறி மாறிப் பார்த்தது.

குறிப்புகள்

பொந்திஷேரி – புதுச்சேரி, மெக்ஸீக்காரி – மெக்ஸிகோ பெண், ஆசிரமம் – புதுவை அரவிந்தர் ஆசிரமம், வ. சுப்பையா – புதுச்சேரி இந்திய கம்யூனிஸ்ட் கட்சி நிறுவனர். புதுவை விடுதலைப் போராளி. பரி – பாரீஸ் நகரம், மிலித்தேர் – பிரெஞ்சு ராணுவம், குவர்ன்மான்த் – அரசாங்கம்

பார்த்தின் மரணம் ஒரு விபத்தில்லை

அப்பா மாரடைப்பில் இறந்துவிட்டதாக அக்கா மர்ஸெயிலிருந்து தொலைபேசியில் அழுதாள். சற்று நேரத்திற்கெல்லாம் என் தம்பி என்னைத் தேடி வந்துவிட்டான். ஏதும் பேசாமல் என் முன் அமைதியாக அமர்ந்திருந்தவனின் கண்கள் கலங்கி நீர் வழிந்தோடியது. அவனுடைய கண்ணீரை முதன்முதலாக இப்பொழுதுதான் பார்க்கிறேன். ஐந்து ஆண்டுகளுக்கு முன்பு அம்மா இறந்தபோது அவன் அழுதிருக்கலாம். அப்பொழுது ஊரில் இல்லாததால் தலைப்பிள்ளையான நான் கொள்ளியிடக்கூட முடியாமல் போனது. அம்மாவின் மறைவிற்குப் பிறகு அப்பா ஃப்ரான்ஸிற்குச் சென்று அக்காவிடம் தங்கிவிட்டார். ஆண்டுக்கு ஒருமுறை வந்து ஒரு மாதம் போல இங்கு தங்கிவிட்டுச் சென்றுவிடுவார். ஊருக்கு வந்த மறுநாள் என்னைத் தேடி இங்கு வருவார். எனது இருப்பிடத்தைச் சுற்றியிருக்கும் பரம்பரைத் தென்னந்தோப்பைப் பார்வையிடுவார். தோட்டக் காரரின் குடும்பத்தாரோடு கொஞ்ச நேரம் பேசுவார். பிறகு, என்னுடைய ஓவியக்கூடத்திற்கு வந்து அந்த வருடம் நான் வரைந்து கைவசமிருக்கும் படங்களைப் பார்ப்பார். என் மகளைத் தன் மடியில் இருத்திக்கொண்டு தமிழே கலக்காத ஃப்ரெஞ்சிலேயே பேசிக்கொண்டிருப்பார். மதியம்

என்னுடன் உணவருந்திவிட்டு மகளை அழைத்துக்கொண்டு சென்றுவிடுவார். ஒருமாதம் போல அவருடன் இருந்துவிட்டு அவரை ஃபிரான்ஸிற்கு வழி கூட்டியனுப்பியதும் என்னிடம் வந்துவிடுவாள்.

இந்த வருடம் அப்பா பிணமாக வருவதை நினைக்கும்போது என்னுள் திணியும் இந்த மன அழுத்தத்தை என் தம்பியால் உணர முடியாது. நான் குடும்பத்திலிருந்து என்னை ஒதுக்கிக் கொண்டதில் ஆரம்பத்தில் என்மீது அவனுக்கு வருத்தம் இருந்தது. எனக்குக் கிடைத்த புகழின் வெளிச்சத்தில் அவனுக்கு என்மீதிருந்த மனக்குறை மறைந்துபோனதை நாளடைவில் என் மகளுடன் அவனும் அவனது குடும்பமும் கொண்ட பாசத்தின் மூலமாக உணர்ந்துகொண்டேன். அவனுக்குத் தெரியாது, அக்காவுக்கும் தெரியாது, என் மகளுக்கோ பிற உறவினர்களுக்கோ தெரியாது, யாருக்கும் தெரியாது; என் அம்மாவைத் தவிர, நானும் என் அப்பாவும் ஒருவருக்கொருவர் பேசிக்கொண்டு இருபத்தைந்து ஆண்டுகள் ஆகின்றன என்ற நிஜம்.

என்னை ஒரு கலைஞனாக உருத் திரட்டியெடுத்தவர் அப்பாதான். வான்கோவை எல்லோரும் உணர்ச்சிபூர்வ மாகத் தமக்கொரு அனுபவமாக்கிக்கொள்ளும்போது, அவர் மட்டுமே எனக்குள் அறிவுப்பூர்வமாக வளர்த்தெடுத்து, எனது உள்ளீடாகிவிட்ட சில கலைஞர்களில் ஒருவனாக அவனை நிறைத்தவர். வான்கோ, காப்கா, ஆர்த்தோ இம்மூவரையும் ஐரோப்பாவின் மனச்சாட்சி எனச் சொல்வார். இம்மூவரும் ஐரோப்பிய சரித்திர நினைவுகளில் எந்த ஒருவனுக்குள்ளும் உறுத்திக்கொண்டேயிருப்பார்கள் என்பார். எனது பதின் பருவத்தில் இவர்களை அறிமுகப்படுத்தி என்னிடம் அவர் சொன்ன இந்த வாக்கியங்களையே கொஞ்சம்போல மாற்றி, சமீப வருடத்தில் ஒரு பேட்டியில் குறிப்பிட்டிருந்தேன்: ‘மேற்கின் வெள்ளை ஏகாதிபத்திய சமூகங்களை மூன்றாம் உலகக் கலைஞர்களாகிய நாம், வான்கோ, காப்கா, ஆர்த்தோ இவர்களின் முகதாட்சண்யத்திற்காக மன்னித்துவிடலாம்’ என்று.

பேட்டி வெளிவந்ததும் இடதுசாரிகளின் பெருந்தாக்குத லுக்கு ஆளானேன். என் வீட்டிற்கு வந்த அப்பா, அம்மாவிடம் இதைக் குறிப்பிட்டு என்னைப் பரிகசிப்பதுபோல சிரி சிரியெனச் சிரித்துக்கொண்டிருந்தார். அவர் முகத்தைப் பார்த்துப் பார்த்து ஏதும் புரியாமல் பால் பற்களைக் காட்டி மகளும் சிரித்துக் கொண்டிருந்தாள். அப்பாவின் தொடுவுணர்வை என்றோ மறந்துபோன என் உடம்பின் விலாப் பகுதியில் அவர் கிச்சுக்கிச்சு மூட்டுவதுபோல நான் உணர்ந்தேன். ‘நீ வாடா என் செல்லம்’ என அம்மா என்னை வாரித் தனது மடியில் இருத்தியபோது

என் மகளும் ஓடிவந்து என் முதுகில் ஏறிக்கொண்டாள். அன்று என் அம்மாவை நான் வரைந்தேன். அவளது நெற்றிக் குங்குமத்தின் மங்களமணம் அந்த ஓவியத்திலிருந்து இன்னும் கமழ்ந்துகொண்டிருப்பதை என் தம்பி வீட்டுப் பூஜை அறையுள் அம்மாவைப் பார்க்க என்றேனும் நான் நுழையும்போது ஸ்தூலமாக உணருவேன். அந்த வருடம்தான் அவள் இறந்து போனாள்.

சிறிது நேரம் அமைதியாக அமர்ந்துகொண்டிருந்த தம்பி ஏதோ சிந்தனையிலிருந்து யாரோ அழைத்ததுபோல விடுக்கென எழுந்து நின்றான். ஒரு வாரத்திற்குள் அப்பாவின் சடலத்தை அக்கா கொண்டுவந்து விடுவாள் என்றான். உறவினர்களுக்குத் தான் செய்தியைச் சொல்லி மற்ற ஏற்பாடுகளைக் கவனித்துக் கொள்வதாகவும், பத்திரிகைகள், அப்பாவின் சக சிறுபத்திரிகை எழுத்தாளர்களுக்கு தெரிவித்துவிடும்படியும் சொல்லிப் புறப்பட்டான்.

தனது வாசிப்பை நிறுத்திவிட்டு பியானோவுடன் அமர்ந்தபடி எங்களைச் சோகத்தோடு கவனித்துக்கொண்டிருந்த மகளும் கட்டைகளின் பலகையை மூடிவிட்டு அவனோடு சென்றாள். அவளது சோகத்தில் தெரியும் அந்த நிதானத்தை வழித்து எனது தூரிகை வழியே தீட்டிவிட இயலுமா என்று யோசித்தபடி தோப்பின் இருட்டுக்குள் அவர்கள் மறைவதைப் பார்த்துக் கொண்டிருந்தேன். தூரத்து இருட்டில் புதைந்திருந்த காரின் பின்புற விளக்குகள் சிவப்பாய் முளைத்தன.

சென்ற வருடம் இறுதி மாதம் அப்பா ஊருக்கு வந்தபோது, தனது திரட்டப்பட்ட சிறுகதைகளின் ஐந்து தொகுதிகளை எனக்கெனக் கொண்டுவந்து மகளிடம் கொடுத்தார். பிரம்மாண்டமான ஐந்து தொகுதிகள். ஒவ்வொரு தொகுதியிலும் ஐம்பது கதைகள் வீதம் மொத்தம் இருநூற்றியைம்பது சிறுகதைகள். தனது இருபது வயதிலிருந்து எழுபது வயதுவரை வருடம் ஐந்து கதைகள் வீதம் ஐம்பது வருடத்தின் சாதனை. அவர் சிறுபத்திரிகைகளில் தவிர வேறெதிலும் எழுதியதில்லை. பெரும் பத்திரிகையை அவர் கடுமையாக மறுத்தார். சிறுகதையைத் தவிர பத்திரிகைக்கென ஒரு சிறு கடிதம்கூட அவர் எழுதியதில்லை. கல்லூரியிலும் பிறகு பல்கலைக்கழகத்திலும் ஃபிரெஞ்சுத் துறைத் தலைவராக இருந்து பணி ஓய்வு பெற்றது வரை அவர் எந்த ஒரு கருத்தரங்கிற்கென்றும் எழுதி வாசித்ததில்லை. தனது இறுதி மூன்று வருடங்கள் அவர் எதுவும் எழுதவில்லை. தனது கதைகளை எல்லாம் தொகுத்து இந்த ஐந்து தொகுதிகளைக்கொண்டுவர மர்ஸெயிலேயே தங்கிவிட்டார். ஃபிரெஞ்சு மொழியில் அவர் எழுதியிருந்தால், தனது படைப்பாற்றலுக்கு மிகபெரிய

கவனிப்பைப் பெற்றிருப்பார். எல்லா வாய்ப்புகளிருந்தும் தனது தாய்மொழியில் தவிர வேறெதிலும் எழுத அவருக்கு நாட்டம் ஏற்படவில்லை. என் அக்காவுடன் சேர்ந்து சில கதைகளை மொழிபெயர்த்து, இரண்டு தொகுதிகளாக ஃப்ரெஞ்சில் வெளியிட்டார். முதல் தொகுதிக்கு Prix Etranger கிடைத்தது. கிடைத்தது. மிகப்பெரும் விருதை அவர் பெரிதாகப் பொருட்படுத்தவில்லை. இங்கும் இவ்விருது அவருக்குக் கிடைத்தது பற்றி யாரும் கண்டுகொள்ளவில்லை. இதுவரை யாருக்கும் அவர் பேட்டி கொடுத்ததில்லை. ஒருசில சுயமான எழுத்தாளர்களை அவர் தேடிப்போவார். அவர்கள் இவரைத் தேடி வருவார்கள். அவரது நட்பு வட்டம் மிகச் சிறியது. அவரது மௌனம் இரும்புபோல கனமானது. அவர் என்றுமே மிதக்க விரும்பியதில்லை. ஆழத்து அடிமண்ணில் புதைந்து கிடக்கவே விரும்பினார். அவருடைய ஐந்து தொகுதிகளையும் ஒரு சேரப் புரட்டும்போது அவரது கலை உழைப்பின் ஒழுக்கம் மிக நுட்பமாகக் கடைபிடிக்கப்பட்டிருப்பதை அறிந்துகொள்ள முடியும். அவருடைய எழுத்தும் வாழ்க்கையும் திட்டமிட்ட நிறைவு கொண்டவை. இந்தத் திட்டமிடல் ஒரு வயலின் இசைக்கச்சேரிபோல ஆரம்பம் முதல் முடிவுவரை திறம்படத் தீர்மானிக்கப்பட்டதாகும்.

என் மகள், அப்பா கொடுத்த ஐந்து நூல்களையும் தன் மார்போடு அணைத்துக்கொண்டு ஓடிவந்து என் பக்கத்தில் அமர்ந்தாள். முதல் நூலின் முதல் பக்கத்தில், எனக்கும் என் மகளுக்கும் அந்நூல் திரட்டுகளைச் சமர்ப்பித்த வார்த்தைகள் பொடி எழுத்துகளால் அச்சாகியிருந்தன. 'என் மகனின் கில்லெட்டினுக்கும் அவன் மகளின் பியானோவுக்கும்' என்றிருந்த வாக்கியத்தை வாசித்த என் கண்கள் பனிக்க அவரை நோக்கினேன். அவர் எதையும் கண்டுகொள்ளாததைப்போல சுவரில் சாய்ந்திருந்த எனது தீட்டப்பட்ட படங்களை ஒவ்வொன்றாக எடுத்துவைத்துப் பார்த்துக்கொண்டிருந்தார். ஐந்து நூல்களின் முகப்புகளிலும் வெள்ளைப் பின்னணியில் அஞ்சல் தலையைவிடக் கொஞ்சம் பெரிதானவோர் அளவில் எனது வெவ்வேறு விதமான கில்லெட்டின் ஓவியங்கள் ஐந்து அச்சாகியிருந்தன. அதேபோல் பின்னட்டையில் எனது ஐந்து பியோனோக்களின் வெவ்வேறு மாதிரிகளை அச்சிட்டிருந்தார்.

அவருடைய பிந்தைய எழுத்துக்களெல்லாம் எனக்கும் அவருக்குமிடையே நிகழ்ந்த சவால்களாகவே இருந்தன. எங்களுக்கிடையில் இறுக்கமான மௌனம் இரும்பு நதியைப்போல மெல்ல நகர்ந்தது. எனினும் எங்களது இடைவெளியில் இருவருக்கும் நடுவில் வெறுமை நிலைப்படவில்லை. மாறாக,

பிரேம்

அந்த வெற்றிடத்தில் கலையின் ஆன்மசக்தி என்றைக்கும் வற்றாமல் சுழித்துக்கொண்டோடியது. எங்களுக்கிடையில் மௌனம் அறுந்து ஒரு மொழியாடல் நிகழும் அக்கணம் எப்படிப் பட்ட தகிப்பு நிறைந்ததாக இருக்கும் என்பது இருவருக்கும் தெரிந்தே இருந்தது. அந்தத் தகிப்பைத் தாங்கக்கூடிய திராணி இருவருக்கும் இல்லை என்பதும் நிஜம். நாங்கள் சேர்ந்திருக்கும் தருணங்களில் எங்களுக்கிடையிலான மௌனம் எமது கவனத்தையும் மீறி எக்கணத்திலாவது அறுந்து அதன் இழைகள் தெறித்துவிடுமோ என்ற பதைப்பு இருவருக்குமே உண்டு. எங்களுக்கிடையிலான இந்த வாசிப்பின் தகிப்பில் தந்திகள் அறுந்து பிரவகிக்கும் இசை தடைபடும் ஆபத்து நேராமலிருக்கும் பொருட்டே வீட்டைவிட்டு வெளியேறி இந்தத் தோப்பு வீட்டை எனக்கான ஓவியக்கூடமாகவும் எனக்கான வசிப்பிடமாகவும் மாற்றிக்கொண்டேன்.

மாதம் ஒருமுறை அப்பாவும் அம்மாவும் எனது இருப்பிடத் திற்கு வருவார்கள். அவசியமென்றால் இடையில் தொலைபேசி யில் அம்மாவோ தம்பியோ தொடர்புகொள்வார்கள். எனக்கு மகள் வந்த பிறகு, எனக்கும் வீட்டுக்குமான இடைவெளியை அவள் நிறைத்துக்கொண்ட பிறகு யாருக்கும் எந்தவித மனக்கிலேசமும் ஏற்படவில்லை. எனக்கும் அப்பாவுக்குமிடை யில் இழுத்துக் கட்டப்பட்ட தந்திகள் அறுபடாமல் அம்மா கவனத்தோடு எங்களைக் கையாண்டாள். அவளது மீட்டலின் பக்குவத்தில்தான் அப்படிப்பட்டவொரு இசைக்கோலம் எம்மைச் சுற்றிச் சுழன்று எழச் சாத்தியமானது. நல்லவேளை யாக அம்மா இறந்தபோது நான் ஊரில் இல்லாமல் போனேன். நான் எதிர்கொள்ளவிருந்த அப்பாவின் சோகத்தில் தந்திகள் அறுந்து தெறித்திருக்கும். அப்படி எதுவும் நேரவில்லை.

எனது பதின்பருவத்தில் எனக்கும் அப்பாவுக்குமான உறவு, ஆசிரியருக்கும் மாணவனுக்குமான உறவு போலத்தான் இருந்தது. நாங்கள் எமக்குள் பகிரப் பேச்சற்றுத் தவித்த அக்கணம் முதலாகவே ஒரு பெயரிட முடியாத விலகலும் அளவிட முடியாத புரிதலும் எமக்குள் நிகழ்ந்தன. எங்களை அறுத்துக்கொண்டோடித் தனக்குப் புதுவழி அமைத்துக்கொண்ட இந்த அருவிக்கு வயது இருபத்தியைந்து ஆண்டுகளாகின்றன. எனது இருபதாவது வயதில்தான் அருவியின் முதல் நீரின் கோடு எம் இருவருக்கும் நடுவே கிழிக்கப்பட்டது.

அப்பாவின் சிறுகதைத் தொகுதி சென்னையில் அச்சாகிக்கொண்டிருந்தது. கல்லூரியில் தனக்கு வேலைகள் அதிகமிருந்ததனால், விடுமுறையிலிருந்த என்னை அச்சகத்திற்குச்

சென்று பைண்டிங்குகள் நடந்துகொண்டிருக்கும் பிரதிகளை எடுத்துவரச் சொல்லித் தனது காரைக் கொடுத்தனுப்பினார்.

அச்சக உரிமையாளர் எனக்கு ஏற்கனவே அறிமுகமானவர். அவர், அப்பாவின் நண்பர் என்ற வகையில் எனது வீட்டில் வைத்து இரண்டொருமுறை பார்த்திருக்கிறேன். என்னைக் கண்டதும் வெற்றிலை வாய்நிறைய வரவேற்றார். அப்பா, நான் வருவதைத் தொலைபேசியில் சொன்னதாகவும் சொன்னார்.

பைண்டிங்குகள் நடந்துகொண்டிருந்தன. ஒரு பெண் புத்தக ஓர வரம்புகளை வெட்டும் இயந்திரத்தில் அடுக்கி வைக்க, ஒரு பொடியன் சக்கரத்தைச் சுழற்ற, கத்தி வழுவழுவென்று இறங்கிக் காகிதத்தின் விளிம்புகள் பூவாய்ச் சிதறின. இன்று இரவு நான் தங்கி நாளை மதியம் எல்லா நூல்களையும் எடுத்துச் சென்றுவிடலாமென்று உரிமையாளர் சொன்னார். நானும் சரி என்றேன்.

சென்னை எனக்குப் பிடிக்காத ஒரு நகரம் என்பதாலும், ஏதும் போக்கிடமற்றதாலும், முழுமையுற்ற அப்பாவின் ஒரு நூலை எடுத்துக்கொண்டு அடிக்கடி கொஞ்சம் கொஞ்சம் வாசித்தபடி அச்சகத்தையே வளையவந்தேன். அச்சு இயந்திரங்கள் தலையில் மோதின. எழுத்து கோர்க்கப்பட்டிருக்கும் சட்டகப் பெட்டிகளோ பேரலுப்பைத் தந்தன. பார்ப்பதற்குச் சலிக்காததாக வெட்டுமியந்திரத்தின் கத்தி முனையிலிருந்து சிதறும் காகித விளிம்புகளின் பூரிக்கும் அழகுதானிருந்தது. உரிமையாளரின் முகத்தில் காண்டாமிருகக் கொம்புகள் துருத்திக்கொண் டிருப்பது போன்ற மீசையை எத்தனை நேரம்தான் பார்த்து அலுப்பது. ஆனால், அந்த மீசை எனது வருங்கால ஓவியங்களில் அற்புதமான குறியீடாக அமையப்பெறும் என்பதை அப்போது நான் சிறிதும் யோசித்திருக்கவில்லை.

அச்சகத்தின் வாசல் படிக்கட்டில் உட்கார்ந்துகொண்டு ஆள் போக்குவரவற்ற அந்தச் சந்துத் தெருவை வெறித்துக் கொண்டிருந்தேன். கடைக்கால் எழுப்பப்பட்டிருக்கும் எதிர்மண்ணில் தச்சர்கள் வேலை செய்துகொண்டிருந்தது கொஞ்சம் ஆறுதலளிப்பதாக இருந்தது. நாலைந்து பேர் மேல் சட்டை இல்லாமல் கைலி மட்டும் கட்டிக்கொண்டு மரங்களை இழைப்பதும் துளையிடுவதுமாக இருந்தார்கள். அவர்களில், சலவை வேட்டியும் பனியனும் அணிந்திருந்த ஒருவர் மேஸ்திரி யாக இருக்க வேண்டும். அவருடைய பனியனுக்குள்ளிருந்து மெல்லிய வெள்ளை ஒயர் இடது காதுக்குச் சென்றது. அவர் பக்கவாட்டில் திரும்பும்போது காதுக்குழியில் வெள்ளையாக ஒரு சிமிழ் போன்ற இயந்திரம் பொருத்தப்பட்டிருப்பது

தெரிந்தது. அவர் மரங்களை அளவெடுத்து ட வடிவ கருத்த உலோகத்தாலான மட்டப் பலகையால் பென்ஸில்கொண்டு கோடு கிழிப்பதும் பிறகு அந்தக் கருப்பு சிவப்புப் பென்ஸிலை வலது காதில் சொருகிக் கொள்வதுமாக இருந்தார். 'பென்ஸில் ஹோல்டராக' விளங்கிய அவரது காதுக்குக் கை மிகத் தன்னிச்சையாகப் போய்வந்தபடி இருந்தது. அனேகமாக காதுக்கும் தலைக்குமிடையில் பென்சில் செருவப்பட்ட தழும்பு இருக்கலாம் என நினைத்தேன். சாய்வான கூருளியால் செவ்வக வடிவத் துளைகளைப் போட்டுக்கொண்டிருந்தார்கள். சாய்வான பட்டை உளியை ஒரு கட்டையில் செருகி இரண்டு பேர் எதிரெதிராக நின்று ஒரு கனத்த சட்டத்தை இழைத்து இழைத்து மெருகேற்றிக்கொண்டிருந்தனர். சீவல் சுருள்கள் அழகழகாக வெளிப்பட்டு பூப்பூவாக இரைந்தன. தேக்கு மரத்தின் மணம் சத்தாக கமழ்ந்தது. கட்டைகளின் இறுமாப்பில் அதன் காலமற்ற தன்மை தெரிந்தது. காற்றில் உருண்டு என் கால்வரை வந்துவிட்ட ஒரு சுருளை எடுத்து முகர்ந்தேன். சுருளைப் பிரிக்கும்போது உடைந்து விடுமோ என அச்சமாக இருந்தது. மரத்தில் புரையோடிய வளையங்கள் இழைக்க இழைக்க ஒவ்வொரு சுருளிலும் தெரிந்தன. கட்டைகள் மோதும் சப்தம் செவிக்கு இதமாக இருந்தது.

அச்சகத்திற்கு வந்து என்னைப் போலவே அகப்பட்டுக் கொண்டவர்கள் தங்கி இளைப்பாறுவதற்கெனத் தனியாக ஓர் அறை ஒதுக்கப்பட்டிருந்தது. பாய், தலையணை, மின் விசிறி, போர்வை என எல்லாம் சுத்தமாகப் பளிச்சென்று இருந்தன. இந்த அச்சகமே பொதுவில் சுத்தமாகத்தானிருந்தது. ஆசிரமம் ஒன்றின் தியான அவையைப்போல இருந்தது. வெட்டுமியந்திரத்தின் அருகில் சிந்தும் உதிரிக் காகிதங்கள்கூட உடனுக்குடன் வாரி இயந்திரத்தின் பின்பக்கச் சுவரோரமிருந்த பெரிய மரப்பெட்டியில் போடப்பட்டன. சுவரில் எந்த இடத்திலும் துளி மைக்கறையைக்கூடக் கண்டுபிடிக்க முடியாது. உரிமையாளரின் வெற்றிலை வாயைத் தவிர மற்ற எல்லாமே சீவப்பட்ட மரச்சுருளைப்போலச் சுத்தமாக இருந்தன.

படுக்கையில் சாய்ந்தபடி அப்பாவின் புத்தகத்தை மீண்டும் புரட்டினேன். மனசு அதில் ஒட்டவில்லை. உரிமையாளர், மதியம் வெளியில் அழைத்துச்சென்று அருமையான சைவச்சாப்பாடு வாங்கிக் கொடுத்தார். ஓய்வெடுக்க அருகிலிருக்கும் தனது வீட்டிற்கு அழைத்தார். நான் அச்சகமே வசதியாக இருக்கிறதென்று சொல்லி அவரது அழைப்பை மறுத்துவிட்டேன்.

சட்டங்களை தெருவில் போட்டுக் கோர்த்துக் கொண் டிருந்தார்கள். கனத்த வாசல் கால்போல இருந்தது. அச்சகத்தில்

வேலை மும்முரமாக நடந்துகொண்டிருந்தது. உரிமையாளரின் மேசைக்கு எதிரில் அமர்ந்தபடி எனது நோட்புக்கில் வெட்டுமியந்திரத்தை அதன் கனப்பரிமாணங்களோடு வரைந்துகொண்டிருந்தேன். ஓரக்காகிதங்கள் சிதறுவதைக்கொண்டுதான் கத்தியின் கூர்மை புலனானது. காகித அடுக்கில் மேலிருந்து கீழிறங்கித் திரும்பவும் அந்தக் கூர் படலம் மேலேறியது. அக்கூர்மையின் பளபளப்பு தசைத்துண்டில் இறங்குவதுபோலக் காகிதக் கட்டில் வழுவழுவென்று இறங்கும் சிறு ஓசையின் நேர்த்தியைக் கேட்டுக்கொண்டேயிருக்கலாம் போலிருந்தது.

மீண்டும் ஓய்வறைக்குச் சென்று சிறிது நேரம் கண்ணயர்ந்தேன். திடுக்கிட்டெழும் போது மணி மாலை நான்கைத்தாண்டிவிட்டிருந்தது. பின்பக்கம் சென்று முகத்தைக் கழுவிக்கொண்டு வந்தேன். வெட்டும் இயந்திரத்தின் சக்கரத்தைச் சுற்றிக்கொண்டிருந்த பையன் தேனீர் வாங்கிவர வெளியே சென்றுவிட்டதால், அந்தப் பெண் புத்தகங்களைப் பத்துப் பத்தாக அடுக்கி வைத்துக்கொண்டிருந்தாள். அவளிடம், ‘நான் சுற்றவா’ என்றேன்.

‘பரவாயில்லை வந்துவிடுவான்’ என்றாள். மீண்டும், ‘எனக்கும் சுற்றிப் பார்க்க ஆசையாக இருக்கிறது’ என்று சொல்லியபடி எழுந்து இயந்திரமருகில் சென்றேன். அவளும் சிரிப்பின் மூலம் ஆமோதித்தாள். அழகான சிரிப்பு. அவள் அடுக்கி அடுக்கி அளவு பார்த்து வைத்து இயந்திரத்தின் கீழ்ப்பலகையை நகர்த்தி புத்தகக் கட்டு சரியாமலிருக்க இரும்புச் சட்டத்தைக் கீழிறக்கி இறுக்கியவுடன் நான் சக்கரத்தை அதன் மரக் கைப்பிடி கொண்டு சுற்றினேன். கத்தி சரசரவெனக் கீழிறங்கி நொடியில் மேலேறிக்கொண்டது. அவள் ஓரக் கண்ணால் அடிக்கடி பார்த்தபடி இருந்தாள். நான் பார்க்கும்போது என் பார்வையை நேர்கொண்டுவிடும் அவளது விரல்கள் சிக்கின. நெருக்கத்திலிருக்கும்போது எல்லாப் பெண்களும் அழகாகத்தான் இருக்கிறார்கள் என்று நினைத்த மாத்திரத்தில் சிரித்துக்கொண்டேன். அவள் கத்தியின் கூர்மையிலிருந்து தனது கண்களை மீட்டு ஒருமுறை முழுமையாக என்னை நிமிர்ந்து பார்த்தாள். அழகு என்பது ஒன்றின் கூர்மையில்தான் இருக்கிறதென்றும் துல்லியமே அந்த ஒன்றின் உயிரியக்கமாக உள்ளதென்றும் தோன்றியது. உரிமையாளர் பெருத்த சிரிப்போடு உள் நுழைந்தார்.

தேனீர் பருகிவிட்டு வெளியே வந்து படியில் அமர்ந்தேன். வாசக்காலை கடைக்கால் சுவரில் நிமிர்த்தி வைத்துச் சவுக்குக் கம்பங்களால் முட்டுக்கொடுத்துக் காலின் இரண்டு பக்கங்களிலும்

கட்டைச்சுவர் எழுப்பினார்கள். வாசக்காலின் கனபரிமாணம் அம்சமாக இருந்தது. ஒரு குடும்பம் பிள்ளை குட்டிகளோடு வந்து வாசக்காலில் மஞ்சள் குங்குமமிட்டு மாலைபோட்டு சிறு படையல் செய்தது. அச்சகத்திற்குள்ளே இயந்திர சப்தம் நின்று வேலையாட்கள் முற்றத்தில் கைகால் கழுவும் சப்தம் கேட்டது. பிறகு ஒவ்வொருவராக வெளியே வர, படிக்கட்டிலிருந்து எழுந்து நின்றுகொண்டேன். புன்னகைப் பரிமாற்றத்தையே விடைபெறலாகக்கொண்டு ஒரு கணம் என்னைப் பார்த்துத் தலையசைத்துச் சென்றனர். நானும் புன்சிரிப்புடன் தலையசைத்தேன். ஆனால் அவளது பார்வைகள் என் முகத்தில் பதிந்து தடுமாறியதை ஸ்தூலமாக உணர்ந்தேன்.

உரிமையாளர் அச்சகத்தை இழுத்துப் பூட்டிச் சாவியை மேல்வீட்டில் படியேறிச் சென்று கொடுத்துவிட்டு வந்தார். நானும் அவரும் எங்கெங்கோ சுற்றினோம். சில எழுத்தாளர்களிடம் என் அப்பாவின் பெயரைக் குறிப்பிட்டு இன்னாரின் மகன் என்று அறிமுகப்படுத்தப்பட்டேன். என் கைகளைப் பற்றி அவர்கள் குலுக்கியதன் இறுக்கத்தில் அப்பாவின் மீது அவர்களுக்கிருந்த மரியாதையை உணர முடிந்தது. பிறகு அவர் வீட்டுக்குச் சென்று உணவருந்தினோம். அவரும் அவரது மனைவியும் என்னை அவர்களது வீட்டிலேயே தங்கச் சொல்லிக் கட்டாயப்படுத்தினர். நான் அச்சகத்திலேயே படுத்துக்கொள்வதாகச் சொன்னேன். 'இவரொரு ஓவியர், தன் அப்பாவைப் போலவே தனிமை விரும்பி போலும்' எனத் தன் மனைவியிடம் பெரியதொரு ஹாஸ்யத்தைச் சொன்னதுபோலப் பெரிதாகச் சிரித்தார். அந்தச் சிரிப்பு எனக்குக் கொஞ்சம் மனச்சௌகர்யத்தைத் தந்தது.

திரும்பவும் என்னோடு அச்சகத்திற்கு வந்து மேல் வீட்டில் சாவி வாங்கி வந்தார். ஒரு பெண் பால்கனி வழியாக என்னை எட்டிப் பார்த்துவிட்டுச் சென்றாள். கதவைத் திறந்ததும் எப்பொழுதுமில்லாத மைவாடை குப்பென்று வீசியது. இந்த மைவாடைதான் புத்தகத்தின் வாடையாக மாறிவிடுகிறது என்று நினைத்தேன். அறையில் எனக்குப் படுக்கையைச் சரிசெய்துவிட்டு வெளிக்கதவு சாவியைத் தனது மேசைமீது வைத்துவிட்டு வெளிவந்தார். நானும் உடன்வந்து அவரை வழி அனுப்பிவிட்டுக் கதவடைத்து அறைக்குச் சென்று படுக்கையில் சரிந்தேன்.

பரிச்சயமில்லாத இந்த இடமும் அதற்குள் நிறைந்திருக்கும் இயந்திரங்களும் இயக்கம் நின்ற அவற்றின் ஓய்ச்சலுமாகத் திரண்ட பேரமைதி என்னை அழுத்தியது. முற்றத்துக் குழல் விளக்கை அணைக்க அறையிலிருந்து வெளிவந்தேன். என்

பார்வை தன்னிச்சையாக வெட்டுமியந்திரத்தின் மீது பட்டது. அதன் அருகில் சென்று அசைவற்ற விலங்கைப்போல நின்றிருக்கும் அதன் உலோகப் பனித்தலைத் தொட்டுணர்ந்தேன். அந்தப் பெண் நின்ற இடம் சூடாக இருப்பது போலிருந்தது. அது அவளுடைய சூடா? அவளுடைய வியர்வை வாசனை கதகதப்பாக என் நாசியை வருட அவளது முகத்தை ஒரு கணம் மனக்கண் கொண்டு வந்து நோக்கினேன். அவளது இமைகளின் கூர்மை படபடத்து பனிச்சிம்புகளென என் முகத்தில் தைப்பதாக உணர்ந்தேன். விளக்கை அணைத்துவிட்டுவந்து படுத்துக்கொண்டேன்.

கண்ணயர்ந்தபோது, மரக்கட்டைகளை இழுத்துப்போட்டு இழைக்கும் சப்தம் அறைக்குள் கார்வையுற்றது. மரச்சுருள்கள் என் மீது கொட்டிக்கொண்டிருப்பது போலிருந்தது. அதே சமயம் வெட்டுமியந்திரத்தின் கத்தி கீழிறங்கி மேலெழும் ஒலி மண்டைக்குள் மூளையை வெட்டுவதுபோல இருந்தது. வெளியே வந்தேன். என் முன் உதயத்தின் இளம்சூட்டில் பனி விலகும் பரந்த புல்வெளி விரிய, தூரத்தில் அடர்ந்த மரங்களினூடாகக் குழந்தைகளும் பெண்களும் ஆண்களுமாக வெவ்வேறு திசைகளிலிருந்து அந்தப் புல்வெளியில் வந்து சேர்கிறார்கள்.

பெரிய பெரிய பலூன்களை நூலில் பறக்கவிட்டபடி பலூன் வியாபாரி ஒரு வண்டியைத் தள்ளிக்கொண்டு வருகிறார். குழந்தைகள் வெடிச்சிரிப்போடு அவரை நோக்கி ஓடுகின்றன.

திடீரென்று ஆங்காங்கே தள்ளுவண்டிகளில் தின்பண்டங் களின் கடைகள் முளைக்கின்றன. சிலர் வாத்தியக் கருவிகள் இசைத்தபடி நடந்து செல்கிறார்கள். பனிக்காக எல்லோரும் உரப்பான கால்சராய் அணிந்திருக்கிறார்கள். அவர்களது ஆவி போன்ற வெள்ளை முகத்தில் இளஞ்சிவப்பு உதடுகளிலிருந்து மழலை மாறாத ஃபிரெஞ்சு மொழி சிந்துகிறது.

அடர்ந்த மரங்களுக்குப் பின்னால் தூரத்தில் கோபுரமொன்றின் சிலுவை தெரிகிறது. பனி விலகியதால் கிழக்குத் திசையின் கோட்டைகூட இப்பொழுது தெரிகிறது. கும்பலின் குதூகல ஆரவாரத்தினூடாகக் குதிரைகள் கனைத்து ஒலியெழுப்பப் படைவீரர்கள் அங்குமிங்கும் நெரிசலைக் கட்டுப்படுத்திக்கொண்டிருக்கிறார்கள். ஓரிடத்தில் வட்டமாகக் கும்பல் கூடி நிற்கிறது. அந்த வட்டத்துக்குள் முண்டியடித்துக்கொண்டு நுழைகிறேன். பெரிய பெரிய மரங்களை இழுத்துப்போட்டுத் தச்சர்கள் இழைத்துக்கொண்டிருக்கிறார்கள். சுருள் சுருளாக மர இழைகள் சிதறுகின்றன. சிலர் கட்டைகளில் கொடாப்புளியால் அடித்துப் பெரிய பெரிய செவ்வகத் துளைகளைச் செய்கிறார்கள். தனது இடது காதில் சிமிழ் வடிவ

இயந்திரம் பொருத்தப்பட்டுள்ள பருமனான தச்சன் மரத்தின் அடிக்கணக்குகளைச் சரிபார்த்தபடிச் சலிப்படைகிறான். சுற்றி நிற்பவர்களை விலகிப்போகச் சொல்லிக் கத்துகிறான். கூடி நிற்பவர்களைக் கெட்ட வார்த்தைகளால் திட்டுகிறான். எல்லோரும் அந்தக் கெட்ட வார்த்தைகளை ரசித்தபடி குலவையிடுகிறார்கள். அந்தத் தடியன் கோபத்தோடு தனது கால்சராயிலிருந்து பாலுறுப்பை எடுத்து வெளியே ஒரு அடி நீளத்திற்குத் தொங்கவிட்டபடி இடுப்பை வளைத்துச் சேட்டை செய்கிறான். குலவை ஒலி மீண்டும் எழுகிறது.

சற்று தூரத்தில் இன்னொரு குழு மரப்பலகைகளைக் கொண்டு ஒரு மேடையை அமைத்துக்கொண்டிருக்கிறது. அவர்களை நோக்கித் தடியன் கத்துகிறான். ஏதேதோ அடி அளவுகளைச் சொல்கிறான். எங்கும் பரபரப்பு ஆரவாரக் கூச்சல். குதிரைகளின் கணைப்பு நாராசமாக ஒலிக்கிறது. சற்று நேரத்திற்கெல்லாம் எங்கிருந்துதான் இத்தனை கூட்டம் கூடியதென்று தெரியவில்லை. எல்லோரிடமும் எதிர்பார்ப்பு வளர்ந்து வளர்ந்து பொறுமையின்றிக் குதிரை வீரர்களிடம் சத்தம்போட்டுக் கத்துகிறார்கள்.

ஒரு கட்டை வண்டியை இரண்டு மூன்று பேராகச் சேர்ந்து இழுத்து வருகிறார்கள். கூட்டம் முண்டியடித்து அவர்களைச் சூழ்ந்துகொள்கிறது. வண்டியில் கூர்படுத்தப்பட்ட கனமான ஓர் உலோகப் படலம் வண்ணத்துப்பூச்சியின் ஒரு பக்கச் சிறகு போன்ற வடிவத்தில் இருக்கிறது. ஒரு சிறு குழந்தை படுக்குமளவிற்குப் பரந்த அப்படலத்தின் கனம்; பார்க்கும்போதே கனக்கிறது. அந்தப் படலத்தில் மேல்மட்டத்தில் இரண்டு பெருந்துளைகளில் நீண்ட தாம்புக் கயிறுகள் கோர்க்கப்பட்டுள்ளன. வண்டி இழுத்துச் செல்லப்பட்டு மேடை அருகில் நிறுத்தப்படுகிறது. இழைக்கப்பட்ட மரக் கம்பங்களைத் தூக்கிவந்து மேடைக் குழிகளில் புதைக்கிறார்கள். எதிரும் புதிருமான இரு கம்பங்களும் இடைச்சட்டத்தால் கோர்க்கப்பட்டு இணைக்கப்படுகின்றன. வாசக்கால் வடிவத்தில் மேடை மேல் ஓர் அமைப்பு உருவாக்கப்படுகிறது. அந்த உலோகப் படலத்தைத் தூக்கி இழுத்து மேல் சட்டத்தில் வாகாகப் பொருத்தித் தாம்புக் கயிறுகளை மேடையில் நிறுத்தப்பட்டிருக்கும் இன்னொரு கம்பத்தின் கொக்கியில் மாட்டுகிறார்கள். கொடி ஏற்றுவது போல அந்த உலோகப்படலம் மேலெழும்போது மக்கள் கூட்டத்தின் ஆரவாரம் காதையடைக்கிறது. அடிக்கட்டையின் நடுவில் பிறை போன்று கடையப்பட்டிருக்கும் அரைவட்டக் குழிவில் துருதுருத்த சிறுவன் ஒருவன் தனது பலூனை வைத்து விட்டு ஓடுகிறான். மீண்டும் குபீரென்ற சத்தம்.

ஏழாவது உடை 51

கூட்டத்தினூடாகப் பாதையமைத்தபடி குதிரைவீரர்கள் ஒரு கட்டைவண்டியை இழுத்து வருகிறார்கள். எதிர்பார்ப்பு முடிவுக்கு வந்ததும் பேராரவாரம் எழுகிறது. வண்டியின் நடுவில் ஒரு கம்பத்தில் பின்புறமாகக் கைகள் பிணைக்கப்பட்டு ஒரு சீமாட்டி நின்றுகொண்டிருக்கிறாள். அவளது கண்களில் சோகத்தின் கவித்துவம் வழிகிறது. யாரிவள்? மேரி அன்துவானேத் இவள் தானா? இல்லையே, இவள் கறுப்பாக இருக்கிறாளே! யாரிவள்? ஐயோ, இவளா! அச்சகத்தில் நூல்களை வெட்டிக் கொண்டிருந்த அவளா இது! இவளைச் சுற்றி யாரிவர்கள் குதிரைகளில்? இவள் எப்படி இங்கு வந்தாள்? மேடையை நோக்கி வண்டி போகிறது. கூட்டம் அவளைப் பார்க்க முண்டியடிக்கிறது. கூட்டத்தோடு பிதுங்கிப் பிதுங்கி நானும் அவளை நோக்கிக் கத்துகிறேன். அவள் பெயர் எனக்குத் தெரியவில்லை. வெறுமையாகக் கத்துகிறேன். பிறகு, ஏதோ ஞாபகத்தில் மேரி அன்துவானேத் என்று கத்துகிறேன். அவள் குரல் வரும் திசையைத் தேடி அங்குமிங்கும் பார்க்கிறாள். என்னைப் பார்த்துவிடுகிறாள். அவள் உதட்டில் சிறு பரிச்சயப் புன்னகை. அவளுடைய சோபிதம் எனக்குக் கன்னிமேரியை ஞாபகப்படுத்துவதாக இருக்கிறது.

அவள் வண்டியிலிருந்து இறக்கப்பட்டு மேடையில் நிறுத்தப்படுகிறாள். அவளது கைகள் பின்புறமாக இணைத்துக் கட்டப்பட, கால்களையும் ஒரு குதிரைவீரன் கட்டுகிறான். மண்டியிட்டு அவளது கால்களைத் தொடும் பாக்கியம் தனக்குக் கிடைக்கும் என்று தன் வாழ்நாளில் என்றுமே அவன் நினைத்துப் பார்த்திருக்க மாட்டான். அவள் தன்னைச் சூழ்ந்திருக்கும் மக்களைச் சில கணங்கள் பார்க்கிறாள். ஏதோ ஒரு பிதுக்கத்தி லிருந்து அவளை அழைத்தபடி கையசைக்கிறேன். அலைந்து கொண்டிருந்த அவளது பார்வை என்மீது நிலைக்குத்துகிறது. அதே கணம் ஒரு நீண்ட பலகையில் அவள் குப்புறக் கிடத்தப்படு கிறாள். அவளது தலையை உள்ளே தள்ளி அடி மரக்கட்டையின் பிறைக்குழிவில் அவளது கழுத்தை வாகாகப் பொருத்துகிறார்கள். மேலிருந்து இன்னொரு சட்டம் இறக்கப்பட்டு அதனுடைய பிறைக்குழிவு அவளது மேல் கழுத்தில் மிகச் சரியாகப் பொருத்தப்படுகிறது.

ஒரு படைவீரன் 'புரட்சியின் பெயரால்' என ஆரம்பித்து எதையோ கத்துகிறான். கும்பலின் ஆரவாரத்தில் எதுவுமே காதில் விழவில்லை. அவன் பேச்சை முடிக்கிறான். திடீரென ஒரு பேரமைதி. ஆயிரம் வயலின்கள் உச்சஸ்தாயிக்குச் சென்று ஸ்தம்பித்து நிற்கும் ஒரு கண அமைதி. பேரமைதி. மக்களின் குதூகல ஆரவாரத்தின் கயிறுகள் முறுக்கப்பட்டு முறுக்கப்பட்டு

இறுகித் தெறிக்கும் நிலையில் ஒரு பேரமைதி. எல்லோரது முகத்திலும் கயிறுகளின் புடைப்பு தெறிக்கிறது. அந்தப் பெருங்கணத்தின் அமைதிக்குள் தூரத்து மரங்களிலிருந்து தனித்தவொரு பறவை கூவும் ஓசை கேட்கிறது. உலோகப் படலம் மேலிருந்து சரசரவென இறங்குகிறது. புவியீர்ப்பு விசையின் வேகம். கழுத்துக்கும் தலைக்குமான இடைப்பட்ட ஒரு கோட்டில் துல்லியமாகக் கத்தியின் கூர்மம் பதிகிறது. பனங்காயைப் போல கீழே இருக்கும் பிரம்புக்கூடையில் தலை விழுகிறது.

கூடையை மிக லாவகமாகத் தூக்கி ஒய்யாரமாக நின்றபடி கூட்டத்தினருக்குக் குதிரைவீரன் காட்டுகிறான். அந்த ஒரு கணத்திற்குள் முடுக்கப்பட்டு நின்ற அமைதி, அடுத்த கணம் வெடித்துச் சிதற குபீரென்ற ஆரவாரக்கூச்சல். நான் நிலைசரிகிறேன். கூட்டத்திலிருந்து கத்திக்கொண்டு பிதுங்கிப் பிதுங்கி மேடைமீது ஏறிவிடுகிறேன். வெட்டப்பட்ட தலையற்ற உடலின் கையும் காலும் விரைத்திருக்க அவளது நீண்ட கை விரல்கள் நெளிந்துகொண்டிருக்கின்றன. நான் அவளது கால்களைக் கட்டிக்கொண்டு கதறுகிறேன். குதிரைவீரர்கள் என்னைச் சட்டையைப் பிடித்து உலுக்கிக் கீழே தள்ளுகிறார்கள். குழி தோண்டப்பட்டு மேடையோரம் குவிந்திருந்த ஈர மண்ணை வாரி அவர்களின் மீது வீசுகிறேன். கூட்டம் என்னைத் தாக்க வருகிறது. பலமான அடி தலையில் விழ, அம்மா என அலறியபடி விழிக்கிறேன்.

நான் அச்சகத்தின் ஓர் அறைக்குள் இருப்பதின் நினைவு திரண்டு வர, தலை விண்விண்னென்று தெறித்தது. எழுந்து விளக்கைப் போட்டேன். உடலில் முட்டிக்கொண்டிருந்த மின்சாரம் கால்களின் கட்டைவிரல்களின் வழியாக வெளியேறிக் கொண்டிருந்தது. ஏதும் புரியவில்லை. உடலில் அதிர்வுகள் அடங்கியதும் அறையைவிட்டு வெளியே வந்தேன். இருட்டில் வெட்டுமியந்திரம் எதையோ தின்றுவிட்டு அசைபோடும் மிருகமெனப் படுத்திருக்கும் நிழலுருவம் தெரிந்தது. சூடான மூச்சுக்காற்று மிருகநெடியோடு பரவியபடி இருந்தது. முற்றத்துக் குழல்விளக்கைப் போட்டேன். மினுக்கி மினுக்கி ஒளி பளீரெனப் பரவ வெட்டுமியந்திரத்தின் மனையில் அடர்த்தியாகக் குருதி படர்ந்து தரை முழுவதும் வழிந்தபடி இருந்தது. பச்சை ரத்ததின் கதகதப்பு எனது பாதங்களில் பட்டது. தண்டுவடத்தில் ஆணியடிப்பதுபோலச் சிலிர்த்துக்கொண்டேன். இயந்திரத்தின் மேலெழுந்த கத்திக்குள்ளிருந்து குருதி இழையிழையாக வழிந்தபடி இருந்தது. யாரிது? அவளா? இது அவளுடைய குருதியா? உடம்பு எங்கே? தலை எங்கே? இயந்திரத்தின் பின்பக்க மரப்பெட்டியின் காகிதக் குப்பைகளைச் சீய்த்தேன்.

அவள் தலை எங்கே தெரியவில்லை. காகிதக் குப்பைகளில்லை. இந்த மரத்தொட்டி நிறைய வண்ணத்துப்பூச்சிகளின் சிறகுகள் குவிந்திருக்கின்றன. வண்ணத்துப்பூச்சிகளின் பல வண்ணச் சிறகுகளின் சருகுகளுக்குள் முங்கி முங்கித் தேடுகிறேன். அவளது தலையைக் காணவில்லை. எனக்கு எதுவும் புரியவில்லை. அப்பாவின் சிறுகதை நூலின் முழுமையுற்ற பிரதிகள் சுவரோரமாக அடுக்கி வைக்கப்பட்டிருந்தன. தைக்கப்பட்டு அட்டை ஒட்டாத நூல்கள் ஆங்காங்கே குவியல் குவியலாக இருந்தன. ஏன் செய்தேனென்று தெரியவில்லை. எல்லா நூல்களையும் வெட்டுமியந்திரத்தின் கத்திக்கிடையில் திணித்துத் திணித்து வெட்டிப்போட்டேன். நூல்கள் பல கோணங்களில் வெட்டப்பட்டு ரத்தப் பிசுபிசுப்போடு எங்கும் சிதறின.

எல்லா நூல்களையும் தாறுமாறாக வெட்டித்தீர்த்த பிறகுதான் மனதின் ஓய்ச்சல் அடங்கியது. ஏன் செய்தேன் இப்படி என்று இன்றுவரை தெரியவில்லை. அறைக்குச் சென்று என் தோள்பையை எடுத்துக்கொண்டு, கதவைப்பூட்டி, வாசலில் கோலமிட்டுக்கொண்டிருந்த மேல்வீட்டுப் பெண்ணிடம் சாவியைக் கொடுத்துவிட்டு காரை எடுத்துக்கொண்டு அந்த நகரத்தைவிட்டே சில நிமிடங்களில் வெளியேறிவிட்டேன். அந்த மார்கழியின் அதிகாலைக் குளிர் மட்டுமே ஞாபகத்தில் தேங்கியது. ஊருக்குப் போகும் வழியில் மாமல்லபுரத்தில் பகல் முழுவதையும் கழித்துவிட்டு மாலைதான் வீடு சேர்ந்தேன். மணலில் இளம் வெயிலில் படுத்துக்கிடந்தேன். கடலலைகளைவிட மிக மோசமான உள்மனப் பதற்றத்தின் அலைகளில் என் உடல் உருண்டுகொண்டிருந்தது. அச்சக உரிமையாளர் தொலைபேசியில் அப்பாவைத் தொடர்பு கொண்டிருப்பார். அப்பாவின் மனநிலை இப்பொழுது எப்படி இருக்கும் என்று யோசித்தேன். அவரை எப்படி எதிர்கொள்வது எனத் தெரியவில்லை. அவமானமாக இருந்தது. ஒரு வழியாக வீடு சேர்ந்தபோது வாசலிலேயே எனக்கு என்ன ஆனதோ என்ற பதைபதைப்போடு அமர்ந்திருந்த அப்பா, என்னைக் கண்டதும் அழுத்தமாகப் புன்னகைத்தார். அவரது கண்கள் கலங்கியிருந்தன. வாசலிலேயே பிரம்பிருக்கையில் அமர்ந்துவிட்டேன். என் எதிரில் அமர்ந்தபடி என் கண்களையே சிறிதுநேரம் பார்த்தபடி இருந்தார். ஏதும் பேச்சில்லை. யார் யாரிடம் முதலில் பேசுவது, எதைப்பற்றிப் பேசுவது என்ற திகைப்பிலேயே அமைதியாக அமர்ந்திருந்தோம். இது ஏதும் தனக்குத் தெரியவராத அம்மா மிக இயல்பாக இரண்டு பேருக்கும் காபி வைத்துவிட்டுச் சென்றாள்.

அப்பாவின் தீர்க்கமான பார்வை என்னை உள் வெளியாகத் திருப்பிப்போட்டு ஆராய்ந்துகொண்டிருந்தது. பிறகு,

பிரேம்

சைகையாலேயே காபியைப் பருகச் சொன்னார். அது, அந்தச் சைகைதான், என்னிடம் அவர் மொழியற்று உணர்த்திய இறுதித் தொடர்பாக இன்றுவரை இருந்துவிட்டது. நாங்கள் இருவரும் பேச்சற்றுத் திகைத்த கணம். தன்னுள் இருபத்தைந்தாண்டு களின் கால அளவைத் திணித்துக்கொண்டு இன்றுவரை தொடர்ந்தது. சற்று முன் அப்பாவின் மரணச் செய்தி வரும்வரை.

அச்சகத்தில் நான் நிகழ்த்திய அந்தக் கோர நாடகம் எனது படைப்பு மனதில் ஒரு பெரும் மாற்றத்தை விளைவித்தது. அப்போதிலிருந்துதான் கில்லெட்டின் ஒரு குறியீடாக எனது தூரிகையில் சுழலத் தொடங்கியது. அச்சகத்தில் கழிந்த அந்த இரவு உண்மையிலேயே ஒரு குருதி பீறிட்ட இரவுதான் என்பது எனக்குத் தெரிய வந்தபோது தாளமுடியாத மனவலியில் ஃபிரான்ஸிலிருக்கும் அக்காவிடம் ஓடிவிட்டேன். ஆம், அந்த இரவு, அச்சகத்தில் வேலை செய்த அந்தப் பெண்ணின் கணவன் வாய்த்தகராறில் அவளது கழுத்தை அரிவாள்மனையால் வெட்டிவிட்டிருக்கிறான். இச்செய்தியை நான் கேள்விப்பட வந்ததும், அம்மா எவ்வளவோ தடுத்தும் ஃபிரான்ஸிற்கு ஓடிவிட்டேன். இரண்டு வருடங்கள் அக்காவுடன் மார்ஸெயி லிருந்தேன்.

அக்கா, ஃபிரான்சுவா ரபெலே பற்றிய தனது முனைவர் பட்ட ஆய்வுக்காக ஸொர்போனில் இருந்தபோது ஓர் இளம் அறிவு ஜீவியிடம் காதல்கொண்டு, பிறகு அவனையே மணந்து கொண்டவள். அவன் மிகேய்ல் பக்தினின் ஸ்பெஷலிஸ்ட். என்னைப் போலவே அவனுக்கும் மல்லார்மே என்றால் உயிர் என்பது தெரியவர, உறவுமுறை என்பது தாண்டி எங்களது நட்பு இறுக்கம் கொண்டது. ஃபிரான்ஸ் முழுவதும் சுற்றித் திரிந்தேன். உறவினர் வீடுகளில் விருந்தாளியாக இருந்தேன். அருங்காட்சிக் கூடங்களுக்குச் சென்று கில்லெட்டின்களைப் பார்வையிட்டேன். ஃபிரெஞ்சுப் புரட்சியின் காலகட்டங்களில் ஃபிரான்ஸ் ஐரோப்பாவின் கசாப்புக் கடையாக இருந்திருக்கும் எனத் தோன்றியது. அக்கா புருஷன் எனக்கொரு ஓவிய வாழ்க்கையை பாரிஸிலேயே அமைத்துத் தருவதாகச் சொன்னான். ஆனால், நான் கண்டவரை, ஃபிரான்ஸின் எல்லா நகரங்களிலும் ஓவியர்கள் தமது முதுகிலும் மார்பிலும் பலகைகளைக் கட்டிக்கொண்டு சுற்றுலாப் பயணிகளைத் துரத்தித் துரத்தி வரைந்து கொடுத்து பிச்சையெடுக்கும் நிலையைக் கண்டபிறகு ஊருக்கே திரும்பிவிட்டேன். ஊர்வந்து சேர்ந்ததைச் சொல்லத் தொலைபேசியில் தொடர்புகொண்டபோது அக்கா சொன்னாள்: ரொலான் பார்த் விபத்தில் இறந்துவிட்டார்.

அப்பா எனக்காகவே இந்தத் தோப்புவீட்டைப் புதுப்பித்துக் கொடுத்தார். என்னைத் திருமணம் செய்துகொள்ளச் சொல்லி அம்மா கொடுத்த தொல்லைகளைச் சொல்லி மாளாது. ஃபிரான்ஸிலிருந்து என்னைப் பார்க்க வந்திருந்த முறைப்பெண்ணிடம் மிகக் கௌரவமாகப் பேசி அனுப்பி வைத்தேன். என்னுடைய ஞாபகமாக ஒரு கில்லெட்டினை எடுத்துச் சென்றாள். தம்பிக்குத் திருமணம் முடிந்த பிறகுதான் என்னிடம் அம்மாவின் நச்சரிப்பு ஓய்ந்தது.

எனது கடைசி கில்லெட்டின் ஓவியம் எனது வாழ்க்கையில் ஒரு சுவாரஸ்யமான திருப்பத்தை ஏற்படுத்தியது. பரந்த புல்வெளி நெடுக வண்ணத்துப்பூச்சிகள் சிறகசைக்கின்றன. அங்கு நடுநாயகமாக எழுந்திருக்கும் கில்லெட்டினில் பலகை கட்டி ஒரு சிறுமி ஊஞ்சலாடிக்கொண்டிருக்கின்றாள். அவளுடைய பிரகாசமான முகத்தில் கண்களுக்குப் பதிலாக இரண்டு வண்ணத்துப்பூச்சிகள் குறுக்காகப் பறக்கின்றன. அவற்றின் சிறகுகளை ஊடுருவிப் பார்க்கும் கூர்மையான இரண்டு கருவிழிகள். அந்த ஓவியத்தை வரைந்து முடித்த பிறகுதான் என் மனதில் பெரியதொரு ஏக்கம் குடிகொண்டது. அம்மாவின் மடியில் தலையைப் புதைத்துக்கொண்டு கண் கலங்கியபடி எனக்கொரு மகள் வேண்டும் என்று தழுதழுத்தேன். சில மாதங்களுக்குப் பிறகு அப்பாவும் அம்மாவும் ஆறுமாதக் குழந்தையை ஒரு துண்டில் சுற்றி வந்து எனது மடியில் வைத்தார்கள். நானே வளர்த்து ஆளாக்கிய இவளும் தனது பத்தாவது வயதைத் தாண்டிவிட்டாள்.

சத்யஜித்ரேவை இந்நூற்றாண்டின் இந்திய அற்புதம் என்பார் அப்பா. அம்மா பியானோ வாசிக்கும்போது அவளருகில் கண்மூடி அமர்ந்திருப்பதுதான் எனக்கு நேர்ந்த அற்புதக் கணங்களாகும். இசை பியானோவுக்குள் இருக்கிறதா என்றால், அது என் அம்மாவுக்குள்தான் இருக்கிறது என்பேன். அவள் என் மகளுக்குத் தன்னுள்ளிருந்த இசையையும் தனது பியானோவையும் கொடுத்தாள். என் மகள் வாசிக்கும்போது, தேவதைகள் வந்தடையும் இடம் பியானோக்கள்தானோ என்று யோசிக்கத் தோன்றுகிறது.

அப்பாவின் மரணம் என்னைக் கடுமையாக அழுத்துகிறது. இந்த இருபத்தைந்து வருடங்கள் அவருடன் பேசி உறவாடியிருந்தால் என் படைப்புலக மாற்றங்கள் என்னவாக இருந்திருக்கும் எனத் தெரியவில்லை. எனக்கென்ற ஒரு தனித்த ஆளுமையின் உருவாக்கத்திற்கு எங்களுக்கிடையில் குமைந்த மௌனம்தான் ஆதாரமாக இருந்திருக்கிறது. ஏதோ சிந்தனையில்,

என் மகளின் மேசை மீதிருந்த ஐந்தாவது தொகுதியை எடுத்துப் புரட்டுகிறேன். அதில் கடைசிக் கதையாகப் பதிவாகியிருக்கும் அப்பாவின் கடைசிக் கதையைப் படித்துப் பார்க்க ஆசை கொண்டு வாசிக்கிறேன். 'பார்த்தின் மரணம் ஒரு விபத்தில்லை' எனத் தலைப்பிட்டிருக்கிறார். வாசிக்க வாசிக்க எனது முதல் கதையைத்தான் அவர் தனது இறுதிக் கதையாக எழுதியிருப்பது தெரிகிறது. தான் பருவம் எய்தும்வரை சிறுமியாக இருந்தவள் அதற்குப் பிறகு வேறொரு புது மனுஷியாகி விடுவதுபோல், தனது தந்தையைக் கில்லெட்டினில் போட்டபிறகு அவனது படைப்பு மனம் திசைமாறி அவன் வேறொன்றாக, தன்னிலிருந்து வேறொன்றாகத் திரிந்து ஒரு கலைஞனாகி நின்றான் என்பதாக அந்தக் கதை வாசிப்பினூடே சுழல்கிறது. அப்பா என்று என் மகள் அழைக்கும் குரல் கேட்கிறது; பிரதிக்குள்ளா, வெளியிலா? அந்தரத்தில் மேகங்களுக்கிடையில் பியானோ மிதந்து செல்கிறது, நிலாவை மோதுவதுபோல ...

பிரம்மனின் உடலுக்கு வெளியே

கல்வெட்டு ஆராய்ச்சியாளனான என் நண்பன் நீண்ட இடைவெளிக்குப் பிறகு கடிதம் எழுதியிருந்தான். சுவாரசியமான அவனது கடிதங்கள் பலமுறை படிக்கத் தூண்டுவதாக இருக்கும். ஒவ்வொருமுறை படிக்கும்போதும், பல நாட்களுக்கு முன் அதைப் படித்தபோது கிடைத்த செய்தியில் சில மாற்றங்களும் வேறுவிதக் குறிப்புகளும் இருப்பதாகத் தோன்றும். ஆகவே அவனுடைய கடிதத்திற்கு என்றைக்குமே நான் உடனே எதிர்வினை ஆற்றியதில்லை. காலங்கடக்கும். எங்கேனும் பல்கலைக்கழக ஆய்வரங்குகளில் அவனைச் சந்திக்க நேர்ந்தால், சென்ற கடிதத்திற்குப் பதில் இல்லையே என்பான்.

அவனுடைய இந்தச் சமீபத்திய கடிதம் என்னை அளவுக்கு மீறிக் கிண்டலடிப்பதாய் இருந்தது. கல்வெட்டுகளுக்கிடையில் என்னுடைய கதைகளில் ஒன்றைத் தான் கண்டுபிடித்திருப்பதாகப் பெருஞ்சிரிப்பின் கூச்சலோடு குறிப்பிட்டிருந்தான். உண்மையை மட்டுமே – அது நமக்கு உடன்பாடானதோ இல்லையோ – கல்வெட்டுகள் உரைப்பவை என்ற தன்னுடைய அசைக்க முடியாத நம்பிக்கை இந்தக் கதைமூலம் தகர்ந்துகொண்டிருப்பதாகவும், ஆராய்ந்து பார்த்தால் கல்வெட்டுகள் என்ற பெயரில் ஏகப்பட்ட பொய்ப்புனைவுகள் நம் நிலப்பகுதியில்

பிரேம்

புதைந்துகிடக்கும் போலிருக்கிறதே என்றும் எழுதிச் சென்றபடி இருந்தான்.

தான் கண்டெடுத்த இந்தக் கதையானது சரித்திர ஆய்வாளனான தனக்குப் பெருஞ்சவாலாக அமைந்திருப்பதாகவும், ஆனால் இந்தக் கல்வெட்டுச் செய்தியைத் தன்னுடைய பல்கலைக்கழக ஆய்வுக் குழுவிடம் ஒரு புனைவு என்று நிரூபிப்பது மிகச் சுலபம் என்றும், சரித்திரத்தில் இல்லாதவைகளையும் சொல்லாதவைகளையும் கொண்டு மாற்று வரலாறு என்ற பெயரில் புனைவுகளை உருவாக்கிச் சரித்திரத்தின் பெருங்கதையாடலைக் குழப்பியடிக்கும் என்னுடைய பிரதிகள் சமகாலத்திய உதாரணங்களாக இருப்பதுபோல, யாரோ ஒருவன் இது போன்ற புனைவுகளையும் கட்டுக்கதைகளையும் கல்வெட்டில் எழுதிவிட்டதாலேயே அது ஆய்ந்து நிரூபிக்கப்பட வேண்டியதொரு சரித்திரச் சான்றாகாது என்றும் எழுதியிருந்தான். கதைகளை எழுதிச் செல்ல ஓலைகளும் எழுத்தாணியும் இருந்தபோது சில கிறுக்குகளுக்குப் பாறைகளும் உளிகளும் எதற்கு எனக் கேட்டிருந்தது அவனுடைய கடிதம்.

ஆனால், எழுநூறு கிலோமீட்டருக்கு அப்பால் கண்டெடுக்கப்பட்டிருக்கும் கல்வெட்டுச் செய்தியானது, நானிருக்கும் இந்நகரத்தில் கடலோரப் பகுதிகளில் பாடப்படும் நெடிய கதைப்பாடலில் ஒரு சம்பவமாக இடம்பெற்றிருக்கிறதே அது எப்படி என்பதும்; இந்தக் கதைப்பாடலின் குறிப்பிட்டதொரு சம்பவத்திற்கு நிரூபணமாக என் நண்பனின் ஆய்வுக்குழு கண்டெடுத்த கல்வெட்டுச் செய்தியானது விளங்குகிறதே என்ற ஆச்சர்யமும் என்னைத் தொற்றிக்கொள்ள, என் நண்பனையும் அவன் நம்பும் சரித்திர ஆய்வுகளையும் தலைகீழாய்க் கவிழ்த்துவிட...

2

சோழக்கடல் அலை அடங்கி, நீண்ட மணற்கரையில் உலர்த்தப்பட்ட சேலையொன்று எடுக்க மறந்துவிட்டது போலப் பின்பனி இறங்கும் நிலா அற்ற இரவில் சிறு சிறு நெளிவுகளோடு கிடந்தது.

மணற்பரப்பில் மேல்துணி அற்ற ஆண்கள் தமது அழுக்கு வேட்டிகளை இடுப்பிலிருந்து அவிழ்த்துத் தலையோடு உடம்பு முழுவதும் போர்த்தி முகம் மட்டும் வெளித்தெரிய மூட்டைகளைப் போல இருந்தார்கள். சேலை சுற்றிய மார்புகளுக்குள் கைக் குழந்தைகள் பால் காம்புகளைக் கவ்வியபடி உறங்கிவிட்டிருந்தன. கொண்டு வந்தவர்கள் மணலில் குத்திச் செருகி இருக்கும்

தீப்பந்தங்கள் காற்றின் சிறுசிறு நெளிவுகளில் படபடத்தபடி இருந்தன. பெண்களின் நெற்றிக் குங்குமத்தின் அறையும் தீப்பந்தங்களின் ஒளியானது செம்மஞ்சளாய் முகங்களில் வழிந்தது. வளர்ந்த குழந்தைகள் சேலைகளால் தம்மைச் சுருட்டிக்கொண்டு முகத்தை மட்டும் வெளிக்காட்டியபடி உறங்கின. சிறுமிகளின் மூக்குகளில் குத்தப்பட்ட அணிகள் ஒளியில் மினுங்கின. மணல்வெளியின் பரந்த இருட்டின் மஞ்சளும் சிவப்பும் குழம்பிய ஒளித்திட்டுக்குள் போர்வை உடல்கள் பந்தங்களின் நிழலசைவுகளால் தீட்டப்பட்டுக்கொண்டிருந்தன.

அவன் எழுந்து இடுப்பில் வேட்டியை இறுக்கி முட்டிவரை தூக்கி மடித்துக் கட்டியபடி அலையை நோக்கி நடந்தான். மார்பில் புரண்ட துண்டு இளங்காற்றில் படபடத்தது. நீருக்குள் இறங்கி நீண்டதூரம் நடந்தான். நீருக்கு அடியில் சமதளமாகத் தரை பரவியிருந்தது. எவ்வளவு தூரம் போனாலும் கணுக்காலுக்கு மேல் நீர் மட்டம் உயராதுபோல என நினைத்துக்கொண்டான். இருண்ட கடலும் இருண்ட வானும். வானம் மிகவும் கீழிறங்கி வந்திருப்பதுபோலத் தெரிந்தது. கரிய முகத்தில் உருட்டி வெறிக்கும் விழிகளென நட்சத்திரங்கள், துர்தேவதைகளைப்போல மிரட்டின. கரையின் தூரத்து மணல் மேடுகளின் சரிவுகளில் தீப்பந்தங்கள் இறங்கி வந்துகொண்டிருந்தன. எதிர்த்திசையின் இருட்டில் வெவ்வேறு பாட்டைகளாகத் தீப்பந்தங்கள் வரிசை வரிசையாக நகர்ந்து கடலை நோக்கி வந்தன. இன்னும் அரை நாழிகைக்குள் எல்லோரும் வந்து சேர்ந்துவிடுவார்கள் என நினைத்தான். தானும் கரைக்குத் திரும்பினான். உற்சவத்தின்போது ராஜவீதியையும் ரதவீதியையும் நீர் கொட்டிக் காலாலும் துடைப்பத்தாலும் உந்தி உந்தித் தள்ளிக் கழுவி விடுவதுபோல அகன்ற நீரின் சமதளத்தை உந்தியபடி நடந்தான். இப்படியொரு அலையற்ற நீரற்ற கடலை இதற்கு முந்தைய எந்தவொரு இரவுக் கூட்டத்திற்குத் தான் வந்திருந்தபோதும் கண்டதேயில்லை என நினைத்தான்.

இரவு உச்சியைத் தாண்டிக்கொண்டிருந்தது. சற்று நேரத்திற் கெல்லாம் எங்கு பார்த்தாலும் ஆட்களும் தீப்பந்தங்களும் சலசலவென்ற பேச்சுக்களும் சில தீர்மானமான குரல்களும் காற்றோட்டத்தில் அலைந்தன. ஒரு கிழவி உரத்த குரலெடுத்துக் கத்தினாள். கூட்டம் திடீரென அமைதியடைந்தது. நீரலைகளின் சிறு ஓசைகள் துல்லியமாகக் கேட்கத் தொடங்கின. தீப்பந்தங் களின் படபடப்பு.

‘நம்ப நாட்டுக்குப் போவ வேணும். அழைப்பு வந்திடுச்சி. மூக்கன் மக மூலமா நமக்கு அழைப்பு வந்திடுச்சி. நாம நம்ம நாட்டுக்குப் போவம். இது என் கட்டளை. என் ஆயியோட கட்டளை. என் ஆயியின் ஆயி பெருமூதாட்டி பிடேரியின் கட்டளை.

வர்றவங்க வாங்க. விருப்பப்படாதவங்க வேத்து நகரங்கள்ல மலமள்ளிக்கிட்டுக் கெடங்க. நூத்தம்பது இருநூறு வருசமாச்சி; இந்தக் கட்டள நமக்குக் கெடைக்க. இது யாரு சொல்லியும் வந்ததில்ல. மூக்கன் மக கனவு கண்டு அலறியிருக்கா. நம்ம குடியிலே யாருமே பார்த்திராத நம்ம கடவுள் அவ மூலமா நம்ம கூப்பிடுது. நாம விட்டு வந்த நாட்டுல இருக்கறதா கூறி அழைக்குது. நமக்கான கடவுள நம்ம பெருமூதாட்டி பிடேரிகூட பார்த்ததில்ல. அவ காலத்துக்கும் முன்ன எப்பயோ நமக்குக் கடவுள் இருந்ததாச் சொல்லுவாங்களாம். அது ஆணா பொண்ணான்னு கூட யாருக்கும் தெரியாது. இது மூனாவது அமாவாசக் கூட்டம். மூனு கூட்டமா யாரும் எந்த முடிவுக்கும் வரமாட்டேனுரீங்க. உண்டு இல்லன்னு இப்ப முடிவெடுத் தாகணும். யாரும் வராட்டி நானு போறேன். மூக்கன் மக எங்கூட வருவா. ஏதோவொரு அமாவாச ராத்திரிலே ஊரெல்லாம் கொளுத்தி நம்மக் கொன்னு அட்டூழியம் பண்ணி வெரட்டிவிட்டானுங்க முப்புற ராசாவோட குதிரைக்காரனுங்க. இப்ப நூத்தம்பது எறநூறு வருசமாச்சிடா பாவிகளா . . . அழைப்பு வந்திடுச்சி. என்னோட வர்றவங்க வாங்க. நம்ம நாட்டுல நமக்கொரு கடவுள் கிடைக்கும். நமக்கொரு கடவுள் கிடச்சிட்டா நாமும் பெருங்குடியாயிடலாம். நாம யாரோட மலத்தையும் அள்ளிப் பொழைக்கத் தேவையில்ல. கூட்டம் முடியுது. இதுதான் எம்முடிவு. தெக்க நோக்கி இக்கடல்லேர்ந்து எழுநூறு கல்லுக்கு அப்பால நம்ம நாட்டுல எங்கோ பதுங்கிக் கெடந்து கூப்புடுது நம்ம கடவுள். எல்லோரும் வாங்க...'

3

கிழவி கிடுகிடென நடக்கத் தொடங்கினாள். பெண்கள் குலவையிட்டபடி அவள் பின்னால் தீப்பந்தங்களை மண்ணி லிருந்து பிடுங்கி எடுத்தபடி ஓடினார்கள். ஆண்களின் கூட்டம் தயங்கித் தயங்கி அவர்களைத் தொடர்ந்தது. கூட்டத்தின் ஒரு பகுதி பெண்களும் ஆண்களுமாய் வெவ்வேறு திசை நோக்கிக் கலையத் தொடங்கியது. சற்று நேரத்திற்கெல்லாம் கரையின் மணல் பரப்பு யாருமற்ற இடமாகிப்போனது. இதற்கு ஒரு நாழிகைக்கு முன் ஒரு பெருங்கூட்டம் இங்கு கூடிக் கலைந்ததற் கான யாதொரு தடயமுமற்றுப் போனதை அவன் கவனித்தான். தனித்துக் கைவிடப்பட்ட ஒரு தீப்பந்தம் படபடத்து வட்டமாக மஞ்சளொளியை மணலில் வழியவிட்டபடி இருந்தது. கிழவி போன திசையின் தீப்பந்தங்கள் புள்ளியாகி மறையும்வரை பார்த்தபடி இருந்தான். கூட்டம் கலைந்த வெட்டவெளியில் குளிர் உறைப்பதை இப்பொழுது உணர முடிந்தது. திடீரென

அம்மா என்று பதறினான். கிழவியின் பின்னே முதலில் ஓடியவள் அவள்தான் என்றதன் காட்சி சுட, மணலில் செருகியிருந்த தீப்பந்தத்தை உறுவித் தூக்கிப் பிடித்தபடி மீண்டும் கடலில் இறங்கினான். அம்மாவைப் பிரிந்த தவிப்பு முகத்தில் நெளிந்தபடி இருந்தது.

கிழவியின் நடைக்கு ஈடுகொடுக்க முடியாமல் மூக்கனின் மகள் அவளது கையைப் பிடித்து ஓடிக்கொண்டிருந்தாள். நீரற்ற ஆற்றுப் படுகையின் மணல் வெளியை அவர்கள் கடக்கும்போது சூரியன் உச்சிக்கு வந்துவிட்டிருந்தது. நடக்க நடக்கக் கிழவிக்கு வேகம் கூடிக்கொண்டேயிருந்தது. அவளைப் பின்தொடர்ந்த கூட்டம் திட்டமிடப்படாத இந்த யாத்திரையின் போக்கு என்னவாக இருக்கும் என்பதை யூகிக்க முடியாததாய் எதை எதையோ பேசிவந்தது.

கதைகளில் கேட்ட தமது ஊர் அதன் திசை. விரட்டிய டிக்கப்பட்ட தமது மூதாதைகள் திசைக்கொருவராய்க் கலைந்தோடியது. வழிவழிக் கதைகளின் வரலாறுகள் வழக்காறு கள். ஈனர்களாய் வெவ்வேறு அரசு எல்லைகளுக்குட்பட்ட சிறுசிறு நகரங்களில் ஈனத் தொழில் செய்து வாழ்வது. நாடு மீளும் இந்த நெடிய பயணத்தில் கலந்துகொள்ளாமல் முதன் முதலாகக் கிழவியின் பேச்சைமீறி வேறு திசைகளில் கலைந்து போன பிறரைப் பற்றி, மூக்கன் மகளின் கனவைப்பற்றி, அவளை ஆட்கொண்ட கடவுளைப் பற்றி, கிழவி தனக்குப் பிறகு குடித்தலைமையாய் மூக்கன் மகளையே தேர்ந்தெடுப்பாள் என்ற நம்பிக்கைபற்றி, முப்புறராச குடிகளால் கைவிடப்பட்ட தாகக் கூறப்படும், தாங்கள் அண்டிவாழ்ந்த பழைய ஊரின் இடிபாடுகள் பற்றி, அதை ஆட்கொண்ட தங்கள் மூதாதையின் சாபங்கள் பற்றி, அந்த இடிபாடுகளினூடாக எந்தத் திசையில் எந்த இடத்தில் தமக்கான கடவுள் பதுங்கியிருக்கிறது என்ற புதிரைப் பற்றி என அவர்களின் பேச்சு அவர்களையும் முந்திக்கொண்டு, சபிக்கப்பட்ட பாலைவெளியில் இடிந்து சிதைந்த கைவிடப் பட்ட முப்புறராசப் பெருங்குடியூரைச் சூழ்ந்து நெரிந்தது.

கிழவி சிறுமியோடு ஒரு மரத்தடியின் நிழலில் அமர, அவளைத் தொடர்ந்து வந்துகொண்டிருந்த கூட்டத்தினர் குழுக்களாக நிழலின் வட்டப் பரப்பில் குழுமினர். மரக்கிளையில் அண்டங்காக்கை குரலெடுத்துக் கரைந்தது. அந்தக் கரைதலின் தன்மையானது தம்மைச் சூழ்ந்த மாபெரும் பொட்டல் வெளியின் வெக்கையை உணர்த்தக் கூடியதாக இருந்தது. கிழவி மண் கலயத்தைச் சாய்த்து ஒரு மிடறு நீரைக் குடித்துவிட்டுத் தன் இடுங்கிய கண்களை எட்டித் தெரியும் கானலில் நீந்தவிட்டபடி

‘உங்களுக்கு அந்தக் கதையை மீண்டுஞ் சொல்லப் போறேன்’ எனக் குரலை உயர்த்தினாள்.

4

கருப்பன் பாறை உச்சியிலிருந்து பார்த்தால் தெரியும்; விரிந்த வயக்காடும் அதைத் தாண்டி பெரிய ஊரும் அதன் நடுவில் இருக்கிற கோயிலும். பல கல்லுத் தொலைவில் உயரமான கோபுரம் ஒன்று தெரியும். அது பெரியகோயிலை ராசாதி சோழன் கட்டியதற்கும் முந்தி, பல நூறு வருஷத்துக்கும் முந்தி யாரோவொரு ராசா கட்டியதாகச் சொல்வார்கள். முப்புற ராசகுலம் அந்த ஊரை ஆண்டவர்கள். யானை மேலேயும் குதிரை மேலேயும் பல்லக்குகளிலும் பெரிய குடிகள் போவதாகச் சொல்லுவார்கள். பெரிய பெரிய தெருக்களிலே பெரிய வீடுகளும் கடைகளும் இருப்பதாகச் சொல்லுவார்கள். நம்முடைய மூதாதைகள் யாருமே அந்த நகரத்துக்குள் வெளிச்சத்தில் நுழைந்ததில்லையாம். அதைப் பற்றிய யூகங்களை மற்றவர்கள் சொல்லுவதைக்கொண்டு கதைப்பார்கள்.

நகரத்தார் கண்ணில் நம்மவர் பட்டுவிட்டால் நரகத்தின் குழிக்குள்ளே பார்த்தவரைத் தள்ளிவிடும் மோசக் குடியென்று முன்னாளில் சொல்லி வைத்தார். ராத்திரியில் சாமத்தில் கோயில் மேலிருந்து முதல் மணி ஒலிக்கையிலே ஊரெல்லாம் ஒடுங்கி விடும்; கதவெல்லாம் மூடிவிடும்; படைவீரர் குதிரைகளும் படலுக்குள் ஒடுங்கிவிடும்; ரெண்டாம் மணியொலிச்சா நம் சனங்கள் வெளியிடத்தில் வெளைஞ்ச பொதிசுமந்தும், விறகுச் சுமை சுமந்தும், வீடுகட்டக் கல்சுமந்தும், தானியமும் காய்கறி களும் தலைமேலே தான் சுமந்தும் கோட்டையின் பின் வழியா குடியூரின் தெரு நுழைவர். குறி போட்ட இடங்களிலே குறித்த பொருள் குவித்த பின்னே, நகரத்தின் கழிவையெல்லாம் புறவழியாய்ச் சென்றெடுப்பார். மலம் சுமந்த தலையினராய் ஒரு கூட்டம் மாற்றுப்பாதை வழிசெல்லும். மூனாம் மணி ஒலிச்சா மூச்சடக்கி நம்சனங்கள் வேறு வழியாக வெளியே வரவேணும். தூரத்துப் பாறையோரம் கொஞ்சம் தானியமும் தின்பொருளும் நமக்காகக் காத்திருக்கும். சத்தம் கித்தம் போடாம நம்ம சாதி சனம் அதப் பங்கு போடவேணும்; அரை வயிறா வாழவேணும். நாலாம் மணியொலிச்சா நகரம் கண்விழிக்கும், காவல் வீரர்களும் கை வாளைக் கூர் பார்ப்பார். குதிரைக் குளம்படிகள் பாதைகளில் ஒலியெழுப்பும். இப்படியாக நம் காலம் இருந்து வரும்போது சடைசடையா தலையில் சிக்கும் பேனுமா முடி வளர்த்து முகத்தில் சடைசடையா வயிறு வரைக்கும் நீண்ட தாடி வளர்த்து அழுக்கடைந்த ஒல்லித்தேகத்தில்

கோவணம் மட்டும் கட்டிய ஒரு ஆளு கருப்பன்பாறைப் பக்கம் தென்படுவதாகவும் நம்மை யாரையாவது பார்த்தால் அந்த ஆளு ஓடிப் பாறைப் பிளவுகளுக்குள்ளே மறைந்து கொள்ளுவதாகவும் பார்த்தவர்கள் சொல்வார்கள். அந்த ஆளு வடக்கிலிருந்து வந்த ஒரு பைத்தியம் என்றும் சொல்வார்கள். கொஞ்சம் கொஞ்சமாப் பழக ஆரம்பித்த சில பேர் அந்த ஆள ஒரு சித்தர் என்று சொன்னார்கள். நீண்ட காலத்திற்குப் பிறகு வேத்து மண்ணுல இருக்கும்பொழுது நம்மோட பெருமூதாட்டி பிடேரிதான் ஒரு சாமியார் மூலமாகக் கண்டறிந்தாள்; கருப்பன் பாறையிலே வந்து தங்கிய சித்தனாகப்பட்டவன் நம்முடைய குடில்களைக் கடந்து சென்ற ஒரு சாமியாருக்குப் பெரியூருக்குப் போக வழிகாட்டி வர அவரோடு வயல்காடு கடந்து சென்று திரும்பி வராமல் போன செந்தூரியின் மகன்தான் அவன் என்று.

எனக்குத் தெரிந்து என்னோட அம்மாயி அந்தச் சித்தனோட பாட்டெல்லாம் பாடுவாள். பிறகு எல்லாம் மறந்து போய்விட்டது. அந்த ஆளும் இரவுகளிலே நகரத்துக்குள்ளாகப் போய் வருவதாகச் சொல்லுவார்கள். அந்த ஆளு கோட்டைச் சுவர்களிலும் பூர்வ சாஸ்த்திரங்கள் மேலான பெரும்பழிகளை எழுதியதாகச் சொல்லுவார்கள். அவன் இரவுகளிலே நகரத்துக் குள்ளே சென்று சுவர்களில் வரிவரியாக பெருங்குடிகளைக் கோபப்படுத்துகிற மாதிரி எழுதிவிட்டுக் கருப்பன்பாறைக்குள் பதுங்கிக்கொண்டதாகச் சொல்லுவார்கள். பெரிய மலைபோல இருந்த பாறைக்குள்ளாகவே எலி வலைபோல வழிவழியாகத் தோண்டிப் பதுங்கி இருப்பதாகச் சொல்லுவார்கள்.

நகரமே கோபத்தில் கொதித்துக்கொண்டிருந்தபோது நம்ம சனங்க மேலே ஐயப்பாடு உண்டாச்சி. ஆனாலும் எழுத்தும், வாசகமும் நம்ம இனத்தைவிட்டே மறைஞ்சிபோயி எத்தனை தலைமுறையோ முடிஞ்சிபோன கதைய எல்லாரும் சொன்னார்கள். கண்டாலே கழுத்த வெட்டும் வீர வம்சத்தை இழிசனமா எதிர்த்து நிககும் என்றும் சிலர் சொன்னார்கள். நள்ளிரவில் நகரமே பொய்த்தூக்கம் தூங்கும் பழக்கத்தால் வந்த வினை என்றும் சொன்னார்கள். கண்ணும் சிமிட்டாத காவல் வீரர்களை வீதியெல்லாம் உலவவிடப் புதுப்பழக்கம் செய்தார்கள். நகரத்து எல்லைக்குள் இனி நம் சனங்கள் நள்ளிரவு ஏவல் செய்யப் போக வேணாம். புதுசா களஞ்சியங்கள், பொருள் குவிக்கும் மண்டபங்கள் – புறநகரம் என்று ஒரு அமைப்பும் வைத்தார்கள். மல நாற்றம் ஊரை மூட்டமாய்க் கவிந்தபோது மணமூட்ட வகை வகையாய் வாசனாதி திரவியங்கள் வண்டி களில் குவித்தார்கள். அதற்கப்பால் நம் சனங்கள் அந்த நகரத்திற்குள் காலெடுத்து வைத்ததுமில்லை; தமது காலடிகளைத்

தாமே கழுவிவிட்டுப் பின்னேரும் காரியமும் செய்ததில்லை. ஆனாலும் நகரத்துச் சுவர்களில் வகைவகையாய் வாக்கியங்கள், காலாதி காலமான கதைகளுக்கு எதிர்க் கதைகள், நின்றதாய்ச் சேதியில்லை. மர்மம் அறிந்த சித்தன், மலைப்பாறை வாழ்ந்த சித்தன், நூதனமாய் மறையும் சித்தன் வாக்கியமாய் எழுதினானே இப்படியாய்.

அவன் எழுதிய வாசகங்களை விடிந்ததும் உடனுக்குடன் வெள்ளை பூசி அழிப்பதே படைவீரர்களின் வேலையாகிப் போனது. ராஜசபை கோபத்தில் கொந்தளித்துக்கொண்டே யிருந்தது. இரவு பகலாக குதிரைப்படை வீரர்களும் ஒற்றர்படை வீரர்களும் நகரத்தைச் சுற்றிச் சுற்றி வந்தார்கள். வேற்று நாட்டுக்காரர்களுடைய வேலையாக இருக்குமென்று பேசிக்கொண்டார்கள். இந்தச் சித்தனை ஊர்க்கார்கள் யாருமே பார்த்ததில்லையாதலால் இப்படிப்பட்ட ஒருவன்தான் இதைச் செய்கிறானென்று யாருக்குமே தோனவில்லை.

இப்படியாக இருந்து கொண்டிருக்கும்போது, அந்தப் பாவி மகன் ஒருநாள் இரவு விடியிரபொழுதில் படைவீரர்களின் கண்ணில் பட்டுவிட்டான். அவன் தெருக்களில் புயல் மாதிரி ஓடுகிறான். அவனை விரட்டிய வீரர்களின் குதிரைகள் விடியலிலே வாசலில் கோலம் போட்டுக்கொண்டிருந்த பெண்டுகளை எல்லாம் மெதித்துத் துவைத்திருக்கின்றன. விடிய விடிய ஊரே ஏதோவொரு பீதியில கலங்கிக் கிடந்தது. வேற்றுநாட்டுப் படைதான் ஊருக்குள்ளே புகுந்துவிட்டதோவென்று பெண்டுகள் பயந்து நடுங்க, ஆம்பளைகள் வேல்கம்போடு ஓடிவர – நன்றாக விடியும்போது நகரம் முழுக்க ஏதேதோ கதைகளும் பயங்களும்.

அதிகாலையில் மங்களமான கோயில்தெரு வேதமும் நாதமுமாக விடிகையில் அந்தப் பைத்தியக்காரச் சித்தன் கத்திக்கொண்டே கோயிலுக்குள்ளே நுழைந்து நேராக ஓடி கர்ப்பக்கிருகத்துக்குள்ளே நுழைந்துவிட்டானாம். ஆளுயர மூர்த்திக்குப் பூசை செய்துகொண்டிருந்த பிராமணர்கள் பயந்து விழுந்தடித்துக் கர்ப்பக்கிருகத்தைவிட்டுப் பிரகாரங்களிலே ஓடினார்களாம். குதிரைப்படை கோயிலுக்குள்ளே வேலும் ஈட்டியும் வாளுமாகப் புகுந்துவிட்டது. அவன், ஆழமாழமாகப் போகின்ற கர்ப்பக்கிருகத்திற்குள்ளே அந்தக் கடவுளோட சிலைக்குப் பின்புறமாகப் பதுங்கிக்கொண்டானாம்.

கோபத்துடன் கர்ப்பக்கிருகத்திற்குள்ளே நுழைய எத்தனித்த வீரர்களைப் பிராமணர்கள் தடுத்து நிறுத்திவிட்டார்களாம். கர்ப்பக்கிருகத்திற்குள்ளே தங்களைத் தவிர வேற்று வர்ணத்தார்

நுழைய உரிமை கிடையாது என்று சாத்திரம் சொல்கிறது. வெளியே போய்விடுங்களென்று சொல்லிவிட்டார்களாம்.

ராசா வந்தாரு. மந்திரிகள் வந்தார்கள். எல்லோரும் கர்ப்பக்கிருகத்துக்கு வெளியிலேயே நின்றுவிட்டார்கள். சில பிராமணர்கள் பயந்து பயந்து உள்ளே நுழைந்தார்கள். சித்தன், கடவுளுடைய கூரான ஈட்டியைப் பிடுங்கி எடுத்துத் தற்காப்பாக வைத்திருக்கிறான். பிராமணர்கள் அவனை வெளியேறச் சொல்கிறார்கள். அவனோ ஏதும் பேசாமல் அவர்களை முறைத்துப் பார்க்கிறான். அவனுடைய தோற்றமும் பார்வையும் பயத்தைத் தர, பிராமணர்கள் அவன் எங்கே தங்களைத் தாக்கிவிடுவானோ என்ற அச்சத்தில் வாசலை நோக்கித் தயங்கித் தயங்கி ஒதுங்கு கிறார்கள். வாசலுக்கு வெளியேயிருந்து சித்தனை வசைமொழியால் ராசா திட்டுகிறார். ராசாவின் வாயில் ஈனச் சொற்களைக் கேட்டு வெளியே அவரோடு நின்ற கிழட்டு வைதீகர்கள் காதைப் பொத்திக்கொள்கிறார்கள். ராசா கோவத்தோடு அரண்மனைக்குப் போய்விடுகிறார். தன்னை உள்ளே அனுமதித்திருந்தால் அந்தக் கிறுக்கனின் தலையை ஒரே சீவாகச் சீவிவிட்டிருக்கலாம். ஆனால் பிராமணர்கள் தடுக்கிறார்களே என்ற கோபம் வேறு அவருக்கு.

கோயிலைச் சுற்றிலும் ஊர் மக்கள் திரண்டுவிட்டார்கள். நகரத் தெருக்களெங்கும் கதைகதையாகப் பீதியோடு எதை எதையோ பேசுகிறார்கள். ஒரு பைத்தியம் கடவுளைக் கட்டிப் பிடித்துக்கொண்டு கர்ப்பக்கிருகத்தில் இருப்பதாகவும் அவனை யாராகிலும் பிடிக்க வந்தால் தன்னையே கொன்று இந்தக் கர்ப்பக்கிருகத்தைத் தீட்டுப்படுத்தி விடுவேனென்றும் பிராமணர்களை மிரட்டுவதாகவும் ஊர்முழுக்கச் செய்தி பரவியது. பகல் முச்சூடும் கோயிலைச் சுற்றிய கூட்டம் குறையவேயில்லை. அன்றைய தியதிக்கான பூசைகள் எதுவும் நடத்தப்படாமல் மூலவர் அலங்காரமில்லாமல் நிர்வாணமாக நிற்க, பிராமணர்கள் கூடிக்கூடி ஆலோசித்தார்களாம். முதல்கட்டமாகச் சத்திரியர்களைக் கோவிலுக்குள்ளிருந்து வெளியேற்றுவது என்று முடிவெடுக்கப்பட்டு – அவர்களை வெளியேற்றினார்களாம். சில வயதான பிராமணர்கள் அந்தச் சித்தனிடம் பேசி மயக்கி அவனை வெளியேற்றிவிடலாமென்று உள்ளே நுழைந்தனராம்.

அவனுடைய பேச்சு அவன் ஒரு பிராமணனோவென்று அவர்களைத் திகைக்க வைத்ததாம். அவன் வேத பாஷை யில் பேசினானாம். சத்திரியர்கள் உள்ளே நுழைந்தால் கர்ப்பக்கிருகத்தை மையங்கொண்ட தங்களுடைய அதிகார மானது கைவிட்டுப் போய்விடும் – புத்திசாலித்தனமாக நடந்து

கொள்ளுங்களென்னு பிராமணர்களை அவர்களுடைய வாதத்தைக்கொண்டே மிரட்டினானாம். படைவீரர்கள் தன்னை விரட்டும்போது தப்பிக்கப் பாதுகாப்பான இடம் இதைத்தவிர வேறில்லை என்று தெரிந்ததாலேயே கோயிலை நோக்கி ஓடிவந்து பதுங்கினேனென்றும் சொல்லிச் சிரித்தானாம். சத்திரியர்கள் வெளியேறிய பிறகு ஒரு தருணத்தில் இந்த இடத்தைவிட்டு தான் வெளியேறித் தப்பிவிடுவதாகவும், சத்திரியர்கள் எந்நாளும் சாத்திரங்களை மீறவிடாமல் இருக்கச் செய்வதே தங்களுக்கும் பாதுகாப்பானதென்றும் கூறினானாம். தான் அவர்களை ஒன்றும் செய்யப் போவதில்லை என்றும் அவர்களும் தன்னைச் சீண்டாமல் நடந்துகொண்டால் ஏதும் பிரச்சினை இல்லை என்றும் சொன்னானாம். அதன்படி பிராமணர்கள் மாலை பூசையை மூலவருக்குச் செய்விக்க, அவன் கர்ப்பக்கிருகத்தின் மூலையில் ஒரு அடைபட்ட மிருகம்போல சிறு உறுமலோடு இருந்தானாம்.

ராப்பகலா கோயிலைச் சுற்றி சத்திரியர்கள் பயங்கர ஆயுதங்களோடு காவல் நின்றார்களாம். அவனோ வெளியே வராமல் உள்ளே கிடந்தானாம். மூலவருக்குக் குறையில்லாமல் பூசைகள் வேளைதோறும் நடந்தபடியிருந்தது. அந்தப் பைத்தியத்தைக் கட்டியிழுத்துவரத் தைரியமற்ற பிராமணர் களைச் சத்திரியர்கள் திட்டிக்கொண்டே இருந்தார்களாம். ஊருக்குள்ளே அரசனின் கையாலாகாதத்தனத்தை மக்கள் குறைபட்டுக்கொண்டார்களாம். வணிகக்குடிகளோ கோவிலுக்குச் செல்வதையே நிறுத்திக்கொண்டார்களாம்.

மந்திரிசபையின் ரகசிய திட்டத்தின் பேரில் பிராமணக் குடியிலிருந்தே சில தைரியசாலிகளைக் கூட்டி, ஆயுதத்தோடு கர்ப்பக்கிருகத்திற்குள்ளே புக ராசா அனுப்பினாராம். இதைக் கேள்விப்பட்ட வேதாச்சாரிகள் சிலபேரு, பிராமணக் குலத்தான் ஆயுதத்தைத் தொட்டால் அவன் தன் தர்மத்திலிருந்து வழுவி சத்திரியனாகிவிடுகிறான் என்றும், ஆக எந்த வடிவத்திலும் சத்திரியர்களைக் கர்ப்பக்கிருகத்துக்குள் அனுமதிக்க முடியாது என்றும் கூறி அவர்களைத் தடுத்து நிறுத்திவிட்டார்களாம்.

அந்தச் சித்தன் தன்னையே கொன்றுகொண்டாலோ அல்லது சத்திரியர்களால் பலவந்தமாகக் கொல்லப்பட்டாலோ அதனால் மூலவர் பீடம் ரத்தம் பட்டாலோ ஊருக்கே கேடு, குடி நாசம் என வைதீகர்கள் சொல்ல, ராசா மருண்டு போனாராம். நாளாக நாளாகப் பசி தாளாமல் அவனே வெளியே வந்துவிடுவான் என நினைத்து அவர்களிருந்ததும் பொய்யானதாம். முப்பது நாட்களுக்குப் பிறகும் அவனிடம் எந்த மாற்றமும் இல்லை. பசியோடு எப்படி ஒருவன் இப்படி

இருக்க முடியும் என்று யோசித்ததில், அந்த சித்தன், மூலவருக்கு அபிஷேகம் செய்யும்போது வார்க்கப்படும் பால், தயிர், நெய், தேன், தண்ணீர் இவைகளைப் பருகியே உயிர்த்திருப்பதாகவும், கடவுளுக்குச் சாற்றப்படும் சந்தனம், பூ போன்றவற்றையும் அவன் தின்று சீவித்திருப்பதாகவும் கண்டறியப்பட்டதால், மூலவருக்குப் பூசையை நிறுத்திக் கர்ப்பக்கிருகத்தின் வாயிலை அடைக்க ராசா உத்தரவிட்டாராம்.

கர்ப்பக்கிருகத்தின் கதவு அடைக்கப்பட்ட நாளில்தான்... ஐயோ என் மக்கா... நம் குடிகளை அந்த ராசாவுடைய படைகள் அழித்தன. சித்தனுக்கு நாம்தாம் அடைக்கலம் கொடுத்திருந்தோம் என்பது போன்ற ஒரு செய்தி ஒற்றர்கள் மூலம் ராசாவுக்குத் தெரிவிக்கப்பட்ட அந்த அமாவாசை இரவு நம் குடிசைகள் எரிக்கப்பட்டன. அய்யோ எத்தனைக் கொலைகள்! மழையில் நனைந்த கோழிகளென நாம் அண்ட இடம் தேடி ஓடினோம். திசைக்கொருவராக ஓடினோம். அந்தக் கொலைகார இரவில் மட்டும் நம்குடியில் பாதிப்பேரை இழந்திருந்தோம். அந்த நாசகார முப்புற ராச குடியே நம்முடைய சாபத்தால் அழிந்தது. அந்த இடமே இன்றைக்கு ஈரமில்லாம கிடக்குது. நம்மோட சாபம் இன்னும் அங்கே சுத்திக்கொண்டுதான் இருக்கிறது.

ஒரு மண்டலம் ரெண்டு மண்டலம் மூணு மண்டலம். ஆமாம், மூணு மண்டலத்திற்குப் பிறகு கர்ப்பக்கிருகக் கதவைத் திறந்து அவனோட பிணத்தை வெளியிலே தூக்கி எறிவது பற்றிப் பேச்சு எழுந்தது. பிணத்தை யார் எடுப்பது? பிராமணர்கள் தங்களால் முடியாது என்று பதறினார்கள். மற்றவர்களையோ கர்ப்பக்கிருகத்திற்குள் நுழைய சாத்திரம் தடுத்தது. பிணந்தூக்கிகளான இழிசனர்கள் விரட்டியடிக்கப்பட்டதின் இழப்பை ஒரு சாரார் பேசிக்கொண்டனர். இறுதியாக ஒரு முடிவுக்கு வந்தார்கள். அந்த ஊரைக் கடந்து சென்றுகொண்டிருந்த வேறுமொழி பேசும் நாடோடிக் கூட்டத்திலிருந்து சிலர் கொண்டுவரப்பட்டு கோயிலுக்கு வெளியே நிறுத்தப்பட்டனர். பிராமணர்கள் கர்ப்பக்கிருகத்திற்குள் நுழைந்து பிணத்தைத் தொடாமலும் படாமலும் கயிற்றால் அதன் தலைவழியே கழுத்தில் சுறுக்கிட்டுவிட்டு கயிற்றின் மறு முனையைக் கோயிலுக்கு வெளியே நிற்கும் நாடோடிகள் இழுத்துக்கொண்டே செல்லப் பிணமானது அவர்களுடன் சென்றுவிடுமென முடிவெடுக்கப்பட்டது. பிறகு, பெரிய யாகம் செய்து கோயிலின் தீட்டை அகற்றலாம் என்ற யோசனை ஏற்கப்பட்டது.

அதன்படி பிராமணர்கள் கர்ப்பக்கிருகத்தின் கதவைத் திறந்து தீப்பந்தங்களுடன் உள் நுழைந்தனர். மங்கிய இருட்டில்

சிலையோடு சிலையாக அதைத் தழுவியபடி அவன் இருந்தான். வெளிச்சம் அவன் முகத்தில் அறைய அவனது கண்கள் கூசி சிமிட்டியபோதுதான் அவன் இன்னும் சாகவில்லை என்பது தெரியவந்தது. எதேச்சையாகக் கடவுளைப் பார்த்த ஒரு பிராமணன் அலறினான். யாதென அறியாத பயத்தில் திடுக்கிட்ட பிறரும் சிலையைப் பார்த்தனர். சிலைக்கு முலைகள் திரண்டு வளர்ந்திருந்தன. அதன் ஆண்குறி உடைக்கப்பட்டு தொடையிடுக்கு வெறுமையாக இருந்தது. கடவுளின் ஆண் முகத்தின் முழுத் தோற்றமும் சிதைக்கப்பட்டு, கண் மூக்கு வாயென ஏதுமற்ற வெற்று முகத்தின் நெற்றியில் மட்டும் மூடியபடியான ஒரு பெரிய கண் செதுக்கப்பட்டிருந்தது. பார்க்கப் பார்க்க அதிர்ச்சி யிலும் ஆவேசத்திலும் அரற்றினர். அவன் மிருகமெனக் கண்களை உருட்டியபடி அவர்களைப் பார்த்து உறுமினான். வெளியே மருண்டு ஓடிவந்த பிராமணர்கள் உள்ளே மூலவரை அந்தப் பைத்தியம் பெண்ணாக்கி விட்டதாகக் கூறினார்கள். செய்தி கேட்ட ராசா உருவிய வாளோடு அவனுடைய தலை கொய்ய கர்ப்பக்கிருகத்தின் படியில் கால் வைத்தபோது அவருடைய கால்கள் நடுங்கி நிலை சரிந்து படிகளில் விழுந்தார். நாசியிலும் காதுகளிலும் குருதி வழிய கண்கள் நிலைகுத்திய அவரைப் படைவீரர்கள் பல்லக்கில் கிடத்தித் தூக்கிக்கொண்டு ஓடினார்கள். இந்த களேபரத்திற்கிடையில் கர்ப்பக்கிருகத்தின் கதவுகள் தானே சாத்திக்கொண்டன.

நாடோடிகளின் மூலமாக இத்தனைக் கதைகளையும் பெருமூதாட்டி பிடேரி அறிந்து வைத்திருந்தாள். ராசா இறந்த அன்று அரசிக்குப் பட்டத்து இளவரசன் பிறந்தானாம். அந்தக் கதையை இரவு சொல்கிறேன்.

5

வயதை யாராலும் அறுதியிட்டுச் சொல்லமுடியாத கிழவியின் நடை தளர்ந்து கால்கள் வீங்கி மிகவும் சிரமப்படலானாள். ஆண்களில் இரண்டுபேர் பாதை மாறிச்சென்று மரங்களடர்ந்த ஒரு மலைப்பகுதியிலிருந்து நீண்ட கோணலற்ற கிளை யொன்றை வெட்டி எடுத்து வந்தனர். ஒரு சேலையால் தூளி கட்டி கிளையின் நடுப்பகுதியில் கிழவி மூட்டையைப்போல தொங்கிக்கொண்டுவர கிளையின் இரு முனைகளையும் தோளேற்றித் தூக்கிக்கொண்டு அவர்களின் பயணம் தொடர்ந்தது.

வழியில் இடையிடையே சோலை எதிர்ப்படும்போது நீரும் காட்டுக் கிழங்குகளும் கிடைத்தன. ஆனால், பயணத்தின் நெடுவெளியான பாலையில் சிறுசிறு விலங்குகளை அடித்துச் சுட்டுத் தின்றபடியான பயணம் முடிவற்றுத் தொடர, திசை

குழம்பித் தவித்தனர். கிழவி தூளிக்குள் வதங்கிய கீரைக் குவியலென பிரக்ஞையற்றுக் கிடந்தாள். அவளிடமிருந்து எந்தவித வழிகாட்டுதல்களும் அற்றுப்போன நிலையில் எல்லோரும் என்ன செய்வதென்று தெரியாமல் குழம்பினர். ஒரு வறண்ட ஓடையில் தேங்கிய நீர்க்குட்டையை ஆதாரமாகக்கொண்டு சில பொழுதுகளைக் கழிக்க முடிவு மேற்கொண்டு பயணம் நிறுத்தப்பட்டது.

கந்தலும் பசியும் வலியும் வெயிலும் அன்றைய இரவின் முழுநிலவின் முன் காணாமல் போனது. திசையெல்லாம் எழுந்த நிலா கீழ்வானத்தை ஒரு சுவர்போல அடைத்து நின்றது. குழந்தைகள் கூவியபடி நிலவைத் தொட ஓடினார்கள். அவர்களின் பிஞ்சு விரல்கள் பதித்த அழுக்குத் தடங்களோடு நிலா மேலெழ, குழந்தைகள் எட்டி எட்டிப் பிடிக்க முயன்றனர். அந்தரத்தில் தொங்கும் பசு மடியிலிருந்து பீய்ச்சி வழியும் பாலொளி, விதையின் மீது விழுந்த மழைத்துளியென எல்லோரையும் உள்ளும் புறமும் உயிர்ப்பித்தது. கொண்டுவந்த கிழங்குகளை அவிப்பதற்கு ஓடையில் ஆண்கள் நீர்முகர, பெண்கள் மூன்று கற்களை வைத்து அதன் மீது மண்தோண்டியை இறுத்திக் கீழே சுள்ளிகளைக் கொண்டு தீமூட்டினார்கள். ஆங்காங்கே குடும்பம் குடும்பமாக நிலவொளியில் அடுப்புகள் புகைந்தபடி இருந்தன. அவர்களுக்கு எப்படியோ எங்கிருந்தோ மதுவும் கிடைத்துவிட்டிருந்தது. சின்னச் சின்ன தோல் கருவிகளிலிருந்து துல்லியமான ஓசை அதிர்ந்துகொண்டிருந்தது. நிலா மேற்கில் சரிந்திருந்தபோது ஆங்காங்கே குளிரில் சுருண்டு கொண்டிருந்த குழந்தைகளை வாரி இடுப்பில் ஏற்றி வந்து அதனதன் படுக்கை விரிப்புகளில் கிடத்திவிட்டு, பெண்கள் தங்கள் ஆடைகளை நெகிழ்த்தியபடி உறக்கத்தில் சரிந்தனர். நடு இரவு தாண்டியும் தோலின் ஓசையும் பாட்டும் ஒலித்தபடி இருப்பதைத் தங்கள் கனவுகளின் வழியாக அவர்களால் உணரமுடிந்தது.

விடியலில் மூக்கன் மகளின் அலறல் எல்லோரையும் உசுப்பி எழுப்பியது. எல்லோரும் ஓடிவந்து அவளையும் அவளுக்குப் பக்கத்தில் படுத்துக்கிடந்த கிழவியையும் சூழ்ந்தனர். கிழவியின் நாசித்துவாரத்திலிருந்து எறும்புகள் சாரைசாரை யாக வந்துகொண்டிருந்தன. பெண்களின் விசும்பல் ஒலி சற்றைக்கெல்லாம் ஒப்பாரியாக மாறித் தங்கள் மார்புகளில் அடித்தபடி குழுமி நின்று பாடினர். ஆண்களில் சிலர் காய்ந்த விறகுகள் உடைத்து எடுத்துவரப் போனார்கள். சிலர் தோல் கருவிகளை இசைத்தபடி பகல் முழுவதும் வெயிலில் ஆடிக்கொண் டிருந்தார்கள்.

பெண்களில் சிலர் கிழவியின் சேலையை அவிழ்த்து மூக்கன் மகளுக்குக் கட்டிவிட மற்றவர் குழுமி நின்று குலவையிட்டனர். அந்தக் கிழவியின் பழஞ்சேலையோடு சிறுமி ஓடையில் மூழ்கி எழுந்துவந்து கிழவிக்குக் கொள்ளி நெருப்பைப் போட்டாள். தூரத்தில் ஒரு கருங்கல்பாறைத் திட்டில் கிழவியின் சிதை மூட்டப்பட்டது. விளிம்புகள் தேய்ந்த வேறொரு நிலா குழந்தை களின் கவனத்தைக்கூடக் கவராமல் சோகமான முகத்தோடு இருள் கவிய வெளிப்பட்டது.

சிதையிலிருந்து அடர்த்தியாகப் புகை தென்மேற்குத் திசையை நோக்கிக் கலைந்து பரவியபடி இருந்தது. சிறுமி உரத்த குரலில் சொன்னாள்: 'நம் தாய் இறந்தாலும் நமது பயணமும் தேடலும் தொடரும். நமக்குக் கிடைக்கும் கடவுளுக்கு இவளது பெயரைச் சூட்டி அழைப்போம். இதோ இவள் சிதையிலிருந்து வெளிப்படும் புகையானது எத்திசையில் பரவுகிறதோ அத்திசை நோக்கியே இனி நமது பயணம் தொடரும். எல்லோரும் புறப்படுங்கள்.'

எல்லோரும் தங்கள் உடமைகளைச் சுருட்டியபடி நடக்கத் தொடங்கினர். குழந்தைகள் ஆண்களின் தோள்களில் அமர்ந்தபடி எட்டிய தூரத்தில் எரிந்துகொண்டிருக்கும் சிதையைத் திரும்பித் திரும்பிப் பார்த்தபடி ஏதுமற்ற வெட்டவெளியின் இருட்டில் மூழ்கிக்கொண்டிருந்தனர்.

6

இந்தப் பெருநடை தன்னை எங்கு இழுத்துச் செல்லும் என்பது பற்றிய உள்ளுணர்வு முற்றும் அற்றவளாக சிறுமி நடக்க, அவளைத் தொடர்ந்த கூட்டம் அனைத்திற்கும் அப்பால் ஏதோவொன்றைத் தீண்டும் எதிர்பார்த்தலில் பயணிக்கலானது.

ராப்பகல் கடந்த, தூரம் மறந்தபோதும், தம் பழைய நிலம், தாம் பழகிய நிலம் அருகிக்கொண்டிருப்பதான, கதைவழிகேட்ட தட்ப வெப்பத்தை அவர்கள் உணரத் தொடங்கினர். தாங்கள் இதுவரை உணர்ந்திராத வெயில். வெள்ளியை உருக்கி உடம்பில் ஊற்றுவது போன்றதோர் தகிப்பு. வெளியே சூரியனாகிக் கண்களை நிறைக்கும் கொடுமை. அனல்காற்றின் ஓட்டத்தில் சில குழந்தைகள் நாசியில் குருதி கசியத் துவண்டன.

தூரத்தில் மொழுமொழுவென்று கரேலென நெடும் குன்று கானலிலிருந்து எழுந்தது. அந்தக் கருத்த குன்றை நெருங்க நெருங்க ஒரு ஊர் அப்பாறையை மையம்கொண்டு உருவாகி இருப்பதைத் தூரத்திலிருந்து அறிந்தனர். அனலிலிருந்து தப்பிக்க

சிறுசிறு பாறைகளைக் குடைந்ததான வீடுகள் அடைபட்டு இருந்தன. வீதிகள், சுட்டெரிக்கும் வெயிலில் ஆளரவமற்றுக் கிடந்தன. குஞ்சுகளை அழைத்துச் செல்லும் தாய்ப்பறவைபோல வீதிகளின் வழியே சிறுமி நடக்கலானாள்.

சந்து சந்தாக வளைந்து தெருக்கள் முடிவற்று மடிந்து சென்று இறுதியில் அவர்களை ஊரின் நுழைவாயிலுக்கே, கரும்பாறையைச் சுற்றிக்கொண்டு வந்துவிட்டது. ஊரின் வழியே ஊரைக் கடக்க முடியாமல் மீண்டும் மீண்டும் நுழைவாயிலுக்கே இழுத்துவந்து விடுவதாகப் பாதைகள் இருக்க, சிறுமி கருப்புக்குன்றின் மீதேறி ஊரைப் பார்த்தாள். கருத்த குன்றானது ஒரு பாம்பின் தலையாக விடைத்து நிற்க அதன் உடலென ஒரே வீதியானது நெளிந்து நெளிந்து பலமடிப்புகளாகச் சுழன்று வாலின் முனையாக நுழைவாயில் இருந்தது. இந்த ஊருக்குள் நுழைந்தால் வேறு வழியாக வெளியேற முடியாது என்பதும், ஒரே பாட்டையின் பல அடுக்கு நெளிவுகளில் இந்த ஊர்க் குடிகள் சிக்கிக் கொண்டனரோ என்று சிறுமியின் யோசனை சென்றது.

கருப்புக்குன்றிலிருந்து பல கல் தொலைவில் கிழக்குத் திசையில் இடிபாடுகளோடு ஒரு நகரம் இருப்பதும் அதன் மையத்தில் உச்சி சிதைந்த கோபுரம் ஒன்று நிமிர்ந்து நிற்பதும் சிறுமியின் கண்களை நிறைத்தது. தான் கனவில் அலைந்த இடிபாடுகளின் நகரம் இதுதானோவென்று உள்ளுணர்வு கிளர்ந்தது. சிதிலங்களூடாகப் பாட்டைப் பாட்டைகளாகச் செல்லும் கட்டடங்களின் இடிபாடுகளூடாகத் தன்னை இழுத்துச் செல்லும் அதே அழைப்பு இக்கணம் இந்த விழிப்பு நிலையில் செவிக்குள் ஒலித்துக்கொண்டிருப்பதை உணர்ந்தாள். எட்டிய தூரத்தில் கோபுரம் கானலில் மூழ்கிக்கொண்டிருந்தது.

7

அந்த ஊரைப் பல கல் தொலைவு சுற்றியபடி சிறுமி ஓடினாள். அவளைத் தொடர்ந்த கூட்டம் ஏதோவொரு விபரீதத்தை எதிர்நோக்கியதாய் ஓடியது. தாங்கள் எங்குமே அனுபவித்தறியாத வெயிலின் கொடுமையிலிருந்து தப்பிக்கப் பாதைமாறிச் சென்ற ஆண்கள் பல கல் தொலைவுகளுக்கு அப்பாலிருந்து வேப்பமரங்களின் இலைகள் செறிந்த கிளைகளோடு வந்தார்கள். குறும் புதர்களைப்போல இருந்த கிளைகளைத் தலைக்கு மேலாகப் பிடித்தபடி ஒரு காடே நடந்து செல்வது போல் பாலை வெளியில் சிதைந்த நகரத்தை நோக்கி அவர்கள் முன்னேறினர்.

நகரத்தை நெருங்க நெருங்க இடிந்த பெருஞ்சுவர்களுக்குள் ளாக கோபுரம் அமிழ்ந்தபடி இருந்தது. சிறுமி திடீரென வெறிபிடித்தவள் போலக் குலவையிட, அவளைத் தொடர்ந்து குலவையொலியில் அந்த வெட்டவெளி ஒரு மிருகமென அசைந்து உறுமியது. குலவையோடு தோல்கருவிகளின் ஓசையும் கலந்துகொள்ள, குறும்புதர்களின் ஊர்வலம் நகரத்தின் எல்லையை அடைந்தது. நகரத்தின் நுழைவாயில் வளைவு இடிந்து விழுந்துவிட, இரு பக்கங்களிலும் கல் தூண்கள் இரண்டு சிற்ப வேலைப்பாடுகளோடு நின்றன. வானத்தில் காய்வெடித்த இலவம் பஞ்சுகள்போல பிசிறு பிசிறாய் மிதந்து சென்ற மேகங்கள் இடிந்த நகரத்தின் மேல் மையம்கொண்டு திரளத் தொடங்கியதைக் கூட்டத்தினர் அதிசயத்தோடு பார்த்தனர். தாங்கள் தலைக்குமேலாகப் பிடித்தபடி இருக்கும் பசுங்கிளைகள் எங்கிருந்தோ சீராக வீசியபடி இருக்கும் காற்றில் குளிர்ச்சியாக அசைந்தபடி இருப்பதையும் அதிசயத்தோடு கவனித்தனர்.

சிறுமியைத் தொடர்ந்து நகரத்தின் இடிபாடுகளூடாகப் பச்சை ஊர்வலம். தளங்களற்ற சுவர்கள் வழிநெடுக்க சிதைந்து நின்றன. பாதைகளை இடிந்த சுவர்கள் அடைத்துக் கிடக்க, தூண்களும் பலகைகளும், கலசங்களோடு குடைசரிந்த விதானங்களும் கிடந்தன. கூட்டம் இடிபாடுகளின் கால்கள் சிக்கி நடந்தபடி பாதைகளை உருவாக்கிக் கடக்க, உச்சிவானில் திரண்ட மேகங்கள் கருத்துப் பிளவுபட இடித்த ஓசையினூடாக மின்னல் கொடி விண்முழுவதும் படர்ந்து வெளிச்சமிட சிறுதூரல் விழலானது. திடீரென வெப்பம் தணிந்த ஒரு மந்தாரம். வானும் பூமியும் கரு நீலமாய் உருமாற, கிளைகளை எறிந்துவிட்டு கூட்டத்தினர் தூறல்களை உள்ளங்கைகளைக் குவித்து ஏந்தி நாவால் சுவைத்துச் சிலிர்த்தனர். சிறுசிறு தூறல்கள் படபடவென வலுத்துப் பொசுங்கிய பூமியில்பட்டு மண்வாசனை குப்பென்று கமழ்ந்தது.

இடிபாடுகளினூடாக வெட்டவெளித் திடலில் ஒற்றைப் பனை உயரத்திற்கு மூன்று தேர்கள் ஒன்றின்மீதொன்றாகச் சரிந்துகிடந்தன. ஆளுயர மரச்சக்கரம் ஒன்று சற்று தூரத்தில் கிடந்தது. நடை தளராத கூட்டத்தின் உற்சாகம். சந்து சந்தாகச் செல்லும் நெடிய மதிலொன்றின் ஊடாகவே வளைந்து வளைந்து சென்று மதில் முடிவடைந்த முனையிலிருந்து நாலாபுறமும் பார்வைக்கு எட்டியதூரம் வரை தொடுவானங்களை மறைத்த கட்டடங்களின் இடிபாடுகள். எல்லோருக்கும் அடிவயிற்றி லிருந்து திகில் பரவி நெஞ்சை அடைத்தது. வெட்டவெளி

என்பது பாதுகாப்பானது என்ற உணர்வு மெல்ல எழ தாம் இடிபாடுகளுக்குள் சிக்கிக் கொண்டதன் விபரீதம் சரேலென்ற நீல மழையாகி வலுக்கத் தொடங்கியது. குழந்தைகளை வாரிச்சுருட்டியபடி ஒரு தளம் சரியாத கட்டடத்தைத் தேடி மங்கிய இருட்டில் கூட்டம் ஓடியது. மழை பெருஞ்சூறையாக வலுக்க ஆங்காங்கே நெடிதுயர்ந்த சுவர்கள் தொபீரென இடிந்து விழுந்தபடி இருந்தன. பெண்களும் குழந்தைகளும் வீறிட, பெரிய இருட்டு ஒன்று தம்மைச் சூழ்ந்து மூழ்கடிப்பதை எல்லோரும் உணர்ந்தனர்.

செவ்வகவடிவக் கருங்கல் பாறைகளாலான மதில்கள் சரிந்த பிரும்மாண்டச் சிதைவு ஒன்றின் நடுவில் உச்சி சிதைந்த கோபுரம் ஒன்றின்மீது மின்னல் அறுந்து விழுவதை எல்லோரும் பார்த்தனர். இந்தக் கைவிடப்பட்ட இடிந்த நகரத்தில் தளம்கொண்ட ஓர் இடம் அதுதானென நினைத்த கூட்டம் பாறைகளைத் தாண்டி அதை நோக்கி ஓடியது. மழை பளீர் பளீரென சுழன்று அறைய குழந்தைகளை மார்புக்குள் பொத்தியபடி பெண்கள் ஓடிவந்தனர். இருட்டில் பாறைகள் தடுக்கின. அந்த இடிந்த கோபுரத்தின் வாயிற்கதவு அடைக்கப் பட்டிருந்தது. பெரிய பாறைத்தூணால் அதன் கதவை இடித்து உடைக்க கதவு இரண்டாகப் பிளவுபட்டுத் திறந்தது. உள்ளே மையிருட்டு. பெண்கள் குழந்தைகளை அள்ளிக்கொண்டு அதனுள் ஓடினார்கள். எல்லோரும் அந்தக் குறுகிய அறை அடுக்குகளுக்குள் நெருங்கி நிறைய, வெளியே முழு இருட்டில் பேயின் சிரிப்பென மழை வலுத்துச் சுழன்றது. பெரும் மதில் சுவர்கள் இடிந்து விழும் ஓசைகள் மெல்ல ஒடுங்க கோபுரக் குடைவுக்குள் அடைந்த நனைந்த உடல்களைச் சற்றைக் கெல்லாம் உறக்கம் கவ்வியது. சிறுமி மட்டும் அந்த நெரிசலுக்குள் ளிருந்து, மழை, புள்ளியில் ஒற்றைச் சொட்டாய் ஒடுங்கும் கணம் வரை அதன் ஓசையைக் கேட்டபடி வாயிலின் இருட்டை வெறித்துக்கிடந்தாள்.

8

உச்சி இரவில் மழை ஓய, குளிர்ந்த காற்று கோபுரக் குடைவுக்குள் வீசிச் சுழன்றபடி இருந்தது. தன்னையறியாமல் ஓர் ஆழ்ந்த உறக்கத்திற்குக்கொண்டு சென்ற சிறுமியின் விழிப்பானது மீண்டும் வேறு ஒரு விழிப்பு நிலைக்கு அவளைக் கொண்டுவர ஈரக்காற்றின் சிலுசிலுப்பில் இமைகள் திறந்தாள். ஒரு கனவில் கண்விழித்து இன்னொரு கனவிற்கு வந்ததுபோல தன் இருப்பை மங்கியதொரு மனோநிலையிலிருந்து நினைவு

சூர்ந்தாள். இளங்கருமை வெளிச்சத்தில் தன்னைச் சுற்றிலும் மூட்டை மூட்டையாக அனைவரும் சுருண்டுகிடப்பதை அறிந்த மாத்திரத்தில், வாசலை நோக்கினாள். செவ்வக வாசல் நிலை நீல வெளிச்சத்தில் சிவப்புத் தீற்றல்களோடு தெரிந்தது. சிறுமி தட்டுத்தடுமாறி செவ்வக வெளிச்சத்தை நோக்கி எழுந்து வந்தாள்.

குளிர்காற்று அவளது முகத்தில் ஊசிகளைப்போல தைத்தது. இடிந்த பாறைச் சுவர்களை அறுத்தபடி மறையற்ற பெருநீர் சலசலவென ஓடிக்கொண்டிருந்தது. கீழ்வானில் வெளிச்சம் மெல்ல மெல்லக் கூடிவர ஏதோவொன்றின் நெடிதுயர்ந்த மதிற்சுவரின் பிளவுவழியாக ஒளியின் கீற்று வெளிப்பட்டுக் கோபுரக் குடைவிற்குள் ஊடுருவி வெளிச்சம் பரப்பியது.

தூரத்து மலை முகடுகள் தம்மில் ஆங்காங்கே பச்சைப் பச்சையாய் இமை விழித்திருப்பதைக் கண்கொட்டாமல் பார்த்த சிறுமி எதேச்சையாகக் குடைவறைக்குள் பார்வை திரும்பி ஸ்தம்பித்து நின்றாள். உள்ளே ஒளியின் கீற்றை முழுமை யாகத் தன்னுள் வாங்கி விசிறியபடி கரிய சிலையொன்று ஆள்போல் நின்றிருந்தது. அமானுஷ்யமாய் முலைகள் திரண்ட ரூபம். அதன் காம்புகளிலிருந்து திரவம் துளிர்த்துச் சொட்டியபடி இருந்தது. அவளது உறுப்புகளற்ற முகத்தின் நெற்றியில் ஒற்றைக் கண் பளீரெனத் திறந்தபடி இருக்க, அவளது கல்தலையின் முடிச்சவிழ்ந்து மனிதக் கூந்தல் விரிந்து முன்நெற்றியில் இழையிழையாய்க் காற்றில் அலைந்தது. சடைசடையாய் சிடுக்கு விழுந்த முடிக் கற்றைகள் இருபுறமும் தோள்களின் வழியாக மார்பில் புரண்டன. உற்றுப் பார்த்ததில் அவளது கன்னக் கதுப்புகள் வழியாகச் சடைவிழுந்த தாடியிழைகள் வழிந்து வயிறுவரை நீண்டிருந்தன. அவளது ஸ்தனங்களில் துளிர்க்கும் நீர் முடிக்கற்றைகளை ஈரமாக்கிக் கசிந்தபடி இருந்தது. அவளது ஆயுதம் தரித்த இரண்டு கைகளைக் கோர்த்துப் பின்னியதாய் ஆயுதமற்ற வேறு இரு கைகள். அவளது பின்புறமிருந்து இடுப்பை வளைத்துச் செல்லும் மூன்றாவதாக ஒரு கால். அவளது ஒரு பாதம் தரைபடிய, பாதவிரல்களை மட்டும் தலையிலூன்றிக் குதிகாலுயர்த்தி நிற்கும் மறுகாலுக்கு இணையாக நிற்கும் நான்காவதாக ஒரு கால். அதிசயத்தில் சிறுமி உறைந்து நின்றாள். சிலையின் ஒற்றைக் கண் அவளை நோக்கி ஒளிர்ந்தது. அவள் தாயே என்று அலறினாள். குளிர்ந்த உடல்களில் சூர்யத்தகிப்பு இதமாகப் பரவ சிலையின் அடியில் சுருண்டுகிடந்த கூட்டம் கைகால்களை நீட்டிநெளித்து அசதியோடு மீண்டும் உறக்கத்தில் புரண்டு படுத்தது.

9

நண்பா, கருவறையின் காற்று நுழையாத இருட்டும் செங்குத்தான கோபுரத்தின் வழியாக உள்பரவிய வெயிலின் வெப்பமும் அந்தப் பைத்தியக்காரனின் உடலைப் பதப்படுத்தி காலங்காலமாய் சிலையோடு சிலையாக உறையவைத்துப் பதித்துப் பிணைத்திருக்கலாம் என்று தோன்றுகிறது. உனது கல்வெட்டுச் செய்தியும் எனது கதைப்பாடல் செய்தியும் தெரிவிப்பது சரித்திரத்தின் இந்த வினோத வார்ப்பைப் பற்றித்தான் என்பது என் துணிபு.

இந்தக் கதைப்பாடல் சுமார் ஆயிரம் அடிகளையுடையது. பல்லவி என்ற ஒரு இரட்டையடியானது இடையிடையே அடிக்கடி சேர்த்துப் பாடப்படுகிறது. கத்திரிவெயில் ஆரம்பிக்கும் அந்த இரவு கடற்கரையில் கூட்டமாகக் கூடி கள்ளும் மீனுமான ஒரு சடங்கில் இது பாடப்படுகிறது. அதன் ஒலிப்பேழை இத்துடன் இருக்கிறது. சிறுசிறு தோல் கருவிகளின் ஓசையால் குரல் தெளிவற்றதாக இருக்கும். இன்னும் சில வாரத்தில் அந்தப் பாடல் அடிகளை உனக்குப் பிரதியெடுத்து அனுப்புகிறேன்.

ஓலைச்சுவடியில் இருப்பதெல்லாம் பெரும்பாலும் அரசியலுக்கு அப்பாற்பட்டதாக இருக்கலாம். பாறைகளில் செதுக்கப்பட்டவைகளும் தாமிரப்பட்டயங்களும் உலோகத் தூண்களும் பெரும்பாலும் அரசியல் சார்ந்ததாகத்தான் இருக்கும். ஆனால், நீ குறிப்பிட்டிருந்த கல்வெட்டுச் செய்தி யானது வெற்றுப்புனைவு நிகழ்வு என்பதற்கும் அப்பால் ஓர் அரசியல் நிகழ்வாகவும் இருக்கிறது. நான் குறிப்பிடும் இந்தக் கதைப் பாடலும் அப்படியே. உன் கல்வெட்டும் என் கதைப் பாடலும் ஒரே செய்தியின் இருவேறு வடிவங்கள். ஆக நீங்கள் உருவாக்கிய கல்வெட்டுகளிலிருந்தான வரலாற்றுக்கு நானும் நீயும் வெவ்வேறு இடங்களில் வெவ்வேறு வடிவங்களில் கண்டெடுத்தவை பேரிடியாக விளங்கக் கூடியவைதானே. இவற்றை நீ பொய் என்று மீண்டும் மீண்டும் நிரூபிக்க முயல லாம். ஆனால் உன்னுடைய வரலாற்றின் கட்டுமானத்திற்குப் பயன்பட்ட கல்வெட்டுகள் மாத்திரம் நிஜம் என்று வாதிட என்ன நிரூபணம் இருக்கிறது?

10

நண்பா, பல்கலைக்கழகம் அடைக்கப்பட்ட இந்தக் கோடை விடுமுறையைப் பெரும்பாலும் இந்தக் குளக்கரையிலேயே கழித்துவிடுவேன் போலும். இது ஒரு சித்தர் கோயில், இதன்

குளம் சிறியது என்றாலும் சுத்தமாக இருக்கிறது. சிமெண்டால் ஆன படிக்கரை. சுற்றிலும் அடர்ந்த மரங்கள். மகிழம்காடு. இதன் வாசனை என்னை அற்றுப்போகச் செய்கிறது. தன்னைச் சூழ்ந்த மரங்களின் நிழல்களைப் புதைத்துக் கிடக்கும் பளீரென்ற நீரில் ஒரே ஒரு மீன் மட்டுமே இருக்கிறது. ஒரு முழம் கொண்ட விறால்மீன் அது. அது எப்பொழுதும் ஒரே இடத்தில் அசையாமல் நிற்கிறது. என்றைக்குப் பார்த்தாலும் ஒரு மூழ்கிய கட்டையைப்போல அது அசைவற்று நிற்கிறது. நீருக்குள் அதன் மோனநிலை. அந்த நிலையை நான் அடைய முடியுமா? சரித்திரத்திற்குள் அசைவற்று இருப்பது...

11

முன்பெல்லாம் கரையில் அமர்ந்து கடலின் பரந்த நீர்வெளியைப் பல மணி நேரங்களுக்கு வெறித்தபடி இருப்பேன். தூரத்துப் படகுகளும் கப்பல்களும் சில சமயம் கண்ணுக்குள் வரும்; சில சமயம் கண்ணிலிருந்து மறையும். ஒரு தருணத்தில் பார்வை யிலிருந்து கடலே மறைந்துவிடும். கடல் இருந்த இடத்தில் என் பார்வை மட்டும் இருக்கும். சில சமயம் பார்வையும் அற்ற நிலை.

நண்பா, கடல் சில நாட்களாக எனக்கு அச்சத்தைத் தருகிறது. அந்தக் கடலில்தான் எங்கிருந்தோ என் சிந்தையை ஆட்கொண்ட அந்தக் கதைப்பாடல் கிடைத்தது. இப்பொழுது எனக்கு இந்தக் குளமும் அதில் நிற்கும் மீனின் யோகமும் மனதை நிறைக்கிறது. இந்த மீனைப் பற்றி என் மகளிடம் சொன்னேன். நீ அசைந்தால் மீனும் அசையும் என்றாள் அவள். நான் அசைந்து பார்த்தேன் மீன் அசைவதுபோல இருந்தது. அது மட்டுமல்ல, ஒரே இடத்தில் வந்து நாள் முழுவதும் நிற்பது ஒரே மீனல்ல என்பதையும், குளத்தின் பல மீன்களில் ஏதேனுமொன்று அந்த இடத்தில் தினமும் நிற்கிறதென்ற உண்மையையும் புரிந்து கொண்டேன். இதை மகளிடம் சொன்னேன். அவள் சொன்னாள்: மீனைப் பார்க்கும் கோணங்கள் மாறும்போது ஒரு மீன் பலவாக மாறுமென்றும், அதேபோல் அதன் கோணத்திலிருந்து நீ மாறும்போது பலவாகித் தெரியலாமென்றும்.

அன்று உறக்கமற்ற இரவில் எழுந்து நீரருந்த குளிர்சாதனப்பெட்டியைத் திறந்தபோது பக்கத்தில் வந்து தோள்தொட்டுச் சொன்னாள்: 'அப்பா சரித்திரமென்பது குளமுமல்ல கடலுமல்ல – மீனுக்கு வெறும் நீர்.'

ஏழாவது உடை

பரமபதப் பாதைகள்

சிறுநீரகங்களில் ஒன்றை விற்றுத் தனது முதல் நாவலை அவன் வெளியிட்டதை அறிய வந்தபோது அவனிடமிருந்து எனது உறவைக் கொஞ்சம் கொஞ்சமாகத் துண்டித்துக்கொள்ளத் தொடங்கினேன். தனது கண்களில் ஒன்றை விற்பதற்குப் பேரம் நடைபெற்றபோது, அந்த நகரத்தை விட்டே நான் ஓடிவந்துவிட்டேன். பிறகு, ஒற்றைக்கண்ணன் என்று கையொப்பமிடப்பட்டு எனது புதிய முகவரிக்குக் கடிதங்கள் வரத் தொடங்கின. என்னால் இயன்ற அளவிற்கு அடிக்கடி அவனுக்குப் பணம் அனுப்பிக்கொண்டு தானிருந்தேன். இருப்பினும், அவன் விரும்பியும் அவனை நேர்கொண்டு சந்திப்பதைக் கடந்த ஆறு வருடங்களாகத் தவிர்த்தபடி இருந்தேன். அவனது எழுத்துகளைப் போலவே அவனும் எனது உள்ளீடை அற்றுப் போகச் செய்து அங்கு தன்னை நிறைத்துக்கொள்ளத் தொடங்கிவிடு வான் என்ற பயத்தினாலேயே அவனை நான் தவிர்த்தபடி இருந்தேன். அவனுடைய உறவுப் பின்னலும் அவனது எழுத்துகளுடனான தரிசனப் பகிர்வும் யாரொருவரையும் மிகச் சுலபமாக அவனைப்போலவே உருமாற்றிவிட வல்லது. அவனுடனான எனது உறவில் நான் அவனை நகல் செய்வதாகத்தான் ஆரம்பத்தில் நினைத்தேன். நாள்பட நாள்பட நான் முழுமையாக அவனாக மாறிவருவதை உணர்ந்தபோது மிக மூர்க்கமாக அவனுடனான எனது உறவைத் துண்டித்துக் கொண்டேன். சமீபத்தில் ஒரு நாள் அவனுடைய

வழக்கறிஞர் என்னை வந்து சந்தித்தார். அவர் சொன்ன செய்திகள் மற்றவர்களுக்கு மிகச் சாதாரண ஒரு விஷயம், என்றாலும் எனக்கு அது தாளமுடியாத வலியைக் கொடுத்தது.

நாட்டில் சமீபகாலமாகப் பரவி வரும் மனித உறுப்புகள் வியாபாரத்தில் அவன் தன்னை முற்றாய் இழந்துவிட்டிருக் கிறான். வறுமைக்கோட்டிற்குக் கீழான நிலையிலிருப்பவர்கள் தங்கள் வாழ்க்கையில் கொஞ்ச காலமேனும் பசிபட்டினி யின்றி உண்டு களித்து உலக சுகங்களில் சொற்பத்தையேனும் அனுபவித்துவிட வேண்டி தமது உடலுறுப்புகளை விற்றுப் பணமாக்கத் தொடங்கியிருக்கிறார்கள். இந்த வர்த்தகத்தில் நாட்டின் மிகப்பெரிய நிறுவனங்கள் இறங்கியுள்ளன. கிராமங்கள் நகரங்களென நாட்டின் மூலைமுடுக்கெல்லாம் குட்டிக்குட்டி ஏஜென்ஸிகளும் கமிஷன் தரகர்களும் பெருகிக்கொண் டிருக்கும் நிலையில், ஏதோ ஓர் ஏஜென்ஸியிடம் தன்னை அவன் முற்றாக விற்றுவிட்டிருக்கிறான். ஆதரவற்றவர்கள், தமக்கென்று ஏதுமற்ற நடைபாதைவாசிகள், பஞ்சத்திற்குட்பட்ட பகுதிகளைச் சார்ந்தவர்கள் எனப் பலதரப்பட்ட விளிம்புப் பகுதி மனிதர்களிடம் அவர்கள் உயிருடன் இருக்கும்போதே அவர்களுடைய உடலுறுப்புகளைக் குறிப்பிட்டதொரு தொகையைக் கொடுத்து வாங்கிவிடும் ஏஜென்ஸிகள், ஒரு குறிப்பிட்ட வருடங்கள் வரை அவர்களை வாழ அனுமதிக்கும். பிறகு காலக்கெடு முடிந்தவுடனே அவர்களது உடலிலிருந்து எல்லா உறுப்புகளும் பிரித்தெடுக்கப்பட்டு அவர்களது வெற்று உடம்பு உறவினர்களிடம் ஈமச்சடங்கிற்காக ஒப்படைக்கப் பட்டுவிடும். மதிப்பற்றிருந்த ஓரப்பகுதி மனிதர்களின் உடல்களுக்கு இந்த வர்த்தகத்தின் மூலம் சந்தை மதிப்பு கூடியதிலிருந்து பட்டினிச் சாவு என்பது இல்லாமல் போனது. வயது வந்தவர்கள் மட்டுமே இந்த வர்த்தகத் திட்டத்தில் தன்னிச்சையாகச் சேர்ந்து பயனடையலாம் என்ற வயது வரம்பின் கட்டுப்பாட்டைத் தளர்த்தி, பெற்றோர்கள் தங்கள் விருப்பப்படி குழந்தைகளின் ஒப்புதலின்றியே தமது குழந்தைகளையும் விற்றுப் பயனடையும் சட்ட முறைமையைக் கொண்டுவரவேண்டுமென்ற விவாதங்களும் மேல்மட்டத்தில் நடந்துகொண்டிருக்கின்றன. முதிய உடலுறுப்புகளுக்குச் சந்தை மதிப்பு இல்லை.

மூன்று வருடங்களுக்கு முன்பு அந்தக் குறிப்பிட்ட ஒரு நிறுவனத்திடம் அவன் போட்டிருந்த ஒப்பந்தப்படி தன்னை ஒப்படைத்துவிட வேண்டிய காலம் கடந்துவிட்டபோதிலும், அவன் தனது பெரும்படைப்பை இன்னும் எழுதி முடிக்காத நிலையில், அந்நிறுவனத்திடம் தன்னை ஒப்படைத்துத் தனது

இருப்பை அழித்துக்கொள்ள இயலாது என்று கூறித் தனக்குக் கால அவகாசம் வேண்டி வழக்கு தொடுத்திருப்பதாக அவனுடைய வழக்கறிஞர் கூறினார். அந்த நிறுவனமும் சட்ட நடவடிக்கையில் இறங்கியுள்ளதாகவும் சொன்னார். ஏற்கனவே வெளிநாட்டு நிறுவனம் ஒன்று அவனது உறுப்புகளுக்கு அந்த ஏஜென்ஸியிடம் முன்தொகை கொடுத்து முன்பதிவு செய்துவிட்ட நிலையில், காலக்கெடு முடிந்தும் அவனது உறுப்புகளை அனுப்பி வைக்காவிட்டால் அந்நாட்டு நிறுவனம் அகில உலக நீதிமன்றம் மூலமாகச் சட்ட நடவடிக்கை மேற்கொள்ளுமெனவும் கூறினார். உள்நாட்டு நிறுவனங்களெல்லாம் ஒன்று சேர்ந்து இவனுக்குக் கால நீட்டிப்பு வழங்கக் கூடாது என மேல் முறையீட்டு மன்றத்தில் விண்ணப்பித்திருப்பதாகவும் சொன்னார். ஒருவனுக்கு ஒரு குறிப்பிட்ட தேதியோடு கெடு முடிந்த பிறகு அதை நீட்டிக்கும் உத்தரவை வழங்கும் அதிகாரம் சட்டத்திற்கு இல்லை என்றும், நாடாளுமன்றத்தில் அப்படியொரு சட்டம் இயற்றப்படு மெனில், எல்லோரும் சட்டப்பூர்வமாக தமது காலக்கெடுவை ஏதேனும் காரணம் சொல்லி நீட்டித்துக்கொண்டிருந்தால் இந்த வியாபாரத்தில் இறங்கியிருக்கும் நிறுவனங்களுக்குப் பெருத்த நஷ்டம் ஏற்படுமென்றும், இதனால் நாட்டிற்கான ஏற்றுமதி மூலம் கிடைக்கும் அந்நிய செலாவணியில் பெரும்பாதிப்பு ஏற்படுமென்றும் குறிப்பிடப்படுவதாகச் சொன்னார்.

தனது காலக்கெடுவை நீட்டிக்கச் சொல்லி ஒற்றைக் கண்ணன் நீதிமன்றத்தில் முறையிட்டுள்ளதானது பெரும் பிரச்சினையாகி நாடாளுமன்ற விவாதங்களிலும் முக்கியப் பேச்சாகிவிட்ட நிலையில், அகில உலக வர்த்தக சம்மேளனம், உறுப்பினரின் காலக்கெடுவை நீட்டித்தலாகாது என்று மூன்றாம் உலக நாடுகளின் பாராளுமன்றங்களைக் கேட்டுக் கொண்டிருப்பதாகவும் வழக்கறிஞர் சொன்னார். இவனுடைய பிரச்சினை இன்று அகில உலகப் பிரச்சினையாகி இருக்கிற தென்றும், தனது விருப்பத்துக்கு மாறாகத் தன்னைக் கைது செய்ய முயன்றால், தன்னைத் தீயிட்டுக் கொளுத்திக்கொண்டு தனது உறுப்புகளைச் சாம்பலாக்கி விடுவேனென்றும் அவன் எச்சரித்துவிட்டு, ஆயுதம் தாங்கிய காவலர்களால் முற்றுகையிடப்பட்டிருக்கும் தனது இருப்பிடத்திற்குள் அவன் எந்த ஒரு சலனமுமில்லாமல் தனது பெரும்படைப்பில் தொடர்ந்து ஈடுபட்டுவருவதாகவும் வழக்கறிஞர் கூறினார்.

அவனுடைய முறையீட்டை நீதிமன்றத்திற்குக்கொண்டு சென்றதினால் தான் தனிப்பட்ட அரசியல் நெருக்கடிகளுக்கு ஆளாகியிருப்பதாகச் சொன்னார். நீதிமன்றம் ஒற்றைக் கண்ணனின் முறையீட்டின்மீது இன்னும் தீர்ப்பு வழங்காத

நிலையில் அகில வர்த்தக உலகில் ஒரு பெரும் எதிர்பார்ப்பு உருவாகியிருப்பதாகவும், ஒற்றைக்கண்ணனுக்குச் சாதகமாகத் தீர்ப்பு வழங்கிக் காலக்கெடு நீட்டிப்பு என்ற தில்லுமுல்லுத்தனத் திற்குச் சட்டரீதியான முன்னுதாரணத்தை ஏற்படுத்திவிடக் கூடாது என்று பாராளுமன்ற எதிர்க்கட்சித் தலைவர் இன்று பேசியிருப்பதாகவும் சொன்னார். ஒற்றைக்கண்ணனுக்கு ஆதரவு திரட்டிவரும் உள்ளூர் அறிவுஜீவிகள் குழு அகில உலக எழுத்தாளர் மன்றத்தின் ஆதரவுக்கரம் வேண்டிக் கடிதம் எழுதியுள்ளதாம். ஒற்றைக்கண்ணனின் தீர்ப்பை எதிர்பார்த்து காலக்கெடு கடந்துவிட்ட நிலையிலும் ஒத்துழைப்புத் தராமல் விலை பேசப்பட்டவர்கள் தகராறு செய்வதால் அறுவை சிகிச்சை மருத்துவமனைகள் வெறிச்சோடியிருப்பதாக மருத்துவத்துறை வட்டாரங்கள் தெரிவித்திருப்பதாகவும் சொன்னார். இதன் மூலம் மூன்றாம் உலக அடித்தட்டு மக்களுக்கு அரசியல் பிரக்ஞை உருவாகிவிடும் ஆபத்து ஏற்பட்டிருப்பதாக வல்லரசு ஒன்றின் ஜனாதிபதி கவலை தெரிவித்திருப்பதையும் சுட்டிக்காட்டினார்.

செய்தி ஊடகங்களை முற்றாகத் துறந்துவிட்டு ஒரு சிறிய பண்ணையை உருவாக்கி எனக்கான தேவைகளை நிவர்த்தி செய்துகொண்டு எல்லாவற்றையும் விட்டு ஒதுங்கி வாழும் எனக்கு வழக்கறிஞர் சொல்வது புதிய செய்தியாகவும் முதல் செய்தியாகவும் இருந்தது. விலை பேசி விற்கப்பட்ட தன் உடலை ஒருவன் பிறகு பணத்தைத் திருப்பிச் செலுத்திவிட்டு ஒப்பந்தத்தை முறித்துக்கொள்ள முடியாது என்ற நிலையில், என்னிடம் அவன் என்ன உதவியை எதிர்பார்க்கிறான் என்று வழக்கறிஞரிடம் கேட்டேன். அவனுக்குப் பிறகு, அவன் எழுதிக்கொண்டிருக்கும் பெரும் படைப்பை என் செலவில் வெளியிட வேண்டுமென்று அவன் கேட்டுக்கொண்டதாக வழக்கறிஞர் தெரிவித்தார். நான் சரி என்றேன்.

அவனைக் கைது செய்யச் சொல்லி தீர்ப்பு வழங்கப்பட்ட அடுத்த கணம், அவனது இருப்பிடத்தை முற்றுகையிட்டு எக்கணமும் அவனைக் கைது செய்யத் தயாராக இருந்த ஆயுதப்படை அவனது இருப்பிடத்திற்குள் திபுதிபுவென நுழைந்திருக்கிறது. கைவிடப்பட்ட ஒரு பிரும்மாண்ட கட்டடத்தின் சிதிலங்களுக்குள் அவன் எங்கு இருக்கிறான் என்று இடிபாடுகளூடாக ஒட்டடைப் புதர்களைக் கிழித்தபடி ஆயுதப்படை எல்லாத் தளங்களிலும் தேடியிருக்கிறது. கால் வைக்குமிடத்தில் உலுத்த வாரை முறிந்து தளம் உள்வாங்கியதாம். மரப்படிகள் தொடர்புவிட்டு அந்தரத்தில் அசைந்துகொண்டிருந்தனவாம். இருண்ட பகுதிகளிலிருந்து வௌவால்கள் சடசடத்து வெளிப்பட்டுச் சுவர்களில் மோதிக்

காரைபெயர்ந்த செங்கற்கள் சரிந்தனவாம். இருநூற்று அறுபது அறைகள் கொண்ட அந்தப் பழங்காலக் கட்டடத்தில் அவனிருக்கும் இடத்தைக் கண்டுபிடிப்பது பெரும் சிரமமாக இருந்திருக்கிறது. அந்தச் சிதைந்த கட்டடத்திற்குள் தினம் ஓர் அறையாக மாறி மாறி வசிப்பது அவனுடைய வழக்கம் என்று வழக்கறிஞர் கூறியிருந்தார். அன்று அவனது புழக்கத்திலிருந்த அறையைக் கண்டுபிடித்து உலுத்துப்போன கதவைத் தள்ளிக்கொண்டு உள் நுழைந்தபோது, அவனது உடலைப் பெருச்சாளிகள் தின்றுகொண்டிருப்பதைக் கண்டனராம்.

அவனுடைய சிதைந்துபோன உடல் வெளியே கொண்டு வரப்பட்டது. வழக்கறிஞர் கேட்டுக்கொண்டதற்கிணங்கி பல்வேறு அறைகளிலிருந்து சேகரிக்கப்பட்ட அவனது கையெழுத்துப் பிரதிகளின் குவியல் என்னிடம் ஒப்படைக்கப் பட்டது. இரண்டு பைகளில் தாள் தாளாக நிறைக்கப்பட்ட பிரதிகளை எனது பண்ணைக்குக் கொண்டுவந்தேன். ஆயுதப்படையினரின் அக்கறையின்மையால் இன்னும் திறக்கப்படாத பல தளங்களின் வேறு பல அறைகளில் அவனது பிரதிகள் விடுபட்டிருக்கலாம் என்று தோன்றியது. வழக்கறிஞர் மூலம் அந்தக் கட்டடத்தின் மற்ற அறைகளிலும் சோதனையிட்டு வேறு பிரதிகள் இருக்கின்றனவா எனத் தேடிப்பார்க்கும்படி நகரத்தலைவருக்கு விண்ணப்பம் ஒன்றை சமர்ப்பித்தேன். இன்றுவரை எந்த ஒரு பதிலும் இல்லாத நிலையில், கிடைத்த பிரதிகளைக்கொண்டு அவனது பெரும் படைப்பைத் தொகுக்கத் தொடங்கினேன். கொத்துக் கொத்தாகப் பத்துப் பதினைந்து தாள்கள் தைக்கப்பட்டிருந்தன. சில கொத்துகளில் எல்லாப் பக்கங்களும் எழுதப்பட்டிருந்தன. சிலவற்றில் எழுதப்பட்டுத் தொடரப்படாமல் பாதியிலேயே நிறுத்தப்பட்டிருந்தது. எல்லாத் தாள்களிலும் பக்க எண் இடப்பட்டிருந்தது, பெரும் நிம்மதியைத் தந்தது. எல்லாப் பிரதிகளின் முடிவிலும் தவறாமல் தேதி குறிப்பிடப்பட் டிருப்பதையும் அறிய முடிந்தது. அந்தத் தேதிகளை வரிசைப் படுத்தியே எல்லாத் தாள்களையும் ஒரு மாதிரியாகத் தொகுத்துக் கொள்ள முடிந்தது.

அவனது பெரும் படைப்பானது ஆரம்பத்தில் நாவலாக எழுதப்பட்டு, அது பாதியிலேயே கைவிடப்பட்டு, நாடக வடிவத்தை முயற்சித்துப் பார்த்திருப்பது தெரிகிறது. மருத்துவமனை ஒன்றின் வரைபடம் மாற்றி மாற்றி வெவ்வேறு விதங்களில் கதைப் போக்கிற்குத் தகுந்தாற்போல வரையப் பட்டுள்ளது. மேலும், நாடக அரங்கமைப்பு பற்றிய குறிப்புகளும் வரைபடங்களும் இருந்தன. இருந்தாலும், அவன் நாவலாகவோ

நாடகமாகவோ தனது பெரும்படைப்பைத் தொடர முடியாமல் கால அவகாசமில்லாததால் சிறுகதையாக எழுதிவிட முயற்சித்திருப்பது தெரிகிறது.

தாள்களின் கொத்துகள் ஒவ்வொன்றும் ஒரு சிறுகதையைத் தாங்கியிருப்பதை வாசிப்பில் தெரிந்துகொண்டேன். ஒரே கதையைப் பல்வேறு விதமாக அவன் எழுதிப் பார்த்திருக்கிறான். சில முழுமை பெற்றும், சில தொடரப்படாமல் இடையிலேயே நிறுத்தப்பட்டுமிருந்தன. ஒரே தலைப்பின் கீழ் ஒரே கதையை அவன் வெவ்வேறு விதமாக எழுதியிருந்தாலும் அவையாவும் ஒரே கதை அன்று. ஒவ்வொரு கதையின் தலைப்புதான் ஒன்றே தவிர கதையானது ஒன்றுக்கொன்று தொடர்பற்றும் இருப்பதை அறிந்தேன். தான் இறுதியாக எழுதி முடித்துத் தேதியிட்டிருந்த கதையும், அவன் எழுத ஆரம்பித்ததன் முதல் கதையும் ஒரு சொல்லும் மாறாமல் அச்சு அசலாக எந்தவொரு வித்தியாசமுமில்லாமல் ஒன்றே போலிருந்தன. நிச்சயமாகத் தனது முதல் கதையைப் பார்த்து கடைசியாக எழுதியிருப்பதைப் பிரதியெடுத்திருக்க மாட்டான் என்பது தெரிகிறது. அதற்கான அவசியமும் இல்லை. மேலும் வெவ்வேறு அறைகளிலிருந்து சேகரிக்கப்பட்ட பிரதிகள் அவை என்பதால் அவன் தான் எழுதியவற்றை எந்நேரமும் தன்னுடனேயே வைத்திருக்கவும் வாய்ப்பில்லை.

சுமார் ஆயிரத்து எழுநூறு பக்கங்கள் கொண்ட தாறுமாறான அப்பிரதிகளைத் தொகுத்து எந்த வடிவம் என்றில்லாமல் ஒரு புதிய வடிவமாக அதை வெளியிட முடிவு செய்தேன். ஆரம்பமும் முடிவும் இல்லாத எனது தொகுப்பு முறையில் எப்பொழுது வேண்டுமானாலும் பிரதியிலும் காலத்திலும் எந்த இடத்தில் வேண்டுமானாலும் அவனது விடுபட்ட பிரதிகளை அந்தக் கட்டடத்தின் திறக்கப்படாத அறைகளுக்குள்ளிருந்து தேடி எடுத்துவந்து தீவிர வாசகர்கள் சேர்த்துக்கொள்ளலாம். எனது தொகுதியில் புதிய புதிய பக்கங்கள் சேரச்சேர அந்தப் படைப்பானது வெவ்வேறு பரிமாணங்களில் தன்னை வெளிப்படுத்திக் கொள்ளலாம். தன்னைப் புதுப்பித்துக் கொள்ளலாம். நிஜத்தில், தனது பெரும்படைப்பானது வெவ்வேறு காலகட்டங்களில் வெவ்வேறு விதமாகத் தொகுக்கப்பட்டு வெவ்வேறு வாசிப்பின் மூலம் வெவ்வேறு பிரதிகளாக அவை உருமாறிய வண்ணம் இருக்க வேண்டும் என்ற கருத்தில் கொண்டுதான், யாராலும் அணுக முடியாத அந்த இடிபாடுகளின் பொந்துகளுக்குள் தனது படைப்பைச் சிதைத்துப் போட்டிருக்கிறானோ என்று எண்ணத் தோன்றுகிறது.

அவன் இறுதியாக எழுதியதாக என்னால் அனுமானிக்கப்பட்ட கணிசமான பக்கங்கள் கொண்ட ஒரு முழுமையான படைப்பை எனது தொகுப்பிலிருந்து பிரித்தெடுத்து, ஒரு சிறு குறிப்புடன் பிரசுரத்திற்காக ஒரு பிரதான பத்திரிகைக்கு அனுப்பி வைத்தேன். அந்தக் கதையின் சுருங்கிய வடிவத்தை எனது மொழிநடையில் இங்கு தருகிறேன்:

உங்களுக்கு நான் சொல்லப்போகும் கதை நாடகமாக நிகழ்த்திப் பார்க்கப்பட வேண்டியது. அல்லது, ஒரு நாவலாக வாசிக்கப்பட வேண்டியது. அவகாசமின்மையால் நான் எழுதிக்கொண்டிருக்கும் இந்த எழுத்து ஒரு சிறுகதையாகவோ அல்லது குறுநாவலாகவோ முடிந்துவிடும் என்று நினைக்கிறேன். இந்த இடிந்துபோன கட்டடத்திற்குள் எனக்கான வசிப்பிடத்தை உருவாக்கிக்கொண்டு எந்நேரமும் தளம் இடிந்து என் தலையில் விழலாம் என்ற அபாயத்திற்குள்ளிருந்து இதை எழுதுகிறேன். இந்த மங்கிய வெளிச்சத்தில் எனது ஒற்றைக் கண்ணில் வலி எடுக்கிறது. வலி. தாள முடியாத வலி. ஒருவனுடைய எல்லா அனுபவத்தையும் இன்னொருவனுக்கு மொழியின் மூலமாக உணர்த்திவிட முடியும். தான் உணருவதைப் பகிர்ந்துகொள்ள முடியும். ஆனால், வலியை மட்டும், ஓர் உடம்பின் வலியை மட்டும் இன்னொரு உடம்புக்கு உணர்த்தி விளங்க வைக்க முடியாது. அதனால்தான் நான் என்றைக்குமே மனித வலிகளைப் பற்றி எழுத முயன்றதில்லை.

என்னைக் கைது செய்ய நீதிமன்றத்தின் உத்தரவை எதிர்பார்த்து நான் எங்கும் தப்பிச் சென்றுவிடக் கூடாது என்பதில் மிகக் கவனமாக இரவு பகலெனக் காவல் செய்யும் தனியார் கூலிப்படையை ஜன்னலின் வழியாகப் பார்த்துக்கொண்டிருக்கிறேன். அந்தப் படை இக்கட்டடத்திற்குள் நுழையுமெனில் பாரமும் அதிர்வும் தாளாது தளங்கள் இடிந்து அத்தனை அடுக்குகளும் சரிந்துவிடும் ஆபத்து இருக்கிறது. அத்துமீறி என்னைச் சிறைபிடிக்க இயலாததற்கு இந்தப் பிரும்மாண்ட கட்டடத்தின் பலவீனமே காரணம் என்று நினைக்கிறேன்.

நான் எழுதிக்கொண்டுவரும் எனது கதையின் இயங்கு தளமான மருத்துவமனையைப்போலவே இந்தக் கட்டடம் உள்ளதென்று சொல்வது சரியானதாகாது. இந்தக் கட்டடத்தின் புதிர்ப் பாதைகள் குத்துக்கோட்டுத் தன்மையானதாகவும் மருத்துவமனையின் வடிவமைப்பும் அதன் வழிப்போக்குகளும் கிடைக்கோட்டுத் தன்மையானதாகவும் இருக்கின்றன. இவை இரண்டின் இயங்கு விதிகளும் வெவ்வேறானவை.

அந்த மருத்துவமனை இருக்கும் ஊருக்கு வேதபுரி என்று பெயரிட்டு அழைக்க விரும்புகிறேன். அதை ஒரு மகப்பேறு மருத்துவமனை என்று நான் சொன்னதும் இதை வாசிக்கும் உனக்கு உடனடியாகப் பிரசவ வலியில் அலறும் பெண்களின் பலவிதமான ஓசைகள் செவிகளில் எதிரொலிக்க வேண்டும். அப்படி ஒலிக்கவில்லையெனில் அந்த அனுபவத்தை அறிந்து கொள்ளவேண்டி உள்ளூர் மகப்பேறு மருத்துவமனைக்குச் சென்று இரவின் நிசப்தத்தில் அதன் வராண்டாவில் தியானத்தில் அமர்ந்துவிடு. உயிர்மையின் ஓசைகளை நீ அறிந்துகொள்வாய்.

வேதபுரியின் மகப்பேறு மருத்துவமனை அந்தப் பிராந்தியத்தில் மிகவும் பிரசித்தி பெற்றது. அங்கு போய்ச் சேரும் ஒரு கர்ப்பிணி எந்த ஒரு பழுதுமின்றித் தாயும் சேயுமாக நலமாக வீடு திரும்புவாள் என்பது ஐதீகம். அந்த மருத்துவமனையில் தமது இருபதாவது வயதில் செவிலியர்களாக வேலைக்குச் சேர்ந்த மூன்று பெண்களைப் பற்றிய கதையைத்தான் நான் எழுதிக்கொண்டிருக்கிறேன். அசப்பில் ஒரே தோற்றத்தில் இருக்கும் அந்த மூன்று பெண்களும் நீ நினைப்பதுபோல சகோதரிகள் இல்லை. ஒருவேளை, அந்த மூன்று பெண்களும் வெவ்வேறு தாய்களுக்கு ஒரே விந்தால் கருத்தரித்தவர்களாக இருக்கலாம் என்று உனது ஐயப்பாட்டிலிருந்து நான் யோசித்து ஒரு முடிவுக்கு வருகிறேன்.

வேதபுரி மக்களிடம் அந்த மூன்று செவிலியர்களுக்கும் நாளடைவில் மதிப்பும் மரியாதையும் வளரத் தொடங்கியது. இதைப் பார்த்து மற்ற செவிலியர்களுக்குப் பொறாமை உண்டாயிற்று என்று நான் சொல்லத் தேவையில்லை. அந்த மூவரில் யார் பிரசவம் பார்த்தாலும் தாயும் சேயும் அவர்களின் குடும்பமும் யோகமுண்டாகி சௌபாக்கியத்தோடு துலங்குவ தாகப் பேச்சுப் பரவியது.

தினமும் பிரசவம் நடந்து கொண்டேயிருந்தது. நாளுக்கு ஒரு குழந்தையேனும் பிறந்துவிடும். சில நாட்களில் இருபது பிரசவம்கூட நடக்கும். நிறைய எண்ணிக்கையில் பிரசவம் நடக்கும்போது மூவரும் பரபரப்பாக இயங்குவார்கள். அவர்களுடைய விளையாட்டு அப்பொழுதெல்லாம் மிகுந்த சுவாரஸ்யத்தை எட்டிவிடும். ஒரு தாயின் வயிற்றில் பிறந்த குழந்தையை எடுத்து இன்னொரு தாயின் குழந்தையெனச் சொல்லி மாற்றிக் கொடுப்பார்கள். பிரசவ மயக்கத்திலிருக்கும் தாய்மார்களுக்குத் தெரியாமல் குழந்தைகளை இடம்மாற்றி வைத்து, குழந்தைகளைக் கலைத்துப் போட்டு அவர்களின் நிஜக் குழந்தையை அவர்களிடமிருந்து பிரித்த வேறொரு போலிக்

ஏழாவது உடை

குழந்தைக்கு, யாரோ பெற்ற குழந்தைக்குத் தாயாக்கி விடுவார்கள். இந்த விளையாட்டு பல காலங்களாகத் தொடர்ந்து வந்தது.

வேதபுரியின் புதிய தலைமுறையை ஒரு அனாதைச் சமூகமாக்கிவிட்டதில் அவர்களுக்கு ஏகதிருப்தி. தங்களால் இயன்ற அளவிற்கு வேறு யாருக்கும் தெரியாமல் மிக ரகசியமாக இந்த விளையாட்டை இவர்கள் ஆடிவருவதை சக செவிலிப் பெண்ணொருத்தி கண்டுபிடித்துவிட்டபோது, மூவரின் விரல் நகங்களும் பற்களும் உலோகமாகிவிட்டன. தங்களுடைய விளையாட்டில் அவளைச் சேர்ந்துகொள்ளச் சொன்னார்கள். அவளோ பேரதிர்ச்சியோடு மருத்துவமனையின் தலைமையிடம் சொல்லப்போவதாகச் சொன்னாள். வேண்டாம், எங்களோடு சேர்ந்து கொள்ளென்று அந்த மூவரும் அவளது கால்களைப் பிடித்து மன்றாடினார்கள். அவளோ, அவர்களது வேண்டுதலை உறுதியோடு மறுத்துவிட்டதோடல்லாமல், ஊர்முழுவதும் இந்தச் செய்தியைச் சொல்லி அதிகபட்ச தண்டனையான மரணதண்டனை வாங்கித் தராமல் ஓயமாட்டேன் என்று கோபத்தில் கத்த ஆரம்பித்து விட்டாள்.

அவள் போட்ட சத்தத்தில் குழந்தைகள் கத்த ஆரம்பித்து விட்டன. தாய்மார்கள் உறக்கம் கலைந்து அவற்றைத் தணிவுபடுத்தும் நாவொலியும் கேட்கத் தொடங்கிவிட்டது. மற்ற செவிலியர்கள் வருவதற்குள் அவளைக் கொன்றுவிட மூவரும் முடிவெடுத்ததுபோல அவளைப் பிடித்துக் கழுத்தை நெரிக்கத் தொடங்கிவிட்டனர். குறைப் பிரசவம் ஆகிவிட்ட குழந்தைகள் ஒருவிதத் தாய்ச்சூடு வேண்டி வெப்பமூட்டப் பட்ட ஒரு கண்ணாடிப் பெட்டிக்குள் பல நாட்களுக்கு வைக்கப்படுவார்கள். அப்படிப்பட்ட குழந்தைகள் வைக்கப் படும் கண்ணாடி அறைக்கு அவளை மூவரும் இழுத்து வந்தனர். அவள் மூச்சுத் திணறி கால்களை உதைத்துக்கொண்டிருந்தாள். ஒருத்தி அவளது இரண்டு கால்களையும் பிடித்துக்கொள்ள இன்னொருத்தி அவளது மார்பில் அமர்ந்துகொண்டு இரண்டு கைகளைப் பிடித்துக்கொள்ள, மூன்றாமவள் அவளது தலையைத் தனது மடியில் இருத்திக்கொண்டு கழுத்தை நெரித்தாள். சில நிமிடங்களில் நாசியில் குருதி வழிய முகத்தில் பிணக்களை அரும்பி அவள் உறைந்து போனாள்.

மூவரின் இந்தச் செயலை கண்ணாடிப் பெட்டிக்குள்ளிருந்து ஒரு சிசு பொம்மையைப்போல எழுந்து உட்கார்ந்துகொண்டு கண்ணிமைக்காமல் பார்த்துக்கொண்டிருப்பதை மூவரும் ஒரு சேரப் பார்த்தார்கள். தமது நாக்கை நீட்டி அதைப் பார்த்துச் செல்லம் கொஞ்சினார்கள். பிறகு அவர்கள் அந்தப் பிணத்தை என்ன செய்தார்கள் என்று அந்தச் சிசுவுக்குத் தெரியவில்லை.

அவர்கள் என்ன பேசிக்கொண்டார்கள் என்பதும் பெட்டிக்குள் ளிருந்த அதன் காதுகளுக்கு எட்டவில்லை. அந்தக் குழந்தை வளர்ந்து பெரியவனாகி அந்த மருத்துவமனைக்குச் சென்ற போது மூன்று செவிலியர்களுக்கும் முதுமை தட்டியிருந்தது. அவர்களுக்கு அவனை அடையாளம் தெரியவில்லை. ஆனால், அவர்கள் தமது விளையாட்டை இன்னும் தொடர்ந்துகொண் டிருப்பதற்கான அடையாளமாக அவர்களின் கண்களில் இன்னும் அதே குறுகுறுப்பு மட்டும் மங்காமல் இருந்த்தை அவன் கண்டான். இந்த மருத்துவமனையில்தான், தான் பிறந்ததாக அவர்களிடம் தன்னை அறிமுகப்படுத்திக்கொண்டான். அவர்கள் ஒருவரைப் பார்த்து ஒருவர் அர்த்த புஷ்டியோடு புன்னகைத்துக்கொண்டனர். கம்பளி நூலால் மிக நேர்த்தியாகக் குழந்தைகளுக்கான சட்டைகளைப் பின்னிக்கொண்டிருந்தனர். அவர்களிடம் ஆசி பெற்றுக்கொண்டு, தான் ஒரு பெண்ணாகப் பிறந்திருந்தால் அவர்களுடைய விளையாட்டில் கலந்து கொள்ளலாமே என்ற ஆதங்கத்தோடு இடம் பெயர்ந்தான்.

நான் சுருக்கமாகத் தந்த இந்தக் கதையை, அவன் நாடகமாக எழுத முயற்சித்ததன் பிரதிகள்தான் மிகுந்த செய்நேர்த்தியோடு கலாபூர்வமாக எழுதப்பட்டுள்ளதாக நினைக்கிறேன். பாத்திரங்கள் மூலமாக வளர்த்தெடுக்கப்பட்ட உரையாடலானது தத்துவச் செறிவோடு இருக்கிறது. மூன்று செவிலியர்கள் மூலமாக உலகத் தத்துவத்தின் வரலாற்றுப் போக்கையே அவன் அலசிவிட்டதாக எனக்குப்படுகிறது. ஏனோ அவன் அந்த வடிவத்தைத் தொடர்ந்து முயற்சிக்கவில்லை.

இந்தக் கதையை அவன் நாவலாக எழுத ஆரம்பித்த பிரதிகளை வாசிக்கும்போது அதில் அவனது வாழ்க்கையின் இறுதிப் பகுதியைக் கதைசொல்லியின் கூற்றாக நுழைந்திருப்பது தெரிந்தது. பெண் உடம்புகளுக்காகவும் போதைப் பொருட்களுக் காகவும் தனது உடல் உறுப்புகளை அவன் மொத்தமாக விலைபேசி ஒரு நிறுவனத்திடம் விற்கப்பட்ட செய்தியும் அதில் கிடைத்தது. தனது உறுப்புகளை இன்னும் நல்ல விலைக்கு விற்றிருக்கலாம் என்ற தனது ஆதங்கத்தையும் பதிவுபடுத்தி யிருக்கிறான். சுமார் இருபது பக்கங்கள்கொண்ட ஒரு சிறுகதையை இரண்டு வருடங்களாகத் தொடர்ந்து எழுதிப்பார்த்து எழுதிப்பார்த்துப் பலநூறு பக்கங்களுக்கும் மேலாக அவன் எழுதிச் சென்றிருப்பதில் ஒரு பகுதிதான் இன்று என் வசமிருப் பதையும் ஞாபகம் கொள்ள வேண்டும்.

நான் அனுப்பிவைத்த இக்கதையை அந்தப் பிரதான பத்திரிகை விஷேச கவனிப்போடு பிரசுரித்திருந்தது. கதை வெளிவந்து சக எழுத்தாளர்கள் மற்றும் அறிவு ஜீவிகள்

மத்தியில் பெரும் பரபரப்பை ஏற்படுத்தியது. ஒரு நிலப்பகுதியின் சமூகமே தாய் தந்தையரின் சொந்த அடையாளம் துறந்து அனாதையாக உருவாக்கப்பட்டிருப்பதன் தத்துவார்த்தப் பின்னணிகள் அலசப்பட்டன. நான் தொகுத்திருக்கும் அவனது பிரதிகளை வெளியிட ஒரு வெளியீட்டு நிறுவனம் முன்வந்த அன்று நகரத்தில் பெருவெடிப்பு நிகழ்ந்தது. அந்தப் பெருவெடிப்பிற்குப் பிறகு ஒரு சவ அமைதியில் நகரம் மூழ்கியது. அந்தச் சவ அமைதிக்குள்ளிருந்து நான் ஒரு கணித சூத்திரத்தை உருவாக்கினேன். பிறகு ஓர் எண் சதுரப் பலகையை உருவாக்கினேன். முடிவில் எனது கணினியின் உதவியோடு நான் உருவாக்கி இருந்த சாப்ட்வேர் மூலமாக இந்தச் சவ சூத்திரத்தின் வாய்ப்பாட்டு வழியாக இரண்டு தலைமுறைகளாக நிலவி வந்த அந்தப் புதிரை அவிழ்த்துவிட முடியும் என்று முடிவுக்கு வந்தேன். ஆம், ஒற்றைக்கண்ணன் எழுதியது ஒரு கற்பனைக் கதை இல்லை, நிஜக்கதை என்பதை அக்கதை வெளிவந்த இரண்டொரு வாரங்களில் மூன்று முதிய பெண்களின் தற்கொலையானது நிரூபித்தது.

ஒரே சமயத்தில் ஒரே அறையில் ஒரே முறையில் மூன்று முதிய பெண்கள் தற்கொலை செய்துகொண்டனர். அவர்கள் விட்டுச்சென்ற வாக்குமூலக் கடிதம் எல்லாப் பத்திரிகை களிலும் முதல் பக்கத்தில் பிரசுரமானது. ஒருவித ஆர்வக் கோளாறினால் அந்த வாக்குமூலத்தைப் பிரசுரித்துவிட்டதன் விபரீதத்தை, ஒரு சவ அமைதியானது மெல்ல நகரத்தைக் கவிந்த பிறகுதான் அரசு உணர்ந்தது. பிறகு, என்னிடமிருந்த அவனுடைய பிரதிகள் எல்லாம் அவசர அவசரமாகப் பறிமுதல் செய்யப்பட்டன.

அந்த வாக்குமூலத்தில் மூன்று முதிய பெண்களும் செவிலியர்களாக அவர்கள் தற்கொலை செய்துகொள்வதற்கு முதல்நாள்வரை பணி புரிந்திருக்கின்றனர் என்றும், அவர்கள் பணி ஓய்வு பெற்ற மறுநாள் தம்மைக் கொன்றுகொண்டனர் என்றும் தெரிவித்துள்ளனர். இந்நகரத்தின் பிரசித்தி பெற்ற அரசு மகப்பேறு மருத்துவமனையில் அவர்கள் நாற்பது வருடங்களாகச் செவிலியராகப் பணிபுரிந்து வந்தனரென்றும், அவர்கள் தமது பணிக்காலத்தில் தம்மால் இயன்ற அளவு, தமது தாய்களிடமிருந்து குழந்தைகளைப் பிரித்து இடம் மாற்றிப் போட்டு குழந்தைகளின் நிஜத் தாயின் சேர்க்கையைத் தவிர்த்ததாக ஒப்புக் கொண்டிருக்கின்றனர். ஒருத்தி, தான் இதுவரை தன்னால் பிரசவம் பார்க்கப்பட்ட குழந்தை களில் ஐம்பது சதவீதத்திற்குக் குறையாமல் இடம்மாற்றிப் போட்டிருப்பதாகவும் இன்னொருத்தி அறுபது சதவீதமான

குழந்தைகளைத் தான் அனாதையாக்கியிருப்பதாகவும் மூன்றாமவள் தனது சாமர்த்தியத்தால் எழுபத்தைந்து சதவீதக் குழந்தைகளைத் தாய்களுக்கிடையில் கலைத்துப் போட்டு விளையாடியிருப்பதாகவும் தமது வாக்குமூலத்தில் தெரிவிக்கின்றனர்.

பணி ஓய்வுபெற்ற பிறகு என்ன செய்வது எனத் தெரியாமல் தத்தளித்திருந்த மூவரும் ஒற்றைக்கண்ணனின் கதையைப் பத்திரிகையில் வாசித்த பிறகு, தமது கதையைத்தான் அவன் எழுதியிருப்பதாகக் கண்டுகொண்டனர். சுமார் முப்பது வருடங் களுக்கு முன்பு அந்த மூவரும் செய்த கொலையை மிகத் தத்ரூபமாக தனது கதையில் அவன் குறிப்பிட்டிருப்பதின் மூலம், கண்ணாடிப் பெட்டிக்குள்ளிருந்த குறைமாதக் குழந்தைதான் அவன் என்பதை அவர்கள் உறுதிப்படுத்தியுள்ளனர். மேலும், தங்களைப்பற்றிய எல்லா ரகசியங்களையும் வெளிப்படுத்தி யிருக்கும் அவன், அந்தக் கண்ணாடி அறைக்குள் நடந்தது ஒரு கொலை என்பதாக மட்டுமே நம்பிக்கொண்டிருந்திருக்கிறான் என்று கூறும் அவர்கள், உண்மையில் தாங்கள் அந்தச் செவிலிப் பெண்ணைக் கொலை செய்யவில்லை என்றும், ஆனால் புலன்களின் ஏகத்துவமாக விளங்கும் உடலைத் தனித்தனியாகப் பிரித்து, தமது மகப்பேறு மருத்துவமனைக்குப் பக்கத்துக் கட்டடத்தில் இயங்கும் பொது மருத்துவமனைக்கு அவற்றைக் கொஞ்சம் கொஞ்சமாக அனுப்பி வைத்து அவை வெவ்வேறு உடம்புகளோடு பொருத்தப்பட்டுவிட்டன என்றும் குறிப்பிட்டுள்ளனர். அந்தச் செவிலிப் பெண்ணானவள் புலன்களாகப் பிரிந்து இப்பொழுதும் ஒரே சமயத்தில் பல இடங்களில் வாழ்ந்துகொண்டிருக்கலாமென்றும் அவளது அழிவானது வெவ்வேறு காலங்களில் வெவ்வேறு உடம்புகள் மூலமாக நடைபெறும் என்றும் கூறியிருக்கிறார்கள்.

தங்களது கதையை ஒருவன் எழுதிவிட்ட சந்தோஷத்தில் தாங்கள் இறப்பதாகக் குறிப்பிடும் அவர்கள், தாங்கள் ஆரம்பித்து வைத்த இந்த விளையாட்டை இனி இந்தச் சமூகத்தின் சாதி, வர்க்கம், அரசியல், கலாச்சார சமூக மதிப்பீடுகளினூடாக இந்தக் கதை தொடர்ந்து நிகழ்த்திக்கொண்டிருக்குமென்று நம்புவதாகவும் குறிப்பிட்டுள்ளனர். அவர்களுடைய வாக்குமூலம் பத்திரிகைகளில் வெளியான மறுகணம் ஏற்பட்ட பரபரப்பு மெல்ல அடங்கி ஒரு சவமௌனம் கவிந்து பல மாதங்களாகி விட்டன. எல்லோருக்கும் எல்லோரும் தமது சுய தாய் தந்தையரின் அடையாளத்தைத் தேடி; தான் அழிந்து, தன் சுயமழிந்து இந்நகரத்து வீதிகளில் மனநோய்வாய்ப்பட்டுத் திரிவதைக் காண்கிறேன். இவர்களில் யார் யாருடைய குழந்தை என்பதை

இந்த நாற்பதாண்டு காலப் பிறப்புப் பதிவேட்டின் உதவியுடன் நான் பட்டியலிட்டு எனது கணினியின் மூலம் கண்டுபிடித்து விட்டேன். மருத்துவமனையின் நாற்பதாண்டு காலப் பிரசவப் பதிவேட்டை நான் பார்வையிட நேர்ந்தது. அந்தப் பதிவேட்டின் மூலம் இன்ன தேதியில் இவர்கள் பிறந்துள்ளனர் என்பது பதிவாகியிருக்கும் நிலையில், அவர்கள் இன்ன தேதியில் இந்தக் குழந்தையை இன்னாருக்கு இடமாற்றி வைத்திருக்கலாமென்ற யூக அடிப்படையில் இரண்டு மூன்று சாத்தியப்பாடுகளிலேயே ஒருவனின் நிஜமான தாய் தந்தையரை என்னால் கணித்துக் கூறிவிட முடியும். பரமபத விளையாட்டையொத்த நான் உருவாக்கிய சாப்ட்வேர் இந்நகரத்தின் சவ உறக்கத்தின் சிக்கலைச் சில நாட்களில் அறுத்துவிடும். ஆனால், சிக்கல் அறுந்தால் மீண்டும் புதிய சிக்கல்கள் கிளைத்தெழும். அது பெரும் அபாயத்தைத் தோற்றுவிக்கக் கூடியதாகும். எனவே இந்நகரத்தின் உயிரோட்டம் சில தலைமுறைகளுக்கு சவ அமைதியோடு நிகழ்வதே நல்லது என்று நினைக்கிறேன்.

பதிப்பிப்பதற்காக முழுமைப்படுத்தி வைத்திருந்த அவனது பிரதிகளைப் பறிமுதல் செய்துவிட்ட அரசிடமிருந்து அவற்றை மீட்டெடுக்க வழக்கறிஞரை மீண்டும் தொடர்பு கொள்ள வேண்டியிருந்தது. அது நிமித்தம் அவனைப் பற்றிய சிறு குறிப்புரை தயாரிக்க வேண்டி எனது புத்தக அடுக்குகளில் புதைந்து கிடந்த அவனது நூல்களையெல்லாம் வெளியே எடுத்துப் போட்டேன். நீண்ட காலமாக எனது கவனத்தை விட்டே மறைந்துவிட்டிருந்த அவனது படைப்புகளை மீண்டும் புரட்ட ஆரம்பித்தேன். அவனது முதல் கவிதைத் தொகுதியில் ஒரு கவிதை என்னைத் திடுக்கிட வைத்தது. அதில் பிரசவ மருத்துவமனை ஒன்றைப் பற்றிய குறிப்பு இருந்தது. மருத்துவமனை அறையொன்றில் வெறிச்சோடிய பகல்பொழுதில் பிரசவித்த பெண்கள் தமக்குள் தாயம் விளையாடுகிறார்கள். தாயக் கட்டைகள் உருள்கின்றன. தான் கேட்கும் எண் விழும் பெண், அதே எண்கொண்ட தொட்டிலிலிருக்கும் குழந்தையைத் தனது குழந்தைக்கு ஈடாக மாற்றி எடுத்துக்கொள்கிறாள். இதுபோல, குழுமி அமர்ந்து பெண்கள் பகடைகளை உருட்ட உருட்ட குழந்தைகள் தொட்டில் விட்டுத் தொட்டிலுக்கு மாறி மாறிச் செல்கின்றன. அவனது கவிதையில் காணப்பட்ட இப்படியான ஒரு குறிப்பை இன்று மீண்டும் வாசிப்பதில் ஏதோ ஒரு மர்மம் இதன் மூலம் விடுபடும் என்பதாகத் தோன்றியது. அவனது பெரும்படைப்பில் மூன்று செவிலிப் பெண்கள் விளையாட்டாகக் குழந்தைகளைக் கலைத்துப் போட்டதாக அவன் குறிப்பிடுவதிலிருந்து அவர்கள் ஒருவகை தாயவிளையாட்டின் விதிகளுக்குட்பட்டே குழந்தைகளை

அதனதன் தாய்களிடமிருந்து மாற்றிப் போட்டிருக்கலாம் என்பதான எனது யூகம் மெய்ப்படத் தொடங்கியது. அவனது பெரும்படைப்பின் வாசிப்புத் தர்க்கத்திலிருந்தே எனது கணினி யின் மூலம் நான் உருவாக்கியிருந்த ஸாஃப்ட்வேரின் பரமபதத் தன்மையின் இயக்க விதிமுறைகள் அமையப் பெற்றிருப்பதன் சூட்சுமத்தின் விநோதம் என்னுள் அற்புதமாகப் புலப்படத் தொடங்கியது. எனது கண்டுபிடிப்பின் சூத்திரங்களில் எனக்கு முன்பிருந்த தயக்கம் முற்றாய் நீங்கியது.

செவிலியர்கள் பரமபத விளையாட்டின் விதிமுறைகளின் படியே குழந்தைகளைக் கலைத்துப் போட்டிருப்பதன் தன்மையைக் கொண்டு என்னால் மிக நிச்சயமாக யார் யாருடைய குழந்தை என்பதைக் கண்டுபிடித்துவிட முடியும் என்பதில் சிறிதும் சந்தேகமில்லை. எனக்கு நான் யாருடைய பிள்ளை என்பதை அறிந்து கொள்ளும் ஆவல் மேலிட, நான் பிறந்த தேதியில் யார் யார் என்னுடன் பிறந்திருக்கிறார்கள் என்ற விபரத்தைக் கணினியின் திரையில் ஓடவிட்டேன். நான் பிறந்த தேதியில் என்னுடன் இன்னும் இரண்டுபேர் பிறந்திருப்பதும் அம்மூவரில் ஒற்றைக்கண்ணனின் பெயரிருப்பதையும் கண்டு அதிர்ச்சியுற்றேன். நான் பிறந்த அதே தேதியில்தான் அவனும் பிறந்திருக்கின்றான் என்பதை அறிந்துகொள்ள ஒற்றைக்கண்ணனின் வழக்கறிஞரை உடனே தொலைபேசியில் தொடர்புகொண்டேன். அவனது பிறந்த தேதி எனது தேதியாக இருந்தது. மூன்றாவது குழந்தை பெண்ணாக இருந்தது. மூன்று குழந்தைகளும் எனது ஆட்டத்தின் வரைபடத்தில் உருள, எனது மண்டைக்குள் உலோகத்தாலான தாயக்கட்டைகள் உருளத் தொடங்கின. அவற்றின் ஓசை செவிகளை அடைத்தது. பாம்பின் தலையிலிருந்து எனது முடிவற்ற பெருவீழ்ச்சி. நான் பார்க்கத் தவிர்த்த, எனக்குப் பரிச்சயமற்ற ஒற்றைக்கண்ணனின் தாய்முகம் தோன்றுகிறது. அதன் பிரகாசப் புன்சிரிப்பின் தெத்துப்பற்களில் குறும்புத்தனமான கிண்டல் தெரிகிறது. கண்களை இறுக்கி மூடிக்கொள்கிறேன்.

காலவட்டத்துக்குள் இரண்டு கண்கள்

புரண்டு படுக்கும்போது எதேச்சையாக எனது கைப்பட்ட மனைவியின் உடல் சில்லிட்டிருந்தது. திடுக்கிட்டு விழித்துப் பரபரப்போடு விளக்கைப் போட்டுப் பார்த்தேன். முகமும் உடலும் விரைத்திருந்தது. சுவாசம் முற்றாய் நின்று பிணக்களை கூடிவிட்டிருந்தது. பதற்றத்துடன் அடுத்த அறைக்கு ஓடி அம்மாவையும் மகளையும் உலுக்கி எழுப்பினேன். அவர்களும் செத்துக் கிடந்தார்கள்.

எனது கதறலைக் கேட்டு அப்பா எதிர் அறையிலிருந்து ஓடிவந்தார். குடியிருப்பின் பக்கத்து வீட்டார் கதவைத் தட்டினோம். உதவிக்கு அழைத்தோம்.

வெளியே வந்தவர், தன் மனைவியையும் உடன் அழைத்துவர உள்ளே சென்று பதறியடித்து ஓடிவந்தார். அவர் மனைவி, அம்மா, பணிப்பெண் என அனைவரும் செத்துக் கிடந்தனர். சிறிய மகன் கண்களைக் கசக்கியபடி ஓடிவந்தான்.

அதற்குள் எனது அடுக்குமாடிக் குடியிருப்பின் அத்தனை பகுதிகளிலும் கதறல்களும் ஓலங்களும் எழுந்தன. குடியிருப்பிலிருந்த எல்லா வயதிலும் அத்தனைப் பெண்களும் செத்துவிட்டிருந்தனர். பதறியபடி படியிறங்கித் தெருக்களில் ஓடினோம். எல்லா வீடுகளிலும் தெருக்களிலும் பெண்கள்

செத்துவிட்டிருந்தார்கள். செத்துக்கொண்டேயிருக்கும் பெண்களை ஏற்றிக்கொண்டு வாகனங்கள் விரைந்தன. மருத்துவமனைகளிலும், மருத்துவப் பெண்கள், நோயாளிப் பெண்கள் என அனைத்துப் பெண்களும் செத்துக் கிடந்தனர்.

நகரத்திற்குள் நுழைந்த எல்லாப் பேருந்துகளிலும் ரயில்களிலும் பெண்கள் செத்துக்கிடந்தார்கள். ஆண் காவலர்களும் ஆண் மக்களும் செய்வதறியாது அங்குமிங்கும் ஓடிக்கொண்டிருந்தனர். நகரத்திலுள்ள மக்களில் அத்தனைப் பெண்களும் இறந்துவிட்டனர் என்றும் ஆண்கள் பதற்றத்தைத் தவிர்த்து அமைதிகொள்ளும் படியும் ஒலிபெருக்கிகள் முழுங்கிய வண்ணம் விரைந்தன.

நகரமெங்கும் ஆண்களின் ஓலமும் ஒப்பாரியும். பிணங்களை வீட்டிற்குள் விட்டுவிட்டு ஆண்களனைவரும் கதறியபடி ஓடிக்கொண்டிருந்தார்கள். தற்சமயம் நகரத்தில் ஒரு பெண்கூட உயிரோடு இல்லை என்ற உண்மை தண்டுவடத்தில் சில்லிட்டது.

இந்த நகரம், மாநிலம், நாடு எங்கிலும் பெண்களே இல்லாமல் வெறும் ஆண்களால் நிறைந்துவிட்டது. ஐயோ! இதை என்னால் எப்படித் தாங்க முடியும். இந்த ஆண்களின் ஒப்பாரியை சகிக்க முடியவில்லை. தினம்தினம் கனவுகளில் ஊர்முழுவதும் குவியும் பெண் பிணங்களையும் ஆண்களின் ஒப்பாரியையும் தாங்க முடியவில்லை. கனவுகளுக்குப் பயந்து எத்தனை நாள், எத்தனை மாதங்கள் நான் தூக்கத்தைத் தவிர்த்து இந்நகரின் தெருக்களில் இரவுக் கடைகளைத் தேடித்தேடி ஓடிக்கொண்டிருப்பது? சொல்லுங்கள்! டாக்டர், எனக்கு என்ன ஆனது? சொல்லுங்கள்! எவ்வளவு காலம்தான் என்னைப் பரிசோதிப்பீர்கள்? இன்னும் எத்தனை நாளைக்கு இந்த மருந்து மாத்திரைகள்?

எத்தனைமுறை சோதித்தாலும் என் மண்டைக்குள் இருக்கும் புதிரை அறிந்து கொள்ள முடியவில்லையே உங்களால்! சொல்லுங்கள்! மரணம்தான் எனக்கு அமைதியைத் தருமா? கனவில் செத்துக்கிடக்கும் எனது தொழிற்சாலையில் பணிபுரியும் பெண்களை மறுநாள் உயிருடன் எதிர்கொள்ளும் போது எனது மண்டை வெடித்துவிடும்போல் இருக்கிறது. கனவுகளில் இடங்களும் மனிதர்களும் எனது குடியிருப்புப் பகுதிகளும் நான் சென்றிருக்கும் நாட்டின் பல பகுதிகளும் ஏதோவொன்றாய் மாறிமாறி வருகின்றனவே தவிர, கனவு மட்டும், அந்தப் பிணக்கனவு மட்டும், மாறுவதேயில்லை.

என் மகளும், மனைவியும் தாயும் தினம் தினம் விதம் விதமாக சாகிறார்கள். இன்னும் எத்தனை முறைதான் ராட்சதக்

கருவிகளுக்குள் என் தலையை நுழைத்துப் படமெடுப்பீர்கள்? டாக்டர், எனக்கு இன்னும் பைத்தியம் பிடிக்கவில்லை என்பது மட்டும் நிஜமாக இருக்கிறது. மற்றவை பயமாக இருக்கின்றன. இதற்கு ஏதாவது செய்யுங்கள். நீங்கள் எனக்கு வெறும் டாக்டர் மட்டுமில்லை, நண்பரும்கூட என அவன் கதறி அழுதான். அவனது கழுத்தைத் தனது மார்பில் தாங்கிக்கொண்டு அவன் மனைவியும் கலங்கியபடி இருந்தாள்.

கனவு ஒரு நோயாகுமா? அது ஒரு நோய் என்ற நிலையில் அதை குணப்படுத்த முடியாதா? எனக்கு ஏற்பட்டுள்ளது மனநோயின் ஒரு கூறா? அந்த மனநல மருத்துவரை நம்பி இனிப் பிரயோஜனமில்லை. நம்மிடம் எவ்வளவோ பணம் இருக்கிறது. அதைக்கொண்டு எனது பிணக் கனவுகளை என்னிடமிருந்து அகற்றிவிட முடியாதா? எனது பிரச்சினை எனக்கும் உனக்கும் அவருக்கும் மட்டும்தான் தெரியும். வெளியில் யாரிடமாவது சொல்லி ஆலோசனை பெறக்கூட வெட்கமாக இருக்கிறது.

அவனது பேச்சு சப்தத்தில் குழந்தை புரண்டு படுத்தது. மடியில் சாய்ந்துகொண்டு அவளது முகத்தையே பார்த்துக் கொண்டிருந்தான். இரவு விளக்கின் இள நீலவொளி அறை முழுதும் நிறைந்து மெல்லிய துணிபோல் அசைந்துகொண் டிருந்தது. தூக்கம் அவளது கண்களைக் கவ்வியது. அவளைத் தூங்க வைத்துவிட்டு வழக்கம்போல வெளியேறினான். தோட்டத்தைக் கவிந்திருக்கும் மார்கழிப் பனிக்குள் ஓர் ஆடுபோல கம்பளிக்குள் முடங்கிக் கிடந்த கூர்க்கா, எழுந்து இரும்பு வாயிலை சப்தமில்லாமல் திறந்துவிட்டார்.

புதிதாக இவன் குடியேறியிருக்கும் இந்தப் பகுதியில் எல்லா வீடுகளும் அரண்மனையைப்போல இருக்கின்றன. சில வருடங்களுக்கு முன்பு இந்த இடம் கருவேலங்காடாக இருந்தது. எங்கேயும்போல இங்கேயும் நகர விரிவாக்கத்தில் கருவேலங்காடுகளும் கழனி வெளிகளும் வீடுகளாகவும் தார்ச்சாலைகளாகவும் மாறிவிட்டன. திருமணமாகிக் குழந்தை பிறந்ததும் அவன் நினைவாக இந்தத் தோட்டம் சூழ்ந்த வெள்ளை மாளிகையை உருவாக்கினான்.

தன் அப்பாவின் காலத்தில் இந்தப் பகுதி கருவேலங்காடாக இருந்தது. அதைச் சுற்றிலுமிருந்த சில குடிசைகளுள் ஒன்றில் தான் தான் பிறந்து வளர்ந்ததாக இவனது தந்தை அடிக்கடி சொல்வார். நகரத்தின் மையப் பகுதியில் தனக்குப் பல குடியிருப்புகள் இருந்தும் அப்பாவின் ஆசைக்காகவே இந்த வீட்டைக் கட்ட இப்பகுதியை அவன் தேர்ந்தெடுத்தான். ஒரு

செருப்பு தைக்கும் தொழிலாளியின் மகனான தான், இன்று அதே தோலைக்கொண்டு வெளிநாடுகளுக்கு ஏற்றுமதி செய்யும் தொழிற்சாலைக்கு உரிமையாளனாக இருப்பதை நினைக்கும் போது எல்லாம் மாயமந்திரம்போல அவனுக்குத் தோன்றியது.

அவனது வாழ்க்கையில் எல்லாமே அவள்தான். உடன் படித்தவள். ஒவ்வொரு படியாக அவனை வளர்த்தவள். இவனுடைய இன்றைய சிறப்பெல்லாம் அவள் செய்ததுதான். எல்லாம் அவளுடைய வினோதம் என நினைப்பான்.

அவள் கேட்டுக்கொண்டதன் பேரிலேயே எத்தனையோ சாமியார்களை அணுகினான். தியானம் செய்தான். சில நாட்கள் ஆசிரமங்களில் தங்கி இருந்தான். எதுவும் பயனில்லை. உறக்கமின்மையால் ஏற்படும் அசதி, உறங்கினால் ஏற்படும் கனவின் வலி. பிணபாரம் அவனை அழுத்தியது. எங்கிருந்து எப்படி இந்தக் கனவுகள் தன்னைச் சூழ்ந்தன என்பது அவனுக்குப் புதிராகவே இருக்கிறது. தினந்தோறும் சந்திக்கும் எந்த ஒரு பெண்ணையும் பிணமாகத் தன் கனவின் ஓட்டத்தில் எப்படியும் எதிர்கொண்டு விடுகிறான். உண்மையில், இந்த நகரத்தில் இருக்கும் அத்தனை பெண்களும் ஒரே இரவில் செத்துவிட்டால், அல்லது இந்த மாநிலத்திலுள்ள, இந்த நாட்டிலுள்ள அத்தனை பெண்களும் ஒரே இரவில் செத்து விட்டால் அடுத்தது என்ன நேரும்! இந்த வெற்று ஆண்கள் என்ன செய்வார்கள்? இவர்கள் யாரிடம் அதிகாரம் செய்வார்கள்? இவர்களது கலாச்சாரம் என்னவாகும்? இவர்களது அரசியல் என்னவாகும்?

இவர்கள் உருவாக்கியிருக்கும் ஆண் கலாச்சாரமும், ஆண் அரசியலும், ஆண்வய இன அடையாளமும் பெண்களே இல்லாத கணத்தில் என்னவாக இருக்கும்? அந்த ஒரு கணம் எப்படிப்பட்டது... என்று அவனிடம் அவள் கேட்பாள். அவன், தன் கனவுக்கு அவள் வகுக்கும் அரசியல் அர்த்தத்தைப் பெரிதும் ரசிப்பான். அந்த மனோநல மருத்துவர் கூறும் பகுப்பாய்வுகளை விட இவளுடைய பேச்சு இவனுக்குப் புரிந்துகொள்ளக் கூடிய ஒரு கதையாடலாக இருப்பதும், மேலும், அப்பேச்சு அவனிடம் அணைந்து போய்விட்ட அவளது கல்லூரிக்கால சமூக அக்கறை களையும் ஞாபகப்படுத்துவதாயிருக்கும்.

ஒரு சாமியாரின் மூலம் அந்த மாந்திரீக மருத்துவனின் தொடர்பு அவனுக்குக் கிடைத்தது. அவனது கனவுகள் பற்றிய விவரணைகளை மாந்திரீக மருத்துவனின் பெண்காரியதரிசி தொடர்ந்து கணினியில் பதிவு செய்துகொண்டிருந்தாள். அவளது வெட்டுக்கிளி போன்ற கூர்மையான முகமும் ஒளிரும்

வெளிர் நீல கண்ணாடித் திரையும் ஒன்றித்து விநோதத் தோற்றத்தைத் தந்தன. தனது கண்களில் ஒன்றை எடுத்துக் கையில் வைத்துப் பார்ப்பதுபோல அவள் முகம் இத்திரையுடன் ஒன்றியிருந்தது. குளிரூட்டப்பட்டிருந்த மருத்துவனின் இளைய தோற்றம் சில்லிட்டிருந்தது. அவனைப் பற்றிய, அவனது குடும்பத்தினர் பற்றிய எல்லாத் தகவல்களும் கணினிக்குள் சேகரமாயின. பிறப்பு, நட்சத்திரம், வசிப்பிடம், அதன் திசை என எல்லாமும் பதிவாயின. மனநல மருத்துவர் தந்த எல்லாப் பரிசோதனைக் குறிப்புகளும், அவனுடைய மனைவியின் முதல் மாதவிலக்கு நாள் மற்றும் முதல் உடலுறவு நாள் என்பன போன்றவையும் பதிவுறுத்தப்பட்டன.

பிறகு ஒரு நாள் மாந்திரீக மருத்துவனின் அழைப்பின் நிமித்தம் சென்று அன்றைய இரவு, அவன் வரைந்து வைத்திருந்த சக்கரக் கோலத்தில் படுத்து உறங்கினான். அவன் விழித்த போதுதான், மூன்று இரவுகள் மற்றும் மூன்று பகல்கள் தொடர்ந்து அந்தச் சக்கரக் கோலத்தில் உறங்கியது தெரிந்தது. கனவுகளற்ற தனது நீண்ட உறக்கத்தைப் பற்றி மகிழ்ச்சியடைந்தான். இப்படியொரு தூக்கத்துக்கான தனது தவிப்பையும் ஏக்கத்தை யும் தழுதழுப்போடு மாந்திரீக மருத்துவனுடன் பகிர்ந்து கொண்டான். மருத்துவன் மிக அமைதியோடு, ‘உண்மையில், மூன்று நாட்கள் நீ இறந்து கிடந்தாய்’ என்றான்.

மாந்திரீக மருத்துவன் தனது வீட்டிற்கு வந்து பார்வையிட வேண்டும் என்று கேட்டுக்கொண்டதன் பேரில், அவன் தனது மகள், தாய், தந்தை என அனைவரையும் நகரத்தின் மையப்பகுதியிலுள்ள வேறொரு வீட்டில் குடியமர்த்தினான். மருத்துவன், அவனது வீட்டை முழுவதும் ஆராய்ந்து வீட்டு நடுக்கூடத்தில் சக்கரக் கோலம் வரைந்து அதில் படுத்து ஒருநாள் முழுதும் உறைந்து கிடந்தான்.

அவனது மனைவிக்குப் பீதியாக இருந்தது. வழி தெரியாமல் ஏதோ சங்கடமான இடத்தில் மாட்டிக்கொண்டதுபோல அவனும் நினைத்தான்.

சில தினங்களுக்குப் பிறகு மாந்திரீக மருத்துவனிடமிருந்து கணினியில் பதிவு செய்யப்பட்ட குறிப்புகளடங்கிய பிரதிகள் வந்தன. அவர்களுக்குள் எல்லாம் வினோதமாகச் சுழன்றன.

கி.பி. எட்டாம் நூற்றாண்டு வாக்கில் இந்த நகரத்தை ஆண்ட மன்னனின் மரணம், இந்த நிலப்பகுதியிலே நிகழ்ந்த மரணங்களிலெல்லாம் மிகப் பெரிது. அவனுக்குப் பல நூறு மனைவிகள். அவர்களுள் ஒருத்தியால் அவன் கொல்லப்பட்ட தாக செய்தி கூறுகிறது. இப்பொழுது நீ வசிக்கும் பகுதியானது

அப்பொழுது சிற்றாற்றின் கிளை பாயும் வழித்தடமாக இருந்தது. காலப்போக்கில் வழித்தடம் மாறி இப்பகுதி கருவேலங்காடானது. அப்பொழுது இந்தக் கிளையாற்றங் கரையில்தான் அந்தச் சடங்கு மிகப் பெரும் அளவில் நிகழ்ந்தது. மன்னனின் மரணத்தைத் தொடர்ந்து அவனது பத்தினிகளும் உடன்கட்டை ஏறினர். மிகச்சரியாக உனது வீடு எழும்பியிருக்கிறதே அந்த இடத்தில்தான் தீக்கிணறு தோண்டப்பட்டு அச்சடங்கு நிகழ்ந்தது. மன்னனின் பத்தினிகளில் ஒருத்தி உடன்கட்டை ஏறாமல் தப்பி ஓடிவிட்டாள். அந்தச் சடங்கு அதனால்தான் ஊனமாகி விட்டது.

முழுமை பெறாத சடங்கின் தோஷத்தால், மன்னனுடையதும் அவனுடைய பத்தினிகளுடையதுமான ஆன்மக் குமுறல் இன்னும் உனது வீட்டின் கீழ் பூமிக்குள் கொதித்துக்கொண்டிருக்கிறது. நகர மயமாக்கலுக்கு உட்பட்ட அந்தக் காட்டுப்பகுதி அழிக்கப்பட்டு புதிய வசிப்பிடங்களால் உருவான மனித வாசனையில் கவரப்பட்டு, பூமிக்குள் அடங்கிக் கிடந்த ஆன்மக் குமுறல் மீண்டும் கொதிக்கத் தொடங்கி விட்டது. அதன் அலையதிர்வுகளை ஏற்றுக் கடத்தும் ஒத்திசைவு உனது உடம்புக்குள் இருந்ததால், உனக்குள் அந்த அலைப்பரவல் சேகரமாகி இருக்கின்றன.

உனது உடம்பிலிருந்து அந்த அலைகளை வெளியேற்ற முடியாது. அது உனது உடல் இயக்கத்தின் சக்தியோடு கலந்து விட்டது. படிப்படியாக அதுவே உன்னிடமிருந்து குறைந்து போகும். வீட்டிற்கு எந்தவித தோஷமும் இல்லை. பிரச்சினை உனது உடம்பில்தான் இருக்கிறது. வீட்டை மாற்றலாம். ஆனால் நீ உனது உடம்பை மாற்றிக்கொள்ள முடியாது. மேற்சொன்ன விபரங்களுக்கு, நமது அரும்பொருட்கூடத்து நூலகத்தில் கீழ்காணும் நூல்கள் கிடைக்கின்றன. விருப்பப்பட்டால் படித்துப்பார்.

இவ்விதமான, மாந்திரீக மருத்துவனின் ஆய்வுக் குறிப்புகளை வாசித்துவிட்டுக் கலகலவென மனநல மருத்துவர் சிரித்தார். ‘இவர் குறிப்பிடும் சரித்திர நிகழ்ச்சிகள் உண்மையானதாக இருக்கலாம். உங்களுடைய உடம்புகூட சரித்திரபூர்வமானதாக இருக்கலாம். ஆனால், இவர் குறிப்பிடும் ஆன்மக் குமுறல், அதன் அலைகள் போன்றவற்றிற்கு எந்த ஒரு நிரூபணமும் இல்லை. நிரூபணம் இல்லாதவற்றை விஞ்ஞானமோ, ஏன் இதில் குறிப்பிடப்படும் சரித்திரமோகூட ஏற்பதில்லை. தொழிற்சாலையின் அலுவல்களிலிருந்து கொஞ்சம் ஓய்வெடுங்கள். வெளிநாடுகளுக்குச் சென்று சில காலம் பொழுதைக் கழித்து விட்டு வாருங்கள். படிப்படியாக எல்லாம் சரியாகிவிடும் என உங்கள் மாந்திரீக நண்பர் சொல்வதைத்தான், முதல் நாளன்றே

உங்களுக்கு நான் சொன்னேன். உங்கள் கனவுகளுக்கு உங்கள் மனைவி தரும் அரசியல் விளக்கங்கள், மாந்திரீகனின் மூலம் ருசுவாகி விட்டது...' எனச் சொல்லி மீண்டும் சிரித்தார்.

அவருடைய கிண்டல் அவனுக்கு எரிச்சலைத் தந்தது. 'என் கனவுகள் ஸ்தூலமானதா? அவற்றிற்கு நிரூபணம் உண்டா? என் மண்டைக்குள் வாரிக்கொட்டிக் குவிந்து கிடக்கும் பெண்களின் பிணங்களுக்கு நிரூபணம் உண்டா? உங்களுடைய மருத்துவக் கோட்பாட்டை எதன்மூலம் எப்படி நிரூபித்தீர்கள்? மனநோய் என்பதற்கு ஏதேனும் நிரூபணம் உண்டா? சொல்லுங்கள்! ஒரு மனநல மருத்துவன் மொண்ணைத் தனமான யதார்த்தவாதியாக இருக்கக் கூடாது. உங்களுடைய அறிவுரைகளுக்கு நன்றி, வருகிறேன்' எனக் கத்திவிட்டுக் கடகடவென வெளியேறினான்.

தனது கனவுகளில் பயந்து ஓடிக்கொண்டிருந்தவன், நிதானமாக நின்று ஒவ்வொரு பெண்ணின் சவ முகத்தையும் உற்றுப் பார்த்தபடி நடக்கலானான். பிணங்களை சகஜமாக எதிர்கொண்டான். தன் மனைவியோ மகளோ இறந்து கிடப்பதைக் கூட எந்த ஒரு பதற்றமுமில்லாமல் ஏற்றுக்கொண்டான். கனவுகளுக்குள் தான் கொண்ட இந்த மனப் பயிற்சி, மற்ற நேரங்களில் அவன் உற்சாகமாக செயல்பட உதவியது. மாந்திரீக மருத்துவன் குறிப்பிட்ட சில நூல்களைத் தேடிச் சென்றான். நூல்களின் மூலம் கால அடுக்குகளில் அரசியல் நிகழ்ச்சிகளையும், பல நிலங்களின் சரித்திரகால முகங்களையும் கண்டுகொண்டான். ஆரம்பத்தில் சரித்திரத்தின் யதார்த்தம் அவனை மருட்டியது உண்மைதான். ஆனால் சரித்திரம் என்பது திருப்பிச் சொல்லப் படும் ஒரு கதை கூறல் என்பதான புரிதலுக்கு வந்தபின், சரித்திரம் என்ற பெரும் புனைவுக்குள் தன்னைத் தொலைத்துக் கொள்வதன் மூலம் தனது சவக் கனவுகளிலிருந்து தப்பித்துக் கொள்ளும் யுக்தியைக் கைக்கொண்டான். ஆனால், பெரும் புனைவு என்ற நினைப்பு தந்த சுகம் அவனை வேறு விதமாகத் தாக்கத் தொடங்கியது.

பல கலாச்சார அரசியல் வெளிகளைக்கொண்ட தனது நாட்டில் இதுவரை நிகழ்ந்துள்ள உடன்கட்டை ஏறுதல் என்னும் சடங்குகளையும் அதில் பலியான பெண்களின் புள்ளி விபரங்களையும் தாமிரப் பட்டயங்கள், கல்வெட்டுச் செய்திகள், ஓலைச் சுவடிகள் மூலமாகச் சேகரிக்கத் தொடங்கினான். தனது நகரத்தில் தன்னுடைய வீட்டு நிலத்தில் நிகழ்ந்த அந்தச் சடங்கின் முழு விபரத்தையும் அவன் தொகுத்துவிட்டிருந்தான். அந்த மன்னனைப் பற்றி, அவனது அரசியல் வாழ்க்கை பற்றி, அவனது மனைவியர்கள் பற்றி என எல்லாவற்றையும் தொகுத்திருந்தான். மன்னனைக் கொன்ற பட்டத்து மகிஷி

பற்றியும் தெரிந்துகொண்டான். உடன்கட்டையிலிருந்து தப்பிய இளம்பெண்ணைப் பற்றி இன்னமும் இந்நாட்டின் அடித்தட்டு இனத்தவரிடம் வழங்கி வரும் கதைப் பாடலைப் பற்றியும் அறிந்து வைத்திருந்தான்.

இந்நகரத்தின் பல்கலைக்கழகத்து நாட்டுப்புறவியல் துறையில் பேராசிரியையாகப் பணிபுரியும் தனது மனைவியின் தோழி மூலம், அந்தப் பெண்ணைப் பற்றி கால காலமாக வழங்கிவரும் கதைப்பாடலை அறிந்துகொள்ள முடிந்தது. தனது கனவுகளில் தான் பிணக்குவியல்களூடாகத் தேடியலைந்தது சரித்திரத்தில் பதிவாகாத அந்த இளம் பெண்ணின் பிணத்தைத்தானா என நினைத்தான். தன்னை பாதித்துக் கொண்டிருக்கும் அந்த சரித்திர காலகட்டத்தின் அரசியல் கலாச்சார நிகழ்வுகளைத் தனது ஆய்வுகளின் மூலம் இவ்வாறாகத் தொகுத்துக்கொண்டான்.

அடித்தட்டு இனத்தவரிடம் பேரளவிலான செல்வாக்கைப் பெற்றிருந்த பௌத்த மதம் முற்றாய் அழித்தொழிக்கப்பட்டு புதிய சமூக கலாச்சார சட்டங்கள் நடைமுறைப்படுத்தப்பட்ட அந்தக் காலகட்டத்தில் இந்த நிலப் பகுதியை ஒரு குறுநில மன்னன் ஆண்டு வந்தான். அரசவையில் பதிவு செய்யப்பட்ட கணக்கின்படி அவனுக்கு நானூறு மனைவியர் இருந்தனர். அவன் தனது வாழ்க்கையில் இணைத்துக்கொண்ட இறுதியான மூன்று பேரில் ஒருத்தி, அடித்தட்டு இனத்தைச் சார்ந்த மலைப்பகுதிப் பெண்ணாவாள்.

வேட்டைக்குச் சென்ற மன்னன் அவளின் அபரிமிதமான அழகில் மயங்கி உடன் இழுத்து வந்துவிட்டான். மிக இளம் பெண்ணான அவள் அப்பொழுது பருவமே எய்தியிருக்க வில்லை. மன்னனுக்கு அவளிடம் பேரளவிலான ஈடுபாடு இருந்தது. அவள் பருவம் எய்தும் அந்த அற்புத நாளை எதிர்கொண்டிருந்தான். ஒவ்வொரு பௌர்ணமி இரவிலும் மூலிகை மலைச்சுனையில் நீராடி வரும் அடித்தட்டுப்பெண், தான் பருவம் எய்தும்போது அந்த முதல் குருதியோடு அவள் சார்ந்த இனத்தின் தீட்டும் அவளது உடலை விட்டு நீங்கிவிடும் என்ற சாத்திரத்தின்படி, அடிமை இனத்தவர்கள் சுமந்து செல்ல, பல்லக்கில் அமர்ந்து நீராடச் செல்வது அந்த மலைப்பெண்ணின் வழக்கம். அப்பொழுது, பல்லக்குத் தூக்கிகளில் ஒருவனுக்கும் அந்த மலைப் பெண்ணுக்கும் வெறும் பார்வையாலேயே ஒரு மனப்பரிமாற்றம் நிகழ்ந்திருக்கிறது.

மலைப்பெண் பருவம் எய்திய அன்று மன்னன் தன் வயோதிகத்தால் இறந்ததாகவும், பதவிப் போட்டியில் தன்

ஊமை மகனுக்கு முடிசூட்ட வேண்டிய அவசரத்தில் பட்டத்து மகிஷியே விஷம் ஊட்டிக் கொன்றாள் என்றும், மலைப்பெண் தன் குடி தாய்தேவதை பற்றிய மந்திரச் சொல் ஒன்றை ஓயாது உச்சரித்து மன்னனைக் கொன்றதாகவும் செய்திகள் பலவாறாகக் கூறப்படுகின்றன.

ஆற்றங்கரையோரம், அந்தப் பௌர்ணமி இரவில் ஊர் முழுதும் தீப்பந்தங்களோடு பவனிவரப்பட்ட மன்னனின் சடலம், சந்தனக் கட்டைகள் அடுக்கப்பட்ட அகன்ற கிணற்றுக் குழியில் இறக்கப்பட்டுத் தீ மூட்டப்பட்டது. இதுவரை மக்கள் என்றுமே காணாத ஒரு பெருந்தீ வளர்ந்தது. மன்னனின் உடலைத் தொடர்ந்து அவனது மனைவியர் ஒவ்வொருவராகக் குதித்தனர். குலவை ஒலி ஆற்றில் அலை புரண்டது. தாரை தம்பட்டை ஒலிக்கக் கூட்ட நெரிசலின் ஓலம் பெருகியது. தீயில் விழும் உடல்கள் வெடிக்கும் ஓசை எழுந்தது. தசை கருகும் நெடியும் புகையும் நிலவை மறைத்தது.

இறுதியாகத் தீக்கிணறு நோக்கி மருட்சியோடு தயங்கித் தயங்கி அந்த மலைப்பெண் நகர்ந்துகொண்டிருந்தாள். தீக்கிணறுவரை சென்ற சில பெண்கள் பயங்கொண்டு ஓட எத்தனிக்க, காவலர்கள் அவர்களைத் தூக்கி வந்து தீயில் வீசினர். அந்த மலைப்பெண், கலங்கிய முகத்தோடு மக்கள் நெரிசலைக் கட்டுப்படுத்திக்கொண்டே தன்னைப் பார்த்தபடி இருக்கும் பல்லக்குத்தூக்கியின் கண்களை அவன் முகத்தோரம் எரியும் பந்தத்தின் வெளிச்சத்தில் பார்த்தாள். அடுத்த கணம் சூழலை மறந்து ஓடிவந்து அவனைத் தழுவிக்கொண்டாள்.

வேத கோஷம் நின்றது. நிலம் அதிர்ந்தது. தீக்கிணறின் சுவாலைகள் வெளியெங்கும் நீந்தின. கூட்ட நெரிசலைக் கிழித்துக் கொண்டு சுழித்துக்கொண்டோடும் ஆற்றில் பாய்ந்தார்கள். கரைகளைத் தாண்டி, பல நகரங்களைத் தாண்டி, காடுகளையும், மலைகளையும் கடந்து ஓடினார்கள்.

அவர்கள் எங்கிருந்தாலும் காலத்தில் என்றேனும் ஒரு நாள் கொன்றுபோடச் சபதமேற்றுப் புறப்பட்ட இரண்டாயிரம் குதிரை வீர்ர்கள் திரும்பி வராமல் சரித்திரத்தில் தொலைந்து போனார்கள். மலைப்பெண் தன் முகம் முழுதும் பச்சை குத்திக்கொண்டு தனது அடையாளத்தை அழித்துக்கொண்டாள் என்பதாகத் தொடரும் அவளைப் பற்றிய கதைப்பாடல், அவனுக்கும் அவளுக்கும் நேர்ந்த இன்னல்கள், பயங்கள், அலைக்கழிப்புகள் என விவரித்து அவர்களுக்குள் நிகழ்ந்த ஓர் உரையாடலின் முத்தாய்ப்போடு முடிகிறது:

இன்றோ நாளை எந்நாளோ
அந்நாள் ஒரு நாள் நானிறந்தால்
ஐயா நீங்கள் என் செய்வீர்?

கண்ணே எந்தன் உயிர் நீயே
காலம் ஏது உனக்குப்பின்
நானும் மாய்வேன் உன்மடியில்!

வாய்வழிப் பாடலாக அடித்தட்டு இனத்தவரிடம் வழங்கி வரும் மலைப்பெண்ணின் கலைப்பாடலானது அவ்வினத்தவர் பற்றிய அற்புதமான இலக்கியச் சாதனை எனக் கூறும் அவனது மனைவி, அப்பாடல் வரிகளை வாய்விட்டுப் பாடுவதும் அதைக் குறித்துப் பேசுவதுமாக இருந்தாள்.

இயல்பில் அடித்தட்டு இனத்தைச் சார்ந்த அவன், தனது இன அடையாளத்தை சமூக அந்தஸ்து கருதி இதுநாள்வரை மறைத்து வந்ததற்காகப் பெரிதும் வெட்கப்பட்டான். உண்மையில் அக்கதைப் பாடல் மூலமாக மீண்டும் தன்னுள் உணர்த்தப்பட்ட மரபின் நினைவுகளே தனது நோய்மையைப் படிப்படியாகக் குறைத்திருக்கிறது என்றும் கருதினான். இன்று தனது கனவுகளின் குரூரத்திலிருந்து தன்னை மீட்டெடுத்த மனைவி, ஏதோ ஒருவித அகவயப் புதிரால் சிக்கலுறுகிறாள் என்று நினைத்தான்.

சரித்திர நினைவுகள் சமகாலத்தைப் புனைவாக்கி விடுவதாகவும் அப்புனைவுகளுக்குள் தன் மனைவி கொஞ்சம் கொஞ்சமாகப் புதைந்துகொண்டிருப்பதையும் மிகத் தாமதமாக உணர்ந்தான். சரித்திரப் புனைவுகள் தனக்கு ஒருவிதத் தப்பித்தலாக இருந்தபோது, தன் மனைவிக்கு அது ஒரு சிறையாகி விட்டது என்பதை உணர்ந்தான். அவள் சரித்திரத்துக்குள் சிக்கிக் கொண்டுவிட்டாள். அப்படித்தான் அவள் சொன்னாள்.

தான் கண்ணாடியில் முகம் பார்க்கும்போது தன் முகம் முழுவதும் பச்சை குத்தப்பட்டுள்ளதைப்போலத் தெரிகிறது என்றாள். அவன் அதிர்ந்து போனான். அவள் கண்ணாடியை மட்டுமல்ல, தன் முகம் பிரதிபலிக்கும் எந்த ஒரு பொருளையும் தவிர்த்தாள். தனது செவியில் பெண்களின் மரண ஓலங்கள் உறங்கும் கணங்களில் அதிர்கின்றன என்றாள். அவன் குலை நடுங்கிப் போனான். மீண்டும் மாந்திரீக மருத்துவனின் உதவியை அவன் நாடியபோதுதான், நாட்டின் நிலப்பகுதியை மழை மேகமென ஓர் இருட்டு எங்கிருந்தோ வந்து சூழ்ந்து கொண்டது. நாட்டின் தலைநகரத்தில் ஏற்பட்ட ஜனநாயக ரீதியிலான அரசியல் மாற்றம் நாடு முழுவதும் பெரும் கொந்தளிப்பை ஏற்படுத்தியது.

சரித்திரத்தில் முதன்முறையாகப் பேரினவாதக் கட்சிகளின் ஆட்சி கலைக்கப்பட்டு, நாடெங்கிலுமுள்ள அடித்தட்டு இனங்களின் பிரதிநிதிகள் ஒன்றுபட்டு அடிப்படை இனத்தவர்களின் ஆட்சி மன்றம் பெரும்பான்மை பலத்தோடு அமைக்கப்பட்டது. நாட்டின் ராணுவம் இரண்டுபட்டு, பேரினவாதப் படையும் பேரினவாதக் கட்சிகளும் நாடு முழுவதும் பேரளவில் வன்முறைகளை நிகழ்த்தியபடி இருந்தன. இதுவரை வடமாநிலங்களில் அடிப்படை இனத்தவர்கள் பத்து லட்சங்களுக்கும் மேல் கொல்லப்பட்டதாக செய்திகள் வந்தபடி இருந்தன. நாடெங்கும், அடிப்படை இனத்தவர்களின் உடைமைகளும், தொழிற்கூடங்களும் சூறையாடப்பட்டன. குடியிருப்புப் பகுதிகள் எரிந்தவண்ணம் இருந்தன. வன்முறை தென்மாநிலங்களிலும் வேகமாகப் பரவியபடி இருந்தது.

அவன், தனது தொழிற்சாலை எந்த நேரத்திலும் கொளுத்தப்படலாம் என்ற நிலையில் இயந்திரங்களையும் தோல் பொருட்களையும் நகரின் பல பகுதிகளுக்கு இடம் மாற்றியபடி இருந்தபோதுதான், அவனது வீடு கொளுத்தப் பட்டு எரிந்துகொண்டிருப்பதாகத் தொலைபேசியில் மனைவி கதறினாள்.

எரிந்துகொண்டிருக்கும் மாளிகையைச் சுற்றிப் பெருங் கூட்டம் கூடியிருந்தது. உடலில் ஆங்காங்கே தீக்காயங்களோடு அவள் கலங்கி நின்றாள். எரியும் வீட்டுக்குள்ளிருந்து பெண்களின் பேரோலமும், தசை கருகும் நெடியும் எழுந்தன. கூடி நின்றவர் திகைத்தனர். அவள் மயங்கி நிலை சரிந்தாள். தீயணைப்புப் படையும் காவல் துறையினரும் வந்து குழுமினர். அவள் மருத்துவமனைக்குக் கொண்டு செல்லப்பட்டாள்.

நாடெங்கும் பரவி வரும் அரசியல் வன்முறையின் முதல் தீ இந்த நகரத்திலும் பற்றத் தொடங்கியிருக்கிறது என்றே நகரத்தின் காவல் இயந்திரம் கருதியது. ஆனால், மருத்துவமனை யில் அவளிடம் மேற்கொண்ட விசாரணையில், அவளது வாக்குமூலத்தைக் கேட்டு காவல் உயரதிகாரி திகைத்தார்.

உடல் முழுதும் கவசம் அணிந்து உடைவாளோடு சுமார் பதினைந்து குதிரை வீரர்கள் தனது வீட்டைச் சூழ்ந்து கொண்டு தீப்பந்தங்களை வீசிக் கொளுத்தினர் என்றாள். ஜன்னல்களையும், கதவுகளையும் அவர்கள் அடைத்துவிட்டனர். அவர்கள் சென்ற பிறகு மாடியின் ஜன்னலை உடைத்துக் கொண்டு வெளியே குதித்தேன் என்றாள். அதற்குள் மற்றவர்களும் கூடிவிட்டார்கள் என்றாள்.

பிரேம்

நகரத்தில் வன்முறை பரவத்தொடங்கிவிட்டது என பத்திரிகைகள் அதிர்ந்தன. எரிந்த மாளிகையில் நூற்றுக்கணக்கானோர் உயிருடன் கொளுத்தப்பட்டனர் என்ற செய்தி பரவியது. அணைந்த சாம்பலிலிருந்து கபாலங்களும் எலும்புகளும் பிரித்தெடுக்கப்பட்டன. அவன் சார்ந்த இனம் பற்றி பத்திரிகைகள் சுட்டிக்காட்டின. கொளுத்தப்பட்டது வெறும் வீடுதான் எனவும், கொளுத்தியது பல நூற்றாண்டு களுக்கு முந்தைய குதிரை வீரர்களென்றும் அவன் மனைவி கூறியவை நகைப்பிற்கிடமாயின.

தனது வீட்டில் பேரளவிலான எண்ணிக்கையினர் கொளுத்தப்பட்டுள்ளதால் அவன் விசாரணைக்காகக் காவல் தலைமையகத்தில் அடைக்கப்பட்டான். மருத்துவமனையி லிருக்கும் அவனது மனைவிக்குக் காவல் பாதுகாப்பை வேண்டினான். எரிந்த எலும்புகளையும் அவற்றோடு கிடைத்த உலோக ஆபரணங்களையும்கொண்டு அவை பன்னிரண்டு நூற்றாண்டுகளுக்கு முற்பட்டவை என ஆராய்ச்சி அறிக்கைகள் தெரிவித்தன.

காவல் தலைமையகம், அவன் கேட்டுக்கொண்டதற்கிணங்கி மாந்திரீக மருத்துவனின் உதவியை நாடியது. மருத்துவனின் அறிக்கைகள் பெரும் பரபரப்பை ஏற்படுத்தின. திட்டமிடப்பட்டு கட்டுக்கதைகள் பரப்பப்படுவதாகவும், நகரத்தில் தினம் பரவி வரும் கொலைகளையும் வன்முறைகளையும், மக்களிட மிருந்து திசை திருப்பிவிடக் கைக்கொள்ளப்படும் முட்டாள்தன மான கற்பனை எனவும் பத்திரிகைகள் சாடின.

வன்முறை பற்றிய செய்திகள் படிப்படியாகக் குறைந்து பத்திரிகைகளின் முதல் பக்கத்தை மாந்திரீக மருத்துவனின் அறிக்கைகளும் ஆய்வுச் செய்திகளும் நிறைத்தன. யாராலும் கண்டுகொள்ளப்படாமல் கிடந்த பல்கலைக்கழக சரித்திர வல்லுநர்களின் தொடர் கட்டுரைகள் வெளிவந்தபடி இருந்தன. உள்ளூர் பத்திரிகைகளில் நாட்டின் பல பகுதிகளில் தொடர்ந்து வரும் கொந்தளிப்புகள் முக்கியத்துவமிழந்து போயின. அவனது வீடு சார்ந்த அந்தப் புதிய குடியிருப்புப் பகுதியில் அகழ்வாராய்ச்சி மேற்கொள்ளப்பட வேண்டுமென்று பல்கலைக்கழக மான்யக் குழுவிற்குத் திட்டங்களையும் அறிக்கைகளையும் பேராசிரியர்கள் வெளியிட்டபடி இருந்தனர்.

அவனுக்கு எல்லாம், சூழலின் மாயவலைக்குள் சிக்கிச் சுழல்வதாகத் தோன்றியது. தன்னைச் சூழ்ந்த ஒரு சமூகமே பெருங்கனவாய் விரிந்து அதனுள் தன்னை நகர்த்திக்கொண் டிருப்பதாக அவன் நினைத்தான்.

காவல் தலைமையகமும் பல்கலைக்கழக வரலாற்றுத் துறையும் மாந்திரீக மருத்துவனின் தலைமையில் செயல்பட்டு, கணினியின் உதவியோடு இந்நகரின் சரித்திரகால அடுக்கு களைக் கோடிட்டுக்காட்டி, உடன்கட்டையேறும் சடங்கை முதன்முதலாக இப்பகுதியில் நிகழ்த்திய அந்த மன்னனின் மரணம் மற்றும் மன்னனின் ஊமைப் பட்டத்து இளவரசன், தன் தாயின் கட்டளைப்படி அவளைப் பழியிலிருந்து காத்துக் கொள்வதோடல்லாமல் தன்னைச் சார்ந்த மன்னனின் அனைத்து மனைவியரும் கொல்லப்பட வேண்டும் என்ற ஆசையின் நிமித்தமே, இந்த உடன்கட்டை என்ற சதியை நிறைவேற்றினான் என்பதும் கண்டுபிடிக்கப்பட்டது. வழக்கம்போல் சரித்திரத்தில் பெண் மீண்டும் ஒருமுறை பழிகாரியாக்கப்பட்டு விட்டாள் என்று எதிர்ப்புக் கிளம்பியது.

கணினி குறிப்பிட்டுக் காட்டிய மன்னனின் மனைவியரின் பெயர்ப் பட்டியலில் இறுதியாக தன் மனைவியின் பெயர் இருப்பதைக் கண்டு அவன் நடுங்கினான். அதேசமயம் காவல் தலைமையகத்திற்கு அவனது மனைவி கொலை செய்யப்பட்டு விட்டாள் என்ற செய்தி மருத்துவமனையிலிருந்து வந்தது. மருத்துவமனையின் தனியறைப் படுக்கையில் தன் மார்பில் குத்துவாள் புதைக்கப்பட்டு, வாளோடு சரிந்து கிடந்தாள். அவள் முகம் முழுவதும் பச்சை குத்தப்பட்டதுபோல பச்சைப் பசேலென நிறம்மாறி இருந்தது.

உடைவாளோடு உடல் முழுவதும் கவசம் அணிந்த ஓர் உருவம் ஜன்னலின் வழியாக உள் நுழைந்து மின்னல் வேகத்தில் அதே வழியாக அந்தப் பல அடுக்குக் கட்டடத்திலிருந்து கயிறு வழியே இறங்கித் தப்பிவிட்டது என்று காவலர்களும், மருத்துவமனை ஊழியர்களும் அதிர்ச்சியோடு தெரிவித்தனர். நகரத்தின் வீதிகளில் குதிரைகளில் கவச உருவங்கள் ஆங்காங்கே விரைந்துகொண்டிருப்பதாகக் காவல் தலைமையகத்திற்குச் செய்திகள் வந்தவண்ணமிருந்தன. அவர்களைக் கண்டதும் சுடும்படி உத்தரவு தலைமையகத்திலிருந்து பிறப்பிக்கப்பட்டன.

நஞ்சு தோய்க்கப்பட்ட அந்தக் குத்துவாள் பன்னிரண்டு நூற்றாண்டுகளுக்கு முற்பட்டது என்று கூறும் ஆய்வறிக்கை அவனது எண்ணங்களை உறுதிப்படுத்தியது. காவல் கட்டுப்பாட்டு நிலைய அறையிலேயே அவன் முடங்கிக் கிடந்தான். சரித்திரத்தில் அவளைத் தேடிச் சென்று தொலைந்துபோன குதிரை வீரர்கள் மீண்டும் தோன்றி அவளைக் கொன்றுவிட்டனர் என நினைத்தான். சரித்திரத்திலிருந்து இனி தானும் தப்ப முடியாது எனத் தனக்குள் சொல்லிக்கொண்டான்.

அவனது மகளை அழைத்துக்கொண்டு காவல் உயரதிகாரி வந்தார். குழந்தை அவனைக் கட்டிக்கொண்டு அழுதது. 'உங்கள் நண்பரான மனநல மருத்துவர் ஒருவர் இன்று தற்கொலை செய்துகொண்டார். இதோ, அவர் உங்களுக்கு விட்டுச்சென்ற கடிதத்தின் நகல்', எனச் சொல்லி அவனிடம் ஒரு கடிதத்தை அதிகாரி கொடுத்தார். அவன் எந்த ஒரு ஸ்மரணையுமற்று கடிதத்தை வாங்கிப் பிரித்தான்.

'நண்பர் அவர்களுக்கு, என்னால் எதையும் பின்தொடர முடியவில்லை. ஒரு குதிரைவீரனை இன்று எனது மருத்துவமனையின் வாசலிலேயே சுட்டு வீழ்த்தினார்கள்...'

முன்பு ஒரு காலத்தில் நூற்றியெட்டுக் கிளிகள் இருந்தன

தாமரை இலை பெரிய நட்சத்திர மீன்களைத் தேடிய அவனது நெடும் பயணம் மீண்டும் தன்னை இந்த ஈரமற்ற பாழ்வெளிக்குக்கொண்டு வந்து சேர்க்கும் என்று அவன் ஒருபோதும் நினைத்ததில்லை.

தான் வழக்கமாக நட்சத்திர மீன்களை விலைக்கு வாங்கும் கடலோர மீனவக் குப்பங்களி லெல்லாம் விசாரித்தபடி கரையோரமாக நடந்து நடந்து ஊர் தாண்டி வழிமறிக்கும் பெயர் தெரியாத ஆறுகளைத் தாண்டி அவன் எங்கெங்கோ வந்து விட்டிருந்தான்.

வழியில் தென்படும் குப்பங்களிலெல்லாம் விசாரித்து விட்டான். சமீபகாலமாக நட்சத்திர மீன்கள் கிடைப்பதில்லை என்றும், கடல் மோகினி களின் கூந்தலை அலங்கரிக்கும் அவை கடலில் எங்கிருந்தோ வந்து கலந்த கெட்ட வாடைகள் ஒவ்வாமல் மோகினிகள் இந்த நீர்ப் பகுதியை விட்டே வேறு வெளிக்கு இடம்பெயர்ந்துவிட்டதனால் இனி இந்தப் பகுதிகளில் தென்படும் சாத்தியமே இல்லை என்றும் சொன்னார்கள். மோகினிகள் இடம்பெயர்ந்ததனால் அவற்றோடு பலவகை மீன்களும் சென்றுவிட்டன என்றும், கொஞ்சம் கொஞ்சமாக மோகினிகளின் திசைகளை நோக்கி எல்லா மீன்களுமே இடம்பெயர்ந்து இந்தக் கடல்

பிரேம்

பகுதியே உயிர்த் துடிப்படங்கிப் பாழ்பட்டுவிடுமென்றும் சொன்னார்கள். அவர்களது குடில்களில் எண்ணெய் விளக்குகளின் வெளிச்சமானது தன்மீது அகற்ற முடியாத இருட்டாய்க் கவியும் பெரும் சோகத்தில் திணறிக்கொண்டிருந்தது.

மோகினிகள் இல்லாத கடலை அவன் நாள் முழுவதும் வெறித்துக்கொண்டிருந்தான். ஐம்பத்தாறு ஆண்டுகளுக்கு முன்பு தனது கிராமத்தை விட்டு மோகினி மறைந்துபோனதற்குத் தான்தான் காரணம் என நினைத்துக்கொண்டிருந்தவனுக்கு, கடல் மோகினிகள் மறைந்துபோனதற்கு கடலில் சூழ்ந்த கெட்ட வாடைகளே காரணம் எனக் கூறும் மீனவக் குடிகளின் பேச்சுகள் மலைப்பைத் தந்தன. தனது கிராமத்தில் சூழ்ந்த கரிப்புகைதான் மோகினியின் மறைவுக்குக் காரணமாக இருக்கக்கூடும் என நினைத்தான். தனது இருபத்தி நான்காம் வயதில், தான் மோகினியை மோகித்த அந்தக் காலகட்டத்தில் ஒரு பேரழிவிற்கான சிறுசிறு கூறுகள் தென்படத் தொடங்கியதையும் நினைவுகூர்ந்தான். மோகினியை மோகித்ததன் பாவக்கேடு தன்மூலமாகத் தனது குடிகளையே அழித்ததென அவன் கொண்டிருந்த ரகசிய வாதை தன்னிலிருந்து மெல்லக் கரைந்து, காலத்தில் என்றோ மறைந்துபோன மோகினியின் வாசனை மீண்டும் வந்து அவனது கிழட்டுச் சுவாசத்தை இடறியது.

எந்த ஒன்றாலும் ஒப்பிட்டுச் சொல்ல முடியாத அந்த வாடை முதன்முதலில் தனது அறையின் நிலைக் கண்ணாடியிலிருந்தே வெளிப்பட்டுத் தன்னையும் தனது கிராமத்தையும் சுற்றி வளைத்ததன் நினைவுகளில் புதைந்து போனான். அந்த விநோத வாடை ஒரு அழைப்பாக எழுந்து தனது செவிகளில் ஒலிப்பதை உணர்ந்தான். மெல்லிய சிரிப்பொலியும் புரிந்து கொள்ள முடியாத ஒருவித அவஸ்தையை வெளிப்படுத்தும் சிணுங்கலும் உறங்கும் கணங்களில் தன்மீது கூழாங்கல் தாரையாகக் கொட்டித் தெறிப்பதை உணர்ந்தான். இருட்டில் பலமுறை ஜன்னலின் வழியே பார்த்திருக்கிறான். தோட்டத்து வைக்கோல் போர்கள் பற்றிப் புகைவதுபோல மூடுபனிக்குள் புதைந்து கிடப்பதுதான் தெரியும். எண்ணெய் விளக்கை எடுத்துக்கொண்டு வெளிச்சென்று சுற்றிலும் தேடியிருக்கிறான். தெருநாய்களின் குரைப்பில் விழிப்புத்தட்டி யாரது என யாராவது கேட்டுவிட்டுப் பதில் வருவதற்குள் போர்வைக்குள் முடங்கிக்கொள்வதைத்தான் வீட்டுத் திண்ணைகளில் காண முடிந்திருக்கிறது. அந்தச் சிரிப்புக்கும் சிணுங்கலுக்கும் உரிய முகத்தை அவனால் எதிர்கொள்ள முடிந்ததில்லை. அந்தச் சிரிப்பொலியில்தான் அந்த வாசனையின் தடயத்தை முதன்முறையாக நுகர்ந்தான். ஆரம்பத்தில் அந்த வாசனை

ஒலிச்சிணுங்கல்கள் தனக்குக் கிளர்ச்சி அளித்தாலும், நாளடைவில் அது ஒரு பெரும் பாரமாகத் திரண்டு தனது அறைக்குள்ளும் காலப்போக்கில் தன் உடம்புக்குள்ளும் திணிந்ததாக உணர்ந்தான். கொஞ்சம் கொஞ்சமாகத் தான் செல்லும் எல்லா இடங்களையும் தான் தொடும் எல்லாப் பொருட்களையும் அந்த வாசனை நிறைத்துக்கொள்வதையும், ஒரு கட்டத்தில் அது தன்னை மேலாதிக்கம் கொள்வதையும் உணர்ந்தான்.

தனது வீட்டார் ஒரு மாதிரியாகத் தன்னைப் பார்ப்பதையும் கிராமத்தினர் தனக்குப் பின்னே ஒருவிதமாகப் பேசுவதையும் அறிய முடிந்தது. தனது செயல்களில் ஏதோ ஒன்று ஒழுங்கீனமாகவோ இயல்பற்றதாகவோ இருப்பதாக உணர்ந்தான். தன்னைத் தொட்டழைப்பதாக உணர்ந்து திடுக்கிட்டுத் திரும்பி யாருமற்ற நிலையுணரும் தருணங்கள் பொது இடங்களில்கூட எல்லோருடனும் சகஜமாகப் பேசிச் சிரித்திருக்கும்போதுகூட நேர்வதை உணர்ந்தான். உண்மையில், முகம் தெரியாத முறைப் பெண்ணொருத்தியின் மெல்லிய விரல்களின் தீண்டல்கள் தன் முதுகிலும் தோள்களிலும் தலையிலும் அடிக்கடி பட்டுத்தெறிப்பதை ஸ்தூலமாக தன்னால் உணர முடிவதை யாரிடம் சொல்வான்?

அக்கணம் கிராமத்தில் வாழ்ந்தவர்களிலேயே வயது மூத்தவளும் தலைமுறை தலைமுறைகளாக ஒன்றிலிருந்து இன்னொன்றெனப் பிரசவம் பார்த்து, கிராமத்தினர் அனைவருமே தன்னால் பிரசவம் பார்க்கப்பட்டவர்களே என்ற பெயரோடு எல்லோராலும் தெய்வீக நிலையில் வைத்துப் பார்க்கப்பட்ட அந்த மருத்துவ மூதாட்டியிடம் அவன் தனது பிரச்சினைகளைப் பகிர்ந்துகொண்டான். உண்மையில் காலமற்ற காலத்திலிருந்து அந்த மலையடிவாரக் குடிலில் வாழ்ந்துவரும் மூதாட்டி ஒருத்தியா அல்லது காலகாலமாகத் தோன்றி அங்கு வாழ்ந்து வரும் ஒன்றேபோலான வெவ்வேறானவர்களில் இன்றிருப்பது வேறொருத்தியா என்பது ஊரில் யாருக்குமே தெரியாது. கிழட்டு முகச் சுருக்கங்களுக்குள் புதைந்துபோயிருக்கும் அவளது கண்கள் புகைமண்டி இருண்ட மாடத்து எண்ணெய் விளக்குகளெனப் பிரகாசித்தன. மந்திர ஓசையுடனான அவளது வார்த்தைகள், தனது மொழியின் சரியான உச்சரிப்பில் இத்தனை இசை நயமா என அவனை வியக்கவைத்த அதே கணம் அவனது மண்டைக்குள் ஒருவித மாந்த்ரீகப் பீதியாகவும் கார்வையுற்றன.

'மணம் புரிந்துகொள்ள வேண்டிய பருவத்தை நீ வெறுமனே கடந்துகொண்டிருக்கிறாய் தம்பு. உன்னைச் சுற்றிக்கொண் டிருக்கும் வாசனையும் சிரிப்பொலியும் நம் கிராமத்து மோகினிக்குரியது. வயல்களிலும் நீரோடையிலும் கிழக்கு

நோக்கி மலையை அறுத்துக்கொண்டோடும் பச்சையம்மா ஆற்றிலும் மரங்களிலும் செடிகளிலும் கொடிகளிலும் புல் பூண்டுகளிலும் தூரத்தில் தெரியும் பசுமை குமையும் மலை முகடுகளிலும் சூரியோதயத்திலும் அஸ்தமனத்திலும் வெள்ளி முளைக்கும் இருட்பொழுதிலுமாக அவளது வாசனையும் சிரிப்பொலியும் சிணுங்கல்களும் இந்த வெளியையும் காலத்தை யும் நிறைத்திருக்கின்றன. முந்நூறு வருடங்கள் வாழ்ந்த என் தாய்வழிப் பாட்டிக்கும் மூத்தவளாக இந்த மோகினி இருக்கிறாள். பருவம் எய்தும் பெண்களின் முதல் குருதியிலும் பிரசவிக்கும் பெண்களின் நிணநீரிலும்கூட அவளது வாசனையே கமழ்ந்து கொண்டிருக்கிறது. அவளுக்கு காலமும் இல்லை, வயதும் இல்லை, மரணமும் இல்லை. இந்த நிலமும் நீரும் காற்றும் அவளுடையதுதான். இல்லை, தம்பு. அவளே இவை எல்லாமு மாக இருக்கிறாள். அவளது வாசனைகளைத் தேடிக்கொண்டு திரியாதே. அவள் எல்லா ஆண்களிடமும் விளையாடுவாள். அந்தச் சிறுக்கியிடம் மோகம் கொண்டுவிடாதே. அவள் எல்லாரையும் மோகிப்பாள். ஆனால், அவளை யாரும் மோகிக்க முடியாது. அவளது வாசனையை இனி உனக்கு மனைவியாக வாழ்க்கைப்படப்போகிறவளின் உடம்பில் தேடு. மணம் செய்து ஒரு பெண்ணை உன்னோடு சேர்த்துக்கொள். மோகினியின் சகவாசம் வேண்டாம். மோகினியை மோகித்தால் நம் குடிக்கே கேடு. அவள் அவளது போக்கிற்கு விளையாட்டுக் காட்டுவாள். எனது அனுபவத்தில், அவளது விளையாட்டுகள்தாம் எந்த ஒரு ஆணுக்கும் அவனுடம்பில் அவனுக்கே பரிச்சயமற்றுக் கிடக்கும் விரகம் என்ற ஒன்றை அடையாளம் காட்டக்கூடியதாக இருக்கிறது. நீ ஜாக்கிரதையாக இரு. அவளது விளையாட்டில் அவளிடமே வசமிழந்து போனால் நீ புத்திபேதலித்து தாளாத விரகத்தால் ரத்தம் கக்கிச் சாவாய். மோகினியை இச்சிக்காதே. அவள் உன் பார்வையில் பட்டாலும் கண்டும் காணாததுமாக விலகிச் சென்றுவிடு. மணம் செய்துகொள். வேறொரு பெண்ணின் வாசனை வீசும் எந்த ஆணின் உடம்பையும் அவள் சீண்ட மாட்டாள். அவளது வாசனையும் சிரிப்பொலியும் பெண்களையே அவள்மீது மோகம் கொள்ளவைத்துவிடும். என் வாழ்க்கையில் அவளை ஒரேமுறை, சரியாக நூற்று இருபத்தியாறு வருஷங் களுக்கு முன்பு பார்த்திருக்கிறேன். பௌர்ணமி இரவில் மல்லிகைத் தோட்டத்தில் பூக்களைப் பறித்துக்கொண்டிருந்தாள். மரகதம்போல அவளது உடம்பு பசேலென ஒளிவீசியபடி...'

சில நாட்களாக மூதாட்டியின் பேச்சுக்களையே அசைபோட்டபடி இருந்தான். அவள் சம்பந்தமின்றி ஏதேதோ பேசுவதாக அவனுக்குத் தோன்றியது. தாமரைக் குளத்தோரம் செல்லும் ஒற்றையடிப் பாதையில் பனிபடிந்த உலர் மண்ணில்

தான் நடந்து செல்லும்போது, யாரையோ பின்தொடர்ந்து செல்வதுபோல தனக்கு முன்னே மண்ணில் பாதச் சுவடுகளை அழுத்தமாகப் பதித்தபடி தோற்றமற்ற அவள் நடந்து செல்வதை உணர்ந்தான். அவன் தயங்கி நின்ற கணத்தில் கணீரென்ற சிரிப்பொலி ஓடிச்சென்று பலாமரங்களுக்கிடையில் ஒளிந்தது போலத் தோன்றியது. அந்தச் சிரிப்பொலி அபரிமிதமான மாமிசத் தன்மையோடு தன்னை உரசிவிட்டுப் போனதை உணர்ந்தான். அவன் கடந்து செல்ல வேண்டிய பலா மரங்களினூடே தோற்றமற்ற அவள் வெளிப்பட்டுத் திடமாகத் தன்னைக் கட்டி அணைப்பது போலத் திணறினான். ஏதோ ஒன்றின் அம்மணம் தன்னைச் சுற்றிப் படர்ந்து உதடுகளைக் கவ்வி நாவால் தன் நாவினைத் துழாவி முத்தமிட்டதென உணர்ந்தான். தன் தோளில் கிடந்த மேல்துண்டு நழுவி விழ தன் வெற்று மார்பில் திரண்ட கொங்கைகள் அழுந்திப் பிசகியபடி வழுக்கிச் செல்ல தனது கபாலம் கழுத்திலிருந்து கழன்று பெருங்குமிழியென வெளி முழுவதும் ஊதிப்பெருத்து ஆகாயத்தை நோக்கி எழுவதாக உணர்ந்தான். நடை தளர்ந்து கால்கள் சிக்கி நிலை சரிந்து கிடந்த அவனைக் குருவிக்காரன்தான் தூக்கிவந்து தனது குடிலில் கிடத்தினான்.

அவனுடைய உடம்பில் தொற்றிக்கொண்ட அவளுடைய வாசனையை அவனால் அகற்ற முடியவில்லை. எத்தனையோ விதங்களில் எதை எதையோ உபயோகித்துக் குளித்துப் பார்த்து விட்டான். உடலில் ஈரம் உலர்ந்ததும் கசியும் வியர்வையினூடே அவளுடைய வாசனை குப்பென்று வீசியது. தனது அறையில் பதிந்த நிலைக்கண்ணாடியில் தன்னை அம்மணமாகப் பார்த்தபடி தன் உடம்பில் கமழும் வாசனையையே அவளாகக்கொண்டு தன்னையே தழுவியபடி விரகத்தில் வெதும்பல்களோடு கதறினான். தன் உடம்பை முள்ளால் கீறிக்கொண்டான். தான் நிலை தடுமாறிக்கொண்டிருப்பதை மருத்துவ மூதாட்டியிடம் சொல்லி தனது மீட்சிக்கு ஏதேனும் வழி இருக்கிறதாவெனக் கேட்க நினைத்தான்.

அன்று காலை உறக்கமற்ற விழிப்பிலிருந்து எழுந்து கண்ணாடியில் முகம் நோக்கி நின்றான். கண்ணாடிப் பரப்பு முழுதும் கரித்தூசுகள் அடர்த்தியாகப் படிந்திருக்க, அதில் சிதையாக ஒரு பாதச்சுவடு துல்லியமாகப் பதிந்திருப்பதைக் கண்டான். பாதம்பட்ட இடத்தில் தெரியும் கண்ணாடியில் அவனது முகம் பிரதிபலித்தது. தனது முதல் பார்வையில் கரித்தூசுகள் படிந்த தன் முகத்தில் பாதச்சுவடொன்று பதிந்திருப்பது போல உணர்ந்து திடுக்கிட்டான். வீட்டின் பல பொருட்களில் கரித்தூசுகள் படிந்திருந்தன. தொழுவத்தில்

கட்டப்பட்டிருந்த கால்நடைகள் கரியில் புரண்டு எழுந்தது போல அவற்றின் உரோம உடல் முழுவதும் கரிபடிந்து சிலிர்த்து நின்றன. விளக்குச்சுடர் தீண்டியதுபோல முகம் முழுவதும் கரிபடிந்த கிராமத்தவர்கள் ஒருவர் முகத்தை ஒருவர் தொட்டுத் துடைத்து அதிசயத்தோடு பேசிக்கொண்டனர்.

நாள்பட நாள்பட மரங்களின் இலைகளிலும் தேங்கிய குளங்களிலும் வயல் மண்ணிலும் கரித்துகள்கள் எங்கிருந்தோ வந்து படியலானது. தொடும் பொருளிலெல்லாம் கரிபடிவது கண்டு பீதியுற்ற கிராமத்தவர்கள் மருத்துவ மூதாட்டியைத் தேடி மலையடிவாரக் குடிலுக்குச் சென்றனர். பாட்டி, தனது குடிலின் கொல்லைப்புறத்தே ஓடும் மலை ஓடையில் காலங்கால மாகச் சேகரித்து வைத்திருந்த குல அறிவையே வாரிக் கொட்டுவதுபோல பச்சிலைப் பொடிகளையும் காய்ந்த வேர்களை யும் தண்டுகளையும் பல நிறத்தாலான எண்ணெய்களின் குடுவைகளையும் ஓடும் நீரில் கொட்டிவிட்டு தனது கூந்தலை அவிழ்த்துப்போட்டு மார்பில் அறைந்தபடி ‘பச்சிலையெல்லாம் சக்தியற்றுப் போச்சே, எல்லாம் வெற்றுச் சருகாகிப் போச்சே’ எனப் புலம்பியபடி எல்லோரும் கூப்பிடக் கூப்பிடக் கேளாமல் ஓடைக்குள் இறங்கி மறுகரை ஏறி, தான் வேறு திசையில் காடு தேடி அலைந்து இலைகொண்டு வருவதாகக் கத்தியபடி மலைப்பாறைகளூடாக மரஞ்செடி கொடிகளுக்குள் மறைந்து போய்விட்டதாக ஊருக்குத் திரும்பி வந்தவர்கள் சொன்னார்கள்.

ஊருக்கு ஏதோ கேடு நேர்ந்திருக்கிறதென எல்லோரும் ஒருமித்த முடிவுக்கு வந்த அந்தப் பௌர்ணமி இரவில் ஊர்த் தெருக்களில் கத்திக்கொண்டே குருவிக்காரன் ஊரைவிட்டே ஓடித் தொலைந்தான். அவன்தான் ஊருக்கு நேர்ந்த கேட்டினை முதலில் உணர்த்தியவன். ‘காலந்தவறியும் என்னிடம் வந்து சேர வேண்டிய எனது கிளிகள் இதுவரை திரும்பி வரவில்லை. இந்தப் பிரதேசம் முழுவதும் வீசும் காற்றில் கேடு நேர்ந்து விட்டது. இந்தக் காற்று வெளியின் துர்க்கந்தத்தால் எனது பறவைகள் திசைமாறி எங்கெங்கோ சென்று விட்டன. அவற்றைத் தேடி நான் போகிறேன்’ என கத்திக்கொண்டே ஓடியவன் பிறகு என்றுமே திரும்பிவரவில்லை.

தனது பறவைகளைக்கொண்டு இச்சூழலின் கேட்டை அவன் தீர்மானித்தது உண்மைதான் என்பதைப் போகப்போக எல்லோரும் ஒத்துக்கொண்டனர். ஆம். அவனது கிளிகள் திரும்பி வந்து சேர வேண்டிய பருவம்தான் அது. பருவம் தப்பியும் கிளிகள் வந்து சேரவில்லை. அவனது நூற்றியெட்டு பஞ்சவர்ணக் கிளிகள்தாம் அவனது உயிர்வாழ்க்கைக்கான ஒரே சொத்து. நூற்றியெட்டுக் கிளிகளையும் கூண்டுக்கு ஒன்பது

வீதம் பன்னிரெண்டு கூண்டுகளில் அடைப்பான். ஒவ்வொரு கிளியும் விதவிதமான ஓசைகளை எழுப்பும். கிளிகளின் வெவ்வேறு ஒலியுடனான தொடரோசையில் ஒருவித இசைக்கோலம் உருவாகும். மேலும், அவை ஒவ்வொன்றும் ஒவ்வொரு வார்த்தை சொல்லும். வார்த்தைகளின் முன்பின்னான தொடரோசையில் ஒரு பாட்டை அவை சேர்ந்து படிப்பது தெரியும். ஒவ்வொரு முறையும் விதம்விதமான பாடல்களும் இசைக் கோலங்களும் அவற்றிடமிருந்து தொடர்ந்து உருவாகிய வண்ணமிருக்கும்.

குருவிக்காரன், கிளிகளடங்கிய பன்னிரெண்டு கூண்டுகளையும் ஊரூராகச் சென்று சந்தைகளில் நல்ல விலைக்கு விற்று விட்டு கிராமத்துக்கு வந்துவிடுவான். வருடத்தின் ஒரு குறிப்பிட்ட பருவத்தில் வெவ்வேறு திசைகளிலிருந்து அந்தக் கிளிகள் தமது கூட்டைத் திறந்துகொண்டு தமது எஜமானர்களிடமிருந்து தப்பி இவனிடம் வந்து சேர்ந்துவிடும். எல்லாப் பறவைகளும் மீண்டு வந்தவுடன் திரும்பவும் அவற்றைப் பன்னிரெண்டு கூண்டுகளில் அடைத்து வெவ்வேறு பகுதிகளுக்குச் சென்று விற்றுவிட்டு வந்துவிடுவான். தலைமுறைச் சொத்தாகிய அந்தப் பஞ்சவர்ணக் கிளிகள் குறிப்பிட்ட பருவம் கடந்தும் மீண்டுவராததில் அதிர்ச்சியுற்று, நாட்டின் பிற பாகங்களின் காட்டு வெளிகளில் அவற்றைத் தேடி அவன் தொலைந்து போனான்.

குருவிக்காரன் ஊரைவிட்டோடிய பௌர்ணமிக்கு முந்தின மூன்றாவது பௌர்ணமி அன்றுதான் ஆற்றின் நீரோடு அந்த மோகினி கரைந்து மறைந்து போனாள் என்பதை அவன் ஞாபகம் கொண்டான். ஊரைவிட்டு மோகினி மறைந்து விட்டதால்தான் குருவிக்காரனிடம் அவனது பறவைகள் திசையறிந்து திரும்பிவந்து சேரவில்லை என்பதாக எண்ணினான். மோகினியின் வாசனை இந்த நிலப்பகுதியில் அற்றுப் போனதால்தான் அந்தக் கிளிகள் திசை மறந்து போயின என்று நினைத்தான். மோகினி ஆற்றோடு கரைந்து மறைந்துபோன அந்த இரவிலிருந்து தன்னுடம்பிலும் தன்னைச் சூழ்ந்தும் கமழ்ந்துகொண்டிருந்த அவளது வாசனை அற்றுப் போனதையும், தன்னை எரித்துக்கொண்டிருந்த விரகம் அணைந்து போனதையும் அறிந்தான்.

அன்றைய பௌர்ணமி இரவு, தனது நிலைக்கண்ணாடி யுள்ளிருந்து வெளிப்பட்டுப் படுக்கையில் அயர்ந்திருந்த தனது மார்பில் கால் வைத்து ஜன்னல் வழியே ஓடிய சிரிப்பொலியைத் தனது சுயமனக் கட்டுப்பாட்டையும் மீறி அவன் பின்தொடர்ந்து போனான்.

பிரேம்

பால் பிடித்த பசுங்கதிர்கள் நிலவொளியில் அவளது சிரிப்பின் அதிர்வுகளால் அலையென அசைந்த வயல் வரப்புகளில் ஓடினான். எங்கெங்கோ ஓடிப் பாதங்களில் தைத்த கருவேலம் முட்களைக்கூடப் பொருட்படுத்தாமல் ஆற்றின் மணல் பரப்பில் அசதியோடு சரிந்தான்.

தவழும் காற்றின் மெல்லிய ஓட்டத்தில் அவளது வாசனை சுவாசத்தை இடறியது. கண்விழித்து சுற்றிலும் பார்த்தான். ஆற்றின் நீர்த்தடத்தில் ஆங்காங்கே திட்டுத்திட்டாகத் தேங்கிய நீரில் காற்று சலசலத்துக்கொண்டிருந்தது. தூரத்தில் பாறைகளூடாக நெளிந்தோடும் ஒரு நீர்ப்பாட்டையில் இறங்குவதற்காக ஒரு வட்டப்பாறையின் மேல் பச்சைப் பசேலென அம்மணம் ஒளிர அவள் நின்றிருந்தாள். வருடத்துக்கொருமுறை ஊருக்குள் ஈயம் பூசவரும் பாத்திரக்காரனின் அடுப்புச் சூட்டின் ஈயக் குழைவென நடுக்கமுறும் அவளது தோற்றத்தில் நிலவொளி தளும்பிக்கொண்டிருந்தது. குதிகால்வரை தொங்கிக்கொண்டிருந்த கருங்கூந்தலின் தோகையை அள்ளி உச்சந்தலையில் கோடாரிக் கொண்டையிட்டபடி அவள் நீருக்குள் இறங்கினாள்.

அவனுக்கு மூச்சு முட்டியது. ஆழ்ந்த சுவாசத்தில் சூழலின் நிலாவொளியும் நீர்ப்பரப்பும் அதிர்ந்து மணல் கிளர்ந்து புகைவதாகத் தோன்றியது. அவனால் எழ முடியவில்லை. உடம்பிலிருந்த எல்லா எலும்புகளும் கரைந்துவிட்டது போல் துவண்டு நெளிந்தான். மணல் பரப்பில் நெளிந்து நெளிந்து அவள் குளித்துக்கொண்டிருக்கும் நீர்ப்பகுதியை நோக்கி ஊர்ந்துகொண்டிருந்தான். அவனது இடுப்பிலிருந்த வேட்டியும் கௌபீனமும் முடிச்சு நெகிழ்ந்து உடம்பிலிருந்து நழுவிவிட அம்மணமாக சுயப்பிரக்ஞையற்று ஊர்ந்துசென்று வட்டப் பாறையில் ஓரமாக உடல் மறைத்து அவளது பேரழகின் பிரகாசத்தை நோக்கிய கணத்தில் அவனது கண்களெனும் தேன்கூடுகள் கலைந்து பார்வைகளின் ரீங்காரம் வெளி முழுவதும் நிறைந்ததிர்ந்தது. இரக்கமற்ற பிடாரனால் உயிரோடு தோலுரிக்கப்பட்டு வீசியெறியப்பட்ட நாகமென எழுந்த அவனது பாலுறுப்பு பாறையில் மோதித் துடித்து மாமிசம் கூசியது. அவள் தனது விலாப்பகுதியைத் தேய்த்தபடி எதேச்சையாகத் திரும்பியபோது ஓர் ஆண் மறைந்து கொண்டு தன்னைப் பார்ப்பதை அவள் நேர்கொண்டு நோக்கிய அக்கணம் தன் நிர்வாணத்தில் ஆயிரமாயிரம் தேனீக்களின் தீக்கொடுக்குகள் அப்பித் தைப்பதாய் பெரும் அலறலோடு கைகளால் தன் அங்கங்களை மூடிக்கொண்டாள்.

அவன் அதிர்ந்து நடுங்கினான். அவளது வீறிடலின் வீச்சில் திசையெல்லாம் எரிகற்கள் நீந்தி மறைந்தன. தனது ஆசனவாய்

வழியே இதயம் வெளி நழுவிவிட்டதாக உடல் முறுக்கிப் பாறைமீது முகம் படியச் சரிந்தான். காலத்தில் என்றுமே தனது நிர்வாணத்தில் யாதொரு ஆண் பார்வையும் தீண்டியறியாத அவளது உடம்பானது பௌத்ரம் குலைந்து தனது மூலகங்கள் சிதைவுற்றுப் பிரிய, எங்கிருந்தோ புதுவெள்ளம் சலசலத்து ஓடிவந்து ஆற்றின் மணல்வெளி எங்கும் நீர்பரவ நீரோட்டத்தில் பச்சைப் பசேலென அவள் கரைந்து அடர்த்தியாக நழுவிக் கொண்டிருப்பதை அவனது பார்வை நோக்கி நிலைகுத்தியது.

விடியலில் கால்நடைகளை மேய்ச்சலுக்குக் கொண்டு போனவர்கள், மூக்கில் குருதி மயங்கிக் கிடந்தவனை ஊருக்குள் தூக்கி வந்தார்கள். குருவிக்காரன்தான் அப்போது வைத்தியம் செய்தான்.

பலநாட்கள் அவன் காய்ச்சலில் கிடந்தான். அவனைக் 'காத்து கறுப்பு' தீண்டிவிட்டதாக ஊரில் பேசிக்கொண்டார்கள். ஆனால், புதுவெள்ளம் ஓடிய ஆற்றில் நீரருந்திய கால்நடைகள் விஷம் ஊடி செத்துப் போவது தொடரவே, ஆற்றின் நச்சுத்தன்மையால் அவன் பாதிப்புற்றதாக ஊரின் பேச்சு மாறியது. ஆனால், மோகினியின் உடல் கரைந்து ஆற்றுநீர் நச்சுத் தன்மையாகிவிட்டது என்றும் தான் மோகினியை இச்சித்து அவளது அம்மணம் தீண்டியதன் மூலம் தனது குடிக்கே நாசம் சூழப்போகிறது என்றும் அவன் பயந்தான். யாரிடமும் அவன் எதைப்பற்றியும் சொல்லவில்லை.

கரித்தூசுகள் ஊரின் எல்லா இடங்களிலும் படிந்தது. ஊர்க்குளத்தின் தாமரை மொட்டுகள் கருகியபோது பருவப் பெண்களின் முலைச்சதையானது கட்டி கண்டதுபோல வலிகொண்டு வெம்பி வதங்கின. வயல்வெளி எங்கிலும் கரித்தூசுகள் அண்டி ஊரின் நிறமே கருமையானது. சிலருடைய இருமலில் ரத்தம் தெறித்தது. வனையும் குயவனின் சுழலும் சக்கர மையத்திலிருந்து உருத்திரளும் களிமண் திரிந்து பிசகிப்போவது கண்டு 'நிலம் தீட்டுக் கண்டுவிட்டது; இனி என் குடிநாசம், குலநாசம்' என ஊருக்குள் வந்து குயவன் கத்தினான். கோணல்மாணலாக உருவாகும் பானைகளையும் சட்டிகளையும் அவன் சுட்டெடுக்கத் தீ மூட்டியபோது அந்த மண்பாண்டங்கள் தீயோடு சேர்ந்து எரிந்தன என்றான். சிதையில் கபாலங்கள் எரிவதுபோல் அவை எரிந்து சாம்பலானது என்றான். பூமி கந்தகமாகிவிட்டதை எல்லோரும் உணர்ந்தனர்.

சில நாட்களுக்குப் பிறகு தாமரைக் குளத்தோரப் பலா மரங்களின் கிளை ஒன்றில் தன் மனைவியின் புடவையால் குயவன் தூக்கிலிட்டுத் தொங்கினான். சிறுவர்களின் பார்வைக்குப்

பக்கத்துக் கோணக்கிளையிலிருந்து அவனது முகத்தை மறைத்தபடி தொங்கிய வெடித்த பலாப்பழத்தின் கொட்டைகள் அவனது மறைந்துபோன முகத்தின் பற்களென பயமுறுத்தின. ஊர்க் காரர்கள் பலாமரத்தை வெட்டிவிட்டார்கள். வெட்டுப்பட்ட அடிமரத்திலிருந்து பால் வழிந்து கரிபடிந்த மண்ணில் நகர்ந்தது. அப்பொழுதிலிருந்துதான் தாய்ப்பெண்களின் காம்புகளி லிருந்து பால்சுரப்பு வற்றித் தூர்ந்தது. கால்நடைகளின் மடியில் பால் திரிந்து குருதி கசிந்தது. காம்புகளைச் சுவைக்கும் கன்றுகளின் கடைவாயில் குருதிவழிய வலி தாங்காமல் தாய் விலங்குகள் அவற்றை அண்டவிடாமல் முட்டி விரட்டின.

புதுவெள்ளம் ஓடிய ஆற்றோர மரங்கள் கருகிப்போனது போல வயல்புறங்களிலும் ஊர்ப்பகுதிகளிலும் தாவரங்கள் கருகிப்போயின. உணவு முற்றாய்த் தீர்ந்த நிலையில் பசித்த வயிறு வீங்கி இருமி ரத்தம் கக்கி தினமும் யாராவது ஒருவர் செத்தபடி இருந்தனர். கால்நடைகள் எதையாவது தின்றுவிட்டு வயிறு வெடித்துச் செத்துநாறின. கிராமத்தினருக்குத் தலைமுடி உதிரத் தொடங்கியபோது அவன் காய்ச்சலிலிருந்து மீண்டெழுந்தான். பலவீனமான நடையில் ஊர்த்தெருக்களில் உலவியவனுக்கு இடைப்பட்ட சில மாதங்களில் பெரும் எண்ணிக்கையிலான இறப்புகள் நிகழ்ந்திருப்பது தெரியவந்தது.

தனது அறைக்குள் அவன் நுழைவதற்குத் தயங்கினான். அறைக்குள் தன்னைக் காவு கொள்வதற்கான ஏதோ ஒன்று தயாராக இருப்பதுபோல பயந்தான். வீட்டிலுள்ளவர்கள் சகஜமாக அவனது அறைக்குள் புழங்கி வருவது கண்டு தைரியம்கொண்டு தானும் உள் நுழைந்தான். முதலில் அவனது பார்வை நிலைக்கண்ணாடியை நோக்கித்தான் சென்றது. அது சுத்தமாகத் துடைக்கப்பட்டுப் பளபளவென்றிருந்தது. பல மாதங்களுக்குப் பிறகு தனது நோய் முகத்தைப் பார்ப்பதற்குக் கண்ணாடியை நோக்கினான். கண்ணாடியில் அவனது முகம் பிரதிபலிக்கவில்லை. பல கோணங்களில் நின்று தன் முகத்தை நோக்கினான். தன் முகம் மட்டுமல்ல, முழு உருவமும் தெரியவில்லை. கண்ணாடிமுன் வெவ்வேறு பொருள்களை நிறுத்திப் பார்த்தான். அவை அனைத்தையும் அது பிரதிபலித்தது. பக்கத்து அண்டை வீடுகளுக்குச் சென்று தனது செயலில் சந்தேகம் எழாத வண்ணம் மிக இயல்பாகக் கண்ணாடியை நோக்கினான். ஊரிலுள்ள எந்த ஒரு கண்ணாடியும் தனது தோற்றத்தைப் பிரதிபலிக்கவில்லை என்பது தெரிந்தது. உண்மையில், பிறருக்கு ஸ்தூலமாகத் தெரியும் தான், தனக்கு மட்டும் அற்றுப்போய் இருப்பதாக உணர்ந்தான்.

பசியாலும் நோய்ப்பிணியாலும் கொஞ்சம் கொஞ்சமாக கிராமத்தவர்கள் ஊரைவிட்டு ஏதோ ஒரு திசையை நோக்கி இடம் பெயர்ந்துகொண்டிருந்தார்கள். தினமும் குடும்பத்தில் யாராவது இறப்பதும் யாராவது ஊரைவிட்டு ஓடுவதுமாக இருந்தார்கள். தங்களுடைய தலை முடிகள் உதிர்ந்து ஊர்முழுவதும் சுருள்சுருளாகக் காற்றில் அலைந்துகொண் டிப்பதல்லாமல், வேறு எங்கிருந்தோ முடிகள் பந்து பந்தாகப் பறந்து வந்து மரக்கிளைகளிலும் வீட்டுக் கூரைகளிலும் சிக்கி அசைந்துகொண்டிருந்தன. தெருவெல்லாம் அலையும் முடிச்சுருணைகள், நடக்கும் போது கால்களில் சிக்கின.

பசியும் எல்லோருக்கும் தொற்றிக்கொண்டிருக்கும் ரத்தச்சளி இருமலும் இறப்பு என்பதைத் தின நிகழ்வுகளில் ஒன்றாக்கியது. ஒருவரை ஒருவர் ஒருவித சாவுப் பார்வையால் பார்த்துக்கொண்டனர். ஊரைவிட்டுப் பாதிப் பேருக்குமேல் போய்விட்ட நிலையில் அவனும் தன் குடும்பத்தாருடன் இடம்பெயர்ந்தான். போக்கிடமற்றவர்களும் ஊரைவிட்டுப் போக மனமில்லாதவர்களும் கிராமத்திலேயே இருந்தனர். தனது பயணத்தில் பின்னால் வந்து சேர்ந்துகொண்ட அவனது நண்பன் ஒருவன் சொன்னான்; “இறந்தவர்களைப் புதைப்பதற்குக்கூட குழிதோண்ட சக்தியற்றுப் புதைப்பாரற்ற பிணங்கள் புதர்களிலும் தெருவோரங்களிலும் கிடக்கின்றன” என்று. ஊர்தாண்டி ஒருநூறு கல் தொலைவில் புதிதாக ஒரு இரும்புக் கோட்டையைப்போல ஒன்று கட்டப்பட்டிருப்பதை யும், அங்கு ஒற்றைப் பனைமரம் உயரத்திற்கு நிற்கும் ஓர் உலோகக்குழாயின் வாயிலிருந்து குபுகுபுவெனக் கரும்புகை வெளிப்பட்டு மேகமென வான மண்டலத்தையே கவிவதையும் அவன் கண்டான்.

ஏதோ ஒரு மொழி பேசும் நகரத்தின் விளிம்புப் பகுதிகளில் அவர்கள் குடிசை போட்டுக்கொண்டு வாழத்தொடங்கினர். விளைநிலமில்லாத அந்த நகரத்தில் வேறு வேலை செய்யத் தெரியாதவர்கள் வீடுகளிலும் வீதிகளிலும் துப்புரவுப் பணிசெய்து பிழைத்தனர். சிலர் கூடை முடைந்தும் மண்பாண்டங்கள் வனைந்தும் பிழைக்கத் தொடங்கினர். தாமரை இலைப் பெரிதளவு நட்சத்திர மீனில் அரைத்த மஞ்சளைத் தடவி அதனோடு படிகாரக்கட்டி, ஊமத்தங்காய், இரண்டு காய்ந்த மிளகாய், விறகுக் கரித்துண்டு ஒன்று என இவற்றை வைத்து, கருப்பு உரோமக் கயிற்றால் முடிந்து திருஷ்டிக் கயிறுகளை உருவாக்கி னான். நட்சத்திர மீன்களைத் தேடிய அவனது பயணத்தில் ஊர்தாண்டி இடைமறிக்கும் பெயர் தெரியாத ஆறுகள் தாண்டி

மறந்துபோன தனது தாய்மொழி பேசும் நிலப்பகுதிக்கு வந்து விட்டிருப்பதை உணர்ந்தான்.

கடல், நிலம், மலை, மரம், காற்று, வயல் என எல்லா வற்றையும் ஏதோ ஒரு சாபம் காலங்காலமாகக் கவிந்து கொண்டிருப்பதை உணர்ந்தான். உலகின் அத்தனை நிலப் பகுதிகளிலிருந்தும் மோகினிகள் வெளியேறி திசை குழம்பி எங்கெங்கோ திரிந்துகொண்டிருப்பதாக அவனுக்குத் தோன்றியது. தனது கிராமத்தின் மோகினிகூட அன்று காற்றில் பரவிய கரித்தூசுகளால்தான் காடுகளையும் மலைகளையும் விட்டுவிட்டு ஊருக்குள் நுழைந்து அலைந்து தனது அறையின் நிலைக்கண்ணாடியில் பதுங்கியதோ என நினைத்தான். மோகினிகளின் சாபம் இந்தப் பூமியின் வயிற்றைப் பிளந்து எரிக்குழம்பினை அள்ளி எல்லோருடைய முகத்திலும் வீசியடிக்கும் என நினைத்தான்.

கடலிலிருந்து சிலநூறு கல்தூரம் மேற்காக நடந்தால் அவனது பூர்வீக நிலத்தினை அடைந்துவிடலாம். கைவிடப்பட்ட தன்னுடைய கிராமத்தை சாவதற்குள் ஒருமுறை பார்த்துவிட வேண்டும் என்ற ஆவல் அவனுள் எழுந்ததால் வழியில் தென்படும் நாடோடிகளிடம் திசையை விசாரித்தபடி பாழ் வெளியினூடாக கைவிடப்பட்ட தனது பூர்வ நிலத்தை நோக்கி பயணப்பட்டான். வறண்டு தீய்ந்த பூமியின் கானல் அவனது பார்வையை நிறைத்தது. மணல்மேடுகளின் மீது ஏறிக் கடக்க முடியாத அவனது வயோதிகப் பாதச்சுவடுகளின் ஒற்றைத்தடம் கழுத்தில் ஆரமென மேட்டின் அடிப்பகுதியில் வட்டமிட் டிருந்தது. பலநாள் நடைக்குப்பிறகு ஒரு உச்சிப்பகலில் தனது சிதைந்துபோன கிராமத்தின் கோயில் கோபுரம் எட்டிய வெளியில் பார்வைக்குத் தென்பட்டது.

ஊருக்குள் காய்ந்த மரங்களின் முறிந்த கிளைகளில் சடை சடையாக முடிகள் அசைந்தபடி இருந்தன. கூரை சரிந்து கரைந்துபோன சுவர்கள் நிற்கும் வீதிகளில் கால் படும் இடமெல்லாம் ரோமப்புதர்களிலிருந்து கரப்பான் பூச்சிகள் வெளிப்பட்டு ஓடின. இடிந்த வீடுகளின் சுவர் இடுக்குகளில் தசை சுண்டி கருவாடாகக் காய்ந்த விறகுகளைப்போல புதைக்கப்படாத உடல்கள் தென்பட்டன. கரிப்புழுதியில் உருளும் முடிப்புதர்களிலிருந்து கரப்பான் பூச்சிகள் நெளிநெளியாகப் பூத்து வழிந்தன.

வறண்டு போன தாமரைக் குளத்தின் கரையோரம் செல்லும்போது, இந்த ஊரைவிட்டுத் தான் வெளியேறுவதற்கு முன்பாக தனது நிலைக்கண்ணாடியை, குயவன் தூக்கிட்டுத்

தொங்கியதால் வெட்டப்பட்ட பலாவின் அடிமரத்தின் கீழ் குழி தோண்டிப் புதைத்துவிட்டுப் போனது அவனது நினைவுக்கு வந்தது. எதிரே நிற்கும்போது தன்னைப் பிரதிபலிக்க மறுத்துதான் அற்றுப்போன ஒருவன் என்பதைச் சுட்டிய அக்கண்ணாடியைத் தனது அகத்தின் பிரேதமெனக்கொண்டு அதை அவன் புதைத்துவிட்டுச் சென்றான். மேலும், மோகினி வந்தடைந்த அந்த உள்ளீடற்ற ஒற்றைப் பரிமாண வெளி உணர்த்தும் வெறுமையைத் தாள முடியாததாலும் அதை அவன் புதைக்க நேர்ந்தது. அந்தக் கண்ணாடியைத் தோண்டி எடுத்துப் பார்க்கும் ஆவல் எழ, மக்கிச் சிதைந்த பலா மரத்தின் அடிப்பகுதியைக் கண்டுபிடித்து மண்ணைத் தோண்டினான். சுற்றுச் சட்டங்கள் மக்கி ரஸம் மங்கிய நிலையில் மண் அண்டிய கண்ணாடிப் படலத்தை உடையாமல் வெளியே எடுத்துத் துடைத்தான். துடைக்கும்போதே மண் நீங்கிய கண்ணாடிப் பரப்பில் தனது உருவம் பிரதிபலிப்பதைக் கண்டான். அரைநூறு ஆண்டுகள் கடந்து மீண்டும் தன் முகத்தைத் தான் பார்க்க முடிந்தது எண்ணிக் கண் கலங்கினான். தனக்குப் பரிச்சயமற்ற தனது கிழட்டு முகத்தின் பிம்பத்தை மண்டியிட்டபடி கட்டிக் கொண்டு அழுதான்.

கண்ணாடியைத் தோளில் சுமந்துகொண்டு பழைய மேட்டுத் தெருவினூடாக அவன் நுழைந்து நடக்கும்போது எதிரே குறுக்காக ஏதோ ஒரு கிழட்டு உருவம் கடந்து சென்றதுபோல் தோன்ற, ஒரு அமானுஷ்ய பீதி தன்னைச்சுற்றிக் கவிவதாக உணர்ந்தான். விடுவிடென நடந்து, சுவர் இடிந்து கரைந்துவிட மக்கிய ஜன்னல் சட்டம் மட்டுமே ஏதோ ஒரு சத்தத்திற்குக் கட்டுப்பட்டதைப் போல அந்தரத்தில் அநாமத்தாகப் பதிந்திருக்கும் மூலைவீட்டின் ஓரச்சந்து வழியாக அந்த உருவம் திரும்பியதைக் கண்டு பின் தொடர்ந்தான். எட்டிய தூரத்தில் முடிக்கற்றைகளோ கரப்பான்களோ இல்லாத சுத்தமான ஒரு நிலத்திட்டில் மூங்கில் பட்டைகளில் கூண்டு கூண்டாக அடைக்கப்பட்ட குருவிக்காரனின் குடில் புதுப்பிக்கப்பட்டிருந்தது. அந்த உருவம் குருவிக்காரன்தான் என்று உணர்ந்துகொண்டான்.

தயங்கித் தயங்கி குடிலின் முன்சென்று நிற்க, யாரது என்று கேட்டபடி உள்ளிருந்து முதுமையில் உடல் குன்றிய குருவிக்காரன் வெளியே வந்தான். அவனது தலையிலும் முகத்திலும் நீண்டு வளர்ந்து சிக்கு விழுந்த முடிக்கற்றைகள் தொங்கின. குனிந்து எதையோ தேடியபடி நடப்பதுபோல் உடல்குன்றிய அவனது அசைவுகள் இருந்தன. ‘நான்தான் தம்பு’ என அவன் சொன்னான். குருவிக்காரன் முகத்தை நிமிர்த்தி தனது ஒடுங்கிய கண்களால் அவனைப் பார்த்தான். அவன்

ஓரமாகக் கிடந்த ஒரு மரத் துண்டின்மீது கண்ணாடியைச் சாய்த்துவிட்டுக் குருவிக்காரனின் அருகில் வந்து நின்றான்.

குருவிக்காரன், இந்த இடத்திற்குத் தான் திரும்பி வந்து இருபத்தைந்து ஆண்டுகள் ஆகின்றன என்றான். எங்கெங்கோ அலைந்து திரிந்து தனது கிளிகளைக் கண்டுபிடிக்க முடியாமல் மீண்டும் இந்தச் சபிக்கப்பட்ட வெளிக்கே தான் திரும்பி வந்து விட்டதாகச் சொன்னான். கரப்பான்களைத் தின்று தான் வாழ்ந்து வருவதாகவும் சொன்னாள். எப்பொழுதாவது இந்த வழியாகக் கடந்து செல்லும் நாடோடிகள் தண்ணீர் கொடுப்பார்கள் என்றான். தான் பிறந்து நூறாவது சித்திரைப் பௌர்ணமிக்குள் தனது கிளிகள் மீண்டும் தன்னிடமே வந்து சேர்ந்துவிடுமென வடக்கு தேசத்தில் ஒரு கிழவி குறி சொன்னாள் என்றும் எனவேதான் மீண்டும் இந்த இடத்திற்கே வந்து காத்திருப்பதாகவும் சொன்னான்.

இன்று தன் வாழ்க்கையின் நூறாவது சித்திரைப் பௌர்ணமி என்பது உனக்குத் தெரியுமா என்று அவனிடம் கேட்டான்.

அதற்கு, தனக்கு நாட்களும் கிழமைகளும் காலங்களும் என்றோ அற்றுப் போய்விட்டதெனப் பதிலாக முணுமுணுத்தான்.

இன்று உனது கிளிகள் திசைமீளும்பட்சத்தில் இந்த வெளியைப் பிடித்த சாபம் நீங்கிவிட்டது எனக் கொள்ளலாமா என்று கேட்டான்.

பாலைவெளியின் தூரத்து ஒற்றைப் பனைமரத்திற்குப் பின்னால் சூரியன் மறைவதையே குருவிக்காரன் வெறித்துக் கொண்டிருந்தான்.

கிளிகள் திசை மீண்டுவிடும் பட்சத்தில் தொலைந்து போன தமது குடிகளை நகரத்தின் தெருக்களிலிருந்து மீண்டும் இங்கு அழைத்து வந்துவிடலாம் என்ற எண்ணம் அவனுள் முளைத்தது.

தொடுவானத்தில் செம்பிழம்பு அணைந்து இளம் இருள்கவிய, மாலை மலைமுகட்டின் கீழ்த்திசையிலிருந்து செவேலெனத் திசை முழுதும் முளைத்தெழுந்தது முழுநிலா. இருவரும் பேச்சற்றுப் பறவைகளின் கீச்சொலிக்காக வெளிமுழுதும் செவிகளை நிறைத்து மங்கிய இருளின் மேலெழும் நிலாவையே பார்த்துக்கொண்டிருந்தனர்.

ஏழாவது உடை

"உடல் உடையைப்போல, உயிர் அதை மாற்றி அணியத் தவிக்கிறது; ஒவ்வொரு முறையும் ஓர் உடை, இந்திய நம்பிக்கையின்படி ஏழு உடைகள். ஏழு முறை மாற்றி அணியப்படும் உடை, உடையைப் பற்றி மட்டும் அறிந்தவர்கள் உடையை அணியும் உயிரை அறிவதில்லை. உயிரின் ரகசியம் புரிந்தவர்கள் உடையைப் பற்றிக் கவலை கொள்வதில்லை."

அவர் பேசிக்கொண்டிருந்தார். அந்தத் தியான மண்டபத்தில் மிகத் துல்லியமான அமைதி. வெள்ளை விரிப்புகள், வெள்ளை நிறத்தில் வட்டத்திண்டுகள். பளிங்கு நிறச்சுவர். மிகத் திட்டமிடப்பட்ட வெளிச்சம். பேச்சுக்குப் பின்னணியில் உடனே கண்டுபிடிக்க முடியாத ஒரு தம்பூரா சுருதி. அது ஒலிபெருக்கி அமைப்புக்கு உட்புறமாகவே பொருத்தப்பட்டிருக்க வேண்டும். நூற்றுக்கும் மேற்பட்ட பார்வையாளர்கள் ஒரு மயக்கம் நிறைந்த கவனத்தில் மூழ்கி இருந்தார்கள். சுவாமிகளின் ஆங்கிலம் மிகத் துல்லியமானது. இசைத்தன்மை நிறைந்தது. பேசப்படும் செய்தியை விட பேசும் முறைக்கு அதிக முக்கியத்துவம் கொடுப்பது. கேள்வி, பதில் என்ற முறையிலேயே அவருடைய பேச்சு இருக்கிறது.

"மனித மனதில் துயரம் எங்கிருந்து வருகிறது?"

"மனதிற்குள்ளிருந்துதான் வருகிறது."

"மனிதருக்கான இன்பம் எங்கிருந்து வருகிறது?"

“மனம் தன்னைத் திறந்து வைக்கும்போது வருகிறது.”

இப்படியாகத் தொடர்கிறது அவரது பேச்சு. சுவாமிகள் என் பள்ளித் தோழர். இன்னும் குறையாத துடிப்பும் ஆர்வமும் உடையவர். உலகின் பாதிக்கு மேற்பட்ட நாடுகளைப் பார்த்து வந்தவர். இந்தியாவில் மூன்று மாதங்கள் மட்டுமே தற்போது அவருடைய தங்குதல். மூன்று மாதங்களும் தினம் மாலை நேரப் பிரசங்கம். வாரம் ஒருமுறை காலை நேரச் சிறப்புப் பிரசங்கம். தினம் இருநூறு அளவுக்கு உண்மையைத் தேடும் சீடர்கள். சிறப்புப் பிரசங்கத்தின் பொழுது ஆயிரத்தைத் தொடும் பார்வையாளர்கள். நான் கடந்த இரண்டு மாதங்களாக இங்கு தினம் வந்துகொண்டிருக்கிறேன். முன்பு வருடம் ஒருமுறை மட்டுமே இவரைச் சந்திப்பேன். அவரது பேச்சு மாலை நேரத்தின் மனக்கலக்கம் தீருவதற்கான ஒரு மருந்து. அளவான தாளலயம் பொருந்திய, தர்க்கத்தின் முறை அமைந்த மொழி தரும் போதையும், ஆறுதலும். இசை மனதின் துக்கத்தையோ, உடம்பின் கிளர்ச்சியையோ தூண்டிவிட்டுவிடுகிறது. வாசிப்பு பெரும் சோர்வைத் தருகிறது. நட்பும் உறவும் பயத்தையும் பதட்டத்தையும் தருகின்றன. ஏதோ ஓர் இலக்கை நோக்கி அமைக்கப்பட்ட அவரது பேச்சு ஆறுதலைத் தருகிறது. பலமுறை அவை எனக்காக மட்டும் என்னை நோக்கிப் பேசப்பட்டதோ என்று தோன்றும். இந்த ஆறுதலும் நீண்ட காலத்திற்கு இல்லை என்பது எனக்குத் தெரியும். அதன்பின் ஆறுதலும் தேவைப்படாத இடத்தை நோக்கிய பயணம். முழுமையான பயணம். ஆனால் அந்த இடம் எப்படி இருக்கும்? கடந்த ஆறு மாதங்களாக அந்த இடத்தைப் பற்றிய கேள்விதான் எனக்குள் குடைந்துகொண்டே இருக்கிறது. அது இடமா இடமில்லையா? அது நிலையா, நிலையின்மையா? அது என்ன? என்ன என்பதையும் கடந்த நிலையா? ஒன்றிலிருந்து இன்னொன்றென மாறிச்செல்லும் நிலைமாற்றமா அல்லது ஒன்றுமற்றுப்போவதின் தொடக்கமா? சிவபதமா? வைகுந்த பதமா? பரிநிர்வாணமா? பிறவிப்பெருங்கடலின் ஓர் அலை மடிப்பா? வேறுலகம் நோக்கிய பயணமா? வெறும் உடல் திசுக்களின் சிதைமாற்றமா? சுவாமிகளின் பேச்சில் அதிகம் இடம் பெறக்கூடியது இந்த இடம் பற்றிய கேள்வி. என்னை இப்போது அதிகம் கவர்ந்ததும் அதிகம் அச்சுறுத்தக்கூடியதும் இதுவே. ஆனால் அவர் இதுவரை அதுபற்றிய பயத்தை வெல்லும் முறையைக் குறித்துப் பேசிய அளவுக்கு அது என்ன என்பது குறித்துப் பேசியதில்லை. அது என்ன? அதற்குப் பின் என்ன? ஒருமுறை நான் கேட்ட கேள்விக்குச் சுவாமிகள் கூறிய பதில் என்னைப் புறக்கணிக்கக் கூடியதாக இருந்தது. அல்லது எனக்கு அப்படித் தோன்றியது.

"உங்கள் கேள்வி விஞ்ஞானவாதத்தின் அடிப்படையில் பிறப்பது. அப்படியெனில் உங்கள் கேள்விக்குப் பதில் கூற வேண்டிய கடமை விஞ்ஞானிகளுக்குத்தான் உள்ளதே தவிர எனக்கில்லை. எனது தோட்டத்தில் இல்லாத செடிகளுக்குத் தண்ணீர் ஊற்ற வேண்டிய வேலை எனக்கில்லை."

நான் அதற்குப் பிறகு கேள்விகள் எதுவும் கேட்கவில்லை. அநேகமாகக் கடைசி வரிசைதான் எனது இருப்பிடம். அந்தத் தோட்டத்தின் ஒரு செடியாக இருப்பதில் உள்ள ஆறுதல் மட்டுமே போதும் என்றுதான் தோன்றியது. ஆனால் அந்த ஏழு உடைகள் பற்றிய புதிர் என் எல்லா உணர் நரம்புகளையும் தீய்த்துக் கொண்டே இருக்கிறது.

கடுமையான தலைவலி அவ்வப்பொழுது வந்து என்னைத் துடிக்க வைத்துக்கொண்டிருந்தது. ஒரு வருடம் அல்லது இரண்டு வருடம் இருக்கலாம். எனது வழக்கப்படி அதை நான் யாரிடமும் கூறவில்லை. சிகிச்சைக்கும் முயற்சி செய்யவில்லை. ஆனால் ஒருமுறை ஏற்பட்ட தலைவலி மயக்கத்தில் முடிய; கண்விழித்தபோது நான் மருத்துவமனையில் இருந்தேன். பக்கத்தில் என் வளர்ப்பு மகன் கபிலா நின்றுகொண்டிருந்தான். அவன் முகம் தூக்கமின்மையிலும் பயத்திலும் குழம்பிப்போய் இருந்தது. வலி குறைந்திருந்ததால் அவனைப் பார்த்துப் புன்னகை செய்தேன். அவன் உதடுகளும் சற்றே அசைந்தன; ஆனால் அதில் புன்னகை இல்லை. படுக்கையில் உட்காரச் சொன்னேன். அவன் கைகளைப் பற்றிக்கொண்டேன். எனக்கு ஒன்றுமில்லை சரியாகிவிட்டது என்றேன். அவன் கண்களில் இருந்து தாரை தாரையாய் கண்ணீர் வழிய ஆரம்பித்து விட்டது. பதினேழு வயதுதான் என் மகனுக்கு. ஆனால் அவன் பிற பிள்ளைகளைப் போல் இல்லை. அவனுக்கு எல்லாம் தெரியும். இன்னேரம் எனக்கு என்ன நோய் அதன் மூலம் என்ன, அதற்குச் சாத்தியம் உள்ள சாத்தியமற்றச் சிகிச்சைகள் எல்லாம் அவனுக்குத் தெரியவந்திருக்கும். அதுதான் என்னை மிகவும் பயமுறுத்தியது. கபிலா நீயும் பிற பிள்ளைகளைப் போலவே இருந்துவிடக் கூடாதா? அவன் முகத்தையே உற்றுப் பார்த்தேன்.

அந்த அகதி முகாமுக்குத் தகவல்கள் சேகரிக்கவென சிலமுறை சென்றுவந்தபோது அவனைப் பார்த்தேன். தாயும் தந்தையும் அற்ற மூன்று வயதுச் சிறுவன் என்னைப் பார்த்துச் சிலமுறை புன்னகைத்தான். ஒருமுறை என் விரலைப் பிடித்தபடி என்னுடனே வந்தான். அவன் விரலை உதற முடியவில்லை. முறைப்படியும் முறையற்றதுமான பல முயற்சிகளுக்குப்பின் அவன் என் மகனானான். தமிழ் கதைத்த அச்சிறுவன் என்னிடம் தடையின்றிப் பேசிக்கொண்டே இருந்தான். அவன் பேச்சை

நிறுத்தியதேயில்லை. என் வாழ்க்கை முழுவதும் அவனது பேச்சுக்களால் நிரம்பியது. அவன் வெகு சீக்கிரமாகவே படிக்கவும் எழுதவும் கற்றுக்கொண்டபோதும் பேச்சே அவனுக்குப் பிடித்திருந்தது. அவனுக்கு நண்பர்கள் ஏனோ மிகக் குறைவாகவே இருந்தார்கள். ஒரு சமயத்தில் ஒரு நண்பன் வாய்ப்பதே சிரமமாக இருந்தது. அவனது நட்பு ஓர் ஆண்டுக்கு மேல் யாருடனும் தொடர்ந்ததில்லை. காரணம் கேட்டபோது அவன் பேச்சைக் கேட்க அவர்களுக்கு அவகாசம் இல்லை என்று சொன்னான். நானும் எனது புத்தகங்களும் தனது வயலினும் அவனுக்குப் போதும் என்றான். ஒரு பிள்ளையை வளர்த்தெடுக்கும் எந்தக் கடின உழைப்பையும் கோராமலேயே அவன் வளர்ந்துவிட்டிருந்தான். என்னைப்போலவே தனியன். ஆனால் என்னைப்போல பயமும் குழப்பமும் இல்லாதவன். என்னைப்போல தத்துவவாதிகளின் வலைகளிலோ, தத்துவங் களின் சேற்றுக் குழியிலோ அவன் விழுந்துவிடவில்லை என்பது எனக்கு மிகப்பெரிய ஆறுதல். எல்லாவற்றையும் ஒரு செய்தி யாகத் தெரிந்து வைத்துக்கொண்டபோதும் அவற்றின் இடமும் அவனுக்குத் தெரிந்திருந்தது. அவனுக்கு வேண்டியவற்றைச் செய்துவைக்க வேண்டியதில் நான் சற்றே கவனக்குறைவாக இருந்துவிட்டது திடீரென எனக்கு நினைவுக்கு வந்தது. அவனுக்குத் தேவையான நல்ல வீடியோ கேமரா வாங்குவதைக்கூட நான் தள்ளிப் போட்டு வந்திருக்கிறேன் என்பதை நினைத்தபோது எனக்குப் பதட்டம் அதிகமாகி விட்டது. மீண்டும் தலைவலி தெறிக்கத் தொடங்கியது. நினைவு தப்பி வந்தது.

கபிலா என் மகனே, நீ பயப்படாதே எனக்கு ஒன்றும் இல்லை. சிகிச்சை செய்துகொள்ளும்படியோ அறுவை சிகிச்சையை முயற்சிசெய்து பார்த்துவிடும்படியோ நீயும் என்னை வற்புறுத்தாதே. எனது வாழ்நாளில் நான் சேமித்ததை எனது சிகிச்சைக்காகச் செலவு செய்துவிட்டு, உன்னை எனது வயதில், நான் இருந்தது போன்ற ஒரு நிலையில் விட்டுவிட்டுப் போய்விடும் நிலைக்கு என்னைத் தள்ளிவிடாதே. இன்னும் சில மாதங்கள், அதிகம் போனால் ஓர் ஆண்டு. அதற்காக இனி ஒரு ரூபாய்கூட செலவுசெய்ய நான் தயாராக இல்லை. மிகக் குறைந்த சேமிப்பு என்னுடையது. மிகச்சிறிய வீடு நம்முடையது. புத்தகங்களால் நிரம்பிய வீடு. அதற்கே நான் இன்னும் இரண்டு லட்ச ரூபாய் கட்ட வேண்டியுள்ளது. முறையான படிப்பு ஏதும் உனக்கு இல்லை. மாயம் புரியும் உனது புகைப்படக்கருவி, அதிசயங்களைப் பதுக்கி வைத்திருக்கும் உனது வயலின், உனக்கு வாங்கித்தந்திருக்கும் புதிய வீடியோ கேமிரா, எந்தக் கடினமான புதிரையும் சில நொடிகளில் தர்க்கங்களால் தீர்த்து விடக்கூடிய உனது சிந்தனைத் திறன், உனக்காக என்னுடைய

பிரார்த்தனை இவற்றை மட்டும் வைத்துக்கொண்டு இந்த உலகில் இனி நீ தனியே வாழக் கற்றுக்கொள்வாய் அல்லவா. உன்னால் முடியும். உனக்காக வங்கியில் உள்ள சேமிப்பிலிருந்து மாதம் கிடைக்கும் தொகையை வைத்துச் சில ஆண்டுகளைக் கடத்திவிட முடியும். எனக்கு உள்ளதுபோல உனக்குப் புகைப்பழக்கமோ மதுப்பழக்கமோ இல்லை. எனக்கு ஆறுதல், உன்னால் முடியும் கபிலா. இருந்தாலும் இன்னும் மூன்று ஆண்டுகள் உன்னை வளர்த்துவிட்ட பிறகு நான் அந்த இடத்தை அடைந்தால் நன்றாக இருக்கும். எனக்குப் பயமாக இருக்கிறது. உன்னை இவ்வளவு விரைவில் தனியே விட்டுச் செல்வதற்கு. இவ்வளவு விரைவில் இது நடக்கும் என்று நான் நினைக்கவில்லை. கபிலா என் மகனே. என்னை மன்னித்துவிடு.

என் நண்பனே ஒரு குருவாகி வளர்த்த அந்த ஆசிரமத்தைத் தேடிச் சென்றதற்கான காரணம் பெரிதாக எதுவுமில்லை. ஏதோ ஓர் இந்திய அனிச்சைச் செயலாகவே அது நடந்தது. அதன் இயற்கை அழகு நிறைந்த சூழல், அமைதி, நல்ல நூலகம் அதற்குப் பிறகு சுவாமிகளின் பேச்சு. வெளிநாட்டுப் பயணம் முடித்து வந்த அவருடைய அந்த ஆண்டுக்கான முதல் பேச்சைக் கேட்டேன்.

"நாம் மரணத்தைக் கண்டு பயம் கொண்டு தெய்வீகத்தையோ ஆன்மீகத்தையோ தேடிச் செல்கிறோம். மரணம் தெய்வீக மானது என்பது புரிந்துவிட்டால் அந்த அலைச்சல் இல்லை. அச்சமும் அலைக்கழிப்பும் அற்ற மரணம் தெய்வீகம்."

அவர் ஏன் தன் பேச்சை மரணத்திலிருந்து தொடங்கினார். அவர் ஒவ்வொரு நாளும் ஒவ்வொரு வகையில் மரணத்தைப் பற்றிப் பேசினார். அவரது வாழ்நாள் சீடர்கள் சிலர் குரு தனது ஜீவசமாதியை அடைவதைப் பற்றி ஏதும் யோசனை கொண்டுவிட்டாரா என்றும் கவலையுடன் பேசிக் கொண்டனர்.

"நீட்ஷே என்ற சிந்தனையாளன் சொன்னாள் 'கடவுள் இறந்துவிட்டார்' என்று. அவனுக்கு ஒன்று தெரியவில்லை; இறப்பிலிருந்து பிறந்ததுதான் கடவுள் என்று. மனிதர்கள் இறப்பை வெல்லும்வரை கடவுள் இறப்பது இல்லை. அன்பானவர்களே."

சுவாமிகள் ஏதேதோ முனையிலிருந்து தொடங்கி மரணத்தைப் பற்றிப் பேசியபடியே இருந்தார். மூன்று மாதங்களும் அதே பேச்சு. அவர் மீண்டும் வெளிநாடு செல்லும்முன் ஒருமுறை என்னைத் தனிமையில் சந்தித்தார். முழுநாளும் இசை ஒலித்துக்கொண்டிருந்தது. நாங்கள் தண்ணீரைத் தவிர அன்று ஏதும் பருகவில்லை. ஆசிரமம் மறுபடியும் வெறுமையான இடமானது. செடிகள், மரங்கள், பறவைகள், நூலகம், அவரது

பதிவு செய்யப்பட்ட பேச்சு ஒலிக்கும் பிரார்த்தனை மண்டபம். ஆனால், எனக்கு ஏனோ அது வெறுமையான இடமாக இருந்தது.

நீண்ட நாட்களுக்குப் பிறகு கபிலாவும் நானும் நிதானமாகப் பேசிக்கொள்ளத் தொடங்கினோம். அவனது புத்திக் கூர்மை நிறைந்த கேலியும் கிண்டலும் முற்றிலும் காணாமல் போயிருந்தன. அவனுக்குத் திடீரென்று பத்து வயது அதிகமாகிவிட்டது போல் தோன்றியது. புதிதாக அவன் செய்திருந்த சிறு மெட்டை வயலினில் வாசித்துக் காட்டினான். சிலமுறை திருத்தங்களும் செய்தான். தனது புதிய வீடியோ கேமராவில் என்னைப் பதிவு செய்யத் தொடங்கினான். அவனது முதல் டாக்குமெண்டரி என்று சொன்னான். என்னுடைய ஒவ்வொரு பேச்சையும், அசைவையும் பதிவு செய்துகொண்டே இருந்தான். 'இந்திய சமூகங்களின் இடமும் இடப்பெயர்ச்சியும்' என்ற எனது எட்டாண்டு கால எழுத்து வேலையை விரைவில் முடித்துவிட இரவும் பகலும் முயற்சி செய்தபோது எனக்கு நிறைய குறிப்புகளையும் தகவல்களையும் திரட்டித் தந்துகொண்டே இருந்தான். கபிலாவுக்குப் புரிந்துவிட்டது; இது ஏற்றுக் கொள்ளப்பட வேண்டிய நிகழ்வு. நிகழ்ந்தே ஆகக்கூடிய நிஜம்.

நான் வலி நீக்கும் மாத்திரையின் உதவியுடன் சற்றே ஆசுவாசத்துடன் படுத்திருக்கிறேன். கபிலா பக்கத்தில் உட்கார்ந்தபடி என் கைகளைப் பற்றிக் கொண்டிருக்கிறான்.

"அப்பா, உங்கள் அப்பா அம்மா இருவரில் யார் மீது பாசம் அதிகம்?"

"இல்லை கபிலா, பாசம் எனக்கு யார் மீதும் வாய்த்ததில்லை. அவர்கள் மீது எனக்கு இரக்கம் மட்டுமே உண்டு. துயரத்தை மட்டுமே அனுபவித்தவர்கள். நான் பன்னிரெண்டு வயதுவரை அப்பாவையும் அம்மாவையும் ஒன்றாகப் பார்த்ததில்லை. தாத்தா வீட்டில் வளர்ந்தவன். ஒருநாள் திடீரென அப்பா, அம்மா, தங்கைகள், தம்பி என ஒரு புதிய குடும்பம். எனக்கு ஒன்றும் புரியவில்லை. அது பாதுகாப்பாக இருந்தது. ஆனால் பயமாகவும் இருந்தது. அப்பா ஒரு தையற்காரர். பார்வை பாதி மட்டுமே. கண்களைக் குறுக்கிக்கொண்டு குனிந்தபடி அவர் பழைய துணிகளைத் தைக்கும்போது எனக்குப் பாவமாக இருக்கும். அம்மா காலை மூன்று மணிமுதல் இரவு பதினொரு மணிவரை வேலை செய்துகொண்டே இருப்பார். சின்ன உருவம். பூஞ்சை உடம்பு. மாமா வீட்டிலேயே வேலை. இடையில் பலகாரக் கடை. எண்ணெய் சட்டியின் வெப்பம். உரலில் உட்கார்ந்தால் மூன்று மணிநேரம் மாவு அரைக்கும் வேலை.

பிள்ளைகளை எப்படியும் வளர்த்து ஆளாக்கிவிட வேண்டும் என்ற பிடிவாதம். அப்பா ஒருநாள்கூட குடும்பத்திற்கு வேண்டியதைச் சம்பாதிக்க முடிந்ததில்லை, பாவம். அம்மா அதைவிடப் பாவம். அக்கம்பக்கத்தில் பிள்ளைகளால் கைவிடப்பட்ட பாட்டிகளும், தாயில்லாப் பிள்ளைகளும் அம்மாவோடு வீட்டில் இருப்பார்கள். வீட்டைச் சுற்றி இவர்களின் கும்பல். எப்படியோ எல்லோருக்கும் கொஞ்சம் உணவு. அம்மா எனக்கு மட்டும் எப்போதும் ஒரு துண்டு மீனை அதிகம் வைப்பார். அது அவருடையது என்பது பின்னாட்களில் புரியவந்தது. அப்பாவைப் பற்றிச் சொல்வது கடினம் கபிலா. அப்படிப்பட்டவர்களும் வாழ்வதற்கேற்ற உலகை நம்மால் ஒருபோதும் உருவாக்க முடியாது என்றுதான் தோன்றுகிறது."

ஒருமுறை பிரான்ஸிலிருந்து வந்த மாமா ஒருவர் எனக்கு பேண்ட் சட்டைக்கான துணிகளைத் தந்தார். அதைத் தைப்பதற்கான பணத்தையும் கொடுத்து தைத்துப் போட்டுக் கொள்ளும்படிச் சொன்னார். நான் தையல் கடைக்குப் போக ஆயத்தம் செய்துகொண்டிருந்தபோது, அப்பா தானே தைத்துத் தருவதாகச் சொல்லி துணியை வாங்கிக்கொண்டார். திண்ணைக் கடைக்கு வரச்சொல்லி அளவுகள் எடுத்து எழுதிக் கொண்டார். ஜிப், லைனிங் எல்லாம் வாங்கக் காசு வேண்டும் என்று மாமா கொடுத்த காசையும் வாங்கிக்கொண்டார். மாமா குடும்பம் பிரான்ஸுக்குத் திரும்பிப் போகும் வரை பேண்ட் சட்டை தைக்கப்படவே இல்லை. என் நண்பர்கள் வட்டம் முழுக்க என் பேண்ட் சட்டை பற்றிய பேச்சு பரவிவிட்டது. நாளடைவில் நான் கதைவிட்டிருப்பதாகவும் வதந்தி பரவியது. நண்பர்கள் வட்டத்திலேயே முதல் முழுக்கால் சட்டை போட்ட ஆள் என்ற பெருமை எனக்கு வந்து சேருவது தாமதமாகி, இல்லாமலேயே போனது. ஒரு வருடத்திற்குப் பிறகு நான் உயர்நிலைப் பள்ளிக்குப் போக வேண்டிய கட்டத்திலாவது தைத்துத் தரும்படி அப்பாவைக் கேட்டுப் பார்த்தேன். தைக்கலாம் என்றார் அவ்வளவுதான். சில மாதங்களுக்குப் பின் தையல் இயந்திரம் விற்கப்பட்டு விட்டது. அப்பாவும் தைக்கக்கூடிய நிலையில் இல்லை. பார்வை மோசமாக மங்கிவிட்டது. அப்பாவிடம் எனது பதினைந்தாவது வயதில் கேட்டேன்.

"அப்பா மாமா கொடுத்த துணியைக் கொடுங்கள் நான் வேறு யாரிடமாவது தைத்துக்கொள்கிறேன். வாரத்தில் ஒரு நாளாவது பேண்ட் சட்டை போட்டுப் போனால்தான் பள்ளியில் மதிப்பார்கள்."

அப்பா சொன்னார் "ஒரு பேண்ட் சட்டை இல்லை. உனக்கு ஏழு பேண்ட் ஏழு சட்டை கிடைக்கும். ஏழு சோடி உடைகள் வாங்கித்தர முடியும்." நான் பேசாமல் இருந்துவிட்டேன்.

அப்பா இறக்கும்போது ஐம்பத்தாறு வயது. கடைசி நேரத்தில் என்னைப் பார்க்க வேண்டும் என்று சொல்லிவிட்டுத்தான் கண்மூடி இருக்கிறார். எல்லாச் சடங்குகளும் அதன்படி நடக்கட்டும் என்று இருந்தேன். பதினோராவது நாள் எங்கள் பகுதி வழக்கப்படி காரியச்சடங்கு. அன்று எனக்குக் கிடைத்தவை ஏழு சோடி உடுப்புகள். முறைக்காரர்கள் செய்துவைத்த தலைக்கட்டு. ஏழு பேண்ட் துணி, ஏழு சட்டைத் துணி. நான் அவற்றைத் தைக்கவே இல்லை. இன்னும் அவை அந்தப் பெட்டிக்குள் மடித்தே வைக்கப்பட்டுள்ளன.

கபிலா என்னையே பார்த்துக்கொண்டிருந்தான். என் தாடியைச் சீப்பு எடுத்துச் சரிசெய்துவிட்டான்.

"உங்களுக்குள் இரக்கம் மட்டும்தான் இருந்ததா? அப்பா விடம் பாசம் அன்பு அறவே இல்லையா?"

"கபிலா முதல்முறை உன்னை என் மார்பில் அணைத்துக் தூக்கியபோது தந்தையாக உணர்ந்தேன். நீ என்னை முதல் முறையாக அப்பா என்று அழைத்தபோது நான் என்னை முதல்முறை மகனாக உணர்ந்தேன். என் அம்மாவையும் அப்பாவையும் நேசிக்கக் கற்றுத் தந்ததே நீதான் கபிலா! பாவம் அம்மா!"

நான் என் இறுதி நாட்களை நெருங்கிவிட்டது தெளிவாகத் தெரிந்துவிட்டது. மூச்சுவிடுவது பலமுறை கடினமாக இருந்தது. உறக்கம் கொடுமையான அலைக்கழிப்பாக இருந்தது. தலைக்குள் தொடர்ச்சியாக எரிமலை வெடிப்புகள். அன்று காலை கபிலா வந்து என்னிடம் சொன்னான்:

"அப்பா சுவாமிகள் ஜப்பானில் ஒரு பிரசங்கத்தின் போது மயக்கம் அடைந்து சரிந்தவர் பிறகு எழுந்திருக்கவே இல்லையாம். அவர் முதல்நாள் எழுதிவைத்த குறிப்பில் தன் உடலை ஜப்பானில் ஒரு கிராமத்திலேயே அடக்கம் செய்துவிடும்படி எழுதி இருந்தாராம்."

நான் கபிலாவைப் பார்த்தேன். அருகே வரும்படி சைகை செய்தேன். அவன் என்னை அணைத்துக்கொண்டான்.

"கபிலா அந்தப் பெட்டியைத் திறந்து அதிலுள்ள ஏழுசோடித் துணிகளையும் எடுத்து வா; அவற்றை உனக்குத் தருகிறேன். தைத்து சில நாட்களாவது நீ அணிந்துகொள்ளவேண்டும்."

கபிலா அறைக்குச் சென்று சிறிது நேரத்தில் அந்தத் துணிப்பொதியைக் கொண்டுவந்தான். பிரித்து எடுக்கும்படி கூறினேன். எடுத்தபோது அங்கு துணிகள் இல்லை; ஏழு மேல்சட்டைகளும் ஏழு முழுக்கால் சட்டைகளும் இருந்தன. ஒவ்வொன்றையும் எடுத்துப் பார்த்தபோது, கோணல்மாணலான இயந்திரத் தையல். நடுக்கம் நிறைந்த விரல்களுடன் மங்கலான பார்வை உடைய ஒருவரால் தைக்கப்பட்டவைபோல இருந்தன. என் கைகளில் நடுக்கம் பரவியது. உடம்பு குளிர்வதுபோல இருந்தது. "போட்டுப் பார் கபிலா" என்றேன்.

"ஏழு உடுப்புகளுமே பன்னிரெண்டு வயதுப் பையனுக்கான அளவுகளில் இருக்கு, அப்பா."

ஒன்றை எடுத்து என் முகத்தின் மீது போர்த்திக் கொண்டேன்; அப்பாவின் வாசனை. இன்னொன்றை எடுத்துப் போர்த்திக்கொண்டேன்; அம்மாவின் வாசனை. மூடிய உடைகளுக்குள்ளே என் நினைவுகள் இருண்டபோது கபிலா என் மகனே என்று முனகிக்கொண்டது அவன் காதில் விழுந்திருக்குமோ என்று தெரியவில்லை.

மகாமுனி

பீடிகை: 1

மிக்க அனுபவம் பெற்ற கொலைகாரனும்; தொண்டை மண்டலத்தின் கம்பத்துக்காரர்கள் அனைவரும் பயப்பட்டு கப்பம் கட்டும் அடியாளும்; சிலம்பம், குஸ்தி, அடிமுறை வரிசை, குத்துவரிசை, சிலாவரிசை, சுருள், மான்கொம்பு, பிச்சுவா, பெருங்கத்தி, திருக்கைவால், கொக்கிமுள், குத்துக்கட்டை, கம்பிச்சுருக்கு, கால்கத்தி, விரல் வித்தை, கண்மயக்கு போன்ற கலைகளில் தேர்ச்சி பெற்ற வாத்தியாரும்; எலும்பு முறிவு, பக்கவாதம், விஷக்கடி போன்றவற்றில் நிபுணத்துவம் பெற்ற வைத்தியனும், தமிழ், பிரஞ்சு, உருது, மலையாளம், தெலுங்கு, மலாய் போன்ற மொழிகளில் வல்லமை பெற்றவனுமான வஸ்தாது மகாமுனி பற்றி புதுச்சேரியின் வரலாற்று நூல்கள் எதுவும் குறிப்பிடாததும்; அவனை வரலாற்று ஆய்வாளர்கள் முழுமையாக மறந்துவிட்டதும் வரலாற்றை ஓரளவு அறிந்தவர்களுக்குக்கூட ஆச்சரியமளிக்கக் கூடிய ஒன்றல்ல. அவன் பிறந்த மண்ணில் அவனைப் பற்றி யாரும் அறிந்து வைத்திராத போதும், அவனது வம்சத்தவர்களே அவனை மறந்துவிட்டபோதும் புதுவையின் பிரஞ்சு நிறுவனமும், கீழைத்தேய ஆய்வு நிறுவனமும் அவனைப் பற்றிய ஆவணங்களை நீண்ட காலம் பாதுகாத்து வந்திருக்கின்றன. பிரான்சு தேசத்துத் துறைமுக நகரமான மர்ஸேயிலிருந்து புதுவை வந்து தனது ஆய்வறிஞர் பட்டத்துக்கான ஆராய்ச்சியை மேற்கொண்ட ஃபிரான்சுவா வென்சென்னும், பிரிழித் லுவாவும் அவ்வாவணங் களை 1992 டிசம்பர் 6 அன்று முதல்முறையாகத் திறந்து

படிக்கத் தொடங்கியபோது பெரும் புயல் ஒன்றுக்கான அறிகுறிகள் கடற்கரையில் தென்பட்டன.

பிரஞ்சுக்காரர்களும் கண்டு பயங்கொள்ளும் பிரஞ்சு, தமிழ் அறிஞரும் பிரஞ்சு நிறுவனத்தையே தனது இடதுகை சுட்டுவிரலால் ஆட்டிவைப்பவரும் தமிழ் அறிஞர்கள், எழுத்தாளர்கள் போன்றவர்களுக்கே சிம்ம சொப்பனமாக விளங்குபவருமான மாயக்கண்ணன் அன்று நிறுவனத்திற்குச் செல்லாததால் மெர்ஸ்யே வென்சென்னும், மத்மோஸெல் லூவாவும் அந்த ஆவணத்தைப் பயமின்றித் திறந்து படிக்கத் தொடங்கிவிட்டார்கள்.

மறுநாள் நிறுவனத்திற்குச் சென்ற அறிஞர் மாயக்கண்ணன் அவர்கள் இருவரையும் தன் அனுமதியின்றி எந்த ஆவணங்களையும் படிக்கக் கூடாது என்றும் தன் வழிகாட்டுதலில்தான் அவர்களின் ஆய்வு சரியாக அமையும் என்றும் இயக்குநர் முன்னிலையில் தெரிவித்ததும்; இயக்குநர் அதற்கு அமைதியாகத் தலையாட்டியதும் நிறுவனத்தின் நடைமுறை அறியாத இளம் ஆய்வாளர்களான அவர்களுக்கு வியப்பினைத் தந்தது. என்றாலும் புதுவையில் தாங்கள் தங்கியிருக்கும் ஓர் ஆண்டுக்குள் புதிதாக எதையாவது கண்டுபிடிக்க வேண்டும் என்ற ஆவல் அவர்களிடம் அடங்காமலேயே இருந்ததன் பயனாக அந்த ஆவணம் கவனிப்பைப் பெற்றது.

பீடிகை: 2

கோடுபோட்ட குறிப்புச்சுவடி ஒன்றில் கையெழுத்தால் நாற்பது பக்கங்கள் வரையப்பட்டிருந்த அந்த ஆவணம் 1954ஆம் ஆண்டு எழுதப்பட்டது. பிரஞ்சிலும், தமிழிலும் மாறிமாறி எழுதப்பட்டிருந்த அந்தக் குறிப்பு பாரிசிலிருந்து புதுவை வந்திருந்த ஆராய்ச்சியாளர் ஒருவரின் உதவியாளரால் எழுதப் பட்டது என்பது தெளிவாகக் குறிப்பிடப்பட்டிருந்தது.

பிரஞ்சு ஏற்றுமதி நிறுவனம் ஒன்றின் இயக்குநராக இருந்த மெர்ஸ்யே ழான் கஸ்தோர் தனது வைப்பாட்டியின் நடத்தையில் சந்தேகப்பட்டு அவளுடைய நடவடிக்கைகளைத் துப்பறிய பிரான்ஸிலிருந்து ரகசியமாக வரவழைத்திருந்த துப்பறியும் நிபுணரான மெர்ஸ்யே ழான் ஃப்ளொபேர் தனக்கு மூன்று உதவியாளர்களை வைத்திருந்தார். அவர்கள் மூவரும் துப்பறிவாளர்களோ, காவல்துறையைச் சேர்ந்தவர்களோ அல்லர். அவர்களில் முதலாமவர் தமிழ்ப்புலவர், இரண்டாமவர் கல்வெட்டு ஆராய்ச்சியாளர், மூன்றாமவர் பழங்காலப் பொருள் சேகரிப்பவர். மூவரும் ழான் ஃப்ளொபேரின் உளவு நிறுவனத்தில் உதவியாளர்களாகச் சேர்ந்திருந்தனர்.

அவர்களுக்கு அன்றன்றைக்கான வேலை தரப்பட்டு அதற்கான பதிவேடுகள் பாதுகாக்கப்பட்டன. அவர்களில் யாருக்கும் தாம் உளவுவேலை பார்க்கிறோம் என்பது கடைசிவரை தெரியாமலிருந்தது ஆச்சரியப்படத்தக்க விஷயமல்லவே. ஃப்ளொபேர் மட்டும் அவர்களிடமிருந்து தகவல்களைப் பெற்றுத் தனது ஆராய்ச்சியைத் தொடர்ந்து நடத்திக்கொண்டிருந்தார். மெர்ஸ்யே ழான் கஸ்தோருக்கு வாரம் ஒருமுறை முழுத் தகவல் குறிப்பையும் வழங்குவதே அவருக்கான முதல் கடமையாக இருந்தது. ஏழு ஆண்டுகள் அவருடைய துப்பறிதல் தொடர்ந்து 1954இல் முற்றுப்பெற்றபோது மெர்ஸ்யே கஸ்தோரின் வைப்பாட்டிக்கு இரட்டைக் குழந்தைகள் பிறந்தன. ஒன்று கருப்பு நிறத்திலும் மற்றொன்று வெள்ளை நிறத்திலும் இருந்தது.

ழான் கஸ்தோர் உளவாராய்ச்சியின் 1789 பக்க இறுதி அறிக்கையை ஃப்ளொபேரிடமிருந்து வாங்கி அதைப் பிரித்துக் கூடப் பார்க்காமல் அவருக்கு முன்னாலேயே நிலக்கரி அடுப்பில் எரித்துவிட்டு ஷாம்பேய்ஞ் எடுத்துவரும்படி குரல் கொடுத்தார். ஷாம்பேய்னை எடுத்து வந்தது அவரது முன்னாள் வைப்பாட்டியும் இந்நாளைய மனைவியுமான மதாம் கஸ்தோர் என அழைக்கப்படும் மரகதவல்லி அம்மையார். துப்பறியும் நிபுணர் ஷாம்பேய்னையும் கஸ்தோர் தந்த பணமுடிப்பையும் தொட்டுக்கூடப் பார்க்காமல் ஃபிரான்சுவா மார்த்தேன் வீதியிலிருந்த அந்த மாளிகையை விட்டு வெளியேறி துய்ப்ளேக்ஸ் வீதியிலிருந்த ஒரு மதுக்கடைக்குச் சென்று முட்டக் குடித்துவிட்டு மூன்று நாட்கள் படுத்தபடுக்கையில் கிடந்தார். படுக்கையை விட்டெழுந்து முகச்சவரம் செய்து ஓ தெ கொலாஞ்சைக் கன்னங்களில் தடவியபடி பல்கோனில் நின்று சூரியனைப் பார்ப்பதற்குள்ளாக கஸ்தோரின் குடும்பம் சைகோனுக்குப் புறப்பட்டுச் சென்றுவிட்டிருந்தது. ழான் ஃப்ளொபேர் வேறு வழியின்றித் தான் இதுவரை தனது உதவியாட்களின் மூலம் திரட்டிய ஆவணங்களைக்கொண்டு இந்தோ பிரஞ்சு வரலாற்றை எழுதும் வேலையை மேற்கொள்ளும் ஆய்வு நிறுவனமாகத் தனது உளவு நிறுவனத்தை மாற்றிக் கொண்டார்.

பீடிகை: 3

ழான் ஃப்ளொபேரின் மூன்று உதவியாளர்களும் தத்தமது துறையில் ஏழாண்டு அனுபவம் பெற்றவர்களாகவும் ஓரியன்தால் அறிஞர்களாகவும் பரிணாமம் அடைந்தனர். ழான் ஃப்ளொபேர் தனது நிறுவனத்தை மாற்றிக்கொண்டபோது அவர்களிடம் எக்கச்சக்கமான ஆவணங்கள் சேர்ந்துவிட்டிருந்தன. கையெழுத்துப்படிகள், ஓலைச்சுவடிகள், அரசுக் கடிதங்கள்,

பழந்தமிழ் நூல்கள், கதைப்பாடல்கள், தொல்பொருள் சின்னங்கள், கலைப்பொருள்கள், தினப்பத்திரிகைகள் என விலைமதிப்பற்ற சேகரிப்புகள் அவர்கள் வசமிருந்தன. நாம் இவற்றைப் பற்றியெல்லாம் விலாவாரியாகத் தெரிந்துகொள்ள ஆர்வம் காட்டினால் வஸ்தாது மகாமுனி பற்றியும் அதிசயக் கத்தி பற்றியும் தெரிந்துகொள்ள இயலாமல் போகும் என்பதால் ஃப்ரான்சுவா வென்சென்னும் பிரிழித் லுவாவும் கண்டுபிடித்த 40 பக்கக் கையெழுத்துப் படியில் மட்டும் கவனம் செலுத்துவோம்.

இவ்விரு பிரஞ்சு ஆய்வாளர்களும் கையெழுத்துப் படியை முழுமையாகப் படித்து அதை நகலச்சுச் செய்து எடுத்துக்கொண்டபின் அதைப் பற்றி மாயக்கண்ணனிடம் ஒன்றும் பேசாமல் இருந்துவிட்டனர். மூன்று நாட்களுக்குப் பிறகு அதன் முழுமையான பிரஞ்சு மொழிபெயர்ப்பை லுவா படித்துப் பார்த்து ஹோர்கே லூயிஸ் போர்ஹேஸிடம் கிடைத்திருந்தால் நல்ல ஒரு கதைக்குக் கருவாக அமைந்திருக்கும் என்றும்; துரதிர்ஷ்டவசமாக அவர் மறைந்துவிட்டார் என்றும் வென்சென்னிடம் துயரத்துடன் கூறினாள்.

வென்சென் மட்டும் குழப்பத்துடன் காணப்பட்டான். மூான் ஃப்ளொபேரின் மூன்று உதவியாளர்களில் யாரால் இது எழுதப்பட்டிருக்கும் என்பதுதான் ஆராய்ச்சிக்குரிய கருப்பொருள் என்பது அவனது வாதம்.

லுவாவோ இந்தக் குறிப்பேட்டில் உள்ள கதையில் வரும் அதிசயக் கத்திதான் ஆராய்ச்சிக்கு அடிப்படை; அதைக்கொண்டு இந்தோ பிரஞ்சு வரலாற்றையே மறுகண்டுபிடிப்புச் செய்ய முடியும் என்று வாதிட்டான். இதனால் இருவரும் இரண்டு நாட்களுக்குப் பிறகு தனித்தனி அறையெடுத்துத் தங்கிக்கொள்ள நேர்ந்ததுடன் வஸ்தாது மகாமுனியைப் பற்றித் தனித்தனியே ஆராய்ச்சிகளை மேற்கொண்டனர். இருவருக்கும் இருவேறு தரவுகளும் ஆவணங்களும் களப்பணி அனுபவங்களும் வாய்மொழிக் கதைகளும் கிடைத்ததுடன் இருவேறு முடிவுகளும் கிடைத்தன.

மகாமுனியின் வழியே ‘தொண்டை மண்டலக் குற்றவியல்’ பற்றிய தனது ஆய்வறிக்கையை லுவா தயாரித்தபோது; அதிசயக் கத்தியை அடிப்படையாகக் கொண்டு ‘தமிழகத்தின் உலோகங்களும் மூலிகைகளும்’ பற்றி வென்சென் தனது கண்டு பிடிப்புகளைச் சமர்ப்பித்தான்.

2001ஆம் ஆண்டு செப்டம்பர் 11 அன்று இருவருக்கும் எக்கோல் பிரான்ஸேஸ் டாக்டர் பட்டம் வழங்கிக் கௌரவித்தது. அறிஞர் மாயக்கண்ணன் 2002ஆம் ஆண்டு ஜனவரி 1இல்

அவர்களுக்கு வழங்கிய டாக்டர் பட்டம் செல்லாது என்று தமிழில் ஒரு முறையீட்டு அறிக்கை தயார் செய்து பலவித சான்றுகளையும் இணைத்து எக்கோல் பிரான்ஸேஸூக்கு அனுப்பி வைத்தார். அதை பிரஞ்சில் மொழிபெயர்த்துத் தரும்படி பல்கலைக்கழகம், பகுதிநேர மொழிபெயர்ப்பாளரான குலசிங்கம் தர்மராசா என்ற புகலிடத் தமிழரிடம் அனுப்பி வைத்தது. 2003 ஜனவரி 14, 15, 16 தேதிகளில் ஒரே மூச்சில் அமர்ந்து மொழிபெயர்த்த நண்பர் தன்னிடம் ஒரு நகலை வைத்துக் கொண்டு பல்கலைக்கழகத்திடம் அதைச் சமர்ப்பித்தார்.

மூலக்கதை

கத்தி செய் படலம்

அதிசயக் கத்தி பற்றிய பேச்சு அந்தக் காலத்தில் ஒரு சிறு வட்டத்துக்குள் தீவிரமாக உலவி வந்தது. எதுவார் குபேர் என்பார் அந்த அதிசயக் கத்தியை ஒரே ஒருமுறை பார்க்க வேண்டும் என்று ஆசைப்பட்டும் முடியாமலேயே இருந்தது. பிரஞ்சுக் கனவான்கள், உள்ளூர் பெருந்தனக்காரர்கள், பெருவியாபாரிகள் அனைவருக்கும் அதிசயக் கத்தி பற்றிய தகவல் தெரிந்திருந்ததுடன் அதைப் பற்றிய பயமும் இருந்தது. அதனை எப்படியாவது வாங்கித் தமது வீட்டில் பாதுகாக்க எவ்வளவு பணமும் தரத் தனவந்தர்கள் அனைவரும் தயாராக இருந்தனர். அக்கத்தி புதுச்சேரியில் ஏதோ ஒரு கலைப்பொருள் சேகரிப்பாளரிடம் சிக்கிக்கொண்டிருக்கிறது என்பதைப் பற்றிய தகவலும் எல்லோரும் அறிந்ததே.

அந்த அதிசயக் கத்தி இரு மீன்கள் முத்தமிட்டுக் கொள்வது போன்ற வடிவம் கொண்டது. அதில் பலவித சிறு உருவங்கள் செதுக்கப்பட்டிருந்தன. அக்கத்தி ஹாலந்து தேசத்திலிருந்து வந்து புதுச்சேரியில் தங்கியிருந்த ஜெசூட் பாதிரி ஹீடன் பால்க்கும், புதுவையின் 148 சித்தர்களில் ஒருவரான மச்சநாத சுவாமிகளும் இணைந்து செய்தது. 1857இலிருந்து 67க்குள்ளான காலகட்டத்துக்குள் அது செய்யப்பட்டிருக்கலாம். அக்கத்தி சில நாட்களிலோ சில மாதங்களிலோ செய்து முடிக்கப்பட்டிருக்க முடியாது. அக்கத்தியின் வினோதம் அதன் வடிவத்தில் அல்ல செயலில்தான் அடங்கியிருக்கிறது. அதன் பிடி படிகத்தால் ஆனது. அக்கைப்பிடியில் எந்த விரல் ரேகையும் எந்தக் கறையும் படிய முடியாது. இதனை ஹீடன் பால்க் செய்தார். அதன் உலோகப் பகுதியை மச்சநாத சுவாமிகள் சப்தலோகம் என்ற உலோகங்களின் கலவையால் செய்திருந்தார். நாற்பத்து எட்டு வகையான பாஷானங்களிலும் 72 வகையான மூலிகைகளிலும் தனித்தனியே துவைய வைத்தும் பல ஆண்டுகள் புடமிட்டும்

உருவாக்கப்பட்டது அந்தக் கூர்மைப்பகுதி. அக்கத்தியின் கூர்மை மங்குவதே இல்லை. ஒரு பாதரசத் துளியைக்கூட இரண்டு அறைக் கோளங்களாக வெட்டிவிடும் கூர்மை உடையது. அது மட்டுமல்ல அதை ஒருவர் உடலில் எந்த இடத்தில் செலுத்தி னாலும் பாஷானத்தினால் உடனே உயிர் பிரிந்துவிடும். அதே சமயம் உறுவி எடுத்த 108 நொடிகளில் மூலிகைக் குணத்தினால் ரணம் ஆறி குத்தியப் பகுதி தெரியாமல் மறைந்து ஒரு மீன் கண் தழும்பு மட்டும் காணப்படும். கத்தியில் ரத்தக்கறையோ நெடியோ படிவதும் இல்லை. இப்படி ஒரு கத்தியை ஒரு பாதிரியும் ஒரு சித்தர் சுவாமிகளும் இணைந்து செய்ய வேண்டிய காரணம் இன்றுவரை தெரியவில்லை என்றபோதும்; அக்கத்தி வெளிப்படையாக இரண்டே இரண்டுமுறை பயன்படுத்தப் பட்டு பிறகு மர்மமாகப் பதுக்கப்பட்டு விட்டது.

அக்கத்தி பற்றிய இன்னொரு கதையும் உண்டு. அது எதிர்பாராத இடத்தில் யாராவது ஒருவர் கையில் அகப்பட்டு ஒரு கொலை நடைபெறும் வரையில் அவரிடமிருந்துவிட்டு அடுத்தவர் கை மாறிவிடுமாம். மற்ற சமயங்களில் அது எங்காவது கலைப்பொருள் குவியல்களுக்கிடையில் கிடப்பதும் உண்டு. அதனைப் பொதிந்து வைத்த தோலுறைதான் அதன் கொலைச் சக்தியைக் கட்டுப்படுத்தி வைத்திருப்பதாகவும் கூறப்படுகிறது. வளர்பிறை நாட்களில் இக்கத்திக்குக் கொலை எண்ணம் தோன்றும் என்றும் சிலர் கூறுகின்றனர். ஹீடன் பால்க் தன்னிடம் பயிற்சி பெறவந்த இளம் பாதிரி மர்ஷெல் துமியே என்பவனை வேத சேவையிலிருந்து விலகிப் போகும்படி மயக்கித் தன் வசமாக்கிக்கொண்ட பேரழகி செலீன் சொலான் என்பவளைக் கொலை செய்ய இந்தக் கத்தியைப் பயன்படுத்தி யிருக்கலாம் என்றும்; மச்சநாத சுவாமிகள் ‘ரசவாத சூட்சுமம்’ என்ற தனது வசமிருந்த ரகசிய ஓலைச்சுவடியைக் கவர்ந்து சென்று தனது மடத்தில் பதுக்கி வைத்துக்கொண்ட ‘ஒருவாக்குச் சித்தர்’ என்பவரைக் கொலை செய்ய இக்கத்தியையே பயன்படுத்தியிருக்க வேண்டும் என்றும் உள்வட்டப் பேச்சுக்கள் உண்டு. புதுச்சேரியைப் பற்றி பயமுறுத்தும் சில வதந்திகள் தொண்டை மண்டலம், சோழ மண்டலம் இரண்டிலும் உலவி வருவதை உற்றறிவுடையோர் பன்னெடுங்காலமாகவே கவனித்து வருகின்றார்கள்.

மகாமுனி மகாத்மியம்

வஸ்தாது மகாமுனியைப் பற்றியும் அப்பொழுது கெடிகெடியாகப் பேச்சுக் கிடந்தது. செங்கல்பட்டு தொடங்கி தஞ்சாவூர்வரை மேற்குப் பகுதியில் சேலம்வரை அவனைப் பல தனவந்தர்களும் அறிந்து வைத்திருந்தனர். தமக்கு ஜென்மப் பகையாக யார்

உருவானாலும் மகாமுனிக்குத் தூது விடுவதை அவர்கள் வழக்கமாகக்கொண்டிருந்தார்கள். எப்படிப்பட்ட சூரனையும் எவ்வளவு பாதுகாப்புக்கு நடுவிலும் கண்சிமிட்டுவதற்குள் உயிரற வீழ்த்தி விடும் வல்லமை அவனுக்கு உண்டு என்று எல்லோரும் நம்பினார்கள். அதே சமயம் எந்தக் கொலையிலும் அவனைச் சிக்க வைக்க பிரஞ்சு போலீசுக்கும் பிரிட்டிஷ் போலீசுக்கும் ஒருமுறைகூட முடிந்ததில்லை. பொதுவாக அவன் தனது மாந்தோப்பு வீட்டைவிட்டு எங்கும் செல்வதில்லை என்பதுகூட இதற்குக் காரணமாக இருக்கலாம். இன்னொன்று, சிதம்பரத்தில் ஒரு கொலை நடக்கும்போது மகாமுனி திருக்கோவிலூரில் சிலம்ப வித்தைப் போட்டிக்கு நடுவராக இருந்து நடத்திக்கொண்டிருப்பான். செங்கல்பட்டில் ஒரு நிலக்கிழார் நடு இரவில் வைப்பாட்டி வீட்டில் வைத்துக் கொலை செய்யப்படும்போது இவன் சீர்காழியில் ஒரு நிலத்தகராறில் மத்தியஸ்தனாக இருந்து சிக்கலறுத்துக் கொண்டிருப்பான். எது எப்படியானாலும் வியாபாரிகள், பெருநிலக்கிழார்கள், கம்பத்துக்காரர்கள், அரசு அதிகாரிகள் மர்மமாகக் கொலை செய்யப்படும்போதெல்லாம் இவனுடைய பெயர் அடிபடாமல் இருப்பதில்லை.

சாமானியர்கள் இவனுக்குப் பணம் கொடுத்து மாளாது என்பதால் அவர்களிடையே நடக்கும் எந்தப் பூசலுக்கும் இவனிடம் வருவதில்லை. வஸ்தாது மகாமுனியை அந்நாளைய அரசியல்வாதிகளும் கட்சிக்காரர்களும் நன்கு தெரிந்து வைத்திருந்தனர். எதுவார் குபேருக்கும் வ. சுப்பையாவுக்கும் தொடர் மோதல் நடந்துகொண்டிருந்தபோது மத்தியஸ்தம் பண்ணி வைக்கச் சொல்லி மகாமுனியை சில சமாதான விரும்பிகள் அணுகியபோது அவர்களில் யாராவது தன்னிடம் வந்து கேட்டுக் கொண்டால் ஒழிய இதில் தான் தலையிட முடியாது என்று கூறிவிட்டதாகக் கொஞ்சநாள் பேச்சிருந்தது.

இப்படிப்பட்ட மகாமுனிதான் திடீரென்று அதிசயக் கத்தி தன்னிடம் தான் இருப்பதாக முருங்கைப்பாக்கம் திரௌபதியம்மன் தீமிதி விழாவில் நடந்த புலிவேஷப் போட்டியின்போது சப்தமிட்டு அறிவித்தான். அடுத்த மூன்றாவது நாள் அது சங்கராபரணி, பெண்ணை, கெடிலம் தாண்டி காவிரி வரையிலிருந்து பாலாறு வரை எதிரொலித்தது. சுத்துப்பட்டுக் கிராமங்களிலும் ஊர்களிலும் ஒரு திகில் நிறைந்த அமைதி மூடிக்கிடந்தது. ஒருவருக்கொருவர் குசுகுசுவென இதைப்பற்றியே பேசிக்கொண்டிருந்தனர். மகாமுனியோ தன்னுடைய மாந்தோப்புக் கொட்டகையின் முன் கோழிக்கொம்பாவில் லயித்துப் போயிருந்தான்.

ஏழாவது உடை

அன்றுதான் ரோடியர் பஞ்சாலைத் தொழிலாளர் போராட்டத்தில் 12 தொழிலாளர்கள் பிரஞ்சு ஆயுதக் காவல்படையினரால் சுட்டுக் கொல்லப்பட்டனர். அதைக் கேள்விப்பட்ட மகாமுனி தன் சண்டைச் சேவல்களைத் தன் சீடர்களின் பராமரிப்பில் விட்டுவிட்டு பிரிட்டிஷ் இந்தியப் பகுதியில் இருந்த வானூரில் இரண்டு மாதங்கள் தலைமறைவாக இருந்தான். இதற்கு நேரடிக் காரணம் என்ன என்று அப்பொழுது யாருக்கும் தெரியாது. பிரஞ்சு போலீஸார் தன்னைப் பழிவாங்க நேரலாம் என்ற பாதுகாப்பு உணர்வுதான் இதற்குக் காரணம் என்று சீடர்கள் சொன்னாலும், சுட்டுக் கொல்லப்பட்ட தொழிலாளர்களில் இருவர் மகாமுனியின் நண்பர்கள் என்றும் காயம்பட்ட அவர்கள் உடல் அடக்கம் செய்யப்படுவதைப் பார்க்கப் பொறுக்காமல்தான் ஓடிப்போய் ஒளிந்துகொண்டதாகவும் நெல்லித்தோப்பு சிவநாத வாத்தியார் சொல்லிக் கொண்டிருந்தார். இவர் ஒருவர் மட்டுமே மகாமுனியை நேருக்குநேர் குஸ்திக்கோ, பானாவுக்கோ வரும்படி பல ஆண்டுகளாகச் சவாலுக்கு அழைத்துக்கொண்டிருப்பவர். மகாமுனி ஜெயித்துவிட்டால் தனது இரு மகள்களையும் மணம் முடித்துத் தருவதுடன் நோணாங் குப்பத்திலுள்ள தனது தோப்பையும் மகாமுனிக்கு எழுதித் தந்துவிடுவதாகவும் சொல்லிக்கொண்டிருந்தார். மாறுகண் உடைய ஒருவரோடு உண்மையான வித்தைக்காரன் நேருக்கு நேர் நிற்கமாட்டான் என்று கூறி மகாமுனி தனக்கு விடப்பட்ட ஒரே சவாலையும் புறக்கணித்தே வந்தான்.

பிறவிப் படலம்

வஸ்தாது மகாமுனி மிகப் புராதனமான அரியாங் குப்பத்து காக்காயத் தோப்பில் அவதரித்தவன். அரசு அனுமதியில்லாமல் கள்ளுக்கடை நடத்திய சோமநாதக் கிராமணிக்கும் அவருடைய கூந்தல் அழகில் மயங்கி வீட்டைவிட்டு வந்துவிட்ட ராகவக் கவுண்டர் மகள் ஆதிலட்சுமிக்கும் மகனாகப் பிறந்து, சோமநாதக் கிராமணியின் இரண்டாவது துணைவியாகச் சேர்ந்துக்கொண்ட சின்னவீராம்பட்டினத்துச் செம்படவப் பேரழகி செங்கணமாலாவால் வளர்க்கப்பட்டவன். தனது பன்னிரெண்டாவது வயதுவரை தமிழும், பிரஞ்சும் படித்து வந்தவன். சக்கிலிப்பாளையத்தில் நடந்த கோழிக் கொப்பாவுக்குத் தன் தந்தையுடன் சென்றிருந்தபோது சந்தித்த பொக்கிலையின் மீது மீளாக் காதல்கொண்டு கைப்பிடிக்க வேண்டும் என்று நின்றான். அப்படியும் ஆகப் போச்சா சாதிக்கெட்டு என்று முறைத்த தந்தை சோமநாதக் கிராமணியின் பாளைக் கத்தியையே எடுத்து, தடுத்தால் தன் கழுத்தைச் சீவிக்கொள்வதாகப்

பயமுறுத்தி சண்டைக்கோழி போல நின்று திருக்கல்யாணத்தை நிறைவேற்றிக்கொண்டான்.

மகாமுனியின் இன்ப வாழ்வு நாலு ஆண்டுகள்தான் நீடித்தது. பிள்ளைத்தாச்சியாக இருந்து பிரசவம் தடைபட்டு மறைந்துபோன பொக்கிலையின் நினைவும் துயரமும் அவனை விட்டு வாழ்நாள் முழுக்க நீங்கவே இல்லை. பொக்கிலையும் அவனும் சேர்ந்து உடல் முழுக்கப் பச்சை குத்திக்கொண்ட ஒன்றே போன்ற கொடிப் பச்சை, கிளித்தட்டு, நாகசபை, மச்சவட்டம், நவரத்தின மாலை, அல்லிக் கொத்து, ஆவிலை மூட்டம், மாம்பிஞ்சுக் காப்பு, மோகினி விரல் போன்ற உருவங்கள் அவனுடன் ஒவ்வொரு நாளும் அவளைப் பற்றியே பேசிக்கொண்டிருந்தன. தானே குறத்தியிடம் கற்றுக்கொண்டு ஊசி வாங்கி வந்து மகாமுனியின் பிருஷ்டத்தின் இருபுறமும் பொக்கிலை குத்திய பச்சை என்ன உருவங்கள் என்று அவள் சாகும்போதுகூட சொல்லவில்லை. அவனும் அதை யாரிடமும் காட்ட முடியாத ரகசியம் என்பதால் மறைத்ததுடன் தெரிந்து கொள்ளாமலேயே காலத்தைக் கழித்தான்.

மரணப் படுக்கையில் இருந்த பொக்கிலையிடம் "சொல்லு இலையாச்சி" என்று கேட்டுப் பார்த்தபோதும் அவள் வலியையும் மறந்து பழைய குறும்புடன் "நாஞ் செப்பனு நூவே தெலுசுகாலா" என்றுதான் சொன்னாள். தீராத இந்த மர்மத்துடன்தான் மகாமுனி அடுத்த இரண்டு ஆண்டுகள் மலையாள நாட்டுக்குப் போய் காணாமனுசனாய் ஒளிந்துகொண்டிருந்தான். திரும்பி வந்தபோது வஸ்தாது மகாமுனியாக ஊரை நடுங்க வைத்தான். இதுவரை அவன் ஒருவரையும் கைநீட்டி அடித்ததையோ, கழி எடுத்துத் தாக்கியதையோ கண்ணால் கண்டவர் இல்லை. தன் சீடர்களுக்கு பானா, கழிச்சிலம்பம், கொம்பு சொல்லித் தரும்போதுகூட தன் கையால் அவற்றைத் தொடாமல் சைகையால் செய்து காட்டியபடியே பயிற்சி அளித்து வந்தான். வீடு, தோப்பு, வேலி என்று எங்கும் பானாக்கழியும் வேல்கம்பும் சுருளும் சுறுக்கியும் வீச்சரிவாளுமாக மறைத்து வைத்திருந்தபோதும் அவனது சீடர்களைத் தவிர அவன் அவற்றைத் திரும்பிக்கூட பார்ப்பது இல்லை.

அவனுடைய வித்தையை, மந்திரத்தை ஊரார் கண்ணாரக் காண்பது விஷக்கடி மருந்து மந்திரத்தால்தான். எமலோகத்தில் கிங்கார விருந்தில் அகத்திக்கீரைச் சாறும் புளியங்கொட்டை அரிசிச்சாதமும் சாப்பிட்டுவிட்டவர் களைக்கூட மீட்டுவந்து காட்டுவான் மகாமுனி. பாம்பு, தேள், பூரான், சீயான்பாம்பு, சீதமண்டலம், நட்டுவாக்கிளி எனக்

கண்ட காணாத கடிகளுக்குச் சுத்துப்பட்டிலிருந்து இவனிடம்தான் ஓடிவர வேண்டும். யாருடைய இருப்பிடத்திற்கும் சென்று மருத்துவம் செய்வது கிடையாது. மந்திரம் பலிக்காது என்று சொல்லிவிடுவான். மருந்து வேலை செய்யாது என்று மறுத்து விடுவான்.

கடலூர் மஞ்சக்குப்பம் முத்துக்கிருஷ்ண ரெட்டியின் மகளை சுருட்டைப் பாம்பு ஓட்டுக் கூரையிலிருந்து விழுந்து கடித்துவிட்டபோது ரெட்டியார் குதிரை சாரட்டில் பேய்போலப் பறந்து வந்து மகாமுனியை அழைத்துப் பார்த்தார். பெண்ணை காக்காயத் தோப்புக்கு அழைத்துவரும்படி விடாப்பிடியாகக் கூறிவிட்டான் மகாமுனி. பெண்ணுடைய எடைக்கு எடை தங்கம் தருவதாகக் கூறிய ரெட்டியாரிடம்; இங்கு நின்று பேசிக்கொண்டிருக்கும் ஒவ்வொரு நொடியும் ‘பாசக் கயிறு’ வளர்ந்துகொண்டிருக்கிறது, உடனே போய் கொண்டு வந்தால்தான் முடியும் என்று தரையில் எந்திரம் வரைய ஆரம்பித்துவிட்டான் மகாமுனி. ரெட்டியார் மகள் சித்திர மல்லிகாவின் உடலை அதில் கொண்டுவந்து கிடத்தி மூன்று மணி நேரத்திற்குப் பிறகு அவள் கண் திறந்து பார்த்தாள். மூன்று நாட்களுக்கு அரியாங்குப்பத்தில் தங்கி இருந்து மகாமுனியிடம் வைத்தியம் பார்த்து உறுதி செய்துகொண்ட ரெட்டியார், மகாமுனியைத் தனியே அழைத்துச் சென்று காலில் விழப்போனார். தடுத்த மகாமுனி கூடிய சீக்கிரம் மகளுக்குக் கல்யாணம் செய்து வைத்துவிட வேண்டும் என்றும், பாஷாண வைத்தியம் நரம்புடன் தொடர்புடையதென்றும் பருவப் பெண்ணுக்குப் புதிய ஞாபகங்கள் பொங்கிவரும் என்றும் பூடகமாகச் சொல்லி அனுப்பினான். குடும்பத்துடன் தட்டு நிறையத் தங்க நகைகளுடன் வந்தவர்களை இதெல்லாம் தேவையில்லையென்று மறுத்துவிட்டு ஒரே ஒரு மோதிரத்தை மட்டும் எடுத்துக்கொண்டு “சாமுண்டி காப்பாற்றுவாள்” என்று சொல்லி அனுப்பி வைத்தான்.

பழி நேர்ந்த படலம்

வஸ்தாது, வாத்தியார், வைத்தியர், மைக்காரர், பயில்வான், வித்தைக்காரர், விஷக்கடிச் சித்தர், வெட்டுக்கத்தி வீரர், மர்மக்கத்தி மன்னர் என்று கண்டோரும், காணாதோரும் கேட்டோரும் கேட்காதோரும் பலவித அடைமொழிகள் தந்து அழைக்கும் மகாமுனியின் சிலம்ப மைதானத்தில் கோழிக் கொம்பா நடந்துகொண்டிருந்தது. பல திசைகளிலிருந்து கோழிக்கொம்பா விற்பன்னர்கள் தத்தமது சேவல்களுடன் வந்து குவிந்திருந்தனர். மகாமுனியுடன் பழகினால் பழிவந்துசேரும்

என்பதையும் பொருட்படுத்தாமல் அவனது கோழி வளர்ப்பு நுட்பத்தில் மயங்கி நீண்ட நாட்களாக சிநேகிதம் செய்துவரும் எதுவார் குபேர் மகாமுனியைத் தட்டிக் கொடுத்துப் பாராட்டிக் கொண்டிருந்தார். பட்டைச் சாராயமும் மாட்டுக்கறியும் ரொட்டியும் சுற்றிலும் பரிமாறப்பட்டுக்கொண்டிருந்தன. இறால், நண்டு, கனவாய், நத்தைக்கறி, வெள்ளெலி போன்றவற்றின் மனங்கவரும் தயாரிப்புகள் தனித்தனிச் சட்டிகளில் இருந்தன.

ரத்தம் சிந்தச் சிந்த மோதிக்கொள்ளும் சேவல்கள் காலையி லிருந்து ஒவ்வொன்றாக மயங்கி விழுந்துகொண்டிருந்தன. கழுத்து மயிர் சிலுப்பிக் காலால் முகத்தைப் பார்த்துக் கீறும் அவற்றின் தாக்குதலும், கழுத்தைக் கீழே இறக்கி வாட்டம் பார்க்கும் லாவகமும் எல்லோரையும் போதைகொள்ளச் செய்திருந்தது. சண்டையில் தோற்ற சேவலின் சொந்தக்காரர்கள் சொல்லாமல் கொள்ளாமல் காணாமல் போனார்கள். வீராம்பட்டினத்திலிருந்து குபேரைப் பார்க்க வந்திருந்த இளம் பெண்கள் கூட்டம் ஒன்று தட்டி மறைப்பிலிருந்து கோழிச்சண்டையை ஆர்வத்துடன் கவனித்துக்கொண் டிருந்தது. புழுதியெழும்ப வந்த கார் ஒன்று சப்தமிட்டபடி மகாமுனியின் தோப்பிற்குள் வேகமாக நுழைந்தது. அதிலிருந்து இறங்கிய முக்கியஸ்தரைப் பார்த்த அனைவரும் அமைதியாக, திடீரென்று ஒரு நிசப்தம் உண்டானது. மகாமுனி வேகமாக எழுந்து சென்று அவரை வரவேற்றான். அப்போதிலிருந்துதான் மகாமுனிக்கு எதிர்பாராததெல்லாம் நடக்கத் தொடங்கின.

மகாமுனிக்கு அன்று தொடங்கி ஏழு நாட்களுக்குள் மூன்று பெரிய இடங்களிலிருந்து ஆள்தூக்கிக் காணிக்கை வைக்கப்பட்டுவிட்டன. ஒரு மண்டலத்திற்குள் மகா கமுக்கமாய் இவை நடத்தப்பட வேண்டும் என்று ஒப்பந்தம்.

முதல் ஒப்பந்தம் சிவநேச உடையாரிடமிருந்து வந்தது. திருப்பாதிரிப்புலியூர் தாசி சொர்ணத்தின் மகள் அமுதகலசகுஞ்சரி பூப்பெய்திவிட்ட சேதி ஒரே சமயத்தில் சிவநேச உடையாருக்கும், முத்துலிங்க ரெட்டியாருக்கும் உளவு பார்க்கும் ஆட்கள் மூலம் தெரியவர, இருவருடைய காரும் ஒரே சமயத்தில் சொர்ணத்தின் வீட்டுக்குமுன் நின்றன. மங்கலக் காப்பும் புஷ்பவதி காணிக்கை யும் செய்வித்து முதல் ஆறுமாதம் வைத்துக்கொள்வது யார் என்ற போட்டியில் உடையாரும் ரெட்டியாரும் திண்ணையில் உட்கார்ந்தபடி மோதிக்கொள்ள பிரச்சினை பெரிதானது. இருவரும் அன்று பிராப்தம் இன்றித் திரும்பிவிட இடையில் வந்த சிதம்பரம் வாரணம் செட்டியார் அமுதகலசகுஞ்சரியை புவனகிரியில் உள்ள தனது தோட்டத்து பங்களாவுக்குக் கொண்டு

சென்றுவிட்டார். சிவநேசரும் முத்துலிங்கரும் சேர்ந்து ஆளுக்கு இருபத்தைந்தாயிரம் போட்டு அய்ம்பதாயிரத்தை மகாமுனியிடம் தந்து வேலையை முடித்துவிட வேண்டும் என்றனர்.

இரண்டாவது ஒப்பந்தம் தங்கவேல் முதலியாரிடமிருந்து வந்திருந்தது. பட்டுத்துணி வாங்கி பாரிசுக்கு ஏற்றுமதி செய்யும் தொழிலில் மெர்ஸியே லாந்ததுடன் தனிக்குத் தனியான பங்குதாரராக இருந்து நாட்டின் எட்டுத் திக்கிலிருந்தும் பட்டு வகைகளைக் கொண்டுவந்து குவித்துப் பதினாறு தலைமுறைக்கு சொத்து சேர்த்த முதலியாருக்குப் போட்டியாக தம்பா நாயக்கர் தொழிலில் இறங்க, ஒரே மாதத்தில் தங்கவேல் முதலியாரின் வருமானம் பத்தில் ஒன்றாகக் குறைந்துவிட்டது. தம்பா நாயக்கரும் தங்கவேல் முதலியாரும் நேருக்குநேர் மோதிக் கொள்ளும் ஒரு சந்தர்ப்பம் வந்தது. இருவரும் கடுமையான சொற்களைப் பரிமாறிக்கொண்டு முடிவில் திடீரென்று ஓர் உண்மையைக் கண்டுபிடித்தனர். மெர்ஸியே லாந்த் தம்பா நாயக்கர் இன்ன விலைக்குத் தருகிறார் என்று முதலியாரிடமும், முதலியார் இன்ன விலைக்குத் தருகிறார் என்று நாயக்கரிடமும் பொய் சொல்லி ஏமாற்றிய வகையில் இருவருமே பல லட்சங் களை ஒரு வருடத்தில் இழந்திருந்தனர். தங்கவேலரும் தம்பாரும் பங்கு போட்டு ஒரு லட்ச ரூபாயும் இரண்டு குதிரைகளும் கொடுத்து மெர்ஸியே லாந்த்தை பரலோகம் அனுப்பிவைக்கும் படியும், விஷயம் ராஜாங்க சம்பந்தமுடையது மகா ஜாக்கிரதை யாக நடந்துகொள்ள வேண்டும் என்றும் கேட்டுக்கொண்டனர்.

மூன்றாவது ஒப்பந்தம் அன்துவான் குடும்பத்திலிருந்து வந்திருந்தது. புதுச்சேரியின் நான்கைந்து தெருக்களையும், பாகூரிலிருந்து கனக செட்டிக்குளம்வரை கணக்கு வழக்கற்ற நிலங்களையும் கொண்ட அன்துவான் மரியபிரகாசம் தனது ஐந்தாவது மகனை பாரிசுக்கு அனுப்பும் முன் கல்யாணம் செய்து வைத்துவிட வேண்டும் என்று விரும்பி மூன்று வருஷம் பெண் தேடிக் கடைசியில் கருணைநாதப் பிள்ளையின் ஏழாவது மகளைக் கண்டுபிடித்தனர். பாக்குப் பழ நிறத்துடன் கண்டவர்கள் பித்துக்கொள்ளும் கண்களுடன் இருந்த சீமோனேல் கருணைநாதப் பிள்ளையின் ஏழாவது பெண் சாரா சந்திரகுமாரி சீமோனேலை அதே சமயத்தில் பெண் கேட்டு லயோன் பிந்ரோ குடும்பத்தினரும் போட்டிக்கு நின்றனர். இருவருக்கும் இது கௌரவப் பிரச்சினையாகிவிட இரண்டில் ஒன்று பார்த்துவிட ஆறுமாதம் வெட்டுக்குத்து என்று கலவரப்பட்டது. இந்த சமயத்தில் சாரா சந்திரகுமாரி சீமோனேல் தன்னுடன் கொலேழ் ஃபிரான்ஸேவில் படித்துக்கொண்டிருந்த அன்வர் பாஷாவுடன் கூடிக் கருவுற்றதுடன் தன் வீட்டைவிட்டு வெளியேறி அன்வர்

பாஷாவின் வீட்டுக்குச் சென்றுவிட நேர்ந்தது. ஃபமி தெ அந்துவான், ஃபமி தெ சீமோனேல், ஃபமி தெ லயோன் என்ற மூன்று குடும்பத்தினரும் ரகசியமாக மகாமுனியைச் சந்தித்து சாரா சந்திரகுமாரியையும் பாஷாவையும் ஒரே சமயத்தில் கொலை செய்துவிடும்படி மூன்று லட்சம் ரூபாய் கொடுத்தனர்.

மகாமுனி தலை வெடித்துப்போகும் குழப்பத்துடன் இருந்தான். இந்த ஒப்பந்தங்களை மறுத்தால் தன் வீரப்பராக்கிரமம் இழுக்கடைந்து விடும். ஆனால் இந்தக் கொலைகளை எப்படிச் செய்ய முடியும்? ஒவ்வொரு நொடியும் ஒரு யுகமாகக் கழிந்து கொண்டிருந்தது. யார் கண்ணிலும் படாமல் மூர்த்திக்குப்பத்தில் இருந்த தன் ஒன்றுவிட்ட தங்கையின் வீட்டில் இருபது நாட்கள் தங்கியிருந்தான். தன் குடுமியிலும் மீசையிலும் ஒரு முடி உதிர்ந்தாலும் பதறிப்போகும் மகாமுனி கன்னியக்கோயில் சென்று முழுக்க மொட்டை அடித்துக்கொண்டான். அவனை யாரும் அடையாளம் கண்டுபிடிக்க முடியாது என்ற நிலையில் நாட்டுநடப்பைத் தெரிந்துகொள்ள தவளக்குப்பம்வரை வந்தவனுக்கு தலையில் இடி விழுந்ததுபோல் இருந்தது. மகாமுனியின் அந்தரங்க சீடன் கதிர்வேல் அவனிடம் தெரிவித்த செய்தியை நம்பவும் முடியவில்லை, நம்பாமலிருக்கவும் முடியவில்லை.

சிதம்பரம் வாரணம் செட்டியார், மெர்ஸியே லாந்த், சாரா சந்திரகுமாரி சிமோனேல், அன்வர் பாஷா ஆகிய நால்வரும் கொலை செய்யப்பட்டு விட்டார்கள். ஜனங்கள் எல்லோரும் மகாமுனியைத்தான் பழி கூறி சபிக்கிறார்கள். என்ன செய்வது என்று தெரியவில்லை மகாமுனிக்கு. தனது பெயரும் புகழும் கெடாமல் இருக்க வேண்டும் என்றால், தான் செய்தவை யாகவே இக்கொலைகள் இருக்க வேண்டும். ஆனால் இந்த முறை அப்பாவிகள் கொல்லப்பட்டிருப்பதாக மக்கள் பேசிக்கொண்டது அவனது இதயத்தைத் துரப்பனம் போட்டுக் குடைந்தது.

மீண்டும் தன் தலைமுடியும் மீசையும் வளரும்வரை ஏழு மாதங்கள் பிச்சாவரம் தீவுகளில் ஒளிந்திருந்துவிட்டு, புதுச்சேரிக்குத் திரும்பிய மகாமுனியைப் பிரஞ்சு போலீசார் கைது செய்தனர். இது விசாரணைக்காகத்தான் என்றும் விரைவில் விடுதலை செய்யப்படுவான் என்றும் உயரதிகாரி தெரிவித்தார். மகாமுனிக்கு ஒன்றும் புரியவில்லை. போலீசார், மகாமுனி இந்தக் கொலையைச் செய்யவில்லை என்றே கூறினர். நீதிபதிகள், வல்லுனர்கள், அதிகாரிகள், காவல்துறையினர், முக்கியஸ்தர்கள் மற்றும் பல பொதுமக்கள் சூழ்ந்த ஒரு சபையில் மகாமுனி நிறுத்தப்பட்டபின்; நான்கு கொலைகளையும்

மகாமுனி செய்ததாக மக்கள் பேசிக்கொள்கின்றனர். இரண்டு பத்திரிகைகளிலும் அவ்வாறே எழுதப்பட்டுள்ளது. ஆனால் காவல்துறையும், புலனாய்வுத்துறையும் நன்கு துப்பறிந்து கண்டதில் மகாமுனி அதைச் செய்யவில்லை என்று தெரிகிறது. இப்பொழுது மகாமுனிதான் மனசாட்சிக்கு விரோதமில்லாமல் நடந்ததைக் கூறவேண்டுமென சபை கூறியது. மகாமுனி நிதானமாகக் கேட்டான் "தடயம் எதுவும் கிடைத்ததா?"

நான்கு கொலைகளும் ஒரே கத்தியால் செய்யப்பட்டிருக்கின்றன. வளர்பிறை நாட்களில் ஒரு நாள்விட்டு ஒருநாள் வீதம் மூன்று தடவைகளில் நான்கு கொலைகள். அதைச் செய்தது அதிசயக் கத்தி. கொலைகாரன் மகாமுனி. சபை சலசலவென்று முறையிட்டது.

மகாமுனி பரபரப்படைந்தான். ஒரு பெட்டியில் வைக்கப்பட்டிருந்த அதிசயக் கத்தி அவன் முன் கொண்டுவரப்பட்டது. அதைத் திறந்து தோல் உறையில் இருந்த அக்கத்தியை உருவிக் கையில் வைத்துப் பார்த்த மகாமுனியின் முகம் பூரிப்படைந்தது. அவனது உடலில் ஒரு புதிய ஆற்றல் பரவியது. அப்படியும் இப்படியும் திருப்பித் திருப்பிப் பார்த்தவுடன் அதிலிருந்த சிறுசிறு உருவங்களையும் உற்றுப் பார்த்துக்கொண்டிருந்தான். எல்லோருடைய கண்களும் அவன் மீதே இருந்தன. ஒரு வினோதமான நிசப்தம் அங்கே சூழ்ந்திருந்தது.

சுற்றிலும் ஒருமுறை பார்த்த மகாமுனி நீதிபதிகள் பக்கம் திரும்பி; "மெர்ஸ்யே ழே துய்யே லே காத்ர் பெர்ஸோன் அவேக் ஸே குத்தோ" என்று பிரஞ்சிலும் "நான்தான் நான்கு பேர்களையும் இந்தக் கத்தியால் கொன்றேன்" என்று தமிழிலும் சொன்னான். அவர்கள் மீண்டும் கேட்க "நான்தான் அந்த நான்கு பேரையும் கொலை செய்தேன்" என்றான் அழுத்தமாக.

ஒருவாரத்திற்குப் பிறகு தூக்குத் தண்டனையைத் தவிர்த்து இரட்டை ஆயுள் தண்டனை வழங்கப்பட்ட மகாமுனி அதிகாரிகளிடம் அந்த அதிசயக் கத்தியைத் தன்னிடம் தந்துவிடும்படியும் சிறையில் அதுதான் தனக்குத் துணையென்றும் சொன்னான். சட்டத்தில் இடமில்லையென்று அவனது வேண்டுகோள் மறுக்கப்பட்டு விட்டது. அதற்குப் பிறகு வந்த ஒரு தேய்பிறைக் காலத்தில் ஆச்சரியமூட்டும் வகையில் புதுச்சேரி மக்கள் அனைவரும் அந்த அதிசயக் கத்தியை மட்டுமல்ல, அதனுடன் சேர்த்துப் பேசப்பட்ட மகாமுனியையும் சுத்தமாக மறந்துபோயிருந்தனர். அதன்பிறகு அந்தக் கத்திக்கும் மகாமுனிக்கும் என்ன நடந்தது என்பது இதுவரை யாருக்கும் தெரியவரவில்லை.

மர்மம் உரைக்கும் படலம்

மர்மம்: ஒன்று

சுய்ப்ரேன் வீதியில் இருந்த ஒரு வீட்டில் கலைப்பொருள்கள் விற்பனைக்கு இருந்தன. அராபிய, சீனக் கலைப்பொருள்களுடன் பழைய கலைப் பொருள்களும் இருந்தன. அவற்றை ஒரே நாளில் வாங்கி கதேலூப் தீவுக்கு எடுத்துச் செல்லும் ஏற்பாடுகள் நடந்துகொண்டிருந்தன. அங்கிருந்து வண்டிகள் சில துறைமுகத்தை நோக்கிச் சென்றுகொண்டிருந்தபோது, ஒரு திருப்பத்தில் பெட்டி ஒன்று கீழே சரிந்து அதிலிருந்த சில பொருள்கள் சிதறின. அவசரத்தில் எடுத்து வைத்த வேலையாட்கள் தோல் உறையுடன் இருந்த அதிசயக் கத்தி சற்று தூரத்தில் கிடந்ததைக் கவனிக்காமலேயே சென்றுவிட்டனர்.

மர்மம்: இரண்டு

கருணைநாதப் பிள்ளையின் இளைய மகன் பரிசுத்தகுமார் தன் தங்கை சாரா சந்திரகுமாரியைப் பார்க்காமல் சில நாள்களைக்கூட கடத்த முடியாத அளவு பாசம் உடையவன். தன் குடும்பத்தினர்களுக்குத் தெரியாமல் சந்திரகுமாரியை இரண்டுமுறை அன்வர் பாஷா வீட்டிற்குச் சென்று சந்தித்துவிட்டு வந்திருந்தான். மூன்றாவது முறை சென்றபோது சைக்கிள் சக்கரத்தில் இடறிய கத்தி ஒன்றை உரையுடன் கண்டான். எடுத்துப் பார்த்தவனுக்கு வடிவம் மிகவும் பிடித்திருந்தது. தன் கால்சட்டைப் பையில் வைத்துக்கொண்டான்.

சந்திரகுமாரியின் வீட்டுக்குப் போனபோது பாஷா அங்கு இல்லை. தங்கையுடன் பேசிக்கொண்டிருந்த பரிசுத்தகுமார் தான் கொண்டு வந்த பணம் நகை முதலியவற்றை அவளுக்குத் தந்தான். அந்த சமயத்தில் வீட்டுக்குள் நுழைந்த அன்வர் பாஷா சந்திரகுமாரியிடம் அதையெல்லாம் திருப்பிக் கொடுத்து உடனே அனுப்பி வைக்கும்படி கடுமையாகக் கூறினான். பரிசுத்த குமாரிடம் இனிமேல் இங்கு வரவேண்டாம் என்றும் கேட்டுக்கொண்டான். பரிசுத்தகுமாருக்கும் பாஷாவுக்கும் வாய்த்தகராறு முற்ற, தன் உயிருக்கு உயிரான தங்கையைக் கெடுத்துவிட்டதாகவும் குழந்தை மனம் மாறாத அவளைப் பிள்ளைத்தாச்சியாக்கிவிட்டது நியாயமா என்றும் சத்தம் போட்டான்.

வாய்த் தகராறு கைத் தகராறாக, பரிசுத்தகுமார் திடீரென தன் பையிலிருந்த கத்தியை உறுவி பாஷாவை மிரட்டினான்.

பாஷா உள்ளே ஓடிப்போய் பெரிய கத்தி ஒன்றை எடுத்துவந்து பரிசுத்தகுமாரின் கையில் தாக்க பாஷா மிரட்டி மட்டும் அனுப்பிவிடலாம் என்றுதான் நினைத்திருந்தான். ஆனால் தன் அண்ணனை பாஷா கொன்றுவிடுவானோ என்று மிரண்டுபோன சந்திரகுமாரி கீழே கிடந்த கத்தியை எடுத்துத் தன் காதலனின் விலாவில் குத்திவிட ஒரு நொடியில் சுருண்டு விழுந்தான் அவன். நடந்தது புரியவந்தபோது கதறியபடி தன்னையும் குத்திக்கொண்டாள் சந்திரகுமாரி. கீழே விழுந்த கத்தியைக் கையில் எடுத்த பரிசுத்தகுமார் தன்னையும் மாய்த்துக்கொள்ள நினைத்தான். அதற்குள் வீட்டிற்குள் யாரோ ஓடிவரும் சத்தம் கேட்டுப் பின்புறம் தாவி மதிலேறித் தப்பி வீதிமுனையில் விட்டு வந்திருந்த சைக்கிளை எடுத்துக்கொண்டு விரைந்தான்.

தன் சட்டைப்பையில் இருந்த கத்தியையும் உறையையும் எடுத்துப் பார்த்தவனுக்கு ஒரு துளி ரத்தம்கூட இல்லாதது அதிர்ச்சியளித்தது. உறையில் போட்டுக் கத்தியைத் தூக்கி ஒரு வீட்டின் தோட்டத்திற்குள் வீசிவிட்டு நேராகத் தன் நண்பனுடைய வீட்டுக்குச் சென்று அனைத்தையும் கூறி அழுதான். நண்பன் அவனுக்கு ஆறுதல் சொன்னதுடன் இதைப்பற்றி ஒருவார்த்தை இனி பேசக்கூடாது என்றும், முழுக்க மறந்துவிட வேண்டும் என்றும் கூறினான். அடுத்த ஆண்டு இருவரும் மிலித்தேருக்குப் போக வேண்டியது பற்றியும், திரும்பி வந்து மருத்துவம் படிக்க வேண்டியது பற்றியும், அவனது தங்கை பரிசுத்த குமாருக்காகவே வளர்ந்துகொண்டிருப்பது பற்றியும் பேசியபடி மூன்று பாட்டில் ஒயினைக் காலி செய்தார்கள்.

மர்மம்: மூன்று

மெர்ஸியே லாந்த்தின் வீட்டு வேலைக்காரன் தம்பிராசு தோட்டத்தைச் சுத்தம் செய்துகொண்டிருந்தபோது ஒரு கத்தி கிடைத்தது. அதன் அழகில் மயங்கியவன் எடுத்து இடுப்புத் துணியில் சுருட்டி வைத்துக்கொண்டான். தோட்ட வேலை முடிந்து பங்களாவுக்குள் நுழைந்த தம்பிராசு, மெர்ஸியே லாந்த் தன் மனைவி மதாம் கத்தரீன் லாந்த்தை முடியைப் பிடித்து கன்னத்தில் அறைந்துகொண்டிருப்பதையும், அறையின் வேறு வழியாக லாந்த்தின் தம்பி ஓட்டம் பிடித்து வெளியேறுவதையும் கண்டான். என்ன நடந்தது என்று புரியாமலேயே ‘வேணாம் மெர்ஸியே பர்தோம் மெர்ஸியே’ என்று சொல்லியபடி இடையில் புகுந்தான். அப்பொழுதுதான் மதாம் லாந்த் ஆடையெதுவும் இன்றி ஒரு போர்வையை மட்டும் உடல் முழுக்கச் சுற்றிக் கையால் பிடித்துக்கொண்டு அவஸ்தைப்படுவது தெரிந்தது. அவனுக்கு

நிலைமை புரிந்தது. அதற்குள் மெர்ஸ்யே லாந்த் தம்பிராசை எட்டி உதைக்க அவன் வேட்டி அவிழ்ந்து கத்தி தரையில் விழுந்தது.

மெர்ஸ்யே லாந்த் அலமாரியிலிருந்து துப்பாக்கியை எடுத்துக்கொண்டு வந்து மதாம் கத்தரீனின் கழுத்தில் வைத்து பிரஞ்சில் உறுமிக்கொண்டிருந்தான். தம்பிராசு வேட்டியைச் சரிசெய்தபடி எழுந்து லாந்த்தின் நீண்ட துப்பாக்கிக் குழலைக் கையால் பிடித்து விலக்கினான். கோபமுற்ற லாந்த் தம்பிராசின் மார்பில் குழலை வைத்து அழுத்தியபடி கத்தினான். மதாம் கத்தரீன் கீழே கிடந்த கத்தியை எடுத்த சில நொடிகளுக்குள் மெர்ஸ்யே லாந்த் பிணமாகக் கிடந்தான்.

தம்பிராசும் மதாம் கத்தரீனும் பிரம்மை பிடித்து நின்று கொண்டிருந்தார்கள். சிறிது நேரத்திற்குப் பிறகு இருவரும் லாந்த்தின் உடலைத் தூக்கிக்கொண்டுபோய் மேல் மாடியில் அவனது அறையில் நாற்காலியில் உட்கார வைத்து மேசைமீது கவிழ்ந்த நிலையில் விட்டு வந்தார்கள். மதாம் கத்தரீன் தம்பிராசுவுக்கு ஒரு மணிநேரம் பேசி என்னவெல்லாம் சொல்ல வேண்டும் என்று சொல்லிக் கொடுத்துடன், தானும் லாந்த்தின் தம்பியும் பாரிசுக்குப் போகும்போது இந்த வீட்டையும் பிற சொத்துகளையும் அவனுக்கே தந்துவிட்டுச் செல்வதாகவும் உறுதியளித்தாள். அந்தக் கத்தியை அப்பொழுதுதான் கவனித்த கத்தரீன் அதை உறையில் போட்டு எங்காவது கொண்டுபோய் வீசிவிட்டு வரும்படி தம்பிராசை அனுப்பினாள்.

மர்மம்: நான்கு

தன் மகள் கல்யாணத்திற்கு நகை வாங்க வேண்டி வண்டி கட்டிக்கொண்டு சிதம்பரம் புறப்பட்ட சிவராமப் படையாச்சி தான் கொடுத்து வைத்திருந்த பணத்தை வாங்க தனது சிநேகிதர் சொல்தா முனிசாமி வீட்டுக்குச் சென்றார். குதிரை வண்டி புஸ்ஸி வீதியில் ஒரு ஓரத்தில் நிறுத்திவைக்கப்பட்டிருந்தது. வண்டிக்காரன் மரத்தடியில் உட்கார்ந்துகொண்டிருந்தான். சிவராமப் படையாச்சி வீட்டுக்குள்ளிருந்து வருவதைப் பார்த்த வண்டிக்காரன், குதிரையைச் சரிசெய்து வண்டியைத் திருப்பினான். வண்டியின் பலகையில் ஒரு காலை எடுத்து வைத்த சிவராமப் படையாச்சியின் மற்றொரு காலின் கீழ் அழுத்தியது உறையுடன் கூடிய கத்தி. ஏதோ என்று எடுத்துப் பார்த்த படையாச்சி கத்தியென்பது தெரிந்ததும் வண்டிக்குள் அதைப் போட்டார். வழியில் அக்கத்தியை நிதானமாகப் பார்த்த அவருக்கு அதிசயமாக இருந்தது. தனது கைப்பையில் அதை வைத்துக்கொண்டார்.

வாரணம் செட்டியாரின் நகைக் கடைக்குச் சென்ற சிவராமப் படையாச்சி நீண்ட நேரம் காத்திருந்தார். தான் இதுவரை நான்கு தடவைகளாகப் பணம் கொடுத்து செய்யச் சொன்ன நூறு பவுன் நகைகளையும் இன்று வாங்கிக்கொண்டு செய்கூலி முதலியவற்றைத் தந்துவிட்டு கணக்கை முடித்துவிட வேண்டும் என்று வந்தவருக்குப் பதட்டம் கூடிக்கொண்டிருந்தது. இருட்டுவதற்குள் ஊர் போய் சேர வேண்டும். கடலூரைத் தாண்டிவிட்டால் போதும் என்று நினைத்தார். கல்யாண வேலைகளும் தலைக்குமேல் இருந்தது. நகைக்கடை ஆளிடம் சொல்லச் சொல்லி அனுப்பியும் வாரணம் செட்டியார் வந்து சேரவில்லை.

பொறுமை இழந்த சிவராமப் படையாச்சி கடை ஆளை வண்டியில் ஏற்றிக்கொண்டு அவர் இருக்கும் இடத்திற்கு அழைத்துப் போகச் சொன்னார். முதலில் தயங்கிய கடையாள் படையாச்சி போட்ட சத்தத்தில் பயந்துபோய் வாரணம் செட்டியார் யாருக்கும் தெரியாமல் சென்றுவரும் விருத்தாம்பாள் வீட்டுக்குக் கூட்டிச் சென்று நிறுத்திவிட்டு வாசலில் நின்றபடி அய்யா என்று கூப்பிட்டான். சற்று நேரத்தில் வாரணம் செட்டியார் ஒற்றை வேட்டியில் ருத்ராட்சம் கொப்பூழ் வரை தொங்க வெளியே வந்தார். சிவராமப் படையாச்சியைப் பார்த்த அவருக்கு எரிச்சல் வந்தது என்றாலும் வியாபாரம் என்பதால் 'வாரும் உட்காரும்' என்றார். எரிச்சலடைந்து இருந்த படையாச்சி 'உட்கார வரவில்லை செட்டியாரே நகையை வாங்கிப் போக வந்திருக்கிறேன் நகை எங்கே' என்றார். நகை பத்தனிடம் என்று ஏதோ ஞாபகத்தில் சொன்ன செட்டியார், 'இரும் வரேன் வண்டியிலேயே கடைக்குப் போய் எல்லா வற்றையும் தீர்த்துக் கொள்ளலாம்' என்றபடி உள்ளேபோய் சட்டை போட்டுக்கொண்டு வண்டியில் உட்கார்ந்தார்.

முதலாளி வண்டியில் இருந்ததால் கடையாள் நடந்து வரவேண்டியிருந்தது. ஒரு திருப்பத்தில் வண்டி விரைந்தது. பேச்சு கணக்குப் பக்கம் திரும்பியது. நான்கு தடவை தான் கொடுத்த பணம் போக மிச்சம் எவ்வளவு வரும் என்றார் சிவராமப் படையாச்சி. 'நான்கு தடவையா என்ன நீர் மூன்று தடவைதான்' என்றார் வாரணம் செட்டியார். திடுக்கிட்ட படையாச்சி 'நிறுத்தடா வண்டியை' என்றார். 'நாலு தடவை செட்டியாரே'. 'இல்லை மூன்று தடவை படையாச்சி' 'ஏய் செட்டி' என வார்த்தை தடிக்க கையை ஓங்கினார் சிவராமப் படையாச்சி. 'யார் ஊர்ல வந்து யாரைக் கை நீட்டற, உயிரோட போவமாட்ட ஆமாம்' என்ற செட்டியார் வாய்தவறி வந்த வார்த்தைக்காக தன்னையே நொந்துகொண்டார். சற்று

நேரத்திற்குள் எல்லாம் முடிந்துபோய் இருந்தது. வண்டிக்காரன் பூபாலன் வெடவெடத்து நடுங்கினான். படையாச்சிதான் தன் வீண் வீராப்பு மாறாமல் கத்தியைப் பையில் போட்டபடி உடம்பைத் தூக்கி வண்டியில் வை என்றார். 'இளம்பிள்ள என்ன இப்படி பயப்படற' என்றபடி உடலைத் தூக்கினார் சிவராமப் படையாச்சி.

நீண்ட நாள் பழக்கமான வாரணம் செட்டியாரை இப்படிக் கொன்றுவிட்டது பற்றி அவரால் ஒன்றும் யோசிக்க முடியவில்லை. செட்டியாரின் உடலிலிருந்து ஒரு சொட்டு ரத்தம் இல்லை என்பது அவருக்கு அதிசயமாக இருந்தது. உடலை உட்கார்ந்த நிலையில் வைத்துத் தாங்கிப் பிடித்தபடி "நகைக்கடைப் பக்கம் ஓட்டு வண்டியை" என்றார். கடை எதிரில் நிறுத்திய வண்டியிலிருந்து இறங்கிய படையாச்சி கடைக்குள் சென்று "செட்டியார் புவனகிரி போகனுமாம் என்னோடயே வந்துடறேன்னு சொல்லிவிட்டு உள்ளே உட்கார்ந்திருக்கிறார். இந்தப் பணத்தை வாங்கி வரவு வச்சிக்கிட்டு நகைகளைக் கட்டி வாங்கி வரச் சொல்லியிருக்கிறார். போர வழியிலேயே கணக்குப் பார்த்துக்கலாம்னு சொல்லி யிருக்கிறார்" என பதட்டப்படாமல் சொன்னார். கல்லாவில் இருந்தவர் எழுந்து வந்து வண்டியில் பார்த்தார். வண்டிக்காரன் பூபாலனின் தோளில் கைபோட்டுக்கொண்டு எதையோ யோசித்துக் கொண்டிருந்தார் வாரணம் செட்டியார்.

நூறுபவுன் நகையுடனும் வாரணம் செட்டியாரின் உடலுடனும் சிவராமப் படையாச்சியையும் வண்டிக்காரன் பூபாலனையும் சுமந்தபடி குதிரைவண்டி வழக்கத்துக்கு மாறாக விரைந்துகொண்டிருந்தது.

வாரணம் செட்டியின் உடல் அவரது புவனகிரி பங்களாவில் எந்தத் துப்பும் இன்றி மறுநாள் கண்டெடுக்கப்பட்டது. சிவராமப் படையாச்சியின் மகள் கமலவேணியின் பழைய நிச்சயதார்த்தம் உடைபட்டு வண்டியோட்டி பூபாலனுக்கும் அவளுக்கும் திருமணம் நடைபெற்றது. பூபாலன் வீட்டோடு மாப்பிள்ளையாக மாறினான். எந்த விக்கினமும் இல்லாமல் எல்லாம் முடிந்து போனதில் திருப்தியுற்ற சிவராமப் படையாச்சி தான் வாங்கிய நூறுபவுன் நகையில் ஐம்பது பவுன் நகையைப் புதுச்சேரியில் இருந்த எல்லா கோயில் உண்டியலிலும் ஒவ்வொரு நகையாக யாருக்கும் தெரியாமல் காணிக்கை போட்டார். அத்துடன் சேர்த்து அந்தக் கத்தியையும் காணிக்கையாகத் தொலைத்த பிறகுதான் நிம்மதிப் பெருமூச்சு வந்தது அவருக்கு.

ஏழாவது உடை

பூர்வ பீடிகையும் புரியா மர்மங்களும்

இப்படியான சற்றே குழப்பமான ஒரு கதையைக் கடைசிவரை கேட்கும் ஒருவருக்குக் கூடுதலாக சில மர்மங்களையும் தகவல்களையும் தரவேண்டியது கதைசொல்லியின் பாரம்பரியக் கடமையென்பதை அனைவரும் அறிவோம் இல்லையா. இவ்வகையாய் பாதியில் முடிவுற்ற இக்கதையில் கூடுதலாக நான்கு தகவல்கள் சொல்லப்பட வேண்டியவை.

1. வஸ்தாது மகாமுனி தனது வாழ்நாளில் ஒருவரைக்கூட கொலை செய்தது இல்லை. அவனுக்குத் தெரிந்த தெல்லாம் விஷக்கடி மூலிகைகள் மூன்று மட்டும்தான். தானே விரும்பியும் விரும்பாமலும் பாலாறு முதல் காவிரிவரை பரவிவிட்ட தனது பிரஸ்தாபத்தைக் கட்டிக் காக்க அவன் பட்டபாடுகளே அவனது வாழ்க்கையின் ஒவ்வொரு நொடியாகவும் இருந்து வந்திருக்கின்றன. அவன் தினம் வாங்கும் இரண்டு பாட்டில் பட்டைச் சாராயத்தைக்கூட அவன் ஒரு சொட்டு குடித்ததில்லை. அவனது கோழிகள்தாம் குடித்துவந்தன.

2. அறிஞர் மாயக்கண்ணனுக்குப் பிரஞ்சு மட்டுமல்ல தமிழும் எழுதத் தெரியாது என்பது அவருக்கு மட்டுமே தெரிந்த ஒரு ரகசியம். இத்துடன் தமிழ் கூறும் நல்லுலகம் நம்பிக்கொண்டிருப்பதுபோல பிரஞ்சு நிறுவனப் பதிவேட்டில் தமிழாராய்ச்சி அறிஞர் என்று பதிவு செய்யப்பட்டிருக்கவில்லை. அந்நிறுவனத்தின் முப்பது குளிரூட்டி சாதனங்களைப் பராமரிக்கும் தொழில்நுட்பர் என்றே அவருக்கு ஊதியம் வழங்கப்படுகிறது.

3. பிரஞ்சு ஆய்வாளர்கள் ஃபிரான்சுவா வென்சென், பிரிழித் லுவா இருவருக்கும் வழங்கிய டாக்டர் பட்டம் பற்றிய முறையீட்டு அறிக்கையைப் பரிசீலித்த பிரஞ்சு பல்கலைக்கழகம் ஆய்வேட்டின் மொழிபெயர்ப்பை புதுவையின் எழுத்தாளர்களான திருவாளர்கள் ரமேஷ் மற்றும் பிரேமிடம் அனுப்பிக் கருத்துக் கேட்டிருந்தது. அந்த ஆய்வேட்டில்; மாயக் கத்தியின் அழகில் மயங்கி, 'கொலை செய்தால் இப்படிப்பட்ட கத்தியால் கொலை செய்யணும் இல்லாவிடில் இப்படிப்பட்ட கத்தியால் கொலைபடணும் என்று நினைத்து – வியந்த மகாமுனி நீதி சபை முன் ஏதோ ஒரு கண லயிப்பில் அக்கத்தியுடன் தன்னை உறவுபடுத்திக்கொள்ளவே பழியைத் தன்மீது வலிய சுமத்திக்கொண்டிருப்பான்'

என்ற யூகம் காணக்கிடைப்பதைக் கண்டுணர்ந்த இவர்கள் – இச்சம்பவங்களைத் தொகுத்துக் கதை ஒன்று எழுதத் திட்டம் தீட்டினர்.

4. அந்த ஆய்வுக்கு அடிப்படையாக அமைந்த நாற்பது பக்க கையெழுத்துச் சுவடியைப் படித்தபின்தான் ஆய்வுகளின் தன்மையைப் புரிந்துகொள்ள முடியும் என்று உணர்ந்த ரமேஷும் பிரேமும் பிரெஞ்சு நிறுவனத்தின் நூலகத்திற்குச் சென்று அதைப் பலநாள் தேடிப் பார்த்தும் கிடைக்காமல் சோர்ந்துபோய் நூலகப் பெண்ணிடம் கேட்க அவள் அறிஞர் மாயக்கண்ணன் அவர்களின் உதவியை நாடினாள். அறிஞர் மாயக்கண்ணனோ மிகவும் அமைதியாக அவ்வகையான 240 கையேடுகள் இங்கு இருந்ததாகவும் அவை எதற்கும் பயனற்றவை என்று தான் முடிவுசெய்து இரண்டு மாதத்திற்கு முன்பு எரித்துவிட்டதாகவும் கூறியனுப்பினார். புதுவையின் வரலாற்றிலிருந்தும் புதுவை மக்களின் நினைவிலிருந்தும் மறைந்துபோன ஒரு கதை தற்போது புதுவையின் புகழ்மிக்க பிரஞ்சு நிறுவன ஆவணச் சாலையிலிருந்தும் மறைந்து போனதைப் பற்றிய துயரத்துடன் அதைப் பற்றி எழுத்தாளர் பிரபஞ்சனுக்குத் தெரிந்திருக்கலாம் என அவருடைய வீட்டுக்கு விரைந்தனர்.

குறிப்பு

எதுவார் குபேர்	–	சுதந்திரப் புதுவையின் முதல் முதலமைச்சர்
கோழிக் கொம்பா	–	சேவல் சண்டை
மெர்ஸ்யே	–	திருவாளர்
மதாம்	–	திருமதி
மத்மோஸெல்	–	செல்வி
பர்தோன்	–	மன்னிப்பு
பல்கோன்	–	பால்கனி
ஓரியண்தால்	–	கீழைத்தேய
வ. சுப்பையா	–	பிரெஞ்சிந்தியப் பகுதியின் கம்யூனிஸ்ட் கட்சியின் நிறுவனர்.

நூறு நாய்கள் குரைக்கட்டும்

காட்சி: 1

திரையில் இருளும் மௌனமும், சிறு இரைச்சலுக்குப் பின் வரிகள் மேல்நோக்கி நகர்கின்றன.

ஒலித்தடம்

பெண் குரலில்:

மனித மனோவியலை இரும்பின் கண்டு பிடிப்புக்கு முன் இரும்பின் கண்டுபிடிப்புக்குப் பின் என இருபெரும் பிரிவுகளாகப் பகுக்கலாம். இரும்பிற்கு முன் தாமிரம் போன்ற உலோகங்கள் கண்டுபிடிக்கப்பட்டாலும் அவை பாத்திரங்கள் போன்றவற்றைச் செய்வதற்கே பயன்படுத்தப் பட்டன. ஆனால் இரும்பு, ஆயுதங்கள் செய்வதற்கே பெருமளவு பயன்படுத்தப்பட்டது. ஆக்கக் கருவிகள் இரண்டாம் இடத்தையே வகிக்கின்றன. இனத்தின் வலிமை முழுவதும் அது கொண்டிருக்கும் ஆயுதங் களின் அளவை வைத்தே கணிக்கப்பட்டன. இரும்பிற்கு முன் மனிதனிடம் அச்சமும் அதிலிருந்து தப்பிப்பதற்கான எத்தனிப்பும் இருந்தன. இரும் பிற்குப் பின் மனிதனிடம் வெறியும் மிரட்சியும் சமமாக உருவாகியிருந்தன. சமூகம் முழுவதுமுள்ள ஒவ்வொரு தனிமனிதனும் ஆயுதங்கள் பற்றிய அச்சத்துடன் இருந்தான். ஆனால் அவன் ஆயுதங் களின் விதிக்கு உட்பட வேண்டியவனாகவும்

ஆயுதங்களை முதலில் பயன்படுத்த வேண்டியவனாகவும் இருக்க வேண்டியது அவசியமானது. ஒழுங்குபடுத்தப்பட்ட போர்கள் உருவாயின. ஆயுதங்களின் எண்ணிக்கை சரித்திரத்தை நிர்ணயித்தது. சரித்திரம் மனஅமைப்பைத் தொடர்ந்து உருவாக்கியது. தன்னைவிட வலிய, தன்னை எந்த நேரமும் சிதைத்துவிடக் கூடிய உலோகங்களின் ஆளுகைக்கு மனிதன் உட்பட்டது சரித்திரத்தின் மிக முக்கியமான நிகழ்வு. இரும்பு ஆயுதங்களின்றி ராணுவமும் அரசும் இல்லை. ராணுவமும் அரசும் இன்றி நீதிவரையறைகளும் ஒடுக்குமுறைகளும் இல்லை. நீதிவரையறைகளும் ஒடுக்குமுறைகளுமின்றி அதிகாரமும் மனிதச் சிதைவுகளும் இல்லை. அதிகாரமும் அதற்கான போராட்டமும் எதிர் அதிகாரமும் இன்றி உலகப் போர்களும் இல்லை. இரும்புக் கதவுகள், இரும்புச் சன்னல்கள், இரும்பு வேலிகள், இரும்புப் பேழைகள், இரும்புச் சுவர்கள், இரும்புக் கம்பங்கள், இரும்புக் கம்பி வலைகள், இரும்புத் தடுப்புகள், இரும்புத் தண்டவாளங்கள், இரும்புக் குழாய்கள், இரும்புச் சங்கிலிகள், இரும்பு விலங்குகள், கில்லட்டின்கள், கழுமரங்கள், நீண்ட கத்திகள், குறுவாள்கள், துப்பாக்கிகள், பீரங்கிகள், டாங்கிகள், கப்பல்கள், அணைகள், உயர்ந்த கட்டடங்களின் காங்கிரீட் சட்டகங்கள், உலகை ஆளும் இரும்பு மனிதர்கள், இரும்புப் பெண்மணிகள், துருப்பிடிக்காத இரும்புகள், இரும்பும் அதன் உலோகக் கலவைகளும், இரும்புக் கவசங்கள், இரும்புக் கோட்டைகள். இரும்பைப் பற்றிய அச்சகத்தை மூளைக்குள்ளிருந்து நீக்கிவிடும் போது எந்த மனிதன் மீதும் ஒடுக்குமுறையைச் செலுத்துவதும் சட்டங்களைச் செயல்படுத்துவதும் 90% சாத்தியமற்றது. இரும்பைப் பார்க்காதவர்களும் இரும்பைப் பற்றிய அச்சத்துடன் இருப்பதும் இரும்பிற்குக் கட்டுப்படுவதும் சமூக மன அமைப்பின் மிக முக்கியமான அம்சங்கள்.

காதல் பற்றிய ஆய்வின் 8ஆவது வாசகம்

நீ என்னை மோகிக்கிறாய் எனில், நீ என்னைக் கொலையுறுத்தவோ அன்றி என்னால் நீ கொலையுறவோ விழைகிறாய் – என்பது இம்மண்டலத்தின் பொது மொழிப்பாடு. இரண்டு உடலிருப்புகளின் இணைவு என்பது ஏதேனும் ஒன்றின் மரணத்தில் முடிவுறுவது நிகழ்வின் எதார்த்த நிலைப்பாடாய் தர்க்கமுற்றது. ஒவ்வொரு மனித உருவும் ஒன்றையொன்று அச்சத்துடன் எதிர்கொண்டன. எதிர்பாலிருப்பைத் தன்னில் தரித்துக்கொள்ளும் சாத்தியமற்று சுய இருப்பை நிலைவுறுத்திக் கொள்வதற்காய் அனைத்தும் ஒன்றிலொன்று முரணித்து, காமத்தின் வெளிப்பாடு அற்று உடல்

திசுக்கள் பிளந்து புகைந்தபடி சலனம் கொண்டன. தசை கருகும் நெடி. இம்மண்டலத்திற்கான வாசனை.

காட்சி: 2

திரையில் பெண்முகங்கள் ஒவ்வொன்றாய்த் தோன்றி மறை கின்றன. திரும்பி நின்றுகொண்டிருக்கும் ஒரு பெண் தன் கையிலுள்ள துண்டுப் பிரசுரத்தை வாசிக்கிறாள்.

ஒலித்தடம்

ஆதியிலே சக்தி இருந்தாள். அவள் தன் படைப்பு வினையைத் தொடங்கினாள். அவள் விநாயகனைப் படைத்தாள் – அவன் தாயே என்றபடி எழுந்து வந்தான். விஷ்ணுவைப் படைத்தாள் – அவன் சகோதரியே என்றபடி எழுந்து வந்தான். அவள் பிரம்மனைப் படைத்தாள் – அவன் தேவியே என்றபடி எழுந்து வந்தான். அவள் சிவனைப் படைத்தாள் – அவன் பெண்ணே என்றபடி எழுந்து வந்தான். சக்தி கோபமுற்று அவனைத் தன் நெற்றிக் கண்ணால் பஸ்பமாக்கினாள். விஷ்ணுவும் பிரம்மனும் பதறினார்கள். சக்தியை வணங்கித் தாங்கள் அவளுக்கு மகனாய், சகோதரனாய், வணங்குபவர்களாய் இருக்க முடியும் என்றும் ஆனால் அவளுக்கு ஓர் ஆண் துணை அவசியம் என்பதால் சிவனை மீண்டும் உயிர்ப்பிக்கும்படியும் கேட்டுக்கொண்டார்கள். சக்தி, சிவனை மீண்டும் உயிர்ப்பித்தாள். உயிர்கொண்ட சிவனை சக்தி பணிவுடன் நோக்கினாள். எந்தக் கணமும் சக்தி யாரையும் தன் நெற்றிக் கண்ணால் அழித்துவிட முடியும் என்பதால் அவளது நெற்றிக்கண்ணை சிவனுக்குத் தந்துவிடும்படி அவர்கள் கேட்டுக்கொண்டார்கள். நெற்றிக்கண் பெற்ற சிவன் தனக்கு முன் தோன்றிய சக்தியைத் தனக்குக் கட்டுப்பட்டவளாக வைத்திருப்பது சாத்தியமில்லை என்பதால் – அவளைத் தன் நெற்றிக்கண்ணால் எரித்தான்.

பிரம்மன் மீண்டும் சக்தியைப் படைத்தான். அனைவருக்கும் முன் தோன்றிய சக்தி அனைவருக்கும் பின் தோன்றியவளாக மாறினாள். அவளின் ஆக்கல், காத்தல், அழித்தல் ஆற்றலை முறையே பிரம்மன், விஷ்ணு, சிவன் சமமாகப் பகிர்ந்து கொண்டார்கள். சக்தி சிவனின் ஒரு பாகமானாள். சிவனுக்குக் கட்டுப்பட்டவளானாள். இந்தத் தொன்மத்தில் பெண் என்பவள் பேராற்றலை உடைய படைப்பின் மூலமாக இருந்தாள் என்பதும், அவளின் ஆற்றலைக் கண்டு அச்சமுற்ற ஆண்கள் அவளைத் தங்களுக்குக் கட்டுப்பட்டவளாக மாற்றினார்கள் என்பதும் குறியீடுகளாகப் புனையப்பட்டிருக்கின்றன. இதனைப் பின்னமுறுத்தி வாசிக்கும் பொழுது, பாலியலின் அரசியல்

பிரேம்

செயல்பாடும் ஆணாதிக்கத்தின் தோற்றத்திற்கான காரணமும் வெளிப்படக் கூடியதாக இருக்கிறது. பெண் மீதான அச்சமே ஆணாதிக்கத்திற்குக் காரணம் என்பதும், படைப்பு பற்றிய மர்மமே பெண் மீதான புனைவுகளுக்கு அடிப்படை என்பதும் விளங்கக் கூடியதாக இருக்கின்றன.

பெண்ணே முதலில் அறிவை அறிந்து தீண்டியவள் என்பதை மானிடவியல் நமக்குத் தெரிவிக்கிறது. விதிக்கப்பட்டவற்றிலிருந்து மீறுவது அறிவின் முதல் வினை என்பதால் – ஈடன் தோட்டத்தின் விலக்கப்பட்ட கனியை முதலில் பறித்து உண்டதன் மூலம் *Eve* தன் அறிவிற்கான ஆரம்பத்தை நிகழ்த்துகிறாள். *Adam*க்கு அவளின் எச்சில் கனியே அறிவை உருவாக்குகிறது. தேவனின் முழு அதிகாரத்திலிருந்து மீறியதன் மூலம் அறிவு சபிக்கப்பட வேண்டியதாகிறது. இங்கு *Eve* அதிகாரத்திற்கு எதிரான முதல் கலகத்தைச் செய்தவளாகிறாள். விலக்கப்பட்டவற்றைத் தீண்டும் மனோபாவம் பெண்மைக்கு உரியதாக இருக்கிறது. பாம்பு வடிவத்தில் உள்ள *Satan* பாலியலின் குறியீடாகவும் அதனால் அறிவிற்கான தூண்டுதலாகவும் அமைகிறது. தேவனுக்கு எதிரான கலகத்தைச் செய்யும் ஆற்றல் பெண்ணுக்கு இருப்பதால் – வலியின் மூலம் பிரசவிக்க வேண்டியவளாக சபிக்கப்படுகிறாள். இதை மேல் கீழாய் மாற்றும்போது பிறப்பித்தல் என்னும் பெண்ணின் பேராற்றல் – அதாவது புதிய உடலை உற்பத்தி செய்து தருவது – மையப்படுத்தப்பட்ட அதிகாரத்திற்கு எதிராகச் செயல்படும் ஒரு உடலை உற்பத்தி செய்வதாகக்கூட அமையலாம் – என்பதால், அதிகாரத்தின் முன் அவளின் பிறப்பளிக்கும் ஆற்றல் சபிக்கப்பட்டதாக மாற்றப்படுகிறது. இதன் மூலம் பிறப்பளித்தல் ஒரு குற்றமாகவும் – குற்றத்தின் மூலம் உருவாகும் ஒரு உடல் அதிகாரத்திற்குக் கட்டுப்பட்டாக வேண்டும் என்பதும் கருத்தியலாக அமைகின்றன. பெண்ணால் பெறப்பட்ட அறிவை ஆண் கவர்ந்து கொண்டதும் – பெண் ஆணின் அதிகார மண்டலத்தில் வெறும் சாதனமாக மாற்றப்பட்டதும் இதன் இரண்டாவது மொழித் தளத்தில் மௌனமாக்கப்பட்டிருக்கின்றன.

காலம்: ஒன்று

தோழனே என்னை நீ நேசிக்கிறாய் – என்னை நீ ஆராதிக்கிறாய் – என் தசைச் சுமையின் ஒழுங்கியல்பு கண்டு அதிசயிக்கிறாய் – என்னை மோப்பமுற்றுப் பின் தொடர்கிறாய் – என்னைப் புணருவதற்காய் புடைத்த உன் நரம்புகள் என்னுள் அதிர்கின்றன – திரவமாய்ப் படர்ந்து என் குழிகளில் தேங்கிவிடத் துடிக்கிறாய் – என்னைக் கடித்துக் குதறித் தின்று தீர்க்க

உன்னால் இயலுமெனில் வா – என் இறுகிய தசைத் தரையை உன் நகங்களால் கீறிக் கிழித்து என் பிளவுகளிலிருந்து புதிய ஊற்று களை உன்னால் வெளிக்கொணர முடியுமெனில் வா – உன் தசை நெடி என்னை விகாரமாக்குகிறது. உன் பார்வையின் பற்கதிர்கள் என் தசையை ஊடுருவி எலும்பைக் கவ்வுமெனில் வா – உன் நகங்கள் என் தசைகளில் அல்ல எலும்புகளில் வருடும்போதுதான் எனக்குள் அதிர்வுகள் பூக்கும்...

காட்சி: 3

சீனப் பெருஞ்சுவர் விரைகிறது. சுவர் முழுவதும் சிவப்பு நிறத்தில் பெரிய சுவரொட்டிகள் ஒட்டப்பட்டிருக்கின்றன. சுவரின் ஒரு பகுதி அருகி வருகிறது. சுவரொட்டி முழுதும் காரல் மார்க்ஸின் முகம். அதன் கீழே சில வாசகங்கள்: இவனை உயிருடனோ அல்லது பிணமாகவோ ஒப்படைப்பவர்களுக்குப் பத்து மில்லியன் அமெரிக்க டாலர்கள் பரிசு. மார்க்ஸின் சுவரொட்டி முகம் திரை முழுவதும் பரவுகிறது. கீழிருந்து எழும் ஒரு பெண் நிழல் நிர்வாணமாய் சுவரில் படர்கிறது. நிழலின் முலைமேடு மார்க்ஸின் பாதி முகத்தைக் கிரகணிக்கிறது. திரையின் விளிம்பிலிருந்து ஒரு கை சுவரில் நெளிகிறது. திரை முழுதும் நெளியும் கையில் ஒரு வண்ணத்துப்பூச்சி வந்து அமர்ந்துவிட்டு மீண்டும் பறந்துவிடுகிறது. சுவரைத் தழுவும் கைகளைத் தொடர்ந்து ஒரு ஆணின் முகம் வெளிப்படுகிறது. நெளியும் விரல் நகங்கள் நிழல் முலைமேட்டில் பதிந்து பிய்க்கிறது. மார்க்ஸின் சுவரொட்டி முகம் கிழிய, கிழித்த வெற்றிடத்தில் பிறிதொரு பழைய சுவரொட்டி வெளிப்படுகிறது. அதிலே அந்த ஆணின் முகம் –

– காட்சி உறைகிறது –

ஒலித்தடம்

ஆண் குரலில் – "What must be done"

பெண் குரலில் – "What must be done"

ஆண் குரலில் – "What must be done"

பெண் குரலில் – "What must be done"

காதல் பற்றிய ஆய்வின் 48ஆவது வாசகம்

பிறிதொரு உடம்பை எதிர்கொள்வதை நாங்கள் தவிர்த்து வந்தோம். பொருண்மையின் முழுப் பரிமாணங்களோடு ஒன்றின் வெளிப்பாடு நிகழுமெனில் – அது, சூழலின் மற்ற இருப்பு நிலைகளுக்கு அச்சுறுத்தலாய் ஆனது. இரண்டு உடம்புகளின்

ஒன்றித்த இயக்கம் என்றோ தடைபட்டுப் போனது. எனினும் சுமத்தப்பட்ட கட்டளையை மீறி இணைவுறுதல் அடிக்கடி நிகழ்ந்தன. இரண்டு உடலிருப்புகளில் ஒன்றின் மரணம் தவிர்க்க முடியாததாய் இருந்தது. எனவே மண்டலத்தில் ஆங்காங்கே அநாமதேயப் பிணங்கள் கிடந்தன. சக உடல்களைத் தவிர்ப்பதை விட பிணங்களைத் தவிர்த்து உலவுவது கடினமானதாய் இருந்தது...

காலம்: இரண்டு

என்னை நீ பின்தொடர்ந்துகொண்டேயிருக்கிறாய். உன்னை நான் தவிர்த்துக் கொண்டேயிருக்கிறேன். நமக்கிடையிலான தர்க்கம் மழுங்கிவிட்டது. இப்படிச் சலனிப்பது இயல்பாகிப்போனது. பாதைகள் மாறிக்கொண்டேயிருக்கின்றன. திசைகள் இருண்டுவிட்டன. நம்மில் யாரை யார் பின்தொடர்கிறோம் என்பதும் தெரியவில்லை. இதுவரை நாம் பதினான்காயிரம் முறை போர் செய்திருக்கிறோம். நாற்பத்தைந்து கோடி முறை உயிரிழந்திருக்கிறோம். நமது பரிமாணங்களின் சுவர்களில் மோதி எப்போதேனும் ஒருவரை ஒருவர் எதிர்கொள்ள நேர்ந்துவிடுகிறது. அன்று அப்படித்தான் உன்னை ஒரு குறுக்குச் சந்தில் எதிர்கொள்ள நேர்ந்தது. என்னைக் கண்டதும் உன் கண்களில் திரண்ட கண்ணீர் என் தொண்டையில் கரித்தது. என் அடிவயிற்றில் ஒரு கோளம் புரண்டது. எனது சிறு வலியை நீ உணர்ந்திருப்பாய் என நினைக்கிறேன். உன் முகத்தளம் முழுவதும் தாவர நிழல் சலனம். வறண்ட உனது உதடுகள் அதிர்ந்தன. உனது நீண்ட மௌனம் பிரிந்து வெடிப்புகளில் ரத்தம் துளிர்த்தது. நீ – பசி என முனகினாய். என் யோனியிலிருந்து கழிவு வெளிப்பட்டு தொடைகளில் வழிந்தது. என்னை நீ இருண்ட மூலைக்கு அழைத்துச் சென்றாய். நான் செத்துக் கொண்டிருக்கிறேனோ என்னும் அசூயை என்னைக் கவிந்தது. சுவரில் சாய்ந்தபடி என் ஆடையை விலக்கி நின்றேன். நீ என்னை அருந்தத் தொடங்கினாய்...

காட்சி: 4

நகரின் சுவர்களில் நிறைய இளைஞர்கள் ஆங்காங்கே எதையோ வரைந்துகொண்டிருக்கிறார்கள். ஒரு இளைஞன் ஸ்டாலின் முகத்தை விகாரமான கேலிச்சித்திரமாக எழுதிக் கொண்டிருக்கிறான். ஒரு இளம் பெண் அவனை நெருங்கி தோளில் தட்டித் திருப்பிச் சொல்கிறாள்:–

அனைத்து ஆற்றலும் நிரம்பிய கம்பீரத்தோடு ஸ்டாலின் முகத்தை வரைந்தவன் நீதான். முகமற்ற ஸ்டாலினுக்கு முகம்

ஏழாவது உடை

கொடுத்தவன் நீதான். உனது முகத்தை வரைய முடியாததால் நீ பலரின் முகங்களை வரைந்தாய். எல்லோருடைய முகங்களும் கண்ணாடிகளால் அவர்களுக்குக் கூறப்பட்டவையன்றி எந்நாளும் முகங்கள் தங்களைப் பார்த்துக்கொண்டது இல்லை. உனது முகத்தைப் பற்றிய கர்வத்தோடு இருந்தபோது பிறரின் முகத்தைத் தெளிவாக வரைந்தாய். உனது முகத்தில் கீறல்கள் விழுவதாய் உணர்ந்தபோது நீ வரைந்த முகங்கள் கேலிச்சித்திரங்களாயின. ஒவ்வொரு காலகட்டத்திலும் ஏதாவது ஒரு முகத்தை எல்லாரும் தமது முகமாக அடையாளம் காண்பது இயல்பாகிப் போனது. நீ வரையும் முகங்களுக்கு நீயே பொறுப்பன்றி – முகங்களல்ல. இவற்றை முகமில்லை என்று நீ மறுதலித்தால் நீ யார் முகத்தையும் வரைய வேண்டிய தேவையற்று நாம் ஒவ்வொருவரும் ஒருவர் முகத்தை ஒருவர் பார்த்தபடி நகர்ந்து கொண்டிருப்போம்.

ஒலித்தடம்

சாலைப் போக்குவரத்தின் இரைச்சல் தோன்றி மங்கியபடி...

காதல் பற்றிய ஆய்வின் 63ஆவது வாசகம்

எமது மண்டலத்தைப் பற்றி இன்னும் சொல்வதற்கு இருக்கிறது. புணர்ச்சியில் ஏதேனும் ஒரு உடல் சிதைந்து விடுவது எங்களின் உயிர் வேதிமைச் சக்தியின் அதீத வெளிப்பாடாய் இயல்புகொண்டது. சுயச் சிதைவின் அச்சத்தையும் மீறி உடல் களின் கவர்ச்சி எம்மை ஒருவரை நோக்கி ஒருவரை ஈர்த்தது. எமது மைய போதமாய் நிலைப்புற்ற சக உடலைப் புணர்ச்சிக்குப் பிறகு தின்றுவிடுவதென்பது எமக்கு அச்சத்தைத் தந்தது. முற்கணம்வரை உயிர்ப்பின் வாதையோடு மோகித்து மையமுற்ற சக உடலை – அதன் சிதைவுக்குப் பிறகு எமது ஜீவித உடலுக்குள் சமாதியாக்கி விடுவதென்பது பேரவலமெனக் குரூரமுற்றது. ஆயினும் காலப் போக்கில் நாங்கள் மாம்சம் தின்னப் பழகிக்கொண்டோம். சக உடலின் ஈர்ப்பு புணர்ச்சிக்கானது என்பது மாறி மாம்சம் தின்பதற்காய் பரிணமித்தது. அந்தக் காதல் வயப்பட்டவர்கள் மண்டலத்தின் பிரதான உணவு விடுதி களில் அமர்ந்துகொண்டு தங்கள் மாம்சத்தை அறுத்து ஒருவருக்கொருவர் ஊட்டி மகிழ்ந்தனர். இக்காலகட்டம் மானுட நேயத்தின் பொற்காலமென்று வரலாற்றாசிரியர்களால் சிறப்பிக்கப்பட்டு வருகிறது.

காலம்: மூன்று

அவனுடைய உக்கிரம் என்னை வாட்டியது. எனது திசைகளெங்கும் அவனுடைய இரைஞ்சல் எதிரொலித்தது.

எலும்பு துறுத்திய அவனது நீண்ட முகம் இமைகளற்று என்முன் தோன்றி மறைந்தது. எனது கண்ணாடியிலிருந்து அவனது எலும்பு விரல்கள் வெளிப்பட்டு தன் மாம்சக் குழைவை எனக்கு ஊட்டியது. என் ஜன்னல் வழியே உள் நுழையும் அவனது நிழல் என்னை இடறியபடி இருந்தது. அன்றிரவு அவனை எதிர்கொள்ளவென குப்பை கூளம் கொட்டி வைக்கப்பட்டிருக்கும் நகரின் விளிம்புப் பகுதியில் திரிந்தேன். என் பெயரை யாரோ விளிப்பதாய் உணர்ந்து பார்வையலைந்தேன். ஓர் இடிந்த சுவரின் நிழலில் கோடாய் நின்றிருந்தான். நான் தயங்கி நிற்க தெருவிளக்கின் வெளிச்சத்திற்கு என்னை நோக்கி வந்தான். போதை மருந்துகளால் அவனுடம்பு கரைந்து எலும்புச் சட்டகமாய்த் தோன்றினான். அவனுடைய நாசித் துவாரத்திலிருந்து எறும்புகள் வெளிப்பட்டு முகம் முழுவதும் பரவியபடி இருந்ததைத் துடைத்தபடி ஏதேதோ பேசினான். உனது வரவை நான் எதிர்பார்க்கவில்லை என்றான். உனது மௌனம் எனக்குப் பழக்கமானதுதான் என்றான். உன்னுடனான எனது போகம் எனக்கான இறுதி மரணம் என்றான். போதை மருந்துகள் பெறுவதற்காக என் உடம்பின் தசை திரண்ட பகுதிகளைக் கொஞ்சம் கொஞ்சமாய் அறுத்து விற்றுவிட்டேன் – எஞ்சியதை உனக்காகப் பத்திரப்படுத்தி வைத்திருக்கிறேன் – உனது மூர்க்க அணைப்பில் என் எலும்புகளை நொறுக்கிப் பிழிந்து ஒரே ஒருமுறை என்னை ஸ்கலிதப்படுத்து என்றான்...

Title card

-Opium is the Religion of Mankind-

In March 1989 a band of 200 Maoist guerrillas joined drug traffickers in attacking a Police Post Uchiza, a trans shipment point nine miles from Santa Lucia base, killing ten policemen, one of them executed in the town square. The Government retaliated by killing 1,100 rebels and reclaiming Uchiza.

காட்சி: 5

திரையில் மௌனமும் இருளும், இருளிலிருந்து மங்கலாய் தோன்றி திரை முழுதும் நிறைகிறது – முகம் முழுவதும் கம்பி வலை படர்ந்த ஒரு முகம். அதன் உதடுகள் அசைகின்றன:–

உலகின் புரட்சிகள் அனைத்தும் தோல்வியடைந்தன என்று CIAவின் ஆராய்ச்சிப் பகுதியின் மூலம் நிரூபிக்கப்பட்டது. இனித் தேவை புதிய புரட்சியே என்று அனைத்து வல்லரசுகளும் முடிவுசெய்து அதை நிகழ்த்துவதற்கு ராணுவத் தலைமையிலான உயரதிகாரிகளின் குழுவே தகுதி வாய்ந்தது

என்றும் முன்மொழியப்பட்டது. பழைய புரட்சிகர அறிக்கை அனைத்தும் எரிக்கப்பட்ட பின் இனித் தேவை மனிதனின் முழுமுற்றான சுதந்திரமே என்று கூறிய அமெரிக்க அதிபர் தனது புகழ்பெற்ற புரட்சிகர வாசகமான "நூறு நாய்கள் குரைக்கட்டும்" என்பதை அறிவித்தார். தங்களின் புரட்சிகரத் தன்மை குறைத்து மதிப்பிடப்படுமோ என அஞ்சிய ரஷ்ய அதிபரும் "நூறு நரிகள் ஊளையிடட்டும்" என்று அறிவிக்க மூன்றாம் உலக நாடு ஒன்றின் ராணுவ ஆட்சியாளரோ "நூறு ஓநாய்கள் கத்தட்டும்" என்று கட்டளை பிறப்பித்தார்.

ஒலித்தடம்

உலகம் யாவையும் தாமுளவாக்கலும்

நிலை பெறுத்தலும் நீக்கலும் –

நீங்கலா அலகிலா விளையாட்டுடையாரவர்

தலைவர் அன்னவர்க்கே சரண் நாங்களே.

காதல் பற்றிய ஆய்வின் 114ஆவது வாசகம்

மனிதன் அனைத்து அதிகாரத்திலிருந்தும் ஒடுக்கு முறையிலிருந்தும் விடுபட வேண்டும் எனக்கூறியபடி ஐரோப்பா கண்டம் முழுமையும் தனது கலக நடவடிக்கை களைப் பரப்பித் திரிந்த பக்கூனினை – எதிர்ப்புரட்சியாளன் என்றும் மனித விரோதி என்றும் தனிமைப்பட்டுப்போன அவநம்பிக்கையாளனென்றும் – மக்கள் ஆதரவு பெற்ற புரட்சிகரக் கட்சிகள் நிரூபித்ததால் – அவர் பெயர் சரித்திரத்தி லிருந்து நீக்கபபடடது.

சரித்திரத்தில் சேர்க்கப்பட்ட பெயர்களில் – தனது இளம் பிராயத்திலிருந்து ஒவ்வொரு நாளும் புரட்சிகர நடவடிக்கை களில் ஈடுபட்டுப் புரட்சி வெற்றி பெற்று ஐந்தாண்டுகளுக்குப் பிறகு எதிர்ப்புரட்சியாளன் என்றும் தேசத்துரோகி என்றும் குப்பையில் எறியப்பட வேண்டியவன் என்றும் குற்றம் சாட்டப்பட்டு மரண தண்டனை அளிக்கப் பெற்ற ட்ராட்ஸ்கி என்ற அவன் பெயர் குறிப்பிடப்பட வேண்டியது.

காலம்: நான்கு

Opium is the optimism of our time

என் யோனிக்குள் வெதுவெதுப்பாய் அவனுடைய உயிர்த்திரவம் வழிந்தது. என்மீது சடலமாய் கனத்த அவனுடலைப் புரட்டி இழுத்துச் சென்றேன். இம்மண்டலத்தின் கட்டளைப்படி

இப்பிரேதத்தை நானே தின்று தீர்ப்பது என்னளவில் சாத்தியமற்றதாய் இருந்தது. உயிர்ப்புடைய உறுப்புகளுக்கு மட்டுமே போதை மருந்துகள் பதிலீடாய்த் தருவதற்கான கடைகள் இருந்தன. இறந்த மாமிசம் செலாவணியாகாது. இப்பிரேதம் நகரின் அதிகார மையங்களிடம் சிக்கினால் இதில் பதிந்திருக்கும் என் ரேகைகள் மற்றும் வாடையைக்கொண்டு நான் கண்டறியப்படலாம். கட்டளை வழிப்படி என் உடல் துண்டிக்கப்பட்டு விற்கப்படலாம். என்னுள் அச்சத்தின் வெடிப்புகள் பரவ – அவனை இழுத்தபடி சலனித்தேன். தூரத்தில் ஒரு விமானம் சிதைந்து கிடந்தது. அதனுள்ளே பிணத்தைப் பதுக்கிவிட்டு அறை அடைந்தேன். சுய பால் புணர்ச்சி வேட்கையுடைய ஒரு தோழனின் ஞாபகம் வர, அவனிடம் பரிச்சயம் புதுப்பித்து ரகசியமுற்றேன் – உனக்கு ஓர் ஆண் பிரேதம் வேண்டுமா? அவன் முகத்தில் அச்சம் புகைந்தது. நான் கூறினேன் – பிரேதங்களைப் புணருபவர்கள் மரணிக்க மாட்டார்கள் – என. அவன் போதைப் புகையை உறிஞ்சியபடி என்னைப் பார்வையால் குடைந்தான். அதனாலேயே பிணங் களைத் தின்றுவிட வேண்டும் என்பது கட்டளையாய் உள்ளது எனத் தொடர்ந்தேன். நீ தின்றுவிடுவதுதான் முறை என்றான். அதற்கு ஏன் உன்னை நாடிவர வேண்டும் – என்றேன். நீண்ட மௌனம். என்னை என்ன செய்யச் சொல்கிறாய் – என்றான். நான் விளக்கமுற்றேன் – நீ அப்பிரேதத்தைப் புணர்ந்துவிட்டுத் தின்றுவிடு என்றேன். மீண்டும் மௌனம் தொடர்ந்தது. அவன் முனகினான் – நான் ராணுவத்தில் இருக்கும்பொழுது எனக்கு இப்பழக்கம் வந்தது. ஆனால் எனக்குப் பிரேதத்தைத் தின்னும் பொழுது அதீத போதை தேவை. நான் ஏற்கனவே எனது ஒரு முழுக்கை மற்றும் இரண்டு தொடைகளின் தசைகளையும் போதை மருந்துக்குக் கொடுத்துவிட்டேன். என் பின்புறச் சதையை முற்றாகச் சுரண்டிவிட்டேன். வெறும் எலும்புதான் உள்ளது. மேலும் என் ஆண் நண்பர்களுக்கு என் விரல்களைச் சப்பித் தின்னக் கொடுத்து என் உடலில் சிறு காதலின் சுகம் கண்டேன். ‘இன்று என்னிடம் இழப்பதற்கு எதுவுமில்லை, எலும்புகளைத் தவிர’...

அவனை அழைத்துக்கொண்டு வெளியேறினேன். என் முலைகளுக்கு ஈடாய் போதை மருந்துகள் பெற்று அவனுக்குப் போதிய அளவு தந்துவிட்டு, நான் சிறிது எடுத்துக்கொண்டேன். என் மார்பில் முலைகள் அறுக்கப்பட்டு செயற்கைத்தோல் ஒட்டப்பட்டிருந்தது – எனக்கு விநோதமாகவும் பாரம் குறைந்த தாகவும் தோன்றியது. சிதைந்த விமானம் இருந்த இடம் அடைந்தோம். பிணத்தைப் பார்த்ததும் அவன் முகத்தில் ஆவல் பூத்தது. அவன் உதடுகள் இசை முணுமுணுத்தது. தனது

ஆடை விலக்கி பிரேதத்தை நோக்கி நகர்ந்தான். அவன் தொடையின் தசைத்திரள் தோண்டப்பட்டு வெறும் குழிகளாய் இருந்தன. எலும்புகளுக்கிடையில் முழுத் தசையோடு விரைத்தசைந்தது ஆண்குறி...

காதல் பற்றிய ஆய்வின் 216ஆவது வாசகம்

எங்களிடம் தசைகள் தீர்ந்த பிறகு ஒருவருக்கொருவர் ஊட்டி மகிழ ஏதுமற்றுப்போனோம். எலும்புகளைத் தின்பது எப்படி என்று தெரியாமல் குழப்பத்திலிருந்தபோது, தசையுடன் கூடிய சடலமொன்றைப் பற்றி வதந்திகள் பரவின. முந்நாளில் நகரத்தின் புதிய கனவுகளைப் பேசி உறைந்து போன ஒருவனின் உடல் கனவுகளின் அடையாளமாய் நகரின் மையத்தில் பதப்படுத்தப்பட்டுப் பாதுகாக்கப்படுவது பற்றிய கேள்விகள் எழுந்தன. தசை தீர்ந்துபோன எங்களிடமிருந்து ஆங்காங்கே மூடப்பட்ட வழிகளைப் பிளந்துகொண்டு வெளியேறிய நாய்கள் தசை மோப்பம் கொண்டு நகரின் மையத்தை நோக்கி விரைந்தன. தயங்கியபடி நாங்களும் பின் தொடர்ந்தோம்.

காலம்: ஐந்து

என் கைகளில் தசை முற்றாய்த் தீர்ந்துவிட்டது. தொடைகளிலும் முதுகுப் பகுதியிலும் கொஞ்சம் தசை இருக்கிறது. என் தசைக்குப் பாதுகாப்பு இல்லை. யாரும் எந்தக் கணமும் என் தசையைப் பிய்த்துச் செல்ல எதிர்ப்படலாம் எனும் அச்சம் மேலிடப் பிரதான நகரை நோக்கிச் சலனித்தேன். வழிநெடுக என்னைப்போல் வதந்திகளால் கவரப்பட்டு மனிதக்கூட்டம் நகர்ந்தபடி இருக்கின்றது. சிதைந்துபோன மனித உருக்கள் ஒவ்வொன்றும் ஒவ்வொரு வடிவமாய் ஊர்கின்றன. மொத்தத்தில் என் இனம் வடிவிலி ஆனது. எங்கும் நாய்களின் இரைச்சல். பல பாதைகளின் வழியே நகரில் குவிந்த மனிதக் கூட்டங்கள் பின்னுக்குத் தள்ளப்பட்டு நாய்களின் கூட்டங்கள் முன்னணி வகித்தன. நகரின் உயர்ந்த கோபுரங்களின் உச்சிகளில் சிவப்பு நட்சத்திரங்களும் சிலுவைகளும் செங்கொடிகளும்... ஒவ்வொரு திருப்பத்திலும் புரட்சி நாயகர்களின் சிலைகள் முறுக்கேறி நின்றன. கவச வண்டிகள் வட்டமிட்டபடி இருக்கின்றன. ஒலி பெருக்கிகளில் புதிய கட்டளைகள் பிறப்பித்தவண்ணம் ஆயுதம் தாங்கிய ராணுவத்தினர் சுற்றி வளைத்தனர். ஒலி பெருக்கிகள் அலறுகின்றன – மையக்கூடத்திலிருக்கும் புரட்சி நாயகனின் உடல் இன்னும் விசாரணைக்காகப் பாதுகாக்கப்பட்டு வருகிறது. விசாரணை முடியும்வரை அது உங்களுக்குப் பகிர்ந்தளிக்கப்பட மாட்டாது. கவச வண்டிகளை நோக்கி நாய்கள் முன்னேறுகின்றன. எங்கும் ஆயுத முழக்கம். எலும்புகள் சிதறுகின்றன. இம்

மண்டலத்தில் இதுவரை ஒரே இடத்தில் ஒரே கணத்தில் ஆயிரமாயிரம் நாய்கள் கூடியதில்லை...

காட்சி: 6

உயர்ந்த கோபுரங்களின் நட்சத்திரங்கள் இடிந்து நாய்களின் கூட்டத்தில் விழுகின்றன. கவச வண்டிகள் மீதும் மையக்கூடத்தின் மதில்களின் மீதும் நாய்களின் ஓட்டம். ராணுவத்தினரின் மீது அலையலையாய் பாயும் நாய்கள். அவற்றின் முகத்தில் முதன்முதலாய் மனிதச் சாயலற்ற ஆதி மிருக நிலை. எட்டிய வெளிவரை நாய்களின் கூட்டத்திரள் திரையில் நகர்கிறது. ஒரு கோபுரத்தின் உச்சித் தளத்தில் சவப்பெட்டியைச் சுமந்தபடி ராணுவ வீரர்கள் செல்கின்றனர். பெட்டி திறக்கப்பட்டு உள்ளிருக்கும் சடலம் நாய்களை நோக்கி வீசப்படுகிறது. கீழ்நோக்கி விழும் பிணத்தை நோக்கி நாய்கள் பாய்கின்றன...

– காட்சி உறைகிறது.

ஒலித்தடம்

கனத்த அமைதி

காலம்: ஆறு

நாய்களின் நெரிசலிலிருந்து பிதுங்கி ஒரு கட்டடச் சமைவின் வெளிச்சம் மங்கிய மூலையில் பதுங்கினேன். எங்கும் நாய்களின் இரைச்சல். என் எதிரில் எலும்பைக் கவ்வியபடி ஓடி வந்தது ஒரு நாய். நான் அதையே பார்த்தபடி இருந்தேன். அது எலும்பைச் சுரண்டியபடி இருந்தது. அதன் பார்வை அடிக்கடி என்னைத் தீண்டிச் சென்றது. என்னுள் அச்சம் நெளிய நான் முற்றாய் ஒடுங்கினேன். என்னை நோக்கி வந்த நாய் என் ரத்தம் கசியும் கையை நக்கியது. அது என் கையிலிருந்து உடல் முழுதும் நக்கிக்கொண்டே போகிறது. அது நக்க நக்க அதன் உஷ்ண மூச்சு என் முகத்தைப் பொசுக்கியது. அது என் காது மூக்கு வாய் கண் என நக்கியபடி இருக்கிறது. என் காலடியில் அது கவ்விக்கொண்டுவந்த எலும்பு. அதை எடுத்துப் பார்த்ததில் எனது அடையாளம் தெரிகிறது. எனது கைகளில் எனது எலும்புகளில் ஒன்று. சுற்றிலும் பார்க்கிறேன் – ஒவ்வொருவரும் அவரவர் எலும்பை நாய்களிடமிருந்து பெற்றுப் பார்த்துக் கொண்டிருந்தனர் – அதில் அவரவர்களின் அடையாளம் உள்ளதைக் கண்டுகொண்டதன் மிரட்சி முகத்தில் தெரிகிறது.

Title Card

இயற்கையின் இயக்கத்திற்கு உட்பட வேண்டிய உடலை மாற்றமற்றதாக உறையவைத்து அதற்குள் எங்கள் கனவுகளைப்

பதுக்கினோம். எங்களால் பிணத்துக்குள் பதுக்கப்பட்ட கனவுகளை எங்களுக்குள்ளிருந்தே மிருகங்கள் வெளிப்பட்டுக் குதறி எங்களின் எலும்புகளை எங்களுக்கே தந்தன.

காட்சி: 7

குப்பை கூளங்கள் நிரம்பிய ஒரு பகுதியில் கிழிந்த ஆடைகளோடு அங்குமிங்கும் சிலர் நடமாடுகின்றனர். ஒரு மூலையில் புகைபிடித்தபடி குப்பையிலிருந்து எடுக்கப்பட்ட பழைய செய்தித்தாளின் முதல் பக்கத்தை ஒருவன் வாசிக்கிறான். அங்குமிங்கும் அமர்ந்தபடி புகைக்கும் மற்றவர்களின் முகத்தில் பீதி நிரம்புகிறது...

ஒலித்தடம்

ஞானிகளாலும் பேரறிஞர்களாலும் சரித்திர நாயகர்களாலும் உன்னதமாக உருவாக்கப்பட்ட இந்த உலகம் நாடோடிகளாலும் காட்டுமிராண்டிகளாலும் பைத்தியக்காரர்களாலும் குற்றவாளிகளாலும் ஒழுக்கம் கெட்டவர்களாலும் விபச்சாரிகளாலும் குஷ்டரோகிகளாலும் தன்பால் புணர்ச்சியாளர்களாலும் குப்பை பொறுக்குபவர்களாலும் அநாதைக் கூட்டத்தாலும் சுய இன்பக்காரர்களாலும் ஊனமுள்ளவர்களாலும் போதை அடிமைகளாலும் தெருவில் தூங்குபவர்களாலும் தொடர் உறக்கக்காரர்களாலும் விலங்குகளைப் புணர்பவர்களாலும் இதுபோன்ற இன்னும் பிற இழி பிறவிகளாலும் பேரழிவை விளைவிக்கப் போகும் மூன்றாம் உலகப்போரைச் சந்திக்க இருக்கிறது. உலகில் பெருமளவில் நிரம்பி இருக்கிற இவர்களை அடியோடு அழித்து நெரிசலற்ற அமைதி நிறைந்த உலகத்தை உருவாக்க வேண்டும் என 'நவீன உலகை நோக்கி' என்ற சர்வதேச அமைப்பின் அறிக்கை கூறியிருக்கிறது. இதைச் செயல்படுத்துவதற்கான வழிமுறைகளைப் பற்றி ஆலோசிக்க அடுத்த மாதம் உலக நாடுகளின் பிரதிநிதிகள் மீண்டும் கூடுகிறார்கள்.

(இடையிடையே பீரங்கி, துப்பாக்கிகளின் ஓசை எழுந்து மறைகிறது)

காட்சி: 8

சில நிமிடங்கள் திரையில் வெறும் இருட்டு தொடர்கிறது...

ஒலித்தடம்

பம்பையின் ஓசை உச்சத்தை நோக்கி ஆரம்பிக்கிறது.

பிரேம்

கடன்

இனியும் இப்படித் தொடர முடியாது என்று தோன்றியது. சில இறுதி முடிவுகள் இப்படித்தான் எடுக்கப்படுகின்றன. இப்படிப்பட்ட முடிவுகள் தவறா சரியா என்பதைவிட நிகழ்ந்தே ஆகவேண்டிய கட்டாயத்தில் உள்ளன. பிரிவு, நிரந்தரமான பிரிவு அனைத்தையும் சரிசெய்யும் பிரிவு; தொடர்புடைய இருவருக்குமே நல்லது செய்யும் பிரிவு. வலியும் பரஸ்பர தண்டனையும் அவமதிப்புமாகத் தொடரும் உறவுகளைவிட நிவாரணமாக அமையும் பிரிவுகள். முதலில் இதைப்பற்றி உமாவிடம்தான் பேசினேன். அவளால் இதை நம்ப முடியவில்லை என்பதைவிட ஏற்றுக்கொள்ள முடியவில்லை என்றுதான் சொல்ல வேண்டும்.

"திலகன் இதை ஏற்றுக்கொண்டாரா?" என்றுதான் அவள் முதலில் கேட்டாள்.

அவளுக்கு அப்படித்தான் சிந்திக்க முடிகிறது. திலகன் என்னைவிட்டுப் பிரிந்துவிட்டான் என்று அவளுக்கு யாராவது சொல்லியிருந்தால் அது இயல்பான ஒன்றாகத் தோன்றியிருக்கலாம். ஆனால் ஒரு பெண்ணால் இப்படிப்பட்ட முடிவு எடுக்கப்படலாம் என்பதை அவளால் நினைத்துப் பார்க்க முடியவில்லை. அவளுக்குப் பலவற்றை விளக்கிச் சொல்ல முடியாது.

"திலகனைப் பற்றித்தான் உனக்குக் கவலை உமா. உன் தோழி மாதவி பற்றி எந்தக் கவலையும் இல்லை" என்றேன்.

அவள் அதை அவசரமாக மறுத்தாள். "இல்லை மாது ஏற்கனவே உன்னைப்பற்றித் தவறாகப் பேசிக்கொண்டிருக்கிறார்கள். இந்த நிலையில் விவாகரத்து பிரிவு எல்லாம் மேலும் கடுமையான

சூழலை உருவாக்கிவிடும். எனக்கு உன்னைப் பற்றித்தான் கவலை” என்றாள்.

“என்னைப் பற்றிய கவலை என்பது என் சுதந்திரத்தைப் பற்றிய கவலையாக இல்லாமல் போவது வருத்தத்திற்குரியது உமா.”

“திலகன் போன்ற நல்ல ஆண் வாழ்க்கைத் துணையாகக் கிடைப்பது மிகவும் அரிது மாது.”

“என்னைப் போன்ற தோழி கிடைப்பது உனக்கு அரிது என்று எப்போதாவது தோன்றியிருக்கிறதா உமா.”

“மாது தோழியை எப்படி வேண்டுமானாலும் எப்போது வேண்டுமானாலும் தேடிக்கொள்ளலாம்; ஆனால் கணவன் என்பது அப்படி இல்லை. நீயும் திலகனும் காதலித்துத்தான் திருமணம் செய்துகொண்டீர்கள். ஏழு ஆண்டுகள் நீங்கள் வாழ்ந்த வாழ்க்கையைப் பார்த்து நான் பொறாமைப்பட்டிருக்கிறேன். என்னைப் பார், எனக்கு வயது முப்பத்து மூன்று. மூன்று குழந்தைகள். என் கணவரை நான் தேர்ந்தெடுக்கவில்லை. என் அண்ணனுடைய நண்பர், எங்கள் ஜாதி, நல்ல வேலை. குடும்பமே அவரைப்போன்ற கணவர் கிடைப்பது கடவுள் அருள் என்று சொன்னது. ஆனால் எனக்கு ஒருமுறைகூட அப்படித் தோன்றியது இல்லை. அவர் நல்லவர் என்று சிலமுறை தோன்றியிருக்கிறது; என் தம்பி படிப்புக்கு உதவி செய்தபோது; என் இரண்டு தங்கைகளின் திருமணத்திற்கு உதவி செய்தபோது ஆனால் எங்கள் பரம்பரை வீடும் நிலமும் இப்போது என் கணவர் பெயரில் இருக்கிறது. அது எங்களுடைய மூன்று குழந்தைகளுக்குத்தான் என்று எல்லோருக்கும் ஆறுதல். வீட்டுக்கு வரும்போதெல்லாம் பிராந்தியும் கறி வறுவலும் தந்தால் என் அண்ணனுக்கு அவருடைய மச்சான் உலகின் மிகப்பெரும் ஆத்மா. எனக்குத் தெரியவில்லை, அவர் யார் என்று. இதுவரை அவர் என் குழந்தைகளைத் தூக்கியது கிடையாது. ஒருமுறைகூட அவர்களுடைய மூத்திரத் துணியை மாற்றியது கிடையாது. ஏண்டி என்பதற்கு மேல் எனக்குப் பெயர் இருப்பதே அவருக்கு மறந்துவிட்டது. பத்து ஆண்டுகளில் இதுவரை ஒரு முப்பது முறையோ நாற்பது முறையோ அவர் என்னை அநுபவித்திருக்கிறார். ஆனால் மிகத் திறமையான வியாபாரி. ஏழ்மை நிலையிலிருந்து வளர்ந்து இப்போது மூன்று வீடும் இரண்டு காருமாக வாழ்ந்துகொண்டிருக்கிறார். அவரை எனக்குப் பிடிக்கிறதா இல்லையா என்பதல்ல; நான் நிம்மதியாக இருக்கிறேன். உன்னைப் பார்க்க வர வேண்டும் என்றவுடன் அவர்தான் கார் அனுப்பினார். வெளியே டிரைவர் காத்துக்கொண்டிருக்கிறான். குழந்தைகளை ஆயா பார்த்துக்கொள்கிறாள். நான் பிரிவைப் பற்றி யோசித்ததில்லை.

164 பிரேம்

நீயும் திலகனும் காதலர்கள் மாது. ஒவ்வொரு நிமிடமும் நீங்கள் காதலர்களாகவே வாழ்ந்தீர்கள். பன்னிரெண்டு வருடக் காதல். ஏழுவருடத் தாம்பத்தியம். அவர் உலகின் பல நாடுகளுக்குப் போய்வந்த டாக்குமெண்டரி டைரக்டர். நீ பலரை அதிர்ச்சிக்குள்ளாக்கும் பெண் எழுத்தாளர். உண்மையைச் சொல்லட்டுமா, திலகனைப் பார்த்தால் எந்தப் பெண்ணும் ஆசைப்படுவாள் மாது."

உமா இவ்வளவு பேசி நான் பார்த்ததில்லை. எனக்கு அடக்க முடியாத சிரிப்பு வந்தது. விழுந்து விழுந்து சிரித்தேன். உமாவின் முகம் சிவந்துவிட்டது.

"வேண்டுமென்றால் திலகனை நீதான் திருமணம் செய்துகொள்ளேன் உமா" என்றபடி மீண்டும் சிரிக்கத் தொடங்கினேன்.

வெடுக்கென்று எழுந்து உமா "மாது நீ மிகவும் மாறிவிட்டாய். யார் யாரோடெல்லாம் மோதுகிறாய். உனக்கு இதெல்லாம் தவறு என்று தோன்றவில்லையா" என்றாள்.

உமாவைப் பார்க்கப் பாவமாக இருந்தது. என் பள்ளிப் பருவத் தோழி. என் எட்டு வயதிலிருந்து இருபத்து மூன்று வயதுவரை தினம் சந்தித்துப் பேசிக்கொண்டிருந்தவள். கல்லூரி செல்லும்வரை என்னுடனேயே ஒட்டிக்கொண்டிருந்தவள். தூங்குவதற்குக்கூட அவள் வீட்டுக்குப் போகாமல் எங்கள் சிறிய வீட்டுக்குள்ளே என்னுடன் ஒட்டிப்படுத்துக்கொண்டு கிடந்தவள். ஏதாவது ஒரு காரணம் கண்டுபிடித்து ஒரு நாளைக்கு மூன்று முறையாவது என்னைக் கடித்து முத்தம் கொடுத்துக்கொண்டிருந்தவள். பத்திரிகையிலும் சினிமாவிலும் தொலைக்காட்சியிலும் விளம்பரங்களிலும் நேரிலும் பார்த்த ஆண்களையும் பெண்களையும் பற்றிக் கிறுகிறுத்துப் பேசி ஏங்கிக்கொண்டிருந்தவள். என்னுடைய மாற்றங்களையும் திசைத் திருப்பங்களையும் அதிர்ச்சியுடன் பார்த்துக்கொண் டிருந்தவள். அதேசமயம் தடை செய்யாமல் இருந்தவள். தனது இருபதாவது வயதில் தன் உறவினர் பையன் ஒருவனுடைய போட்டோவை வைத்துக்கொண்டு கடிதம் எழுதிக் கடிதம் பெற்றுத் திருமணக் கனவில் இருந்தவள். இருபத்து மூன்றாவது வயதில் எந்தப் பேச்சும் இன்றி ஏற்பாடு செய்யப்பட்ட திருமணத்தை ஏற்றுக்கொண்டு குடும்பத் தலைவியாக வாழ்ந்து கொண்டிருப்பவள். நேரம் கிடைக்கும் போதெல்லாம் தொலை பேசியில் சொல்லிவிட்டு என்னைப் பார்க்கவந்து விடுபவள். நான் அடிக்கடி வெளியூர்களுக்குச் செல்லத் தொடங்கிய போது தான் மிகவும் பாதிக்கப்படுவதாகச் சோகத்துடன் சொன்னவள். ஒவ்வொரு புது நடிகன் அறிமுகமாகும் பொழுதும்

அவனைப் பற்றி விலாவாரியாக மாய்ந்து மாய்ந்து பேசிப் பெருமூச்சுவிடுபவள். நானும் திலகனும் என்னவெல்லாம் செய்வோம் என்று கேட்டுக்கேட்டு ரசிக்க முயற்சிப்பவள். எல்லாக் கோயில்களுக்கும் தேதிவாரியாகச் சென்று பக்திக் கடன் தீர்ப்பவள். தினம் மூன்று படங்களை சி.டியில் பார்த்துச் சலித்துக்கொள்பவள். நடிகைகள் ஆபாசமாக நடிப்பதாகப் புகார் செய்பவள். முஸ்லிம்கள் என்றாலே பயங்கரவாதிகள் என்று நம்பிக்கொண்டிருப்பவள். சரத்குமாரும் பில்கிளிண்டனும் எப்படி இருக்கிறார்கள் என்று பெருமூச்சுவிட்டவள். டிரைவரைக் கடுமையாகத் திட்டி அவன் விழிப்பதைக் கண்டு நமட்டுச் சிரிப்புச் சிரிப்பவள். தன் மூன்று குழந்தைகளுக்காகத்தான் வாழ்ந்துகொண்டிருப்பதாக ஒவ்வொரு முறையும் கூறிக் கொண்டிருப்பவள். என்னைப் பார்த்து எப்போதும் ஏன் இப்படி ஆகிவிட்டாய் மாது என்று குழம்பிப்போய் கேட்டுக் கொண்டே இருப்பவள். திலகன் எனக்குக் கிடைத்த பெரும் பேறு என்று நம்பிக்கொண்டிருப்பவள். எல்லாம் சேர்ந்தது உமா. என் எழுத்தைப் படித்துப் பார்க்கும் போதெல்லாம் வாயைப் பொத்திக்கொண்டு, அம்மாடி என்பவள். வேண்டாம் மாது இதெல்லாம் எழுதாதே என்பவள். எனக்குப் பாதிப்பு வரும்போதெல்லாம் நான்தான் சொன்னேனே மாது என்று அக்கறை காட்டுபவள். உமா என்னைப் பொறுத்தவரை இயல்பான ஒரு சமூகத்துடன் நான் கொண்டுள்ள உறவின் ஒரே அடையாளம்.

அன்று உமாவிடம் நான் முடிவாகச் சொல்லிவிட்டேன். நான் திலகனை விட்டுப் பிரிகிறேன். இனித் தனியாக வாழ்வேன். அவள் என்னிடம் ரகசியமாகக் கேட்டாள்:

"நீ வேறு யாருடனாவது வாழத் திட்டமிட்டிருக்கிறாயா மாது?"

மீண்டும் எனக்குச் சிரிப்பு வந்தது.

"உமா எனக்கு நிறைய நண்பர்கள், ஆண்களும் பெண்களு மாக; உள்நாட்டிலும் வெளிநாட்டிலும். எதிர்காலத்தில் எதுவும் நடக்கலாம். ஆனால் தற்போது நாங்கள் பிரிவதுகூட இன்னொரு ஆணை முன்வைத்துத்தான். நீ ஒருமுறை இங்கு வந்தபோது தங்கி இருந்தாரே மருதன், அவர் இப்போது சிறையில் இருக்கிறார். மூன்று மாதங்களாகின்றன. அவரை விடுதலை செய்ய நான் முயற்சித்துக்கொண்டிருக்கிறேன். அது திலகனுக்குப் பிடிக்கவில்லை. ஆனால் அது ஓர் இறுதிக் காரணம். ஒரு எல்லைக்கோடு. கடந்த ஏழு ஆண்டுகளாகவே நாங்கள் தினம் விவாதித்து வருகிறோம். திருமணம் இன்றி நாங்கள் பழகிய ஐந்து ஆண்டுகளில் அது கோட்பாட்டுத் தத்துவ மோதல்கள். ஒரே கூரையின் கீழ் வாழத்தொடங்கியபின்

அவை மனங்களுக்கிடையிலும் காதலின் தன்மைகளுக்கிடையிலும் உண்மையான நேசத்திற்கிடையிலுமான மோதல்கள். உனக்குப் புரியாது உமா. திலகன் வேறு நான் வேறு. மாதவி வேறு திலகன் வேறு. நான் மாதவி திலகன் இல்லை. ஆணோ, பெண்ணோ ஒருவரை ஒருவர் கண்காணித்து வரையறுத்து ஒரு சிமிழுக்குள் அடக்கி வைத்துக்கொள்ளும் முயற்சி தொடந்து நடந்துகொண்டே இருக்கிறது. அடங்காதபோது காதல், காமம், மோகம் அனைத்தும் ஒரு மறைந்து தாக்கும் போர்முறையாக மாறிவிடுகிறது. ஒருவரின் சுதந்திரம் மற்றவருக்கு அச்சுறுத்தல். நானும்கூட அப்படி இருக்கலாம். ஆனால் எனக்கு வேண்டியது எழுதும் சுதந்திரம். நான் இன்னொருவருக்கு உதவி செய்ய நினைக்கும்போது அது தடை செய்யப்படுகிறது. என்னால் எதுவும் எழுத முடியாமல் போகிறது. எழுத நிறைய இருக்கும்போது எழுத முடியாமல் போவது எவ்வளவு கொடுமை தெரியுமா உமா."

உமா என்னையே பார்த்துக்கொண்டிருந்தாள்.

"திலகன் உன்னைக் கொடுமைப்படுத்தினாரா மாது? என்னால் நம்ப முடியவில்லை."

அவளிடம் அதிகம் விளக்கிச் சொல்லத் தோன்றவில்லை. ஆனால் நான் வேறிடம் செல்ல இருப்பதால் அவளிடம் பேசமுடிந்த அளவு பேசிவிட வேண்டும் என்று தோன்றியது.

"உமா நான் திலகனைக் கொடுமைப்படுத்தினேன். திலகன் என்னைக் கொடுமைப்படுத்தினார். அப்படிச் சொன்னால்தான் உனக்குப் புரியும். உன் கணவர் உன்னைக் கொடுமைப்படுத்துகிறார். ஆனால் நீ அவருக்குக் கொடுமை செய்யவில்லை. அழகான மூன்று பிள்ளைகளைப் பெற்றுக் கொடுத்திருக்கிறாய். அதனால் நீங்கள் பிரிய வேண்டிய தேவையே இல்லை. ஆனால் நாங்கள் அப்படி இல்லை. ஒவ்வொரு வார்த்தையாலும் நாங்கள் மோதிக் கொள்வோம். மிக உண்மையாக முரண்பட்டுக் கொள்வோம். வேறு யார் யாருக்காகவோ நாங்கள் சண்டையிட்டுக்கொள்வோம். ஒருவருக்கு ஒருவர் மாறிமாறி வலியை ஏற்படுத்தி வடுவோம்.

2001ஆம் ஆண்டு செப்டம்பர் 11 அன்று தொலைக்காட்சி முன்பு உட்கார்ந்திருந்தோம். உலக வர்த்தகக் கட்டடம் நொறுங்கி விழுந்ததைப் பார்த்த சில நிமிடம் எங்களுக்குள் மௌனம். திடீரென்று நான் கை தட்டியபடி எழுந்து ஃபிரிட்ஜிலிருந்து இரண்டு பியரை எடுத்துத் திறந்து கொண்டாட வேண்டும் என்கிறேன். திலகன் பியர் மக்கைத் தரையில் வீசிவிட்டு, "வாட் எ இன்யூமன் புரூட்டல்" என்றான். நான் அவனை அமைதியாகப் பார்த்தேன். "ஒரு அமெரிக்கக் கட்டடம் இடிவது துயரமானதா"

என்கிறேன். அவன் உயிர்கள் என்கிறான். "இருபது லட்சம் செவ்விந்தியர்களின் எலும்புகள் உனக்கு நினைவிருக்கிறதா" என்கிறேன். "பயங்கரவாதம் உன் வீட்டைத் தாக்கும்வரை நீ பியர் குடிக்கலாம்" என்கிறான். வார்த்தைகள் தடித்து வெடித்துச் சிதறி இருவருக்குமே ரத்தக்காயம். நினைத்தால் சிரிப்பு வருகிறது. இருவருமே சரியில்லை. திலகன் மென்மையானவன். அதே சமயம் தான் மென்மையானவன் என்பதை நிரூபிப்பதில் கடுமையாக இருப்பவன். நான் அமைதியானவள். அமைதியைப் பற்றி இரைச்சல் எழுப்பிக்கொண்டிருப்பவள். இருவரும் தனித்தனியே நல்லவர்கள். தனித்தனியே கெட்டவர்கள். இருவரும் அப்படி அப்படியே."

"மருதன் அரசியல் கைதி அல்லவா? பத்திரிகையில் படித்தேன். பத்திரிகையாளனாக இருந்துகொண்டு பயங்கரவாதி யாகவும் இருக்கிற ஆளா அவர். அவரை இங்கு பார்த்த போதே எனக்குத் தோன்றியது, ஆள் மிகவும் சிக்கலானவர் என்று." உமா பேசியது எனக்கு மீண்டும் சிரிப்பை வரவழைத்தது.

"உமா அவர் பயங்கரவாதியும் இல்லை. சிக்கலானவரும் இல்லை. ஒரு சாதாரண இலக்கியவாதி. தமிழ் இலக்கியம் முழுமையாகப் படித்த உலக இலக்கியம் தெரிந்த ஒரு நல்ல மனிதர். தமிழ்மொழி மீதும் தமிழ் மண் மீதும் மிகுந்த நேசம் உடையவர். மனித சுதந்திரத்தின்மீது அபார மதிப்பு உடையவர். வன்முறையை முற்றாக வெறுப்பவர். ரஞ்சன் என்ற தன் பெயரை மருதன் என்று மாற்றி வைத்துக்கொண்டதற்கே அவர்மீது விசாரணை வந்தது. பாவம் உமா அந்த மனிதர். அவர்மீது சுமத்தப்பட்டுள்ள குற்றத்திற்கும் அவருக்கும் எந்தத் தொடர்பும் இல்லை. அது நடந்தபோது அவர் என்னுடன் இருந்தார். ஒரு கிராமத்தின் குலதெய்வம் பற்றிய தகவல் சேகரிப்புக்காக நான் செல்ல இருந்ததைக் கேட்டு எனக்கு உதவி செய்வதற்காக என்னுடன் அவர் பத்து நாட்கள் தங்கி இருந்தார். நான் அவரை விடுவிக்க வேண்டும். இது நடக்கவில்லையென்றால் அவர் வாழ்நாள் முழுக்க சிறையிலேயே இருக்க வேண்டியதுதான். அந்தச் சட்டம் அப்படி ஒரு கொடிய சட்டம்."

உமா என் கையைப் பற்றிக்கொண்டாள். "அவருக்காக நீ திலகனைப் பிரிய வேண்டுமா யோசித்துப்பார்" என்றாள்.

"யோசிக்க எதுவுமில்லை. இது என் முடிவு. ஒரு நண்பருக்கு நான் செய்ய வேண்டிய கடமை. பின்பு இதுபோல் திலகனுக்கு நேர்ந்தாலும் நான் உதவி செய்வேன்."

உமா விடைபெற்றுச் சென்றபோதுதான் வீட்டிற்குள் விளக்கு வெளிச்சம் இல்லை என்பது தெரியவந்தது. இருட்டு

இருக்கட்டும் என்று தோன்றியது. பிரிவுக்குமுன் ஒரு இருட்டு. நாடகத்தனமான ஒரு முடிவு. இப்போது அழுவது இயல்பான தாக இருக்கும். ஆனால் என் கதைகளில் பல இடங்களில் இந்த அழுகை வந்துபோய்விட்டதில் ஒரு ஆசுவாசம். திலகன் நான் அழுவதாகக் கேள்விப்பட்டால் வந்து மன்னிப்புக் கேட்கலாம். மீண்டும் பிரிவு ஒத்திப்போடப்படலாம்.

மருதன் எனக்குப் பத்து ஆண்டுகளுக்கு முன்பு பழக்க மானவர். நிறைய அரசியல் கட்டுரைகளும், தமிழ் வரலாறு, தமிழ் மரபு பற்றிய நூல்களும் எழுதியவர். சில ஆண்டுகளாக எழுதுவதை விடுத்து இயற்கை விவசாயம், மூலிகைப் பண்ணை, மாற்று உணவு முறை, தமிழின் புராதன மருத்துவ முறை என ஒதுங்கி வாழ்ந்துகொண்டிருப்பவர். என் எழுத்துகளின் தொன்மத் தன்மைகளை அதிகம் பாராட்டிப் பேசுவதன் மூலம் நட்பை வளர்த்துக்கொண்டவர். திருமணமாகி மூன்று ஆண்டுகளில் அவருடைய மனைவி பிரிந்து சென்றுவிட்டதை வரலாற்றுக்கு முந்தைய தகவல் போல் சொல்வார். யாரைப் பற்றியும் கடுமையாகப் பேசுவதை அவர் விரும்பமாட்டார். ஐம்பது வயதுக்கு மேல் இருந்தாலும் நாற்பது வயது தோற்றம். நட்புக்கு அதிக மரியாதை தருபவர். இந்திய, தமிழ் நூல்கள் தத்துவங்களில் எந்தச் சந்தேகம் வந்தாலும் நான் அவரிடம் கேட்பதுண்டு.

என்னுடன் அந்தத் தொலைதூரக் கிராமத்தில் தங்கி இருந்துவிட்டுத் தன் மூலிகைப் பண்ணைக்குத் திரும்பிச் சென்ற மூன்று நாட்களுக்குப்பின் அவர் கைது செய்யப்பட்டார். தன் மூலிகை மற்றும் இயற்கைப் பண்ணையில் வேலை செய்துகொண்டு அங்கேயே வாழ்ந்து வரும் குடும்பங்களில் பிறந்த குழந்தைகள் அனைவருக்கும் அவர் தமிழ்ப்பெயரைச் சூட்டியிருந்தார். அந்தக் குழந்தைகளின் ஒவ்வொரு பெயரையும் புலனாய்வுத் துறையினர் பட்டியலிட்டு எழுதிச் சென்றார்கள் என்று பண்ணையிலிருந்தவர்கள் சொன்னார்கள். அவர்களின் முகங்களில் இருந்த துயரம் என்னை ஏதாவது செய்யும்படி தூண்டியது. எனக்கும் இதில் சிக்கல் ஏதும் வரும் எனத் தெரிந்தும் செயல்படத் தொடங்கி இருந்தேன்.

ஆறு மாதங்கள் கடந்துவிட்டன. வெளியே இருந்தபடி நான் எடுத்த சட்டப்பூர்வமான முயற்சிகள் அதிகப் பலன் தராவிட்டாலும் சில தகவல்களைத் தந்தன. பத்திரிகைகளில் சில விவாதங்கள் நடந்தன. என்னால் மருதனைச் சந்திக்க முடிந்தது. அவர் இருந்த இடம் மிகத் தாமதமாகத் தெரிய வந்தது. ஒருமாத முயற்சிக்குப்பின் அவரை நேரில் சந்தித்தேன். உடையிலும் உருவத்திலும் மாற்றம் தெரிந்தது. அமைதியாகப் பேசினார். வெளியே நடப்பவை பற்றிக் கேட்டார். பிறகு திடீரென

"ஏன் மாதவி இந்த முயற்சி. தயவு செய்து விட்டுவிடுங்கள், நடப்பது நடக்கட்டும்" என்றார். நான் அவரைத் திடுக்கிட்டுப் பார்த்தேன். "நீங்கள் செய்யாத குற்றத்திற்காகத் தண்டனை அனுபவிப்பதை எப்படி ஏற்றுக்கொள்ள முடியும் மருது" என்றேன். "நான் என்ன குற்றம் செய்தேன்? ஏன் கைது செய்யப் பட்டேன்? எவ்வளவு காலம் இங்கு வைக்கப்படுவேன்? என்பது எதுவும் எனக்குத் தெரிவிக்கப்படவில்லை மாதவி; ஆனால் எனக்குத் தண்டனை விதிக்கப்பட்டிருக்கிறது. இது இப்படியே இருக்கட்டும். நான் எப்போதோ செய்த குற்றங்களுக்கான தண்டனையாக இது இருந்துவிட்டுப் போகட்டும்."

நான் மருதனை மீண்டும் மீண்டும் வற்புறுத்தியும் அவர் தன் முடிவை மாற்றிக்கொள்ளவே இல்லை. நான் மிகவும் சோர்ந்து அங்கிருந்து புறப்பட்டேன். மறுமுறை என்னால் அங்கு வரமுடியும் என்றால் பண்ணையிலிருந்து சில மூலிகை விதைகளைக் கொண்டுவந்து தரும்படி கேட்டுக்கொண்டார். அவருடைய வேறு நண்பர்கள் யாரும் அவரை வந்து பார்க்க முடியாத நிலையில் இருக்கிறார்கள் என்றும் தெரிவித்தார்.

மரியாதைக்கும் அன்புக்கும் உரிய மாதவி,

உங்களுடைய கடின முயற்சிக்கும் என்மீது தாங்கள் கொண்டுள்ள அக்கறை நிரம்பிய நட்புக்கும் நன்றி. அதற்காக நான் என்றும் கடமைப்பட்டவனாக இருப்பேன். உங்களை முதன்முதல் சந்தித்தபோது நான் இழந்துவிட்ட என் மகளின் நினைவு வந்தது. அப்போது என் மகளுக்கு இரண்டு வயது. இளவெயினி என்று நான் பெயர் சூட்டி இருந்தேன். என் மனைவி அவளை ரஞ்சனி என்றுதான் அழைப்பாள். எங்கள் இருவருக்கும் அவ்வளவு கருத்து ஒற்றுமை கிடையாது. நான் மாதத்தில் இருபது நாட்கள் வெளியூர்களில் இருந்தேன். கூட்டம், துண்டறிக்கை, ஆலோசனைக் கூட்டங்கள். வீட்டில் அடிக்கடி போலீஸ் விசாரணை. என் மனைவிக்கு எல்லாம் அச்சமூட்டுவதாக இருந்தன. தன் வாழ்க்கை எப்படியாகுமோ என்று அவளுக்கு நடுக்கமாக இருந்தது. அவளுக்கு என்னால் மனத்தெம்பு தர முடியவில்லை. அவளுடைய ஓயாத அழுகை என்னைக் கலக்கியது. அவள் கடுமையாக நடந்துகொள்வதாகத் தோன்றியிருக்கிறது.

ஒருமுறை எங்கள் மகளுக்கு மஞ்சள் காமாலை வந்து விட்டது. நான் சொல்லியும் கேட்காமல் நர்ஸிங் ஹோமில்தான் சேர்க்க வேண்டும் என்று அவள் அடம்பிடித்தாள். சித்த மருத்துவத்தில் அதைக் குணமாக்க முடியும் என்பதை அவள் நம்பவே இல்லை. நர்ஸிங் ஹோமில் குழந்தையைச் சேர்த்ததும்

அவள் குழந்தையுடன் இருந்தாள். நான் வீட்டிலிருந்து சமைத்து எடுத்துக்கொண்டு கொடுத்துவந்தேன். இரண்டாவது நாள் நான் வீட்டிலிருந்து சாப்பாடு எடுத்துக்கொண்டு புறப்பட்டபோது காவல் துறை வேன் ஒன்று வந்து நின்றது. உள்ளே நான் தூக்கி எறியப்பட்டேன். எத்தனை நாட்கள் என்று தெரியவில்லை. மூன்று வருடங்கள் கழித்து நான் வெளியே அனுப்பப்பட்டேன். வீடு விற்கப்பட்டிருந்தது. மனைவியும் குழந்தையும் எங்கே என்று தெரியவில்லை. உறவினர்கள் தெரிந்தவர்கள் எல்லாரிடமும் எல்லா இடத்திலும் தேடிப் பார்த்துவிட்டேன். மாதவி, என் மகள் இளவெயினியையும் என் மனைவியையும் இதுவரை நான் சந்திக்கவே இல்லை. உங்களைப் பார்க்கும் பொழுதெல்லாம் வளர்ந்துவிட்ட என் மகள் போல் தோன்றியிருக்கிறது. உங்கள் முயற்சிக்கு நான் ஒத்துழைக்காததற்காக என்னை மன்னித்து விடுங்கள்.

நான் செய்யாத குற்றத்திற்காகத் தண்டனை அனுபவிப்பதாக உங்களுக்குத் தோன்றலாம். ஆனால் அப்படி இல்லை. நான் நிறைய குற்றம் செய்திருக்கிறேன். எவ்வளவோ குற்றங்கள். என் சிறு வயதில் நான் நிறையத் திருடி இருக்கிறேன். என் நண்பர் களுக்குச் செலவு செய்ய; என் தோழிகளுக்கு விரும்பியதை வாங்கித் தர; என்னைச் சுற்றி அணுக்கமாகச் சிலரை வைத்துக் கொள்ள. நான் ஒரு பிறவிக் குற்றவாளியோ என்று பலமுறை எனக்குத் தோன்றியிருக்கிறது.

ஒருமுறை நான் மிகுந்த பதட்டத்தில் இருந்தேன். காசு கிடைக்காத சூழல். சிறுசிறு திருட்டுக்கள் எதுவும் செய்ய முடியாத நிலை. வீட்டிற்குள்ளேயே துருவிப் பார்த்தேன். இட்டிலி வியாபாரம் செய்து எங்களைக் காப்பாற்றிய அம்மாவின் டிரங்குப் பெட்டியின் பூட்டை ஒருநாள் திருகிய போது இலகுவாகத் திறந்துகொண்டது. உள்ளே மஞ்சள் பையில் ஒரு ரூபாய் நாணயங்கள் கொண்ட முடிச்சு. சில நாணயங்களை முதல் நாள் எடுத்தேன். மீண்டும் மறுநாள். அடுத்து அடுத்து. ஏதோ ஒருநாள் முழுவதும் தீர்ந்துவிட்டது. பள்ளிக்கூடத் திற்குப் போய்வந்து சாப்பிட உட்கார்ந்தேன். அம்மா சாப்பாடு போட்டு வைத்துவிட்டு வழக்கத்திற்கு மாறாக எதிரே உட்கார்ந்தார். எனக்குள் பயம் ஏற்பட்டது. சாப்பிடத் தொடங்கியவுடன் அம்மா கேட்டார். காசையெல்லாம் என்ன செய்தாய். நான் விக்கித்துப் போனேன். எந்தக் காசு என்றேன். பெட்டியிலிருந்த காசு. எனக்குத் தெரியாது என்றேன். இல்லை ரஞ்சி நீதான் எடுத்தாய். என்ன செய்தாய் சொல். நான் மௌனமாக உறைந்து போய் இருந்தேன். அம்மா இதுவரை என்னை

ஏழாவது உடை 171

அடித்ததோ திட்டியதோ இல்லை. தவறு செய்தால் அழ மட்டுமே செய்தவர்கள்.

"அது உனக்காகத்தான் வைத்திருந்தது ரஞ்சி. மூணு வருஷம் சேர்த்து வைத்தேன். என் வயிற்றில் நீ இருந்தபோது நான் செத்துவிடலாம் என்று கண்ணாடியை அரைத்துக் குடித்துவிட்டேன். எப்படியோ ஆஸ்பத்திரிக்குக்கொண்டு சென்று காப்பாற்றிவிட்டார்கள். ஆனால் பிள்ளை பிழைப்பது கடினம் என்று சொல்லிவிட்டார்கள். குறை மாதம் சிறு பூச்சி போல நீ வெளியே வந்துவிட்டாய். உயிர் இருந்ததா எனக்குத் தெரியாது. கண்ணாடிப் பெட்டிக்குள் வைத்துப் பார்ப்ப தாகவும் பிழைத்தால் இரண்டொரு மாதத்தில் எடுத்துச் செல்லலாம் என்றும் கூறிவிட்டார்கள். நான் அழுதபடி எல்லாக் கடவுளிடமும் வேண்டிக்கொண்டேன். நாகூருக்கு, வேளாங்கண்ணிக்கு, பழனிக்கு, திருப்பதிக்கு. நீ பிழைத்து வந்தாய். எனக்கு முன்னே வளர்ந்து நிற்கிறாய். உனக்கு மூணு வருஷத்திற்கு முன்பு காய்ச்சல் வந்தபோதுதான் வேண்டுதலை ஒவ்வொன்றாக நிறைவேற்றிவிட வேண்டும் என்று எனக்கு நினைவுக்கு வந்தது. ஒவ்வொரு ரூபாயாகச் சேமிக்கத் தொடங்கினேன். ஒவ்வொரு கோயிலுக்கும் வேண்டுதலை நிறைவேற்றிவிட வேண்டும் என்று ஆசைப்பட்டேன். எனக்கு இனிமேல் அவ்வளவு பணம் சேர்க்க முடியுமா என்று தெரிய வில்லை ரஞ்சி. நீ வளர்ந்து பெரியவனாகித்தான் என்னுடைய வேண்டுதலை நிறைவேற்ற வேண்டும். உனக்காக நான் பொத்தி வைத்த பணத்தை நீயே செலவு செய்துவிட்டாய். இனிமேல் என்னிடம் அவ்வளவு பணம் இருக்கவே போவதில்லை."

அம்மா பேசிக்கொண்டேபோனார். அவரிடம் அழுகையோ தடுமாற்றமோ இல்லை. என் கண்களில் இருந்து கண்ணீர் நிற்கவே இல்லை. அன்று இரவு மீண்டும் எனக்குக் காய்ச்சல். ஏழு எட்டு நாட்கள். அம்மா மீண்டும் வேண்டிக்கொண்டார். என் தலைமாட்டிலேயே உட்கார்ந்திருந்த ஒரு பாட்டி "சாமிக்கு நேர்ந்த கடன் சாம்பலிலும் விடாது" என்று விசனத்துடன் சொல்லிக்கொண்டிருந்தாள்.

அன்புக்குரிய மாதவி, என் கடிதம் உங்களுக்கு மனக்கலக்கத்தைத் தரலாம். ஆனால் உங்கள் மனம் புண்படக் கூடாது என்றுதான் இவ்வளவையும் எழுதியிருக்கிறேன். என்னைத் தண்டனையிலிருந்து மீட்க நீங்கள் எடுக்கும் முயற்சிகள் என்னை மிகுந்த வேதனைக்கே உட்படுத்தும். நான் செய்யாத குற்றத்திற்காக இந்தத் தண்டனை என்று நீங்கள் நினைக்க வேண்டாம். என் அம்மாவுக்கும் என் மனைவிக்கும் மகளுக்கும் இழைத்த குற்றத்திற்கு நான் பெற்றுள்ள மிகச்சிறிய தண்டனையே

இது. சாமிக் கடன் என்பது மனிதர்களுக்கான கடன் இல்லையா மாதவி. உங்களை என் மகள் போல் என்று குறிப்பிட்டது உங்களைச் சங்கடப்படுத்தும் என்றால் என்னை மன்னித்து விடுங்கள்.

அன்புள்ள

மருதன்.

நட்புடன் மாதவிக்கு,

இத்துடன் மருதன் அவர்கள் உன் பழைய முகவரிக்கு அனுப்பி இருந்த கடிதத்தை அனுப்பி வைக்கிறேன். ஏதும் அவசரத் தகவல் இருக்கும் என்ற எண்ணத்தில்தான் இதைப் பிரித்துப் படித்துவிட்டேன். மன்னிக்கவும்.

நான் அவசரமாக குஜராத்தில் நடந்துவிட்ட கொடூரங் களை டாக்குமெண்டரி செய்யக் கிளம்பிக்கொண்டிருக்கிறேன். வந்தபின் முடிந்தால் சந்திப்போம்.

நட்புடன்

திலகன்.

அன்புக்குரிய மாதவி மகளே,

நான் உனது எல்லா முயற்சிகளையும் ஒதுக்கிய பிறகு, என்னை மீட்க உமா வந்தாள். என்னை அவள் தன்னுடைய அப்பா என்றுதான் சிறையதிகாரியிடம் சொல்லி அனுமதி பெற்று உள்ளே வந்தாள்.

அவளுடைய பொருளீட்டைப் பெற்றுக்கொண்டு சட்டம் என்னை பெயிலில் விட்டது. பிறகு ஆட்சியதிகாரம் மாற, காரணமே எனக்குச் சொல்லாமல் விடுதலையும் தந்தது.

நான் உண்மையிலேயே தமிழ்நாட்டில்தான் இருக்கிறேன்; வேறெந்த ஃபாசிச காலனிய தேசத்திலுமில்லை என்பதை உணர்ந்தேன்.

ஆனால் மகளே; எனது மூலிகைப் பண்ணையை என்னை ஆதரித்த அந்தப் பண்ணையைச் சார்ந்தவர்களிடமே விட்டுவிட்டு வெளியேறி விட்டேன். என் பை நிறைய வேப்ப விதைகள். என் கால் போனபோக்கில் பலவிதமான விதைகளைச் சேமித்தபடி நடக்கிறேன். வழி நெடுக வேப்ப விதைகளை முதலில் நட்டபடி போகிறேன். என் தாயைக் குளிரவைக்க அவளுடம்பெங்கிலும் விதைகளை ஊன்றியபடி போகிறேன். அம்மாவின் நேர்த்திக் கடனை இப்படியாகத்தான் என்னால் அடைக்க முடியும்.

ஏழாவது உடை

காலத்தினூடாக உன்னைத் தீண்டும் இன்மையை நோக்கி

மாலையில் பூக்கும் தாவரங்கள் மட்டுமே வளரக்கூடிய அந்த மலைக் கிராமத்தை அவனது தலைமையில் நீல நிலா யுத்தக் குழு சுற்றி வளைத்து முற்றுகையிடும்போது, பால்யத்தில் அந்த மலைக் கிராமத்துக் கடவுளின் இருப்பிடத்திற்கு வருடா வருடம் தன் தாயோடு யாத்திரை வந்தது ஞாபகத்தில் நிறைந்தது.

பழுப்பு நிற மனிதர்கள் மட்டுமே வசிப்பதற்கு அனுமதிக்கப்பட்டுள்ள அந்த மலைக் கிராமத்தில் கடவுளின் இருப்பிடத்தை மட்டுமே தகர்ப்பதாக அமைந்த முற்றுகையில் நீல நிலா யுத்தக் குழுவின ரால் எவ்வளவு முயன்றும் மனிதக் கொலைகளைத் தவிர்க்க இயலவில்லை. சிதறிக் காடுகளுக்குள் மறைந்தவர்கள் போக, ஒட்டுமொத்தக் கிராமமும் சிறிய இராணுவக் கேந்திரமும் முற்றாக அழித் தொழிக்கப்பட்டன.

கழுமரத்தில் ஆசனவாய் செருகப்பட்ட நிலை யில் கடவுளின் சிலை பிரும்மாண்டமாக உட்புற விதானம்வரை எழுந்து நின்றிருந்தது. கடவுளின் நீண்டு வளர்ந்த வால் கழுமரத்தைச் சுற்றி முறுக்கி அதன் குஞ்சம் தரையில் படிந்திருந்தது. சிறுவயதில் அந்தக் குஞ்சத்தை அவன் தொட்டுப் பார்த்தது ஞாபகத்திற்கு வந்தது. மரண வலியில் விரைத்து நீண்டிருக்கும் கடவுளின் பாலுறுப்பை அதே ஆச்சர்யத்தோடும் குறுகுறுப்போடும் இப்பொழுதும் பார்த்தான். குழந்தை பாக்கியமில்லாத பெண்கள் வீசும் முடிக்கயிறுகள் சில வழக்கம்போல அதில்

தொத்திக் கிடந்தன. அதில் ஒரே வீச்சில் தொத்திக்கொள்ளாத பெண்ணுக்குப் பிள்ளைப் பாக்கியம் தள்ளிப்போகும் என்ற ஐதீகத்தின்படி தன்னைப் பெற்றெடுக்க வேண்டிப் பிள்ளைப் பாக்கியமற்ற தன் தாய் வருடா வருடம் வந்து முடிக்கயிறு வீசி ஏமாந்து போனதாக அவள் சொன்னது அவனுக்கு அப்பொழுது ஞாபகத்திற்கு வந்தது.

மண்டபத்தின் சுற்றுப் பிரகாரத்தில் மிகப் பாதுகாப்பாக வைக்கப்பட்டிருக்கும் பெண் துறவியின் பதப்படுத்தப்பட்ட பிரேதப் பேழை ஞாபகத்திற்கு வர, பிரகாரத்தைச் சுற்றி வந்து பேழையிருக்கும் மேடையை அடைந்தான். கண்ணாடிப் பேழையுள் நூறு வருடத்திற்கும் மேலாக மலர்ச்சியுற்றிருக்கும் பிணம். வயது முதிர்ந்த அப்பெண்மணியின் உதடுகளில் மட்டும் இன்னும் வனப்புக் குறையாத அதே இளமை. சின்ன வயதில் அப்பேழையை நெருங்கி அவன் தொட்டுவிட்டதற்காகப் பழுப்பு நிறக் கடவுளின் உபாசகர்கள் அவனைக் கேவலமாக அவனது நிறத்தைக் குறிப்பிட்டுத் திட்டியதோடல்லாமல் அடிக்கவும் செய்தனர். தன் தாய் தியானத்திலிருந்து விழித்து ஐயோ என் பிள்ளை என அவனை வாரி அணைத்துக்கொண்டதால் அவனை அவர்கள் விட்டுவிட்டார்கள். கருநீல நிறத்தையுடைய பயலுக்குத் தமது இனத்தைச் சார்ந்த பழுப்பு நிறத் தாயா என முணுமுணுத்தபடி அவர்கள் சென்றுவிட்டனர். அவனது கன்னத்தில் விழுந்த அறையில் விரல் பதிவுகள் தெரிந்தன.

தனது நிறம் குறித்த அந்த வசையும் தான் தீண்டலாகாத பழுப்பு நிற மனிதர்களின் புனிதங்களைப் பற்றிய கோபமுமே அவனைத் தன் தாய்வழிப் பழுப்பு நிற இனத்துக்கு எதிரான கருநீல இன யுத்தக் குழுவுடன் தன்னை ஐக்கியப்படுத்திக் கொள்ளக் காரணமாக அமைந்தன. அதற்குப் பிறகு பல வருடங்கள் கழித்து இப்பொழுதுதான் இந்தக் கடவுளின் இருப்பிடத் திற்கு அவன் வந்திருக்கிறான். தன் தாய் வருடந்தோறும் மலையேறி வந்து பலமணி நேரம் இந்தச் சவப்பேழையின் முற்றத்தில் தியானம் செய்யும் பழக்கம் இன்றுவரையுள்ளது என்று எண்ணினான். திடீரென அவனுக்குத் தன் தாயின் வாசனை ஞாபகத்தில் குமைந்து கமழ்ந்தது. பாவம் அவள் இனி இங்கு வர முடியாது என நினைத்தான். தன் தோளில் ஆயுதம் கனக்கச் சிந்தனை வயப்பட்டு அவன் நின்றிருந்ததில், தன்னைச் சூழ்ந்து அவசரமும் பதற்றமுமாக இயங்கிக்கொண்டிருக்கும் போராளிகள் அவனை இழுத்துக்கொண்டு மண்டபத்தை விட்டுக் கீழிறங்கினார்கள். துப்பாக்கியோசைகளினூடாக அவர்கள் காடுகளுக்குள் மறைந்து கரைந்து போன சில நிமிடங்களில் பெரும் ஓசையோடு மண்டபம் வெடித்துச் சிதறியது.

உனது ஈர முலைகளில் முகத்தைப் புதைத்துக்கொண்டு அம்மாவைப் பற்றி சிந்தித்தபடி இருப்பது மனசுக்கு இதமாகவும் பாதுகாப்பாகவும் இருக்கிறது என்றான் அவன்.

மலைக் கிராமத்துக் கடவுளின் இருப்பிடம் தகர்க்கப்பட்ட செய்தியை அறிந்ததிலிருந்து அவனது தாய் நோயில் சரிந்தாள். தனது குடும்பத்தில் தாய்வழிப் பெண்கள் தலைமுறை தலைமுறையாக அந்த மலைக் கிராமத்திற்கு யாத்திரை மேற்கொள்வது வழக்கமென்றும், அப்புனித மண்டபம் ஸ்தாபிக்கப்பட்டதிலிருந்து காட்டுவழி கடந்து சென்று உச்சிப்பாறையில் கட்டப்பட்ட அம்மண்டபத்தில் நுழைந்த முதல் பெண்யாத்திரிகை தன் தாய் வழிக் கொள்ளுப்பாட்டி என்றும் அவன் சொல்வான். அவள் நுழைந்த பிறகே இந்நாட்டில் பெண்களும் அக்கடவுளின் வழிபாட்டில் பங்கேற்க அனுமதிக்கப்பட்டனர் என்றும் சொல்வான்.

சமீபகாலம்வரை பேழையில் பதனிடப்பட்டு வைக்கப் பட்டிருந்த புனித உடலான அப்பெண் துறவி தன் பாட்டியின் கனவில் தோன்றி தன் இருப்பிடம் அழைத்ததன் பேரிலேயே அவள் பல தடைகளையும் புனிதச் சட்டங்களையும் மீறி யாத்திரை மேற்கொண்டதாக வழிவழியான கதை தனது குடும்பத்தில் சொல்லப்பட்டு வருவதுண்டு என்றான். அப்புனிதச் சின்னம் தகர்க்கப்பட்டதிலிருந்து தனது தாய் வழித் தொடர்பையே தான் இழந்துவிட்டது போல் உணர்வதாகவும் அவன் கூறினான்.

நீ உடலால் மட்டுமே கருநீல இனக்குழுவின் அடையாளத்தில் இருக்கிறாய். உனது உள்மனச் செயல் உன் தாயின் இனமன நிலையையேகொண்டுள்ளது என அவனிடம் சொன்னேன். இப்படிப்பட்ட விமர்சனத்தை அவனால் தாங்கிக்கொள்ள முடியவில்லை. மேலும், நானே அவன்மீது இப்படி ஒரு விமர்சனத்தைச் சுமத்தியதில் அவன் இடிந்து போனான். அவனது கண்ணீர் எனது முலைகளில் வெதுவெதுப்பாக வழிந்தபடி இருந்தது.

நான் எந்த இனத்தையும் சார்ந்தவனில்லை. எனினும் நான் உன் இனத்தைச் சார்ந்தவனாகவே உணர்கிறேன். எனது மனக் குழப்பம் ஒருவிதக் கவிதையியல் சார்ந்த குழப்பமே தவிர அரசியல் சார்ந்த தெளிவற்ற நிலை அன்று. நான் என்னை எப்படி நிரூபிப்பது? உன்னிடம், உன்னைச் சார்ந்த அனைவரிடம், நாம் உருவாக்கப்போகும் நமக்கான சரித்திரத்திடம். அவன் பேசிக்கொண்டேயிருந்தான். தேம்பித் தேம்பி அழுதான். அவனை ஆறுதல்படுத்தும் எனது முத்தங்களைத் தவிர்த்தான்.

அம்மாவைப் பார்க்க வேண்டும் என்றான்.

ஐநூறு கிலோமீட்டருக்கு அப்பால் உள்ள சிறு நகரத்தில் இருக்கும் அவளை இத்தகைய நெருக்கடியான காலகட்டத்தில் நீ சென்று பார்ப்பதென்பது இயலாத காரியம். நாட்டின் எல்லா நகரங்களிலும் நம் இனத்தின் இளைஞர்களின் மீது கடுமையான கண்காணிப்பு நடத்தப்படுகிறது. சரியான குடும்பம் மற்றும் அரசு அடையாளங்கள் இல்லாவிட்டால் எந்த நிபந்தனையுமின்றி கைது செய்யப்படுகிறார்கள். தேவையற்ற, அம்மாவைப் பற்றிய உணர்வுகளுக்கு இடம் தராதே என்றேன்.

அம்மாவைப் பிரிந்து பத்து வருடங்கள் ஆகின்றன என்றான். என்னால் அம்மாவுக்கு ஏற்பட்ட சிரமங்கள் சொல்லி மாளாதது என்றான். தான் சந்திக்கும் பெண்களிடமெல்லாம் தன் அம்மாவின் ஜாடைகளைத் தேடுவதும், பழகிப் பழகி அன்யோன்யமான பெண்களை அம்மா என்று அழைப்பதும், கல்லூரிக் காலங்களிலேயே இப்பழக்கம் அவனிடம் இருந்தது. என் வகுப்புத் தோழனான அவனை நோக்கி ஈர்க்கப்பட்டதில் அவனது பெயரும் அப்பெயருக்குச் சம்பந்தமில்லாத அவனது நிறமுமேயாகும். தன் தாய்க்கு மணமாகி பல வருடங்கள் கடந்து பிறந்தவன். அவனது பிறப்பே ஓர் ஊனம். அவனது கலாச்சாரம் ஊனமானது. அவனது அரசியலும் ஊனமானது. முப்பது வருடங்களுக்கு முன் நிகழ்ந்த ஒரு சமூகக் கொந்தளிப்பிலிருந்து இந்நாடு தன் இருப்பை உலகுக்குத் தனது தொடர்ந்த உள்நாட்டு இனக்கலவரம் மூலம் அடையாளப்படுத்திக் கொண்டு வருகிறது. அந்தக் கொந்தளிப்பில்தான் அவன் கருத்தரித்தான். அவனது பெற்றோர்களின் சிறுநகரைக் கருநீல இனத்தைச் சார்ந்தவர்கள் சூறையாடிக் கொளுத்தும்போது ஒரு வன்புணர்ச்சிக்கு அவனது தாய் பலியானாள். கருநீல மனிதர்கள் சிலரால் புணரப்பட்ட அவனது தாய் கருத்தரித்தாள். அந்த நிகழ்ச்சிக்குப் பிறகு அவனது சிறு நகரில் காலகாலமாக வாழ்ந்து வந்த கருநீல இனத்தவர்கள் அடித்து விரட்டப்பட்டனர். அப்படிப் பல பகுதிகளிலிருந்து அடித்து விரட்டப்பட்டு அகதிகளாக நாட்டின் ஓரப்பகுதிகளில் பிற நாடுகளின் உதவியோடு உயிர்வாழும் எங்கள் இனத்தவர்கள் ஆயிரமாயிரமாய்ப் பெருகிக்கொண்டிருக்கின்றனர். அகதி முகாமிலேயே பிறந்து அகதிகளாகவே வளர்ந்த ஒரு புதிய தலைமுறை தேசம் அரசியல், கலாச்சாரமற்று உருவாகி இருக்கிறது. அப்படி அகதி முகாமில் பிறந்து ஆளாகாவிட்டாலும், ஒரு தாயின் கருவில் வேறு இனத்தின் வித்தால் தோன்றிப் பிறந்து ஆச்சாரங்கள் நிரம்பிய பழுப்பு நிற மனிதர்களின் மத்தியில் ஓர் அவமானச் சின்னமாக வளர்ந்து அதைவிட்டு வெளியேறியவன்தான் இவன்.

தன்னுடைய தாயின் கணவனாலும் பிறராலும் ஒதுக்கப் பட்டே உயிர் வாழ்ந்த அவனைக் கருநீலமாய்ப் பிறந்த ரத்தப் பிசுபிசுப்பிலிருந்தே தொடர்ந்த கொலை முயற்சியிலிருந்து பொத்திப் பொத்திப் பாதுகாத்தவள் அவனது தாய்தான். தனது சிறு நகரிலிருந்து அவன் வெளியேறிய பருவம்வரை அவனை அவனது தாயைத் தவிர வேறு யாரும் தொட்டதே இல்லை என அவன் சொல்வான். வடமாநில நகரத்தில் அவன் கல்லூரியில் சேர்ந்த பிறகே இந்த தேசத்தில் இன்னும் கருநீல இனத்தவர்கள் உயிர்வாழ்ந்து வருவது தனக்குத் தெரியவந்ததென ஒருவித நகைப்போடு சொல்வான்.

என்னை அவன் தனது தாயின் பெயரைச் சொல்லி அழைப்பான். பழுப்பு நிறப் பெயர் என் உடம்புக்குப் பொருந்தி வரவில்லையே என்பேன். என் கருநீலப் பெயரால் உனது பழுப்பு நிறத்தாயை உன்னால் அழைக்க முடியுமா என்பேன். அவன் மௌனமாக இருப்பான். தன் தாய்க்கு நிறமில்லை என்பான். உண்மையில் கருநீல மனிதர்கள் தன்னைப் புணர்ந்ததை அவள் வரவேற்றாள் என்பான். தான் பிறந்த பிறகு அவளுடைய உடம்பு நிறமிழந்துவிட்டதென்பான். அவளுக்கு நிறமில்லை, அவளுக்கு வாசனை மட்டுமே உண்டு என்பான். அவனுடைய மொழி, அரசியல், கலாச்சாரம் எல்லாம் அம்மாவின் வாசனை மட்டுமே என்பான். இந்நகரத்தில் தான் பழகிய விதத்தில் கருநீலப் பெண்களிடம் மட்டுமே அம்மாவின் வாசனை தட்டுப்படுகிறது என்பான். இன்னும் ஒரு பழுப்பு நிறப் பெண்ணிடமும் அம்மாவின் வாசனையை நுகரவில்லை என்பான். எங்கள் இயக்கத்தில் எங்களுடைய விடுதலைக்காக வந்திணைந்த பழுப்பு நிறத்தவர்களில் எந்தப் பெண்ணிடமும் தன் அம்மாவின் வாசனையை உணர முடிந்ததில்லை என்றும் சொல்வான். அம்மாவின் அபரிமிதம் நீ என்று என்னைச் சொல்வான்.

அவனொரு கவிஞனாக உருவாகி இருக்க வேண்டும். கலாச்சாரத்தால் மறுதலிக்கப்பட்ட நிலையில் ஒரு போராளியாகி விட்டான்.

யாரிடமும் சொல்லிக்கொள்ளாமல் அவளுடைய அறையில் ஒரு குறிப்பை மட்டும் விட்டுவிட்டு நான் வெளியேறி விட்டேன். இது மிகப்பெரும் பிரச்சினையை உருவாக்கக்கூடியதுதான் எனினும் அதை என்னால் தவிர்க்க முடியவில்லை. மலைக் கிராமத்துப் புனித மண்டபத் தகர்ப்பின் போது என் தோளில் குண்டு துளைத்ததால் சில மாதங்கள் நகரத்தில் தலைமறைவாக மருத்துவச் சிகிச்சை பெற வேண்டி யிருந்தது. நகர்ப்புறக் கலாச்சார பிரச்சாரப் பிரிவினரின்

பாதுகாப்பில் இருந்தாலும், நான் மலைப் பகுதிகளில் ஆயுதக் குழுவுடன் இருப்பதே நல்லது என நினைத்தேன். உண்மையில் உடம்பைவிட மனத்திற்கு சிறந்த பாதுகாப்பாக மலையுத்தத் தளமே எனக்கு விளங்கியது.

என் தாயை இறுதியாக ஒருமுறை பார்த்துவிட வேண்டும் என்ற எனது மன உந்துதலைக் கட்டுப்படுத்த இயலவில்லை. தலைமை யுத்த முகாமுடன் தொடர்புகொண்டு இரண்டு நாளில் வந்து இணைந்துகொள்வதாகத் தெரிவித்தேன். அன்றிரவு அந்த சிறு நகரத்திற்குச் சென்று என் தாயைச் சந்தித்தேன். அடையாளமே மறந்து விட்டதடா எனக் கட்டிக்கொண்டு அழுதாள். அவளது உடல் வெகுவாகச் சிதைவுற்றிருந்தது. வயதிற்கு மீறிய முதுமை. என்னை மட்டுமல்ல எல்லாவற்றையும் பறிகொடுத்த வெறுமை அவளது முகத்தைக் குதறிக்கொண்டிருந்தது.

கல்லூரிக் காலத்திலேயே நீலநிலா யுத்தக் குழுவில் நான் இணைந்துவிட்டதை அவள் அறிவாள். 'இது தவிர்க்க முடியாதது. வேறு வழியில்லை' என்று ஒருமுறை முணுமுணுத்திருக்கிறாள். நாட்டிலுள்ள புனித மண்டபங்களைத் தகர்ப்பது பற்றிய எங்களது இயக்கத்தின் நோக்கத்தில் அவளுக்கு உடன்பாடில்லை என்பதைத் தனது பேச்சில் வெளிப்படுத்தினாள். மலைக் கிராமத்துப் புனித மண்டபத்தைத் தகர்த்ததைத் குறிப்பிட்டுத் தேம்பினாள். அவளை என்னால் தேற்ற முடியவில்லை. அவளது சொந்த இழப்பாகவே அந்த மண்டபம் இருந்தது.

அம்மலைக்காட்டு மண்டபத்திற்குச் சேவை நிமித்தம் நாட்டின் தென்கிழக்கிலிருந்து நூற்றாண்டிற்கு முன் வந்த பெண் துறவியைப் பற்றி அவள் குறிப்பிட்டது எனக்குப் புதிய செய்தியாக இருந்தது. என் தாய் வழி கொள்ளுப்பாட்டி நான்கு தலைமுறைகளுக்கு முன்பு அந்த மண்டபத்தில் நுழைந்த முதல் யாத்திரிகை என்பது ஏற்கனவே எனக்குத் தெரிந்த செய்திதான். என்றாலும் அந்தத் தாய்ப்பாட்டி வழியாக தலைமுறை தலைமுறையாக எனது குடும்பத்தின் பெண்களுக்கு மட்டுமே சொல்லப்பட்டு, வாய்வழிச் செய்தியாக என் தாய்வரை வந்திருக்கும் இச்செய்தி முதன்முறையாக ஒரு ஆணிடம் அதாவது, என்னிடம் சொல்லப்படுவதாக என் தாய் அந்தப் பெண் துறவிக்கும் தனது தாய் வழிக்குமான உறவு குறித்துச் சொன்னாள்.

பெண் துறவிக்கும் தன் கொள்ளுப் பாட்டிக்குமான உறவு நட்பாக வளர்ந்தது. அவர்கள் தமது கனவுகளினூடாக தமது பேச்சுக்களையும் தொடர்புகளையும் வளர்த்துக்கொண்டவர்கள் என்றாள். பெண் துறவி சேவைக்காக அந்த மலைக் கிராமத்து புனித மண்டபத்திற்கு வரவில்லை. அவள் தனக்கு விதிக்கப்பட்ட தண்டனை நிமித்தமாகவே அங்கு வந்தாள் என்றாள்.

நீண்ட மௌனத்திற்குப் பிறகு மீண்டும் சொன்னாள். தென்கிழக்கு மாநிலத்தில் இன்றைக்கு நூற்று எண்பத்தி ஆறு ஆண்டுகளுக்கு முன் அவள் ஒரு கருநீல ஆணுடன் காதல் கொண்டிருந்தாள். அவன் அவளது வீட்டில் சேவகம் செய்து வாழும் அடிமைக் குடும்பத்தைச் சார்ந்தவன். அந்தக் காதல் வெளித் தெரியவந்தபோது அந்தக் கருநீல ஆண் உயிரோடு அவள் கண்முன் கட்டப்பட்டுக் கொளுத்தப்பட்டான். இவன் தண்டனை நிமித்தமாக பலநூறு மைல்கள் தாண்டி இந்தப் பிராந்தியத்திற்கு வந்தாள். அவள் கொஞ்சம் கொஞ்சமாக எல்லாவற்றையும் மறந்து தன்னை மக்கள் சேவையில் பிணைத்துக் கொண்டாள். அவளது வருகைக்குப் பிறகே அந்த மலை மண்டபம் பிரசித்தி பெறலானது. எனவேதான் அந்தப் பகுதி மக்கள் இன்றுவரை அவளது உடலைப் பாதுகாத்து வந்தனர் என்றாள்.

அவளது கிராமத்தின் அன்றைய ஆட்களைத் தவிர இன்றுவரை உலகிற்கு அவளது காதல் பற்றியும் அவளுக்கு ஏற்பட்ட அநீதி பற்றியும் யாருக்கும் தெரியாது. இந்நாட்டில் எந்தப் புனித மண்டபத்திற்குள்ளும் அனுமதி மறுக்கப்பட்டிருக்கும் கருநீல மக்கள் உள் நுழைய அனுமதிக்கப்பட்ட ஒரே இடம் அந்த மலை மண்டபம் மட்டும்தான். அவளது மறைவுக்குப் பிறகு அனுமதி மறுக்கப்பட்டது. அந்த மண்டபத்துடன் நம் குடும்பத்திற்கு இருக்கும் செல்வாக்கினாலேயே நீண்ட காலத்திற்குப் பிறகு நீ மட்டும் என்னோடு அனுமதிக்கப்பட்டாய் என்றாள்.

பெண் துறவியாய் தன்னை அவள் மாற்றிக்கொண்ட பிறகும் தன் காதலனின் சிறிய ஓவிய முகத்தைத் தனது கடிகாரத்திற்குள் ஒளித்து வைத்திருந்தாள் என என் பாட்டி என் அம்மாவிற்குச் சொன்னதை அவள் எனக்குச் சொல்லியிருக்கிறாள். நான்கு தலைமுறைக்கு முந்தைய உனது பாட்டி மட்டும் ஒருமுறை அந்த ஓவிய முகத்தைப் பார்த்திருப்பதாகச் செய்தி சொல்லப் பட்டு வருகிறது. அவளது இடுப்பில் தொங்கிக்கொண்டிருந்த வட்ட வடிவக் கடிகாரம் அவளது உடலோடேயே இன்றுவரை அந்தப் பேழையில் இருக்கிறது என்றாள்.

கருநீல ஆண் ஒருவனைக் காதலித்து அதனால் தண்டிக்கப்பட்டுத் துறவியான ஒருத்தி, தனது சேவையால் எல்லோராலும் மதிக்கப்பட்டு தனது உடல் இன்றுவரை பாதுகாக்கப்பட்ட நிலையில் அந்த உடலோடு உடலாக காலகாலமாய் இணைந்திருக்கும் கடிகாரத்திற்குள் அவளது கருநீலக் காதலன் இருக்கும் செய்தியானது சனாதன உலகில் புரட்சிகரமான விஷயமாகும் என்பது உனக்குத் தெரியும். உலகிற்கு கடவுளின் பெயரால் தன்னை வெளிப்படையாகத் திறந்து காட்டிய அவள் தனது மறைக்கப்பட்ட புனிதமெனக்

கொண்ட கருநீல ஆணின் முகம் தன்னோடு இருப்பதை மட்டுமே மறைத்தாள். அப் பெண் துறவியின் உடல் அழியாமல் இருக்கும்வரை அவளைப் பற்றிய ரகசியம் என்ற ஒன்றை கடவுளின் திருவாசகத்தின்படி அவள் மறைத்திருக்கக் கூடாது. எனவேதான் தலைமுறை தலைமுறையாக அவளைப் பற்றிய அவளால் மறைக்கப்பட்ட ரகசியம் இந்த பூமியில் ஒரே ஒரு பெண்ணுக்கு மட்டுமாவது ஒவ்வொரு காலத்திலும் தெரிந்திருக்க வேண்டுமென்ற நியதிப்படி எனது கொள்ளுப்பாட்டி வழியாக நூற்று முப்பது வருடங்களுக்கும் மேலாக இந்தச் செய்தி மிக ரகசியமாக அறியப்பட்டு வருகிறது. அவளுடைய உடலும் அந்த மண்டபத்தோடு தகர்ந்துவிட்ட நிலையில் இன்று முதன்முறையாக ஓர் ஆணுக்கு என் தாய் வழி ரகசியத்தைச் சொல்கிறேன் என்றான்.

அவளது விருப்பத்துக்கு மாறாகத்தான் அவளுடைய உடல் காட்சிப் பொருளாக்கப்பட்டது என்றாள். அந்த மலைக் கிராமத்துப் புனித மண்டபத்தின் மீதிருக்கும் ஈடுபாடு மக்களிடம் குறைவுபடக் கூடாது என்பதற்காக இந்நாட்டு அரசு செய்த கேடு என்றாள். இது புனித சட்டங்களுக்கே எதிரான செயல் எனவும் சொன்னாள். அம்மா எப்பொழுதும் மிகவும் தீர்க்கமாகப் பேசுபவள். அவள் எனக்குத் தெரிந்த வகையில் என்றுமே தனது இனத்தின் அறம் என்ற ஒன்றை ஆதரித்தவளில்லை. அவள் மௌனமாக இருந்தாள். தனது மடியில் என்னைக் கிடத்தியபடி தலையைக் கோதிவிட்டபடி இருந்தாள். என் தோளின் காயவடுவை வருடிவிட்டாள். சுவரில் சாய்ந்தபடி அவள் அப்படியே உறங்கிப் போனாள். நான் விளக்கை அணைத்து விட்டு அவளது பாதத்தில் குனிந்து முத்தமிட்டுவிட்டு இளம் இருட்டோடு அந்த சிறு நகரத்தைக் கடந்துவிட்டேன். நான் வந்து சென்றது அவளுக்கு கனவு போலத்தான் இருக்கும்.

அவன் தனது காதலியைப் பல நாட்களுக்குத் தொடர்பு கொள்ளாமலிருந்தான். அவனது வரவை எதிர்பார்த்திருந்த யுத்த முகாமிற்குப் பெரிய ஏமாற்றமாக இருந்தது. அவன் சிறைப்பட்டிருப்பான் எனவும் ரசாயன நஞ்சு விழுங்கி மாண்டிருப்பான் எனவும் கருதினார்கள்.

உயிர் வாழ்தல் என்பது எந்நேரமும் சிறைப்படலாம் என்ற நிலையில் மரணம் மிகவும் பாதுகாப்பான தப்பித்தலாக இருந்தது. நீலநிலா யுத்தக்குழு தற்கொலை என்பதை யுத்த தந்திரமாகக் கருதியது. சிமிழில் அடைக்கப்பட்ட நஞ்சானது அவர்களின் ஆயுதங்களைவிட அவர்களுக்குப் பாதுகாப்பான ஒரு உறுப்பாகிவிட்டிருந்தது. நிர்ணயிக்கப்பட்ட மரணத்தில் வாழ்ந்துகொண்டிருந்த அவன் எதைக் குறித்தும் யோசிக்காமல்

தகர்க்கப்பட்ட மலைக் கிராமத்துப் புனித மண்டபத்திற்கு ரகசியக் காட்டு வழியாகச் சென்றடைந்தான். கட்டடத்தின் இடிபாடுகளில் சுவர்கள் சரிந்துகிடந்த அந்தப் பெண் துறவியின் உடல் பாதுகாக்கப்பட்ட பேழையை வெளியெடுத்தான். எந்த மூலையிலிருந்தும் தன்மீது குண்டு பாயலாம் என்ற உணர்வோடுதான் அவன் சத்தமற்றுப் பேழையை வெளியே இழுத்தான். கண்ணாடிகள் நொறுங்கிய பேழையின் செவ்வகச் சட்டத்திற்குள் மண் அண்டிய பிரேதம் அமில வாடை வீசியது. பிரேதத்தைச் சுத்தப்படுத்தினான். விரல்களில் பிரேதத்தின் கூந்தலும் இணைப்பு விட்ட சிறு உறுப்புகளும் கலைந்தன. அங்கியோடு இணைந்திருந்த கடிகாரம் கிடைத்ததும் மணலையும் கற்களையும் சரித்துப் பிணத்தை மூடிவிட்டு இடம்பெயர்ந்தான்.

அம்மாவின் வாசனையைத் தேடி ஊருக்குச் சென்றதும், இன்று இராணுவத்தால் சுற்றி வளைக்கப்பட்டிருக்கும் மீளமுடியாத இடமான மலை மண்டபத்திற்குச் சென்று கடிகாரத்தை எடுத்து வந்ததும் அவன் ஏதோ ஓர் உந்துதலில் செய்த செயல்கள்தாம் என்பது அவனுக்கும் தெரிந்தே இருந்தது. அந்த இரவு முழுதும் அவன் இரயிலில் பயணித்துக்கொண்டிருந்த போதுதான் மீண்டும் அந்தக் கடிகாரத்தைப் பற்றிய நினைவு வந்து சட்டைப் பையிலிருந்து அதை எடுத்துத் துடைத்துப் பார்த்தான். கடிகாரத்திலும் அவனது கைகளிலும் பிரேதத்தின் தைல வாடை வீசியது. இறுகியிருந்த கடிகாரத்தைச் சிறிய கத்தி முனையால் மூடி திறந்து – இன்னும் ஒளி மங்காத அந்த ஓவிய முகத்தைப் பார்த்தான். அவனது மார்பில் பல கால்கள் உதைப்பது போல் அதிர்ந்தான். கண்கள் இருண்டு செருகி மூக்கிலிருந்து குருதி மார்புச் சட்டையில் வழிந்தது. அந்த முகம் அவனது முகமாக இருந்தது. அந்தப் பாலத்தின்மீது ஓடிக்கொண்டிருக்கும் ஒரு கிலோமீட்டர் நீளத்திற்குக் கோர்க்கப்பட்ட ரயிலில் அவன் மட்டுமே பயணித்துக்கொண்டிருந்தான்...

அவன் தொலைந்து பல மாதங்களுக்குப் பிறகு மீண்டும் என் இருப்பிடம் வந்தடைந்தான். அவன் வந்து சேர்ந்த அன்றிரவு வினோதத் தோற்றத்தில் இருந்தான். ஆச்சர்யமும் பதற்றமும் சந்தோஷமும் என்னுள் ஒன்றுசேர முட்டிக்கொண்டு நிறைந்தது. அவனிடம் இரண்டு நூற்றாண்டுகளுக்கும் முந்தைய ஒரு சிறு கடிகாரம் இருந்தது. அந்த கடிகாரத்தைப் பழுது பார்ப்பதற்கான கருவிகளும் பழங்காலக் கடிகாரங்களின் வரைபடங்களும் அவற்றின் இயங்குமுறை பற்றிய குறிப்புகளும் அடங்கிய புத்தகங்களையும் தன்னோடு கொண்டுவந்திருந்தான்.

அவன் மீண்டு வந்த செய்தி இயக்கத்தில் பெரும் பரபரப்பை ஏற்படுத்தியது. சிலர் வந்து ஏதும் அவனிடம் பேசாமல் அவன்

பழுது பார்த்துக்கொண்டிருக்கும் கடிகாரத்தையும் அவனைச் சூழ்ந்துள்ள வினோத நூல்களையும் பார்த்துவிட்டு என்னிடமும் ஏதும் சொல்லிக்கொள்ளாமலேயே வெளியேறிய வண்ணம் இருந்தனர். தலைமை முகாமிலிருந்து வந்த சிலர் அவனிடம் சம்பிரதாயமான பேச்சின் மூலம் அவனது மறைவு குறித்த விசாரணையை ஆரம்பித்துப் பார்த்தனர். அவனிடமிருந்து தெளிவற்ற வார்த்தைகளோடான வெறும் முணுமுணுப்புகளே வெளிப்பட்டன. என்னைப் பலவாறாக விசாரித்தனர். அவனது நடத்தையைச் சந்தேகித்தனர். அவனது வினோதச் செயல்கள் அவன்மீது அவர்களுக்கு வெறுப்பையும் பயத்தையும் ஏற்படுத்தின. அவனுக்கு ஒரு நல்ல மனநல மருத்துவரின் சிகிச்சையும் கவனிப்பும் தேவை என்று நான் வாதிட்டேன். அவர்கள் அவனை சந்தேகித்தனர். அரசு கைக்கூலி என்றனர். அவனது பிறப்பையும் அவன் சார்ந்த இனத்தையும் குறிப்பிட்டுப் பேசினர். தலைமை முகாமிலிருந்து அவனைக் கொன்று விடுவதற்கான உத்தரவை எதிர்பார்த்திருந்தனர். எனது நடவடிக்கைகள் முடக்கப்பட்டு நானும் தீவிர கண்காணிப்பிற்கு உள்ளாக்கப்பட்டேன்.

அவன் என்னிடம் கடிகாரங்களைப் பற்றி மட்டுமே பேசினான். கடிகாரங்களின் வகைகள், மாதிரிகள், அவற்றின் தொழில் நுணுக்க வேறுபாடுகள் அவற்றின் காலங்கள், கால மாதிரிகள் என அவன் கடிகாரங்களைப் பற்றியே பேசியபடி இருந்தான். அவன் தன்னுடன் கொண்டுவந்திருந்த இயங்காத பழைய கடிகாரத்தைப் பழுதுபார்ப்பதிலேயே நாட்களைச் செலவிட்டான். அவனுடைய வற்புறுத்தலின் பேரில் நகரின் தொல்பொருட்கூடத்திலிருந்து பழைய கடிகாரங்களைப் பற்றிய குறிப்புகளையும் இயந்திர வரைபடங்களையும் சேகரித்துவந்து தந்தேன். நகரின் பல இடங்களில் தேடித் தொன்மையான இயங்காத கடிகாரங்களையும் சேகரித்துத் தந்தேன். அவன் எல்லாக் கடிகாரங்களையும் பழுது பார்த்து இயங்க வைத்தான். தான் கொண்டுவந்த கடிகாரத்தைத் தன்னால் பழுது பார்க்க இயலவில்லையே எனக் கலங்கினான்.

தனது கடிகாரத்தின் தேய்ந்த பாகங்களுக்கு மாற்றாக இவனே உலோகச் சில்லுகளை வெட்டிச் செதுக்கித் தயாரிப்பதும் அவற்றைப் பொருத்தி இயக்கிப் பார்ப்பதுமாக இருந்தான். என் கைத்துப்பாக்கி சரிவர இயங்காதது குறித்துச் சொல்லி அவனிடம் அதை சரி செய்து தரத் தந்தேன். அவனுக்கு ஆயுதங்களைப் பற்றிய அறிவு முற்றாக மறந்த நிலையில் துப்பாக்கியின் இயங்கு முறை குறித்தோ, அதைத் தான் இயக்க வேண்டிய முறை குறித்தோ ஏதும் அறியாதவனாய் அதன் பயன் என்ன என்பதுபோல எனக்குச் சிதைந்த

சொற்களாலும் செயல்களாலும் உணர்த்தினான். துப்பாக்கியைத் தொடும்போது நடுங்குகின்ற அவனது கை, கடிகாரத்தைப் பழுதுபார்க்கும்போது மிகத் துல்லியமாக மனசோடு இயைந்து இயங்கியது.

அவனுக்கென்று தனியாக ஓர் அறையை ஒதுக்கித் தந்தேன். அவனது நிலைமை எனக்கு மிகுந்த வேதனையைத் தந்தது. என்னுடைய அணைப்புகளையும் முத்தங்களையும் தவிர்த்தான். அவனும் அவனுடைய கடிகாரமும் என்னுடைய உடல், மனம், கனவு என அனைத்திலும் நிறைந்தன. இரவுகளில் அவன் மேசை விளக்கு வெளிச்சத்தில் அந்தக் கடிகாரத்தைக் குடைந்துகொண்டிருப்பதைப் பார்ப்பதற்குப் பயத்தைத் தந்தது. அவனது முகத்திலும் கண்களிலும் ஒருவிதத் தீவிரம் நிலை கொண்டிருந்தது.

அன்று நடு இரவில் என்னைத் தொட்டு உலுக்கி எழுப்பினான். வெருண்டு விழித்தேன். என்னைத் தணிவுறுத்தித் தனது பணிமேசைக்கு அழைத்துச் சென்று ஒளிவிழும் வட்டத்திலிருந்த அந்தக் கடிகாரத்தைக் காட்டினான். நின்ற இடத்திலேயே நகராமல் ஒரு முள் துடித்துக்கொண்டிருந்தது. அவனிடம் வெளிப்பட்ட சந்தோஷமும் தீவிரமும் என்னையும் பற்றிக் கொண்டது கடிகார முள்ளின் துடிப்பைக் கண்டதிலிருந்து அவனிடம் சில மாறுதல்கள் தென்பட்டன. எனக்கு முத்த மிட்டான். சிறு உணவுகளைத் தின்றான். இருநூறு ஆண்டு களுக்கு முந்தையதாகத் தோன்றுகிற ஒரு கருநீல அடிமையின் காதல் கதையைத் தன்னுடைய கதையைப்போல சொல்ல ஆரம்பித்தான். யாரோ ஒரு பழுப்பு நிறப் பெண்ணின் பெயரை அடிக்கடி ஆசை பொங்க சொல்லிப் பார்த்தான். சில சமயம் அப்பெயரால் என்னை அழைக்கவும் செய்தான். அவள் யார் என்று கேட்டேன். என் காதில் அந்தக் கடிகாரத்தை வைத்தான். அதன் சிறு துடிப்பு என்னில் ஒலித்தது. அவன் சொல்ல நினைத்ததை நான் புரிந்துகொண்டேன் என்பதைப் போல அர்த்தத்தோடு புன்னகைத்தான்.

அன்று அதிகாலை எனது படுக்கையில் போர்வைக்குள் நுழைந்து என் காதில் கிசுகிசுத்தான். தனது கனவில் தான் உயிரோடு கொளுத்தப்பட்ட போது அவனது காதலி தன்னிடமிருந்த கடிகாரத்தை நிறுத்திவிட்டாள் என்றும் சுமார் நூற்று எண்பத்தி ஆறு ஆண்டுகளுக்கு முன் ஒரு நாள் மாலை நாலேகால் மணியளவில் தான் கொளுத்தப்பட்ட போது அக்கடிகாரம் நிறுத்தப்பட்டது என்றும் அவன் சொன்னான். இரு நூற்றாண்டு கால தனது காதலைப் பற்றியும் காதலியைப் பற்றியும் மீண்டும் மீண்டும் பேசினான். தனது கனவினூடாகக்

காலத்தில் பின்னோக்கிச் சென்று அந்தக் கடிகாரத்தை இயங்க வைத்து விடுவேன் என்றும் சொன்னான்.

அன்று பகல் நான் வெளிச்சென்று திரும்பினேன். அவன் திரும்பி வந்ததிலிருந்து முதல்முதலாகக் குளித்து சவரம் செய்த முகத்தோடு புது ஆடையணிந்து கதவைத் திறந்தான். என்னை வாரி அணைத்துக்கொண்டு மேசையைச் சுட்டிக் காட்டினான். கடிகாரம் காலத்தில் என்றோ தான் நின்ற இடத்திலிருந்து மீண்டும் இயங்கிக்கொண்டிருந்தது. என் கைக்கடிகாரத்தைப் பார்த்தேன். இரண்டின் நேரமும் மிகச் சரியாக இருந்தது. எனக்குக் கண்கள் கலங்கின. அவனை அணைத்துக்கொண்டு விசும்பினேன். அவன் என் காதுகளில் சொன்னான். 'நான் எனது பழைய காலத்தைத் தொட்டுவிட்டேன்.'

அந்தக் கடிகாரத்தின் உட்பகுதியைப் பிரித்துக் காட்டினான். அதன் பின்புற மூடியின் உட்புறத்தில் அவனது ஓவிய முகம் பதிந்திருந்தது. எனக்கு அறிமுகமற்ற அவனுடைய முடி அலங்காரம் வினோதமாக இருந்தது. அதைக் கையிலெடுத்து உற்றுப் பார்த்தேன். இவனது இன்றைய தோற்றத்தில் தெரியும் இனக்கலப்பின் சிறுஜாடை முற்றாக இல்லாமல் சுத்தமான கருநீல இனமுகத்தோடு இருந்தான். அப்படத்தின் பின்புறம் அவன் என்னை ஆசையுடன் விவரிக்கும் வாசகங்களை எழுதிக் கையொப்பமிட்டிருந்தான். ஒப்பத்தின் தேதியும் மாதமும் ஆண்டும் நூற்றி எண்பத்தி ஆறு ஆண்டுகளுக்கு முந்தைய ஒரு நாளைக் குறிப்பதாய் இருந்தது. அவன் அப்படத்தை வாங்கி மீண்டும் கடிகாரத்தினுள் வைத்து மூடி எனக்கெனத் தந்தான். 'இதைவிட உனக்குத் தருவதற்கு வேறெதுமில்லை' என சொல்லிக் கொடுத்தான். எனது கடிகாரத்தை என் கையிலிருந்து அவிழ்த்து ஜன்னலின் வழியாக வீசியெறிந்தான்.

அவனுக்காக உணவுகளை வைத்துவிட்டு இயக்கத்தின் அவசர சந்திப்பின் நிமித்தமாக வெளிச்சென்றுவிட்டேன். என் சட்டைப்பையில் துடித்துக்கொண்டிருந்த கடிகாரம் நின்றுவிட்டது போல் தோன்ற எடுத்துப் பார்த்தேன். மாலை நாலேகாலைச் சுட்டியபடி முன்பு நின்ற இடத்திலேயே இயக்கத்தை நிறுத்திய முட்கள் அசைவற்றிருந்தன. காதில் வைத்துப் பார்த்தேன். கடிகாரம் நின்றுவிட்டிருந்தது. என்னுள் ஏதோ ஓர் உணர்வு பாரமாகத் திரண்டு அழுத்த விடைபெற்றுக்கொண்டு எனது இடத்திற்கு விரைந்தேன். ஜன்னலின் வழியே எனது குடியிருப்பின் பகுதி புகைந்துகொண்டிருந்தது. கதவைத் திறந்துகொண்டு அறைக்கு ஓடினேன். அவன் இல்லை. அறை முழுதும் தசை கருகிய நெடியுடன் வெறும்புகை மட்டுமே குமைந்துகொண்டிருந்தது.

எனது மொழியில் உனக்கொரு காதல் கதை

அந்த நகரத்திற்கு நான் சென்றதிலிருந்து நிம்மதியாக உறங்கியதில்லை. நான் உறங்கும் போது என்னை யாரோ வெறித்துப் பார்த்துக்கொண் டிருப்பதை உணர்ந்து திடுக்கிட்டு விழிப்பேன். நடுநிசியில் ஜன்னல் கண்ணாடியின் வெளிப்புறம் பதிந்திருக்கும் அவனது முகத்தின் கண்கள் பிச்சைப் பாத்திரங்களாகி என்னை யாசித்துக்கொண்டிருக்கும். ஒவ்வொரு இரவும் விடியும்வரை ஜன்னலின் வழியே உள்நுழையும் அவனது பார்வைகள் என் உடம்பெங்கும் பாதங்களாய் அழுத்தி நடந்தபடி இருக்கும்.

என் உடம்பில் பதியும் அவனது பார்வைகள் ஒவ்வொரு அங்கத்தையும் கிளறிப் பேசவைத்தன. அதுவரை நான் பயன்படுத்தியிராத சொற்கள் என் உடம்பிலிருந்து வெளிப்பட்டு அவனுடன் என் முயற்சியின்றி தன்னிச்சையாய் உரையாடத் தொடங்கின. எனக்கு அறிமுகமற்ற அதுவரை கேள்விப்பட்டிராத ஒன்றுமே தெரிந்திடாத விஷயங்களை அவனிடம் பேசியபடி இருந்தேன். அவனது சொற்களும் எனது சொற்களும் எனது அறை முழுவதும் குவிந்து பூச்சிகளாய் அங்குமிங்கும் அலைந்தன. இது என் உறக்கத்தில் நடக்கிறதா அல்லது விழிப்பில் நடக்கிறதா எனப் பகுத்துணர முடியாத ஒரு நிலையில் எனது இரவுகள் கழிந்தன.

நான் இரவுகளை எதிர்கொள்ளப் பயந்தேன். என் உடம்பு மூலமாக அவன் யாருடனோ பேச

பிரேம்

வந்துவிடுவான் என்ற அச்சத்தில் உறங்காமல் விடிய விடிய விழித்திருப்பேன். அவனோ ஜன்னலின் வழியே அசைவேதுமற்று என்னையே பார்த்தபடி இருப்பான். நான் இருக்கும் அறையே வாயாகி நான் அதன் நாவாகி அவனால் பேச வைக்கப்படுவேன். என்னையும் அறியாமல் இழுத்துச்சென்று ஆழத்தில் புதைக்கப் படும் உறக்கத்திலிருந்து விழிக்கும் போது இரவு முழுவதும் எனது உடம்பைப் பல ஆவிகள் புணர்ந்ததுபோல் ஒருவித அசதி என்னை முறுக்கியெடுக்கும்.

ஜன்னல் கண்ணாடிகளுக்குத் திரையிட்டேன். அவனை நான் பார்ப்பதை மறைக்க முடிந்ததேயொழிய, அவன் திரை களுக்குப் பின்னாலிருந்து என்னைப் பார்த்துக்கொண்டே யிருப்பதைத் தடுக்க முடியவில்லை. ஒரே வழி தான் இருந்தது. ஜன்னலை அடைத்து சுவர் எழுப்பிவிட்டேன். பிறகு அவனது நடவடிக்கைகள் வேறுவிதமாக இருந்தன. சாலைகளில் நான் சென்றுகொண்டிருக்கும்போது என் கவனத்தைத் தன்னை நோக்கி ஈர்க்க எண்ணி சாலையில் விரைந்துகொண்டிருந்த ஒரு வாகனத்தின் முன் பாய்ந்தான். நான் பதறியபடி செய்வதறியாது தவித்தேன். அவனை ஒதுக்கிவிட்டு வாகனம் சென்றுவிட்டது. குருதிவழிய அங்கங்கள் நொறுங்கிச் செயலற்றுக் கிடந்தான். சாலையில் சென்றுகொண்டிருந்தவர்கள் யாதொரு பதட்டமுமின்றி தமது நேர்கோட்டிலிருந்து சற்றே விலகி நடந்துகொண்டிருந்தனர். நானும் அவனைத் திரும்பித் திரும்பிப் பார்த்தபடி நகர்ந்து மறைந்தேன்.

சில நாட்களுக்குப் பிறகு மீண்டும் என் பார்வையில் குறுக்கும் நெடுக்குமாக அவன் தென்பட ஆரம்பித்தான். அவனது முகத்திலும் கை கால்களிலும் மருந்துக்கட்டுகள் போடப்பட்டிருந்தன. நான் பயணம் செய்யும் பேருந்துகளில் அவனும் பயணம் செய்தபடி தொடர்ந்து வருவதும்; சில சமயங்களில் ஓடிக்கொண்டிருக்கும் வண்டிகளிலிருந்து திடீரென கீழே குதித்து தன்னை நொறுக்கிக்கொள்வதும் வழியில் தென்படும் போலீஸ்காரர்களிடம் வீண் வம்புக்குச் சென்று அடிபட்டு ரத்தக்காயங்களோடு கன்றிப்போன முகத்துடன் என்னை மீண்டும் மீண்டும் எதிர்கொண்டதையும் சொல்லத் தேவையில்லை.

என் உடம்பை அவனுக்குத்தர மறுக்கும் என்னை வதைக்க வேண்டி தனது உடம்பைத் தானே ஒவ்வொரு கணமும் சிதைவுக்குட்படுத்திக்கொள்கிறான் அவன் என்று நான் ஆரம்பத்தில் கருதியதுண்டு. அந்நகரத்தில் ஒரு ஆண், பெண் உடம்பைப் பெறுவதோ ஒரு பெண், ஆண் உடம்பைப் பெறுவதோ மிக எளிதான ஒன்று. சில சொற்களும் சில எண்களும் இடம் மாறும்போது ஒருவரை ஒருவர் கொடுக்கல் வாங்கல் மூலம்

பெற்றுப் பயனடைவது மிகச் சாதாரண முறைகளில் நிகழ்ந்தது. அந்நகரத்தின் அத்தனை திருப்பங்களிலும் இதற்கான விளம்பரப் பலகைகள் இருப்பதைக் காணலாம். ஆக, அவன் என் உடம்புக்காக என்னைப் பின்தொடரவில்லை என்பதை உணர முடிந்தது.

பின், அவன் யார். அவனுக்கும் எனக்கும் உறவு யாது. அவனை இதற்குமுன் எப்போதேனும் எங்கேனும் சந்தித்திருக்கிறேனா. யோசித்துப் பார்க்கிறேன். அவனை என் வாழ்நாளில் இதற்கு முன்பு வேறெங்கும் ஒருபொழுதும் சந்தித்ததில்லை. அந்நகரத்திற்கு நான் முதன்முறையாகச் சென்றிறங்கிய அந்த ரயில் நிலையத்தில் உடைந்த பொருட்களும் குப்பைகளும் குவிந்து கிடந்த ஒரு இருண்ட இடத்தில் அவனை எதேச்சையாகப் பார்க்க நேர்ந்தது. அழுக்கு ஆடையும் உரோமமம் வளர்ந்து அண்டிய முகமுமாய் ஒரு கோடுபோல உயரமாய் நின்றுகொண்டிருந்தான். அவன் பலகாலமாக அதே இடத்தில் யாருடைய வரவுக்காகவோ காத்துக்கொண்டிருப்பதுபோல் தோன்றியது. அவசரமாய் எனது கதியில் நான் இடம்பெயர்ந்துகொண்டிருந்தேன். அவன் என்னைப் பார்த்தானா என்பதைக்கூட நான் சரிவர கவனிக்கவில்லை. அன்றிலிருந்து என்னையே சுற்றிச் சுற்றி வரும் இவன் – இவ்வளவு காலம் எனக்காகத்தான் அந்த இடத்தில் காத்துக்கிடந்தானோ என்று தோன்றியது. இதுவரை அவன் என்னிடம் நேரடியாக ஒரு வார்த்தைகூடப் பேசியதில்லை. எனக்கு மிக அருகில் நெருங்கியதுகூட இல்லை. திருப்பங்களில் நின்றபடி என்னை அவனது பார்வைகள் வெறித்தனவேயன்றி வேறேதும் செய்ததில்லை. நிஜத்தில் என்னை வெறித்த அவனது பார்வைகள் எனக்கும் அப்பாலான எனக்குள் எதையோ பார்த்தபடி இருந்திருக்க வேண்டும். அல்லது, எனக்குள் அவனுடன் பேசுவதற்கான சொற்களைக் கிளர்த்தியபடி இருந்திருக்க வேண்டும். என்னுள் உருவாகும் சொற்களை மாற்றி மாற்றி அமைத்து தனது விழைவுகளைச் சங்கேதங்களாய் என் உடம்புக்குள் திணித்து ஒரு வசியத்திற்கு என்னை ஆட்படுத்தும் அவனது முயற்சியிலிருந்து தினம் தினம் தப்பித் தப்பி ஒவ்வொரு பாதையாக மாறி மாறி சென்றுகொண்டிருந்தேன்.

நான் என்னை அவனது பார்வைகளிலிருந்து எப்படியும் தவிர்க்க முயன்று கொண்டிருந்தேன். நகரத்தின் அத்தனை குறுக்குச் சந்துகள் வழியாகவும் நான் நுழைந்து நுழைந்து இடம்பெயர்ந்தபடி இருந்தேன். நான் எந்தச் சந்து வழியாக நுழைந்து எந்த இடத்திற்குச் செல்ல நினைக்கிறேனோ அந்தச் சந்து வழியாக அதே இடத்தில் அவனும் தோன்றித் தோன்றி மறைந்தபடி இருந்தான். நான் சற்றும் யோசிக்காமல் ஏதோ

ஒரு குறுக்குச் சந்தில் திடீரென நுழைந்து அவனைத் தவிர்த்து நகர்ந்தால் எனக்கு முன்னமே அந்தச் சந்தில் அவன் நின்றபடியோ ஓரமாகச் சுவரில் சாய்ந்தபடியோ அல்லது விளிம்புப் பரப்புகளில் படுத்தபடியோ இருப்பான்.

குறிப்பிட்ட சில நாட்கள்வரை ரத்தக் காயங்களுடன் அடிபட்ட மிருகமென உலாவுவதும் பிறகு சில காலம் என் பார்வை நோக்குமிடமெல்லாம் உறங்கியபடி கூனிக்குறுகி சாலை ஓரங்களிலும் திருப்பங்களிலும் கிடப்பதுமாக மாறிமாறித் தன்னை அவன் வெளிப்படுத்தி வந்தான். சமீபத்தில் ஒருநாள் நான் போகும் வழிநெடுக எனக்கு முன்னே தனது உடம்பிலிருந்து கத்தியால் கிழித்துக் கிழித்து ரத்தத்தைத் தரையில் தெளித்தபடி சென்றான். அதில் என் பாதம் படாமல் செல்வதற்கு மிகவும் சிரமப்பட்டேன். அன்று அவன் என் வழிநெடுகப் போவோர் வருவோரிடமெல்லாம் என்னைச் சுட்டிக்காட்டி வார்த்தை களற்றுக் கத்திக்கத்தி தேம்பித் தேம்பி அழுதபடி பின்தொடர்ந்தான். எல்லோரும் என்னைப் பார்ப்பது போலிருந்தது. நான் அவமானத்தாலும் வாதையாலும் குலைந்துபோனேன்.

இதுநாள்வரை அவன் தன்னை வாதையாய் என்னிடம் வெளிப்படுத்தி வந்தது எனக்கும் அவனுக்கும் மட்டுமே தெரிந்ததாய் இருந்தது. அன்று அவனது செய்கை முதன்முதலாய் என்னை அவனது வாதைக்கான பொறுப்பாளியாய் நகரத்தில் எல்லோருக்கும் அடையாளப்படுத்தியதாய் தோன்றியது. அவன் மீதான எனது கவனம் இரக்கமாய்ப் படிந்து வலியாய் உணர்ந்து கோபமாய் பரிணமித்து நாளடைவில் மூர்க்க வெறியாய் வெடித்து எனக்குள்ளே பொறுமி இப்பொழுது பீதியாய் என்னை முடக்கியது. நகரத்தின் காவல் கண்காணிப்பு இயந்திரங்களை மிகச் சுலபமாய் அவனை நோக்கி என்னால் பிரயோகிக்க முடியும். உடம்புரீதியான தண்டனைகள் அவனை ஒன்றும் செய்யாது. அவனை இந்த உலகில் யாராலும் தண்டிக்க முடியாது. தன் உடம்பின் காயங்களைக் காக்கை களுக்குக் கொத்தித் தின்னவிட்டபடி யாரை நோக்கியும் எதை நோக்கியும் அவனால் அலட்சியமாக நிற்க முடியும்.

அந்த நகரத்தில் யாருமே செல்லாத ஒரு நூல்நிலையம் இருந்தது. மிகப்பெரிய நூல்நிலையம். எப்பொழுதும் வாசல் திறந்தே இருக்கும். யாரும் அதை அடைப்பதே இல்லை. உள்ளே புத்தக அடுக்குகள் தளம்வரை அடுக்கப்பட்டு குறுக்கும் நெடுக்குமாய் பாதைபாதையாய் செல்லும். கொஞ்சம் தூரம்வரையே வெளிச்சம் விழும் இடத்திலேயே தேவையான நூல்களை எடுத்துக்கொண்டு வந்துவிடுவது என் வழக்கம். கொஞ்ச தூரம் நடந்தால் புதைந்து தொலைந்துவிட நேரும்.

ஏழாவது உடை

இதுவரை அங்கு வேலை செய்பவர்கள் யாரையும் நான் பார்த்த தில்லை. தேவையான நூல்களை நானே எடுத்துவருவதும் வாசித்து முடித்ததும் சென்று அதே இடத்தில் வைத்துவிட்டு வருவதும் எனது வழக்கமாக இருந்தது. ஒரே ஒருமுறை ஒரு புத்தக அடுக்கில் உடம்பு குன்றித் தேய்ந்த வயதான ஒருவர் எதையோ தேடிக்கொண்டிருந்தார். அவரை அங்கு பார்த்தது அமானுஷ்யமானதாய் இருந்தது. இனந்தெரியாத ஒருவித பயத்தில் நான் வாசலோடு ஓடிவந்துவிட்டேன். எப்பொழுதும் என்னைப் பின்தொடர்ந்துவரும் அவன் நூல்நிலைய வாசலிலேயே நின்றுவிடுவது வழக்கம். அவனது பார்வை யிலிருந்து விலகி நான் தனித்திருக்கும் இடமாய் அந்த நூல்நிலையம் மட்டுமே இருந்தது. சில சமயம் அதன் யாருமற்ற தனிமையும் இருட்டும் ஒரு பிரேதக்கூடத்தில் இருப்பதாய் உணர்த்த, உடம்பு சில்லிட்டு ஒருவித பயத்தில் புத்தகங்களைக்கூட எடுக்காமல் வெளிவந்துவிடுவேன். அதுபோன்ற சமயங்களில் அவன் ஏதேனும் ஒரு புத்தக அடுக்கின் மறைவிலிருந்து என்னைப் பார்த்துக்கொண்டிருந்தால் எத்தனை பாதுகாப்பாய் நான் உணருவேன் எனக் கருதியதுமுண்டு. அவன் அந்தப் பாதுகாப்புணர்வை ஒருபோதும் தந்ததில்லை.

நூல் நிலையத்தின் இருண்ட தனிமையுள் இருக்கும் போது அவனுடைய என் மீதான கவனிப்பு ஒருவிதப் பாதுகாப்புணர்வைத் தரும் என நினைக்கும் அதேவேளையில், வெளியில் சாலைகளில் அவன் என்னைப் பின்தொடர்வதும் எனது அறையின் வெளிச்சுவரில் தென்படும் அவனது நகக்கீறல் களும் உதடுகளால் தடம்பதித்த ரத்தக்கறைகளும் சிதைந்த சொல்வரிகளும் நாளங்கள் அறுந்து கசியும் நாவின் வரைபடங் களும் என்னைப் பயம் கொள்ளவும் வைத்தது. உண்மையில், என் மீதான அவனது ஈடுபாடு காமம் சார்ந்த ஒன்றா அல்லது அதற்கும் அப்பால் என்னுடன் ஒரு மொழி விளையாட்டை ஒவ்வொரு கணமும் நிகழ்த்திப் பார்க்க விழையும் அவனது சமிக்ஞைகளில் என் உடம்பும் சிக்குறுவதால் நான் அப்படி உணர்கிறேனா எனக் குழம்பினேன்.

அந்த நகரத்தைவிட்டு நான் வெளியேறிவிட வேண்டும் என்று நினைத்தேன். அதற்கான ஏற்பாடுகளையும் செய்துகொண்டு வந்தேன். அந்த நகரத்தின் சவ உறைவும் அந்த உறைவில் வாழும் ஒருவன் எக்கணமும் என்னைப் பேசவைக்க வேண்டி ஒரு மாய வசியத்திற்குள் ஆழ்த்த முனைவதும் என்னை மனச்சிதைவுக்குட்படுத்தியது. எனது வெளியேற்றம் மட்டுமே எனக்கு இதம்தர வல்லது என நம்பினேன். எனக்கு அந்த

190   பிரேம்

நகரத்தைவிட்டு வெளியேறுவதற்கான உத்தரவு வரும் என ஒவ்வொரு நாளும் எதிர்பார்த்தபடி இருந்தேன்.

அன்று எனக்கொரு கடிதம் வந்தது. ஆவலுடன் பெற்றேன். அதில் அனுப்பியவரின் முகவரி குறிப்பிடப்படாமல் இருந்தது. எனவே அது நான் வெளியேறுவதற்கான உத்தரவு இல்லை என்பது தெரிந்தது. எனக்குப் பிறகு யாரிடமிருந்து கடிதம் வரும் என எண்ணியபடி எனது முகவரியைக் கவனித்தேன். என் பெயர் குறிப்பிடாமல் அறை எண் மட்டும் இருந்தது. அந்தக் கடிதத்திலிருந்து வெளிப்படும் அதீத ஆண்வீச்சம் எனது அறை முழுவதும் நிறைந்து குமைந்தது. பிரித்துப் படித்தேன். அதில் அவன் எனக்கு இவ்வாறு எழுதியிருந்தான்:

சரித்திர காலத்திற்கு முன்பு
நீ ஒரு மிருகமாய் இருந்தாய்
தவவலியால் மூவுலகையும்
புருவங்களுக்கு நடுவே ஈர்த்துக் குவித்து
எனது நெற்றிச் சுருக்கங்களின் துடிப்பில்
பிரபஞ்சத்தின் தாளகதியை மாற்றியமைப்பவனாய்
நான் இருந்தேன்.

பெண்மையின் அதீதம்
உனது நான்கு கால்களுக்கிடையில்
சுழித்துக்கொண்டோட
மையல்கொண்டு
என்னை இடறியபடி நீ
சுற்றிச்சுற்றி வந்தாய்.

யுகம் யுகமாய் தியானித்திருந்த
எனது ஆழ்மனம் விழிப்புற்று
என்னிலிருந்து வார்த்தைகள் பெருகி
உன்னைச் சூழ்ந்தன.
உனது தேவை வேறொன்றாய் இருக்க
என் வார்த்தைகளைக் கண்டு நீ
அஞ்சி ஓடினாய்.
பெரும் காட்டின் அத்தனை மரங்களூடும்
உன்னைத் தொடர்ந்து
எங்கும் இரைந்தபடி எனது வார்த்தைகள்
ஈன்ற சிசுக்களாய் இரத்தப் பிசுபிசுப்போடு
உனது முலைக்காம்பு வேண்டிக் கதறின.
நீ உன் குழுவோடு இணைந்தாய்.
எங்கும் நிறைந்த எனது சிசுக்களை
வழிநெடுகக் குதறித்தின்றபடி
காலங்காலமாய் வேட்டை மறந்து பசியாறி
இறுதியில் என் வாயிலிருந்து உதிரும்
வார்த்தைகளை உறிஞ்ச வாய்வைத்தது
உன் குழு.

எனது தவவெளியில்
ஓராயிரம் பற்பதிவுகள் அழுந்த
தியானம் கலைந்தேன்.
என் உடலில் பாதியைத் தின்றுவிட்டிருந்தீர்கள்.
கொஞ்சம் எட்டிநின்று உன்னை மறைத்தபடி
வாய்களுக்குள் மூழ்கிக்கொண்டிருக்கும்
என்னைப் பார்த்துக்கொண்டிருந்தாய்
உன் யோனியில் மிளிர்ந்தது என் ரத்தம்.

சரித்திர காலத்தில்
எனது காட்டிலிருந்து நான் பிடித்துவரப்பட்டு
உறுப்பு துண்டிக்கப்பட்டு அடிமை அலியாய்
உனது அந்தப்புரத்தில் பணிக்கு அமர்த்தப்பட்டேன்.
நீ உறங்கும் கணங்களில்
என்னுடன் நீ பேசினாய்.

உனது வார்த்தைகள்
ஈக்களாய் பறந்துவந்து
எனது தொடைகளின் மைய ரணத்தில்
மொய்த்தன.

எனது வார்த்தைகள்
உனது படுக்கைப் பரப்பெங்கும்
நாவுகளாய் நெளிவுற்றன.
ஓர் இரவு உறக்கத்திலிருந்து
விழிப்புற்ற அரசன்
உன்னைச் சுற்றி நாவுகள் நெளிந்து
மொய்ப்பது கண்டு – நீ அவற்றுடன்
இதுவரை அவனுடன் பேசாத விஷயமெல்லாம்
பேசுவதில் பொறாமையுற்று
என் சொற்கள் திசை மீளும்வரை
விழித்திருந்து அவற்றைப் பின்தொடர்ந்து
அரை விழிப்பிலிருந்த என் நாவை வெட்டினான்.
நிலா வெளிச்சத்தில் ஜன்னலோரம் நின்று
நீ பார்த்துக்கொண்டிருந்தாய்
உன் வாயோரச் சிரிப்பில் ஒளி வழிந்தது.

இரண்டு உலகப் போர்களின் போதும்
நாம் அகதிகளாக இடம்பெயரும்போது
வற்றி வறண்டு எலும்புகள் தெரிய நிர்வாணமாய்
தூரத்திலிருந்தபடி ஒருவரை ஒருவர்
பார்த்துக்கொண்டோம். இரண்டுமுறையும்
வெவ்வேறு பெயரடையாளங்களில் வெவ்வேறு
தேசிய இன அடையாளங்களில்.
இரண்டுமுறையும் போர் முடிவுக்கு வந்த இறுதி
நாளன்று – உன்னைப் பார்த்தும் பேச முடியாததால்
ஏற்பட்ட வலி தாங்காது
தற்கொலை செய்துகொண்டேன்.

புராதனத் தேவதைகளின் பெயரால் கணக்கிடப்படும்
எனது வார்த்தைகளின் வயதை நீ அறியமாட்டாய்.

பிரேம்

அடக்கி வைக்கப்பட்ட வேதமுனியின் காமமும்
அழுத்தி வைக்கப்பட்ட அடிமை அலியின் காமமும்
உன்னை இந்த நகரத்தில் மீண்டும் கண்ட அன்று
மடை உடைந்து வார்த்தையாய்ப் பெருக்கெடுக்க
நான் அடித்துச் செல்லப்படுகிறேன்.
உன் நாவின் வறண்ட வெளியில்
ஒரு சொல்லாய் நான் உச்சரிக்கப்பட வேண்டி.

உனக்குத் தெரியாது - சரித்திரத்திலிருந்து
அழித்தொழிக்கப்பட்ட என் தேசிய இனத்தின்
கடைசி உறுப்பினன் நான் என்பது.
உனக்குத் தெரியாது - இந்த உலகில்
எனக்கு மட்டுமே தெரிந்த என் தாய் மொழியால்
உன்னுடன் பேசி - மூன்றாம் உலகப்போருக்குமுன்
உன்னைக் கருவுறுத்த வேண்டி நான்
தலைமறைவாய் உயிர்வாழ்ந்து வருவது.

அந்தக் கடிதம் வந்ததிலிருந்து நான் வெளிச்செல்லாமல் எனது அறைக்குள்ளேயே அடைந்து கிடந்தேன். என் மேசைமீது கிடந்த அந்தக் கடிதம் அவனுடைய உடம்பின் ஓர் அங்கமாய் அறைக்குள் ஒருவித வெம்மையை வெளிப்படுத்தியபடி இருந்தது. அறைக்குள் குமையும் அதன் நெடியில் மூச்சுத் திணறித் தவித்தேன். அந்தக் கடிதத்தின் வாசகங்கள் என்னை மொய்த்துக் கொன்றுவிடும் போல் தோன்றியது. அதிலிருந்து விகசிக்கும் காலம் ஒரு அரூபதிடமாய் என்மீது படிந்து என்னை அழுத்தியது. கடிதத்தை வெறியோடு கிழித்தேன். அதிலிருந்து ரத்தம் கசிந்து என் கைகளில் பிசுபிசுத்தது. துண்டு துண்டாகக் கிழித்து மூலையில் எறிந்தேன். காகிதம் ரத்தம் கசிந்து ஊறி நொதித்துத் தரையில் சிவப்பாய் திரவம் படர்ந்தது. என்ன செய்வதென்று தெரியாமல் தீவைத்துக் கொளுத்தினேன். ரத்தக் காகிதங்கள் கருகிப் புகைந்து தசை உருகும் நெடி எங்கும் பரவியது. அறைக்குள் இருப்பதற்கு அச்சம்கொண்டு வெளியேறினேன். நகரத்தின் அத்தனை தெருக்கள் வழியாகவும் ஓடினேன். அவன் என்னை எப்படியும் பின் தொடர்ந்து வந்துகொண்டிருப்பான் என்ற நம்பிக்கையில் அவன் என்னை அணுக முடியாத ஓர் இடத்தில் பதுங்கிக்கொள்ள நூல்நிலையம் நோக்கி ஓடினேன். நூல்நிலையத்தின் வாசலில் ஆசுவாசமாக நின்று அவன் எங்கேனும் இருக்கிறானா என்று சுற்றிலும் பார்த்தேன். அவன் இல்லை. நிம்மதிப் பெருமூச்சுடன் நூல்நிலையத்துள் நுழைந்தேன்.

அடுக்குகளில் புத்தகங்கள் நிலைசரிந்து விழுந்து சிதறவென வௌவால்கள் சரேலென வெளிப்பட்டுத் தமதுடலை விசிறியபடி எங்கும் மிதந்தலைய உடலே வாயாய்ப் பிளவுற்று அலறினேன். என் எதிரே சிதையிலிருந்து எழுந்துவந்தவனாய் கருகிய

உடலோடு அவன் நின்றிருந்தான். அவனது கடிதமே அவனை எரித்ததுபோலும்.

அவனைத் தள்ளிக்கொண்டு புத்தக அடுக்குகளின் குறுகிய வழியில் நுழைந்து ஓடினேன். நிலைதடுமாறிக் கீழே சரிந்த அவன் எழுந்து என்னைப் பின்தொடர்ந்து வந்தான். அடுக்குகளின் இடைவழி நுழைந்து எங்கு செல்கிறேன் என்பது தெரியாமல் புத்தகங்களால் எழுப்பப்பட்ட பாதைகளின் வழியாக நூல் நிலையத்தின் இருண்ட பகுதிக்கு வந்துவிட்டிருந்தேன். இருட்டில் என் கால்பட்ட இடமெல்லாம் பெரியபெரிய எலிகள் கத்தியபடி மிதிபட்டு ஓடின. திருப்பங்களில் மோதி புத்தகங்களைச் சரித்தபடி இருபுறமும் தடவித்தடவித் தொட்டுணர்ந்து நகர்ந்தபடி இருந்தேன். நீண்டநேரம் நடந்து எங்கோ வந்துவிட்டதுபோல் தோன்றியது. இருட்டில் தொடும் இடமெல்லாம் புத்தகங்களில் பட்டு என் உடம்பு சிலிர்த்தது. முடிவற்ற சுரங்கப் பாதைகளாய் நீளும் புத்தகச் சுவர்கள் வளைந்து வளைந்து ஆழத்துள் எங்கோ இழுத்துச் செல்ல பூமியின் மையத்துள் குடைந்து சென்று அதன் சுழற்சியோடு சேர்ந்து சுழல்வதாய் உணர்ந்தேன்.

என்னைப் பின்தொடர்ந்த அவன் எந்தப் பாதையின் வழியாக எந்தத் திசைநோக்கிச் சென்றுகொண்டிருப்பான் என்று தெரியவில்லை. இந்தப் புதிர்வட்டப் பாதைகளின் போக்கில் அவன் என் எதிரில் மீண்டும் வந்து இருட்டோடு இருட்டாய் நின்றாலும் ஆச்சர்யப்படுவதற்கில்லை. புத்தகங்களோடு இருப்பதும் புத்தகங்களுக்குள் குடைந்து செல்வதும் பாதுகாப்பானதாய் இருந்தது.

என்னைக் கவிந்து புதைத்த இருட்டில் இரவுபகலற்றுக் காலம் இரை விழுங்கிய மலைப்பாம்பென என்மீது கனமாய் ஊர்ந்தது. ஒரு வினோதம் என்னை நோக்கி வெளிச்சப் புள்ளியாய் தூரத்தில் தோன்றி நகர்ந்துவர உடலெரிய என்னைத்தேடி அவன்தான் வருகிறானோ எனப் பயத்துடன் எப்படி நகர்வது எனத் தெரியாமல் நின்றேன். வெளிச்சம் வளர்ந்து என்னை நெருங்க கண்கள் கூசி என் தலைக்குள் வெளிச்ச வௌவால்கள் உடல் விதிர்த்தன. ஒரு வயதான உடல் சுண்டி வதங்கிய பெரியவர் ஒருவர் ஒரு கையில் சிறிய விளக்கொன்றைப் பிடித்தபடி மறு கையால் புத்தக அடுக்கைத் தாங்கிப் பிடித்தபடி என் எதிரே வந்து நின்றார். நான் அன்றொருநாள் நூல் நிலையத்தில் பார்த்துப் பயந்து ஓடிவிட்ட அதே பெரியவர்தான் இவர் என்பது தோற்றத்தில் தெரிந்தது. என்னைச் சூழ்ந்த பயம் விலகி நிம்மதி சூழ்ந்தது. அவரது கிழட்டு உதட்டில் பரிச்சயப் புன்னகை பூத்து உதிர்ந்தது. நான் அவரிடம் உதவி வேண்டினேன். இந்த இடத்திலிருந்து வெளியேற வேண்டும் வழிகாட்டுங்கள் என்றேன்.

முதலில் என் பதற்றம் தணியும்படி ஆறுதல்படுத்தியவர் பிறகு பேசலுற்றார்:

'இந்த இடத்தில் வழிதவறி நுழைந்தவர்கள் யாரும் இதுவரை வெளியேறியதில்லை. வெளியேறுவதற்கான வழி இனி இந்த நூல்நிலையத்தில் இல்லை; இங்கிருக்கும் நூல்களில் உள்ளது. இங்கு குவிந்திருக்கும் ஏதாவது ஒரு நூலைப் பிரித்து அதன் வாசிப்பினூடே அதில் நிகழும் காலத்திற்கும் வெளிக்கும் நீ சென்றுவிட முடியும். அந்த நூலில் வரையறுக்கப்பட்டிருக்கும் காலம்வரை நீ அந்தச் சூழலில் அந்த வெளியில் அந்தக் கால நிகழ்வில் பங்கெடுத்துக்கொண்டு வாழ்ந்து பார்க்கலாம். பிறகு வேறொரு நூலுக்குச் செல்லலாம். ஆக, இப்படியாக நூல் களின் வழியே நீ சரித்திரத்தின் கடந்த காலங்களில் முன்னும் பின்னும் போய்வரலாம். அந்த வாசிப்பினூடே நீ வந்துபோக முடியும். நான் ஒருமுறை அப்படி வந்தபோதுதான் நாம் ஒருவரை ஒருவர் பார்த்துக்கொள்ள நேர்ந்தது.'

அவர் பேசிக்கொண்டே போனார். இப்பொழுது அவர் கி.பி. ஆறாம் நூற்றாண்டின் தென்கொரிய நிலப்பகுதிக்குச் செல்லப் போவதாகக் கூறினார். சமீபத்தில் ஒருமுறை கருகிய உடம்போடு இருந்த ஒருவனை எதிர்கொள்ள நேர்ந்ததென்றும்; அவன் தன்னிடம் வெளியேற வழி கேட்டான் என்றும் – என்னிடம் சொன்னதையே அவனுக்கும் சொல்லித் தன்னிடம் இருக்கும் விளக்குகளில் ஒன்றைக் கொடுத்து ஏதேனும் ஒரு நூலை வாசித்து ஏதாவதொரு காலத்திற்குச் சென்று கொஞ்சம்நாள் வாழ்ந்துவா என அனுப்பி வைத்ததாகவும் கூறினார். காலத்தில் என்றாவது ஒருமுறை நூல் நிலையத்தில் என்னைப்போல யாரையேனும் சந்திக்க நேர்ந்தால் அவர்களுக்கு விளக்கு கொடுப்பது தனது வழக்கம் என்றும் – இதுபோல் வந்து சேர்ந்தவர்களின் எண்ணிக்கை பெருகி நூல்நிலையத்துள் ஒரு சமூகமே சரித்திரத்தின் பல தளங்களில் இயங்கிக்கொண் டிருப்பதாகவும் கூறினார். ஒரு வினோத வடிவிலான விளக்கை ஏற்றி என்னிடம் கொடுத்தார். அது சிலுவைப் போர்கள் நடந்துகொண்டிருந்த நேரத்தில் தனக்குக் கிடைத்த ஒன்று எனக் கூறிச்சென்றார். அவர் சற்று முன்னதாகக்கூறிய அந்தக் கருகிய மனிதன் அவன்தான் என்பதை அவர் பேச்சிலிருந்து தெரிந்துகொண்டேன். அவன் சரித்திரத்தின் ஏதோ ஒரு காலத்தில் எனக்காகக் காத்திருப்பான் என எண்ணினேன்.

என்ன செய்வது எதைப் படிப்பது எனத் தெரியாமல் ஏதோ ஒரு புத்தகத்தை எடுத்துப் படிக்க ஆரம்பித்தேன். கொஞ்சம் கொஞ்சமாக நூலின் வாசகங்களூடே அதன் காலப் பகுதிக்குச் சென்று வசிக்க ஆரம்பித்தேன். ஆரம்பத்தில் இந்தப் பயிற்சி

கொஞ்சம் கடினமானதாகவும் அந்நியமானதாகவும் அச்சம் தரக்கூடியதாகவும் இருந்தது. பிறகு எல்லாம் படிப்படியாகப் பழகிப்போனது. சில சமயங்களில் அவன் சென்ற பாதைகளை நான் பின்தொடர்வதும்; நான் வாசித்து வைத்த நூலை அவன் வாசிக்க நேர்கையில் என் பாதைகளை அவன் பின்தொடர்வதும் நேர்ந்தது. நான் வாழ்ந்து பழகாத கால வெளியில் எனது அந்நியம் எனக்கு பாரமாய் உணர்த்த எனக்கு அடிக்கடி அவனைப் பற்றிய ஞாபகம் வரலானது. ஒரு பழங்குடி நிலப்பகுதியில் நான் சென்றுகொண்டிருக்கும்போதோ அல்லது விஷவாயுக் கூண்டுக்குள் செல்ல வரிசையாக நிற்கும் அகதிகளின் முகாம் களில் உள் நுழைந்து வெளிப்படும்போதோ அவன் என்னைப் பின்தொடர்கிறானா எனத் திரும்பித் திரும்பிப் பார்த்து ஏமாறுவது வலி நிரம்பியது.

நான் படிக்கும் நூலின் வாசகங்களை நகர்த்தி நகர்த்தி அவனுக்காக எனது காதல் வாசகங்களை உருவாக்கியபடி இருந்தேன். என்றேனும் அதை அவன் படிக்க நேர்கையில் அவன் மீதான எனது விழைவை அவன் புரிந்துகொள்ளக்கூடும் என்பதால். சில ஆண்டுகளுக்குப் பிறகு எனக்கான அவனது காதல் வாசகங்களை நான் எதிர்கொள்ள நேர்ந்தது. அவன் மீது எனக்கு அதீத காதல் வளர்ந்து சரித்திரத்தின் காலவரிசைக்கிரமத்தைச் சிதைத்தபடி அவனைத் தேடி அங்குமிங்கும் அலைந்தேன். அவனை கி.மு. நான்காம் நூற்றாண்டில் சந்திக்கநேர்ந்தது. நான் வாசித்த அதே நூலின் வேறொரு பிரதியை அவன் வாசிக்க நேர்ந்ததால் ஒரே காலத்தில் ஒரே இடத்தில் நாங்கள் சந்தித்துக்கொள்ள முடிந்தது. சட்டென அவனை என்னால் அடையாளம் கண்டு கொள்ள முடியவில்லை. நகரின் கோட்டை மதிலோரம் அவன் நின்றிருந்தான். ஐந்தாறு குதிரை வீரர்கள் என்னை நோக்கி விரைந்து வர மதிலோரமாக ஒதுங்கிய நான் அவன் மீது மோதிக் கொண்டேன். அவன்மீது என் உடல் பாரம் சரிய, என்னைத் தாங்கிப்பிடித்துக் கரங்களால் சுற்றிவளைத்து என் முகத்தில் பதிந்தழுந்தியது அவனது முகம். தரையில் சாய்ந்த அவன் தனது மடியில் முழுவதுமாய் என்னை வாங்கி இருத்தினான்.

கோட்டை மதில் நிழலில் பேச்சற்று நீண்ட நேரம் ஒருவருக்குள் ஒருவர் முகம் புதைந்து கிடந்தோம். அவனது கண்ணீர் வெதுவெதுப்பாய் என் காது மடல்களில் வழிந்து உதடுகளில் பட்டுக் கரித்தது. அவனது முகத்தை அள்ளி எடுத்து கண்களில் தேங்கிய நீரை உறிஞ்சி முத்தமிட்டேன். அவனது உடலெங்கும் தீத்தழும்புகளும் வெட்டுக்காயத்தழும்புகளும் பொலிந்திருந்தன. அவனுக்கும் என்னைப் போலவே முதுமை உடலின் தோற்றத்தில் வெளிப்பட ஆரம்பித்திருந்தது. ‘காலத்தின்

அடுக்குகளில் பின்திரும்பிச் செல்லச் செல்ல உன் காதலை நான் புரிந்துகொண்டேன்' என அவனது காதுகளில் ஈரமாய் உதடு கசிந்தேன். அவன் சரித்திரத்தின் எந்தெந்தக் காலகட்டத்தில் எனக்காக மரணிக்க நேர்ந்தது என்பதைச் சுட்டிக்காட்டினான். என் மீதான உனது காதல் எப்பொழுது ஆரம்பித்தது எனக் கேட்டேன். என் கடிதத்தை நீ வாசிக்கவில்லையா எனத் திருப்பிக் கேட்டான். எங்களுக்குள் பேச்சு வளர்ந்து பெருகியது. சரித்திரத்திற்குள் பின்நோக்கிச் சென்று – அத்தனை சரித்திர காலத்தையும் பேசிப்பேசி எமது வார்த்தைகளால் நிறைத்தோம். எனக்கும் பேசத்தெரிந்த அவனது தாய்மொழியின் அத்தனை வார்த்தைகளையும் பேசிப்பேசித் தொகுத்தோம். அவனது மொழியில் பல பொருட்களின் அடையாளங்களை ஒரே ஒலியில் தாங்கிய ஒரு சொல்லின் (அச்சொல்லே ஒரு அகராதியென அர்த்தங்களைத் தன்னுள் வரிசைப்படுத்தி வைத்திருக்கும்) வினோதம் என்னுள் புகுந்து தொலைந்து என்னைக் கருவுறுத்த – கி.மு. நான்காம் நூற்றாண்டின் பிற்பகுதியில் நான் அவனது மொழிக்குத் தாயானேன்.

ஒரு நூலின் இரண்டு பிரதிகள் கிடைத்ததால் தனித்தனியான வாசிப்பினூடே ஒரு குறிப்பிட்ட வெளியையும் காலத்தையும் எங்களால் தேர்ந்தெடுக்க முடிந்தது. சில சமயம் ஒரே பிரதியை இருவரும் ஒன்றாய் வாசிப்பதன் மூலமும் அது சாத்தியப்படலானது. சமீபத்தில் கி.பி. பதினோராம் நூற்றாண்டில் நாங்கள் நிகழ்ந்துகொண்டிருந்தபோது – அந்த வயது முதிர்ந்த பெரியவர் ஒரு இளைஞனைப் புதைத்துக்கொண்டிருந்தார். எங்களைக் கண்டதும் வழக்கமான புன்னகையோடு கொஞ்சம் உதவிக்கு அழைத்தார். புதைக்கப்படுவது தன்னுடைய பிணம் என்றும் சரித்திரத்தின் இந்தக் காலகட்டத்தில் தான் புதைக்கப்படாமல் வீசியெறியப்பட்டதாகவும், அதைக் கண்டெடுத்துப் புதைப்பதற்காகவே தான் நூற்களின் வழியே எழுதப்பட்ட சரித்திரத்தில் மறுபடியும் நுழைந்து இதுநாள் வரை தேடி அலைந்ததாகவும் கூறினார். அன்றிலிருந்து சரித்திரம் நெடுக புதைக்கப்படாத எங்களது பிணங்கள் ஏதாவது இருக்கின்றனவா எனத் தேட ஆரம்பித்திருக்கிறோம். பிணங்களுக்குத் தெரியும் எங்கள் மொழியில் இன்னும் தொகுக்கப்படாத தொலைந்து போன வார்த்தைகள்...

பேசப்படாத பூக்களுக்கு இனி மௌனங்களும் இல்லை

நிலத்தின் வாசனையும் நிறமும் அந்த நிலத்தின் மனிதர்களுக்கும் உண்டு. எனது நிலத்தின் வாசனையும் அதன் நிறமும் எங்கு சென்றாலும் எத்தனை காலமானாலும் என்னை விட்டு அகலாது. ஒரு மனிதரின் நிறத்தைக்கொண்டும் அவரது உடம்பின் வாசனையைக்கொண்டும் அவர் எந்த நிலப்பகுதியைச் சார்ந்தவர் என்பதை நாம் எளிதாகக் கண்டுபிடித்துவிட முடியும்.

என் சொந்த நாட்டில் ஏதோ ஒரு அகதி முகாமில் இன்னும் உயிருடன் இருப்பதாக நான் நம்பிக்கொண்டிருக்கும் அவள் அடிக்கடி சொல்வாள் – வியர்வை கசிந்த என் அக்குள் வாடை பெண் தன்மைகொண்டதாய் இருக்கிறதென்று. எனக்கு அவள் உடம்பில் எப்பொழுதும் 'இண்டியன் இங்க்' வாடை குமைவதாக ஞாபகம். இன்றும், நான் எழுதிக்கொண்டிருக்கும்போது என் கைப்பிரதிகளிலிருந்து அவளுடைய வாசனை என் நாசியை வருடுகிறது.

ஒரு கதையையோ கவிதையையோ வாசிக்கும்போது அதை எழுதியவனி/ளின் வாசனையூடாக அவன/ளது நிலப்பகுதியின் மணமும் என்னைச் சூழ்ந்து குமைய வேண்டும் என்று நினைப்பவன் நான். இந்த அந்நிய மண்ணில் இருந்துகொண்டு எழுதும்போது என் எழுத்தில்

வாசனை அற்றுப்போகிறது. எழுதி எழுதி கிழித்தெறிவதைத் தவிர உருப்படியாக இங்கு வந்து நான் எதையும் செய்யவில்லை.

சமீபத்தில் என்னுடன் சில நாட்கள் தங்கிச் சென்ற அராபிய இனத்தைச் சார்ந்த அல்ஜீரியத் தோழிக்கு எனது பிரதிகளிலிருந்து சில பகுதிகளை மொழிபெயர்த்து வாசித்துக் காட்டினேன். 'உன்னைத் தழுவும்போது என்னைச் சூழும் எனது வாசனையூடாக உனது நிலப்பகுதிக்குள் ஊடுருவுவதாக என்னை உணர்கிறேன். ஆனால், உன் எழுத்தில் அது சாத்தியமாக வில்லை. மொழிபெயர்ப்பில் உனது மொழியின் வாசனை மாறலாம். ஆனால், உன்னுடைய, உனது நிலத்தினுடைய வாசனை மாறுமோ' எனக் கேட்டவள்; 'நீ உன் அடையாளத்தை இழந்துகொண்டிருக்கிறாய்' என்றாள். அன்று என் பிரதிகள் அனைத்தையும் கொளுத்திவிட்டேன். அன்றிலிருந்து ஏதும் எழுதாமல் வெறும் கனவுகள் மட்டுமே மொழிக்குள் வந்து போகின்றன.

நிஜத்தில் கனவுகளில் நிறைய எழுதுகிறேன். எழுத எழுத எழுத்திலிருந்தே கனவுகள் விரிகின்றன. நிஜத்தில், கனவில் எழுதுகிறேனா அல்லது கனவில் கனவை எழுதுகிறேனா என்பது தெரியவில்லை. கனவில், அகதி முகாமின் அடையாள அட்டையில் ஒட்டியிருக்கும் அவளது புகைப்படம் பெரிது பெரிதாகத் தோன்றி மறைகிறது. எழுதிக்கொண்டிருக்கும் என் பிரதிகளின் மைநெடியில் அவளது வாசனை குமைய அதன் மயக்க நெடியில் நான் புலன்கள் அடங்கி உறங்கிப்போகிறேன். கனவில் உறங்கிக் கொண்டிருக்கும் என் மீது மின்விசிறியில் சுழன்று பறக்கின்றன பிரதிகள்.

ஒரு காலத்தில் என் உரைநடையின் அழகால் வசியம் செய்து வைத்திருந்தேன். ஒரு பெண்ணின் தொடையில் முத்தமிடுவது போல வார்த்தைகளை மிக நேர்த்தியாகப் பின்னியிருக்கிறேன். உதடுகளில் குவியும் உக்கிரத்தையும் தொடையின் தசைத் துடிப்பை உணர்த்தும் துல்லியத்தையும் மொழியினூடாக வெளிப்படுத்த முயன்றிருக்கிறேன். இன்று என் மொழிநடையில் துல்லியம் இல்லை. அலைச்சலும் வலியும் மட்டுமே உள்ளது. அடையாள அட்டையில் ஒட்டப்பட்ட அவளது அகதி முகம் இமைக்காமல் என் கனவுகளைக் கவனித்தபடி இருக்கிறது. அம்முகத்தில் பரவிய ரேகைகள் பிளவுகளாய் வெடிப்புற்று விரிய, அப்பிளவுகளில் நான் புதைந்து கொண்டிருக்கிறேன். வழக்கிலில்லாத மொழியால் அமைந்த ஆதி நிலப்பகுதியின் பாடல் தூர வெளியிலிருந்து என் செவிகளை நிறைக்கிறது. அதனூடே மணல் புகைந்தலையும் அநாதி வெளியில் ஒரு சருகென அடித்துச் செல்லப்படுகிறேன். இடிந்துபோன

கல்மண்டபங்களிலும் புதைந்து அமிழ்ந்த கோட்டை மதில்களிலும் பெயரற்ற ஒரு விசையால் எறியப்பட்டு மோதி அறைபடுகிறேன். விசையின் ஓங்காரம் மெல்ல அடங்கித் தணிய, புதைந்துபோன ஆதி நகரமொன்றின் இடிபாடுகளுக்குள் நான் சிதைந்து கிடப்பதை உணர்கிறேன். தூர வெளியின் பாடல் கணீரென ஒலிக்கிறது. சூழலை ஈரப்பதமாக்கும் அப்பெண் குரலின் இனிமை சரித்திரத்தில் எழுதப்படாமல் மறைந்து போன ஒரு சோகத்தை வெறும் ஒலியாலேயே உணர்த்தியபடி ஒலிக்கிறது. நடந்து மாளாத ஒரு பெரும் கோட்டையின் சிதிலங்களுக்குள் நுழைந்து நுழைந்து சென்று கொண்டிருக்கிறேன். அப்பாடலின் ஒலியே ஒரு கையாகி என்னைத் தொட்டு அழைக்க, அதன் தீண்டலில் பல்லாயிரமாண்டுகளுக்கு முந்தைய வாதை என்னுள் தைக்க – என்னைச் சூழ்ந்து தழுவும் அச்சோக ஒலி என்னை ஏந்தி நடக்க – நான் மிதந்தபடி பாறைச் சமைவுகளின் சிதிலங்களூடாக ஈர்க்கப்படுகிறேன்.

செவ்வகப் பாறை அடுக்குகள் சரிந்து கிடக்கும் கோட்டை மதில்களுக்கு வெளியே வந்துவிட்டிருக்கிறேன். கண்ணுக்கு எட்டிய தூரம்வரை தீய்ந்து போன பூமி விரிந்திருக்கிறது. தூரங்களில் இங்கொன்றும் அங்கொன்றுமாக வெவ்வேறு கோட்டைகளின் சிதிலங்கள். வறண்ட பூமியின் வெடிப்புகளில் கால்கள் சிக்கித் தடுமாறி நடக்கிறேன். சதுர வடிவில் உயர்ந்த பாறை ஒன்று கருமையாய்ப் பளபளக்க அதை நோக்கி நகர்கிறேன். அப்பாறைச் சதுரத்தின் மேற்பரப்பில் புரியாத சங்கேத வரிவடிவங்கள் செதுக்கப்பட்டுள்ளன. இனம்புரியாத ஒரு ஈர்ப்பு என்னை உந்தித் தள்ள சதுர வடிவின் மேற்பரப்பைத் தொட்டுத் தடவிப் பார்க்கிறேன். பாறையின் வெதுவெதுப்பு ஒரு தசைப் பரப்பைத் தொடுவதுபோல் என்னில் உணர்த்த, அதன்மீது சரிந்து என் செவி சாய்கிறேன். உள்ளிலிருந்து பல நூறு குழந்தைகளின் குரல்கள் வெவ்வேறு ஒலியதிர்வில் அழுகையும் ஓலமுமாய் வெடித்துக் கிளற; அதை விட்டு வெருண்டு விலகுகிறேன். எண்ணற்ற குழந்தைகள் ஒரு பாறைப்பெட்டியில் திணித்து மூடி வைக்கப்பட்டது போல் அச்சதுர சமைவு தோற்றம் கொள்கிறது.

இந்த வறண்ட வெளியில் என்னுள் தாகம் சுரந்து தொண்டைக் குழியில் தேங்கியது. எனக்குத் தாகமெடுக்கும்போதெல்லாம் அவள் பெயரை நூறு முறை தொடர்ந்து சொன்னால் வாயில் ஒரு மிடறு நீர் தேங்கும். இப்பொழுது அவள் பெயரை உச்சரிக்க முயற்சிக்கிறேன். அதன் உச்சரிப்பு எனக்குத் தெரியவில்லை. அவள் பெயரை மறந்துவிட்டிருக்கிறேன்.

பல்லாயிரமாண்டுகளுக்குப் பின்னோக்கி இருக்கும் என்னால் ஞாபகம் கொள்ள இயலவில்லை.

ஈரப்பதம் சொறியும் அப்பாடல் எப்பொழுது என் கவனத்திலிருந்து நழுவியதோ அக்கணம் முதலாய் என்னுள் தாகம் வளர்கிறது. தாள முடியாத தாகத்தில் மயக்கம் கண்ணைக் கவ்வுகிறது. சுற்றிலும் நகர்ந்து நீரின் தடம் தேடுகிறேன். என் நிழல் தேங்கிய ஒரு இடத்தில் ஈரம் தட்டுப்படுகிறது. குனிந்து தரையைத் தொட அங்கே அவளுடைய காலடித்தடம். உள்ளேயிருந்து நீரின் சலசலப்பு. காது வைத்துக் கேட்கிறேன்; ஆழத்தில் நீரின் ஓட்டம். காலடித்தடம் ஒரு குகைவாயாய் விரிய ஈரப்பதமான காற்று உள்ளிருந்து வீசுகிறது. ஆழத்திலிருந்து நீரின் ஓசையுடன் ஒரு முனகலும் கேட்கிறது. அவளது குரல்... என் தண்டுவடத்துள் அருவி வழிவதாய்ச் சிலிர்த்து அவளைப் பெயர் சொல்லிக் கூவுகிறேன். என் வாயிலிருந்து வெற்று விசை மட்டுமே ஓசையற்று வெளிப்படுகிறது. பிறிதின் ஓசையைக் கடத்த மறுக்கும் வெளி. அவள் பெயரை எனக்குள் சொல்லிப் பார்க்க எத்தனிக்கிறேன். இயலவில்லை. போக்கற்று ஓடுகிறேன். இல்லை, என்னைச் சுற்றி இப்பாழ்வெளி போக்கற்றுச் சுழல்கிறது. ஓட்டத்தின் வேகத்தில் கால்கள் இடறி ஒரு பெரும் பிளவுக்குள் சரிகிறேன். சரிந்து கொண்டேயிருக்கிறேன். ஒரு முடிவற்ற வீழ்ச்சி. இறுதியில் ஒரு மணல் குகையுள் புதைந்து அமிழ்கிறேன்.

மணல் குகையுள் என்னைச் சூழ்ந்து குமையும் இந்த நெடி எனக்கு ஏற்கனவே பரிச்சயமானது எனத் தோன்றுகிறது. அவளுடைய இறுக்கமான அணைப்பிற்குள் இருப்பதுபோலவும் உணர்கிறேன். மணலில் புதைந்து வெளித்துருத்தி நிற்கும் ஒரு நீண்ட பாறை உருளையின் வினோதம் என்னை ஈர்க்க, அதை அசைக்கிறேன். ஆழப் புதைந்திருக்கும் அவ்வுருளையைத் தோண்டி எடுக்கிறேன். உருளையின் ஒரு பகுதியில் தென்படும் மெல்லிய கீறல் எனக்கு ஒரு மூடியைப் போல் உணர்த்த, அதைத் திருகுகிறேன். மறை சுழல மூடி அவிழ்கிறது.

பாறைக் குழாயில் சுருட்டி அடைத்து வைக்கப்பட்டிருக்கும் மிருகத்தின் தோல் படலம் ஒன்றை வெளியே உருவியெடுத்துத் தரையில் விரித்துப் பரப்புகிறேன். அதன் மடிப்புகளிலிருந்து அவள் முகம் ஒட்டப்பட்ட அடையாள அட்டை என் மடியில் விழுகிறது. அவளுடைய பூரண முகம். சரித்திரத்தின் அத்தனை வாதையையும் ஒன்று திரட்டிச் சேமித்து வைத்த கண்கள். அதில் விளிம்பு கட்டி ஒளிரும் ஆன்மாவில் செந்திரவம். உயிருள்ள முகத்தை அள்ளியெடுத்து முத்தமிடுவது போல் அப்புகைப் படத்தை என் உதடுகளில் பொருத்திக்கொள்கிறேன்.

அந்த அடையாள அட்டையில் அவளுடைய பெயர், பிறப்பிடம், எங்களுடைய நாடு எல்லாமும் வழக்கொழிந்த ஒரு எழுத்து வடிவில் எழுதப்பட்டிருக்கிறது. அந்தத் தோல் படலத்திலும் வரிவரியாய் அதே எழுத்து வடிவில் எழுதப்பட்டிருக்கிறது. தோல் படலத்தில் தீட்டப்பட்டிருக்கும் வரி வடிவங்களை வாசிக்க முனைகிறேன். ஒருசில எழுத்து வடிவங்களே திரும்பத் திரும்ப வரும் அம்மொழியை வாசிக்க இயலும் எனத் தோன்றுகிறது. அடையாள அட்டையில் எனக்குத் தெரிந்த அவளுடைய பெயர், பிறப்பிடம், நாடு போன்ற சொற்களுக்குப் பயன்படுத்தப்பட்டிருக்கும் எழுத்துகளின் ஒலி அளவுகளைக் கற்றுத் தேர்ந்து அப்படலத்தை வாசிக்கிறேன். ஒவ்வொரு வரியும் என் வாசிப்பினூடே நான் பலமுறை எழுதிப் பார்த்துக் கிழித்தெறிந்த ஒரு கதை இப்படத்தில் எழுதப்பட்டிருப்பதை உணர்த்தியபடி செல்கிறது. என்றோ நான் எழுதி முடித்திருக்க வேண்டிய இக்கதை யாரோ ஒருவரால் எழுதப்பட்டிருப்பதையும் அக்கதையின் வாசிப்பினூடே அதை நான் மறு எழுத்தாக்கம் செய்துகொண்டிருப்பதையும் உணர்கிறேன். வாசிப்பு முதலா எழுத்து முதலா எனப் பிரித்துணர முடியாத ஒரு திகிரியில் நான் நிலைகொள்ள, அத்தோல் பிரதியிலிருந்து வெளிப்படும் குதிரைகளின் குளம்படிச் சப்தம் திசை எட்டிலிருந்தும் என்னைச் சூழ்கிறது.

அந்தப் படையெடுப்பு திடீரென்று நிகழ்ந்தது. இந்தச் செழுமை கொழிக்கும் சமவெளியில் குதிரைகளின் குளம்படிகள் பதிந்த காலம் முதலாய் இரவு பகல் என்பது இல்லாமல் போனது.

அந்தத் தளபதியின் கட்டளைகளிலிருந்து எண்ணாயிரம் குதிரைகளின் கால்கள் எட்டுத்திக்கும் பாய்ந்து வந்து இச்சமவெளி மனிதர்களைச் சுற்றி வளைத்தன.

இப்பச்சை நிற இனக்குழுவின் சில நூறுகளேயான விஷ அம்புகள், கவசங்களுக்கும் நீண்ட வாட்களுக்கும் ஈட்டிகளுக்கும் அடிபணிந்தன.

இருப்பினும், அந்த நாளில் இந்நிலம் தோன்றிய காலம் முதலாய் பச்சை மனிதர்களின் உடம்பில் ஊறிய இயற்கையின் அத்தனை சீற்றமும் ஒன்றாய்த் திரண்டு வெளிப்படாமலில்லை. இரண்டு தரப்பிலும் வெட்டப்பட்டும் குத்தப்பட்டும் உடல்கள் செத்து வீழ்ந்தன. குருதிபட்ட இடமெல்லாம் நிலத்தின் பசுமை தீய்ந்து ஈரம் வறண்டது. வீழ்த்தப்பட்ட குதிரை வீரர்களின் ஆயுதங்கள் பச்சை மனிதர்களின் கைமாற, பலவீனமடைந்த தளபதியின் கட்டளைகள் தலைமை முகாமிலிருந்து இன்னும் அதிகப்படியான படைவீரர்களைக் கொணர்ந்தன. பச்சை

மரங்களும் விளை நிலங்களும் தீப்படர்ந்து எரிந்து தணிந்து எங்கும் சாம்பல் சுழன்று பரந்தது.

ஒரு இனக்குழுவை முற்றாய் அடிபணியவைக்க வேண்டுமெனில் அவ்வினக் குழுவின் தாய்க் கடவுளைக் கொல்ல வேண்டும் என்பது அந்தத் தளபதிக்குத் தெரிந்தேயிருந்ததால் அவனது முற்றுகை தாய்க்கடவுளின் இருப்பிடத்தைச் சுற்றி வளைத்தது. பெரிய மிருகமொன்றின் தொடை எலும்பில் சாயத்தால் வரையப்பட்ட முகமே தாய்க் கடவுளாய் அந்தப் பீடத்தில் வீற்றிருக்க அதைச் சுற்றிலும் உடல்கள் வெட்டப்பட்டு வீழ்ந்தபடி இருந்தன. இறுதியில் பீடத்திலிருந்து தாய்க்கடவுள் பெயர்த்தெடுக்கப்பட்டு கோடரியால் பிளக்கப்பட அந்த எலும்பிலிருந்து பச்சை நிற திரவப்பொருள் வெளிப்பட்டு ஆவியானது. அதேகணம் பச்சை மனிதர்களின் உடம்புகளிலிருந்து பச்சையம் மறைந்து உடம்பு கருமையாய் மாறியது. தங்கள் உடம்பு கருப்பதிலிருந்து தமது தாய்க்கடவுள் கொல்லப்பட்டு விட்டதை உணர்ந்த மொத்த இனக்குழுவும் தமது ஆயுதங்களை முறித்துவிட்டு குதிரை வீரர்களுக்கு அடிபணிந்தது.

தலைமை முகாமிலிருந்து திட்டக்குழுவும் பொறியியல் வல்லுனர்களும் வந்து குவிந்தனர். அரசனுக்கான புதிய கோட்டையின் நிர்மாண வரைவுகள், அரச அலுவலர்களுக்கான குடியிருப்புப் பகுதிகளின் வரைவுத் திட்டங்கள் அனைத்தும் தீட்டப்பட்டன. இச்சமவெளியைச் சுற்றி வளைத்துப் பெரும் கோட்டையை எழுப்பப் பதினைந்து வருடங்களாகும் என அரசனுக்குத் தெரிவிக்கப்பட்டது. அரச சபையின் அறிவுஜீவிகளால் ஆய்ந்து தொகுக்கப்பட்ட செயல்திட்டங்கள் பின்வருமாறு அமைந்தன:

இனக்குழுவின் முதிய உடல்களும் குழந்தைகளும் தங்கள் பணிக்குத் தேவையற்றவை என்பதால் கோட்டை நிர்மாணப்பணி துவங்கும் முதல் நாள் முற்றாய் பலியிடப்பட்டன. முதிய உடல்கள் தீக்கிணறு வெட்டி அதில் தள்ளப்பட்டுக் கொளுத்தப்பட்டன.

ஒரு சதுர வடிவப் பாறைச் சமைவை கோட்டையின் அடிக்கல்லாய்க்கொண்டு இனக்குழுவின் அத்தனை ஆண் பெண் குழந்தைகளும் அப்பாறையில் வைத்துக் கழுத்து வெட்டப்பட்டுப் பலியிடப்பட்டனர்.

இனக்குழுவினர் தம் தாய்க் கடவுளுக்குச் செய்யும் சடங்குகளும் அது சார்ந்த பருவ விழாக்களும் இல்லாமலாக்கப்பட்டதால் இன உடல்கள் ஒவ்வொன்றும் தமது பூப்படைதல் பருவம் தவறி மலடாகிப்போக, புதிய இனவிருத்திக்கான சாத்தியம் இல்லாமலாக்கப்பட்டது. தப்பிக்க முயலும் உடல்கள் பாறைத்

தூணில் கட்டப்பட்டு உணவு மறுக்கப்பட்டு பட்டினியால் வாடி வதங்கிச் சாகும்படியான தண்டனை நிறைவேற்றப்பட்டது. பட்டினிச்சாவே உடல்மீதான மிகக்கொடிய தண்டனை விதிப்பெனக் கொள்ளப்பட்டது.

பதினைந்தாண்டு கால நிர்மாணப் பணி முடிவடையும் இறுதி நாள் அத்தனை இன உடல்களும் பலியிடப்பட்டு அரசனின் பிரவேசம் நடைபெறும் கோலாகலம் நிகழும் எனவும் அவ்வறிக்கை கூறுகிறது.

ஆக, பதினைந்தாண்டு காலம் ஒரு இனக் குழுவின் மீது நிகழும் கொடுங்கோன்மையை எவ்விதம் நான் விவரிக்க இயலும் என என்னிடம் கதைசொல்லி கேட்கிறாள். எழுதி எழுதி நான் கிழித்துப் போடுவதன் காரணம்; இவள், இந்தக் கதை சொல்லி என்னுடன் ஒத்துப்போவதில்லை என்பதே. தின சம்பவங்களையும் சரித்திர நிகழ்வுகளையும் சில பக்கங்களுக்குள் பதிவு செய்துவிடத்துடிக்கும் எழுத்தாளனுக்கும் அவனது எழுத்திலிருந்துகொண்டு நிகழ்வுப் போக்கை நடத்திச் செல்லும் கதைசொல்லிக்கும் என்றைக்கும் உறவு இணக்கமாய் இருந்ததில்லை.

என்னுள் இருந்தபடி என்னை வேவு பார்க்கும் இவள் எனக்கும் தெரியாமல் என்னை எழுதிவிடத் துடிக்கிறாள். இவளிடமிருந்து நான் தப்பித்தபடி இருக்கிறேன். எழுத்தில் நான் தோல்வியுறும் கணங்களில் என்னுள்ளிருந்து எழும் இவளின் சிரிப்பு என்னைத் தற்கொலைக்கு உந்தித் தள்ளுகிறது. என் மரணம் மட்டுமே இவளைக் கொல்லக்கூடும் என்பது இவளுக்குத் தெரிந்தே இருக்கிறது. ஓர் இனக்குழுவின் மீது நிகழ்ந்த சுமார் பதினைந்து ஆண்டு கால கொடுமைகளை மொழிக்குள் கொண்டு வந்துவிடத் துடிக்கிறேன். என் கதைசொல்லியோ, சம்பவங்களேயற்ற வெறும் வன்முறைச் செயல்களை எவ்விதம் பதினைந்தாண்டு காலத்திற்கும் பதிவு செய்வதெனக் கேட்கிறாள். நான் என் கனவுகளுக்குள் புகுந்துகொண்டு எப்படியும் அதை பதிவு செய்துவிடப் பார்க்கிறேன். அங்கும் இவளுடைய அகதி முகம் என்னை வெறித்துப் பார்த்தபடி இருக்கிறது. இவ்வினக் குழுவின் அழிவு குறித்தான சரித்திரத்தைப் பதிவு செய்யும்போதே இதன் கதைசொல்லியையும் சரித்திரத்தின் கால அடுக்குகளில் பின்னோக்கி நகர்த்தி இன அழிவோடு அழித்துக் கொன்றுவிட வேண்டும்.

நான் வாசித்தபடியே எழுதிக்கொண்டு வரும் இந்த மிருகத்தோல் படலத்தின் வரிகளின் ஊடே கதைசொல்லியின் குரலை நகர்த்தி நகர்த்தி சம்பவம் நிகழும் அந்தப் படுகொலைப்

பிரதேசத்துள் ரத்தமும் சதையுமாய் நுழைய விடுகிறேன். அவள் உடலிலிருந்து வீசும் 'இண்டியன் இங்க்' வாடை என் பிரதிகளிலிருந்து விலகி நெளிந்து நிர்மாணப் பணி தீவிரமாய் நடந்துகொண்டிருக்கும் கோட்டை மதில்களின் ஓரமாய் தவழ்ந்து குதிரை வீரர்களுக்குத் தன் உடலைப் புணரத் தருகிறது.

இரவுகளில் நின்றபடியே உறங்க விதிக்கப்பட்ட இனக்குழுவின் பெண் உடம்புகள் குதிரை வீரர்களின் கூடாரங்களில் அவர்களுக்கு உணவாகிறது. தினமும் அந்த உடம்புகள் பலமுறை பல பேர்களால் புணரப்பட்டன. அப்பெண் உடம்புகளோடு உடம்பாய் பின்னிப் பிணைந்த என் கதைசொல்லி அந்த இனக்குழுவின் மொத்த உடம்புகளோடு ஒன்று கலந்தாள்.

காலங்கள் பாறைகளாய் உருப்பெறும் இந்த நிலப்பரப்பில் வாதையே கோட்டையாக எழுகிறது. இப்பரந்த சமவெளியின் விகசிப்பு கோட்டை மதில்களுக்குள் சுற்றி வளைக்கப்படுகிறது. இன்னும் சில மாதங்களில் முடிவடைய இருக்கும் இதன் நிர்மாணப்பணி. தன் உடலில் படியும் வலியைத் திரட்டித் திரட்டித் தனக்கொரு உரு சமைத்து இன உடலாய்த் தன்னை அடையாளப்படுத்திக்கொள்ள விழையும் அவளை அந்த இனம் எதிர் நிறுத்தி விசாரிக்கலானது. இனத்தின் தலைவனெனக் கொள்ளப்படும் தாய்க்கடவுளின் உபாசகன் அந்த அந்நியப் பெண்ணை தம் செத்துப்போன தாய்க் கடவுளின் மறு பிரவேசம் என்றே எதிர்கொண்டான். இனத்தொகுதியின் மொத்தக் குரலும் அவனது வாய் வழியே அவளுடன் ஒரு உரையாடலை நிகழ்த்தியது.

'உனது வாசனை இந்த இனத்திற்கானதோ நிலத்திற்கானதோ அல்ல. நீ யார்? அழியப் போகும் இனத்தில் நீ எங்கிருந்து வந்து கலந்தாய்?'

நான் ஒரு கதைசொல்லி. அழிந்துபடும் இவ்வினத்தின் கதைசொல்லி. நாளைய உலக நிகழ்வுகளில் உங்களின் இன்றைய இருப்பைப் பதிவு செய்ய வந்திருப்பவள்.

'எங்கள் தாய்க் கடவுள் கொல்லப்பட்ட அன்றே நாங்கள் எங்களது மொழியை இழந்தோம். இசையை இழந்தோம். கதையை இழந்தோம். அன்று முதல் எங்களை ஒரு மொத்த தற்கொலைக்கு உட்படுத்திக்கொள்ள முயன்றபடி இருக்கிறோம். கொடிய கண்காணிப்பு எங்கள் உயிரைக் காத்துக்கொண்டிருக்கிறது. நீ எங்கள் மரணத்தை மட்டுமே பதிவு செய்ய வந்திருக்கிறாய். எங்கள் வாழ்வு தொலைந்துபோன ஒரு பாடலாய் இப்பூமியில் எங்கோ ஒலித்துக்கொண்டிருக்கிறது. அதை உன்னால் மீட்டுத் தர முடியுமா?'

முடியாது. என்னுடைய கலகம் என்றும் கதையில்தான் இருக்கும். கதையின் நிகழ்ப்பரப்பிற்குள் உங்களை நகர்த்தி இந்த வாதை வெளியிலிருந்து வேறு வெளிக்குக் கடத்திவிட முடியும். சுமத்தப்பட்ட உங்களது மரணத்திற்கு எதிராக உங்களை நிறுத்த முடியாது. ஆனால், உங்களுடைய தொன்மையான கதைகூறலுக்குள் நான் புகுந்து என்னை வேறுவிதமாய் இந்நிலப்பரப்பிற்குள் நிகழ்த்திப் பார்க்க முடியும்.

'எங்களால் செய்ய முடியாததை உன்னால் செய்ய இயலும். இன்று எங்கள் உடம்பு உன்னைப் போலவே கருப்பாக இருக்கிறது. ஆதியில் எங்கள் நிறம் பச்சையாக இருந்தது. எங்கள் தாய்க்கடவுள் கொல்லப்பட்ட அன்று நாங்கள் எமது நிறத்தை இழந்தோம். எங்கள் தாய்க்கடவுள் எங்களுக்குச் சொல்லிய கதைகளுள் ஒன்றை மட்டுமே இன்று உன்னைக்கொண்டு நாங்கள் நிகழ்த்திப் பார்க்க முடியும். எம் இனப் பெண் பிற இன ஆணால் கருவுற நேர்ந்தால், அவள் பிரசவிக்கும்போது அந்த ஆணைச் சார்ந்த இனம் பூண்டோடு அழியும் என்பது எம் தாய்க்கடவுள் சொல்லிச் சென்றது. இன்று எம் இனப்பெண்களுக்கு கருத்தரிக்கும் சாத்தியங்கள் அழிக்கப்பட்ட நிலையில் எங்கள் எதிரிகளுக்கு எதிராக எம் பெண்ணுடலை ஒரு ஆயுதமாய் பயன்படுத்தும் நிலையை இழந்தோம். ஆனால், நீ இருக்கிறாய். எம் இனத்தின் சார்பாக எதிரியால் கருவுரு.'

நான் உங்கள் இனத்தைச் சார்ந்தவள் அல்லவே. உங்கள் கதை கூறலுக்குள் என்னை நான் எப்படி நிகழ்த்திப் பார்க்க முடியும்?

'எம் தாய்க்கடவுளின் பெயரை நூறு முறை நீ தொடர்ந்து சொன்னால் உன் தொண்டைக் குழியில் ஒரு மிடறு நீர் தேங்கும். அதைப் பருகு. உன் உடம்பு எம் இன உடம்பாய் பரிணமிக்கும்.'

கொல்லப்பட்ட உமது தாய்க் கடவுள் என்னுள் வினை புரியுமா?

'வினைபுரியும். உனது கதை கூறலில்.'

குதிரை வீரர்களால் அவள் கருவுற்றிருப்பது வெளித்தெரிய வந்த அன்று மொத்த இனக்குழுவுக்குள்ளும் ஒரு ரகசிய சந்தோஷம் பரவியது. தம் தாய்க் கடவுளின் ஆவி அவளுள் புகுந்திருப்பதாக அவளை ரகசியமாகக் கொண்டாடினர். கருத்தாங்கிய அவளது உடம்பில் ஏற்படும் மாற்றங்களால் அவள் கண்டுணரப்பட்டுப் பலியிடப்படும் அபாயம் இருந்து கொண்டேயிருந்தது. குதிரை வீரர்களின் கூடாரங்களுக்குச் செல்வதை அவள் தவிர்த்தாள். குதிரை வீரர்களிடமிருந்து

அவளிருப்பைக் கொஞ்சம் கொஞ்சமாக மறைத்துத் தங்களின் ஒரே ஆயுதமான அவளை நிலவறை ஒன்றினுள் பதுக்கி வைத்தனர்.

ஒரு மிகப்பெரும் மிருகத் தோலில் அவள் அவ்வினத்தின் கதையை அந்நிலவறைக்குள்ளிருந்து எழுதத் தொடங்கினாள். ஒரு பாறை உருளையைக் குடைந்து அதற்குள் தினம் தினம் எழுதப்பட்டு அத்தோல் படலம் பாதுகாக்கப்பட்டது. அவள் தன் கதையையும் அவர்களோடு சேர்த்து எழுதினாள். தன் கதையுள் தனது மரணம் நிகழப்போவதும் அவளுக்குத் தெரிந்தே இருந்தது. தான் பிரசவிக்கும் அக்கணம் இந்நிலப்பரப்பு முழுதும் அதிர்வுக்குள்ளாகி கோட்டைகளும் மனிதர்களும் புல் பூண்டு களும் நிலைசரிந்து பூமியின் பிளவுகளுள் புதைவுறும் என்பதும் அவளுக்குத் தெரிந்தே இருந்தது.

வயிறு வளர வளர அந்த இனம் தம் அழிவையும் மறந்து எதிரியின் ஒட்டுமொத்த அழிவை எண்ணி மகிழ்ச்சியில் திளைத்தது. ஆனால், அவர்களின் மகிழ்ச்சி மிக ரகசியமானது. கோட்டைகளும் குடியிருப்புகளும் அரசனின் வருகைக்காகக் கட்டிமுடிக்கப்பட்டுக் காத்திருக்கின்றன. எங்கும் கோலாகலம். கோட்டைக்கு எதிரே மிகப்பெரும் தீக்கிணறு வெட்டிக் கட்டைகளைக்கொட்டித் தமக்கான ஈம நெருப்பை மூட்டியபடி இனக்குழுவினர் நம் அழிவையும் மறந்த ஒரு லயிப்பில் ஆழ்ந்தனர்.

தம் பெருங்குடிமக்களோடு அரசனின் வருகை நிகழ்கிறது. தம் தொப்பூழ்க் கொடியை மார்பில் அணிந்த வெள்ளை நிற மனிதர்கள் மந்திரங்கள் ஓத வளரும் தீக்கிணறில் அடிமை உடல்கள் வெட்டி எறியப்படுகின்றன. சிதறும் குருதியைப் பெருங்குடி மக்கள் ஆரவாரத்தோடு அள்ளித் தம் முகங்களில் பூசிக் களிக்கின்றனர். குதூகல ஆரவாரத்தினூடே வெளிப்படும் ஒரு சிசுவின் வீறிடல் அனைத்தையும் ஸ்தம்பிக்கச் செய்கிறது. வெளி முழுதும் குழந்தையின் அழுகை நிறைய முகத்தில் பிளவுபட வெருண்ட அரசனின் ஆண் குறி பற்றி எரிகிறது. தாய்க்கடவுளின் யோனியாய் பூமி பிளவுபட எல்லாமும் அதனுள் சரிந்து ஒடுங்க, குழந்தையின் அழுகை மட்டுமே இன்னும் மீந்திருக்கிறது.

குழந்தையின் அழுகையோடு எனது கனவு கலைந்ததென நினைக்கிறேன். அரை விழிப்பும் தூக்கமுமாய் அனைத்தையும் ஞாபகப்படுத்திப் பார்க்கிறேன். சிதைந்த காட்சிகளின் குவியலில் இன்னும் நான் நொறுங்கிய முகத்தோடு எழுதிக்கொண்டிருப்பது தெரிகிறது. கதை எழுதுவதாகக் கனவு காண்பதைப் போன்ற அவலம் வேறில்லை. எழுதும் கனவில் அகதி முகாமொன்றில் அவள் யாருக்கோ கருவுற்று இறப்பது கொடுமையானது.

குளிர் இன்று அதிகமாகவே இருக்கிறது. இந்தக் கண்டத் திற்கே உரிய குளிர். ஒவ்வொரு பருவத்திலும் நிலத்திற்கு வாசனை மாறிக்கொண்டேயிருக்கிறது. என் கனவை மனதிலேயே எழுதி எழுதிப் பார்க்கிறேன். சிதைந்த காட்சிகளூடே தோன்றும் அவளது முகத்தைத் தவிர வேறேதும் மனம் கொள்ளவில்லை. கனவின் வாசனை மட்டுமே மீந்திருக்கிறது.

'உனது கனவுகளுக்குள் சிக்கிச் சிதைந்து போகாதே. உனது மொழியை முற்றாய் இழந்துவிட்ட நிலையில் இனி உனக்கான எழுத்து என்பது சாத்தியமில்லை. ஒரு கட்டத்தில் எல்லாப் படைப்பாளியும் தான் எழுதுவதை நிறுத்திவிட்டு மீண்டும் தன்னை ஒரு நல்ல வாசகனாக ஆக்கிக்கொள்வதற்கான அவசியம் நேர்கிறது. கனவுகளை மீறிய வாழ்க்கை வெளியில் இருக்கிறது. நீ அடைக்கலம் புகுந்திருக்கும் அந்த வெள்ளை நகரத்து வீதிகளில் உன்னுடைய இனத்தவர்களின் பேரணிகளில் நானும் சிலமுறை கலந்துகொண்டதுண்டு. அவர்களுடைய செயல்பாடுகளில் மீண்டும் உன்னை இணைத்துக்கொள்வதன் மூலம் உறைந்து போன உனது மொழி இளகி நகர வாய்ப்புண்டு' என்று எனது அல்ஜீரியத் தோழி கடிதம் எழுதுகிறாள்.

"இந்த அந்நிய நிலத்தில் ஏதோ நான் மட்டும் கூட்டுப்புழு வாக இருப்பதுபோல நீ நினைத்துக்கொண்டிருக்கிறாய். இங்கு வாழும் வெவ்வேறு இனத்தைச் சார்ந்த ஒவ்வொரு அகதியின் நிலையும் இப்படித்தான். இந்தப் பரந்துபட்ட உலகில் சொந்தமாக ஒரு பிடி மண் இல்லாமலிருப்பதன் அவலம் மிகக் கொடூரமானது. இந்த நாடு அகதிகளின் குப்பைக் கூடையாகி விட்டதில் இந்த மண்ணின் மைந்தர்களுக்கு ஏக வருத்தம். அகதிகளுடனான இனக்கலப்பு நிகழ்ந்து தமது தூய்மை கெட்டுவிடுமோ என்ற அச்சம். நாங்கள் இங்கே பேரணிகள் நடத்துவதைவிட, இம்மண்ணுக்குரியவர்கள் எங்களை வெளியேறச் சொல்லி நடத்தும் கிளர்ச்சிகள் நாளுக்கு நாள் பெருகி வருகிறது."

சில நாட்களுக்கு முன்பு, இந்தக் 'குப்பைக்கூடையில்' எனது நிலப்பகுதியிலிருந்து போரில் தாய் தந்தையரை இழந்த குழந்தைகளை 'உலகக் குழந்தைகள் காப்பகம்' கொண்டுவந்து கொட்டிவிட்டுச் சென்றுள்ளது. எட்டு வயதிற்கு மிகாத பச்சிளம் குழந்தைகள். ஒரு நூறு குழந்தைகள் இருக்கும். குழந்தைகளை இடுப்பில் சுமந்து கொண்டிருக்கும் அக்காக் குழந்தைகள், தம்பிப் பாப்பாக்கள், ஐயோ கடவுளே! நான் ஏன் இன்னும் சாகாமல் இருக்கிறேன். நான் செத்துவிட்டால் எனது இனத்தின் எல்லா பிரச்சினைகளும் ஒரு முடிவுக்கு வருமென்றால், நான் நூறுமுறை சாகத் தயார். இருநூறு முறை, ஆயிரம், கோடிமுறை எல்லாருக்காகவும் நானே சாகிறேன் – கடவுளே, என்ற

பதறலும்கூட என் இதய வலிக்கான மொழிச் சிகிச்சையாக மட்டுமே இருந்தது. மிரள மிரள விழிக்கும் குழந்தைகளின் பீதி நிறைந்த முகங்களைப் பன்னாட்டுப் புகைப்படக் கருவிகளின் ஒளி அறைந்துகொண்டிருந்தது. இங்கு வந்து ஒருவிதமாகத் தமது வாழ்க்கையை அமைத்துக்கொண்ட என் இனத்தவர்களில் யாரும் ஒரு குழந்தையையும் பொறுப்பேற்று வளர்க்க முன்வரவில்லை என்ற கடுமையான கசப்பை உன்னுடன் நான் பகிர்ந்துகொள்ள வெட்கப்படவில்லை.

என் கல்லூரிக் காலத்தில் என் நிலப்பகுதியின் ஒரு அரசியல் இயக்கத்தில் நானும் இணைந்து செயல்பட்ட காலத்தில், அந்த இயக்கதிலிருந்து ஆயுதப் போராளிகளாகத் தம்மை மாற்றிக்கொண்டு பிரிந்து சென்ற ஒரு குழுவில் தன்னை இணைத்துக்கொண்ட என் பால்ய சிநேகிதனை, அந்தக் குழந்தை அகதிகளின் கூட்டத்தில் பார்த்தேன். ஆனால், பல வருடங்களுக்கு முன்பே வேறொரு போராளிக் குழுவால் சுட்டுக் கொல்லப்பட்ட நானூறு பேர்களில் அவனும் ஒருவன் என்ற செய்தியை நான் பத்திரிகைகளில் படித்திருக்கிறேன். இவன் அவனா எனக் குழம்பினேன். என் பார்வையை இரண்டொரு முறை நேர்கொண்டு சந்தித்த அவன் என்னைத் தொடர்ந்து தவிர்த்துக்கொண்டேயிருந்தான். கொஞ்ச நேரத்திற்குப் பிறகு அந்த இடத்திலிருந்து அவன் சென்றுவிட்டிருந்தான்.

ஒவ்வொரு குழந்தையாகப் பெயர்களைப் பதிந்துகொண்டு சில பிரிவுகளாகப் பிரித்து வெவ்வேறு முகாம்களுக்கு அனுப்புவதற்கான ஆயத்த செயல்கள் நடந்துகொண்டிருந்தன. சுமார் எட்டு வயது மதிக்கத்தக்க ஒரு சிறுமி, தவழ்ந்துகொண் டிருக்கும் ஒரு குழந்தையை இழுத்து இழுத்து தன் மடியில் இருத்தியபடி இருந்தாள். என் காதலியின் முகச்சாடையில் அந்தச் சிறுமி இருந்தது என்னை மிகவும் படுத்தியது. நான் அடிக்கடி அவளைப் பார்ப்பதைக் கவனித்தபடி இருந்தாள். அவளுடைய அகலமான கண்களை நேர்கொண்டு பார்க்கும் திராணியற்றிருந்தேன். மெல்ல அவளிடம் பேச்சுக் கொடுத்தேன். அவளுக்கு என் அம்மாவின் பெயர். தனது மடியிலிருந்து எல்லோரையும் பார்த்து இரண்டொரு பல்லைக் காட்டிச் சிரித்துக்கொண்டிருக்கும் குழந்தையைத் தனது தங்கை என்று சொன்னாள். எனது கிராமத்திலிருந்து வடக்காக முப்பது கிலோ மீட்டரில் அவளது கிராமம். அங்கு எனது ஆரம்பகாலத்தில் களப்பணி நிமித்தம் சென்றிருப்பதாக ஞாபகம். எமது நிலப்பகுதியில் முன்னணிப் போராளிக் குழு தமக்குள் ஏற்பட்ட கருத்து முரண்பாடு காரணமாக இரண்டாகப் பிளவுபட (கருத்து முரண்பாட்டின் காரணம் இதுவரை மக்களுக்குத்

தெரியாது) ஒரு குழுவைச் சார்ந்த தனது தந்தை வேறொரு குழுவால் இரண்டு வருடங்களுக்கு முன்பு கொல்லப்பட்டு விட்டதாகவும், ஆனால் ராணுவத்தின் கொலைப் பட்டியலில் தன் தந்தை இன்னும் உயிருடன் இருந்ததால் தன் தந்தையைப் பற்றி அம்மாவிடம் ராணுவம் அடித்து மிரட்டி விசாரிக்க, 'அப்பா செத்துவிட்டது பற்றி அம்மா சொல்லியு கேட்காம' ராணுவம் அவளையும் கொன்றுவிட்டதாகச் சொன்னாள். திடீரென்று அவள் 'அம்மா' எனக் கதறி அழ ஆரம்பித்து விட்டாள். குழந்தை தவழ்ந்து சென்று சற்று எட்டி தொட்டியில் வைக்கப்பட்டிருந்த பெயர் தெரியாத செடியின் பூங்கொத்து களைத் தனது கைகளால் தொட்டுத் தொட்டு எடுத்து அதன் குளுமையைத் தனது கன்னத்தில் ஒத்திக்கொண்டது.

நான் மேற்குறித்த விஷயங்களை எனது அல்ஜீரியத் தோழிக்கு எழுதினேன். அவளிடமிருந்து பதிலாக ஒரு தந்தி வந்தது. 'எந்த ஒரு நிலப்பகுதியைச் சார்ந்த பூக்களைப்போலவே இன்னும் பேச ஆரம்பிக்காத குழந்தைகளுக்கும் அரசியல் இல்லை."

'உனது விளக்கம் ஒரு உண்மை என்றாலும்கூட அதுவும் எனது கனவுகளைப்போலவே ஆறுதலளிப்பதாக இல்லை' எனப் பதில் கொடுத்தேன்.

பெருங்கிணறு

வாகீசர் பெருமான் வசித்த திருத்தலமாம் கெடில நதி பாயும் பாடலிபுத்திரம் பின்னாளில் திருப்பாதிரிப்புலியூர் எனப் பெயர் பெற்று, தற்போது கடலூர் நகரின் ஒரு பகுதியாக அமைந்துவிட்டது. பாடலீசுவரர் திருக்கோயிலும் மேற்கில் அமைந்த வைணவத் திருப்பதியான திருவந்திபுரமும் பெரும் புகழ் சேர்த்த இப்பகுதி முற்காலத்தில் தொண்ட மண்டலத்திலும், பிறகு சோழ மண்டலத்திலும் அங்கம் வகித்தது. திருக்கோவலூர் மலையமான் களும் வீரத்தில் சிறந்த தொண்டமான்களும் ஆட்சியமர்ந்து பரிபாலித்த இப்பகுதி பின்னாளில் சம்புவரையர்களும், முத்தரையர்களும்கூட கொலுவீற்றிருந்த இடமாகி இருந்தது. காரியின் தந்தையண்ண பரிபாலிப்பில் முன்பொரு காலத்தில் பொலிந்த இடைக்காரி நாடும் இதன் அணிமை யாய் அமைந்த ஒன்றே. கெடில நதியின் வடக்காக அமைந்த புதுவை மண்ணும் இந்த வளங்கொழிக்கும் கரைநாட்டின் ஒரு பகுதியாகவே இருந்து வந்ததுண்டு. பாகூர் வளநாடும், வில்வநல்லூர் பெரும்பதியும், கண்டமங்கலம் திருத்தலமும் முப்புரம் சூழ; பாகூர், ஊசுடு, கொம்பாக்கம், முருங்கப்பாக்கம் ஏரிகள் பல்லாண்டுகளாய் நீர்புரக்கும் இப்பகுதி காலத்தின் மாற்றங்களுக்கு உட்பட்டே ஆகவேண்டியிருந்தது. தில்லை வனத்தில் ஈசனுடன் சீற்றம் கொண்ட காளி திசை மாறி நிற்கும் திருவக்கரையை வடமேற்காகக் கொண்ட புதுவை மாநகர் பின்னாளில் உலக வரலாற்றில் பேரிடம் வகிக்கும் ஒரு பகுதியாக

மாறும் என்பதை அன்று வாழ்ந்த தமிழ் மக்கள் யாரும் உணர்ந்து யூகித்திருக்க மாட்டார்கள்.

பல்லவர்களும், சோழர்களும், பாண்டியர்களும், நாயக்கர் களும், மராட்டியர்களும் இருந்தும் கடந்தும் சென்ற பகுதியின் தோற்றத்தை மாற்றியமைக்கப் போகிறோம் என்பதை 1665மார்ச் 20இல் லூவர் அரண்மனையில் பதினான்காம் லூயி மன்னன் தலைமையில் கூடிய வணிகர்களும்கூட அஞ்செசத்தின் 'லாரொயால் கொம்பாஞ்ஞி தே பிரான்ஸ் தே லேந்த் ஓரியந்தாலின் (பிரெஞ்சு கிழக்கிந்தியக் கம்பெனி) மூலகர்த்தாவான கொல்பேர்க்கு 'போதிச்சேரி' என்ற ஒரு பகுதி இந்தியத் துணைக் கண்டத்தின் தென் கிழக்காக அமைந்திருக் கிறது என்பதுகூடத் தெரிந்திருக்க நியாயமில்லை. பசுமை நிறைந்த தோப்புகளையும் வயல்களையும் கொண்ட புதுவை மண்ணில் ஆதித் தமிழர்களாம் உழைக்கும் விவசாய மக்களும் அவரைவிடத் தாம் உயர்ந்தவர் எனக் கொண்டாடும் வன்னிய மக்களும், கடலன்னையுடன் கொஞ்சிக் குலாவி சுவைமிக்க மீன்களைக் கொணரும் செம்படவர்களும் தத்தமது குடிகளில் வாழ்ந்து வழிநடந்து வந்த இப்பகுதி, அப்போது சிறுசிறு குடிகளாகவே இருந்து வந்தது. டேனிஷ்காரர்கள் அமைத்த வணிகக்கோட்டை ஷெர்கான் லோடியின் ஆசியுடன் பிரெஞ்சுக்காரர்களுக்குக் கையளிக்கப்பட்டபோதும் மண்ணின் மக்கள் யாதொரு எண்ணமும் அற்று தத்தமது கடமைகளில் மூழ்கி இருந்தனர். ஆண்டுக்கு ஒரு முறையாவது வடக்கும் தெற்குமாய்க் கடந்து செல்லும் படைகளின் குடிவெறிக் கொடுமைகளை அனுபவித்து அனுபவித்து போர்களின் துயரைத் தமது தலைவிதியென ஏற்று இம்மக்கள் வாழப்பழகி யிருந்தனர். எத்தனையோ நூற்றாண்டுகளாய் காலாட்படை, குதிரைப்படை, பீரங்கிப்படையெனப் பெருகிப் பாய்ந்து வழிநெடுகக் கொள்ளையிட்டு மறையும் வீரர்களின் வம்சாவழிப் பெருமை இம்மக்களின் இரவுநேரக் கதைகளில் உலவி வந்தது.

கோயில் விழாக்களிலும் கூத்துக்களிலும்கூட இந்தப் படைப்பெருக்கின் துயரம் பலவிதமாய்ப் படிந்துகிடந்தது. 1693ஆம் ஆண்டு செஞ்சி ஆட்சியாளன் ராமராஜா 25,000 பகோதாக்களுக்கு புதுவையை டச்சுக்காரர்களுக்கு விற்றதும் 1697இல் ரிஸ்விக் ஒப்பந்தம் மூலம் பிரெஞ்சுக்காரர்கள் அதைப் பெற்றதும் அதற்காக அவர்கள் 16,000 பகோதாக்களை விலைபேசியதும், 1703இல் நவாப் தாவூத்கான் காலாப்பட்டை மார்தேன் வசம் தந்ததும், 1706இல் பிரான்சுவா மார்த்தேன் சான்லூயி கோட்டையைக் கட்டியதும், அதற்காக அவன் நவாபுக்குப் பத்தாயிரம் ரூபாய் கொடுத்ததும் எல்லாம் தத்தமது

வாழ்க்கைப் பாட்டைப் பார்த்துக் கிடந்த புதுவைக் கிராம மக்களுக்கு ஒரு கனவாய்க்கூட வந்துபோகவில்லை.

ஒழுகரை, முருங்கப்பாக்கம், உழந்தை, பாக்கமுடையான்பட்டு, கருவோடைக் குப்பம் என ஒவ்வொரு குடிக்கிராமமும் பிரெஞ்சுக் காரர்களுக்குப் பரிசாக வழங்கப்பட்டதும், அப்போதைய கணக்குப்படி மக்கள் தொகை 30,000 என்பதும் அதில் கிறித்துவர்கள் 2000 என்பதும் அய்ரோப்பியர்கள் வெறும் 700 பேர் மட்டுமே என்பதெல்லாம் பின்னாளில்கூட மக்களின் பேச்சுக்களில் வந்துபோனதில்லை. திடீரென்று ஒருநாள் 'பொந்திஷேரி' என்ற நகரம் கோட்டைக் கொத்தளங்களுடன் அவர்கள் முன்நிற்க, பீரங்கிகளும் குத்தீட்டி செருகிய துப்பாக்கிகளும் அணிவகுக்க வேறொரு உலகில் நுழைந்தனர். துய்மாவும், துய்ப்ளேவும் அவர்களின் வணக்கத்துக்குரிய துரைமார்கள் ஆனபின்பு உலக வரைபடத்தில் தங்களின் ஊரும் ஒரு புள்ளியாய் நிற்கிறது என்பதை அறியாமலேயே அவர்கள் பெருமிதம் கொண்டனர். மீண்டும் தொடங்கிய படையெடுப்புகளும், அணிவகுப்புகளும் புதிய வெடிச்சத்தங்களும் தமது புராதன வீரக்கதைகளை அவர்களுக்கு நினைவூட்டிச் சென்றன. புராதனக் கதைகளில் இருந்து புதிய கதைகளுக்குள் அவர்கள் நுழைந்தார்கள். நாம் கேட்கப்போகும் விநோதமான புதிய கதையில் புராதனக் கதைகள் ஒன்றில் இடம்பெற்ற ஒரு குரங்குக்கும் இடமுண்டு.

இலங்கைத் தீவை நோக்கி வடபுலத்தைச் சேர்ந்த இராமன் படை நடத்தியபோது அவனுக்கு உதவிடத் தென்புலக் குரங்குகளைத் திரட்டித் தலைமையேற்று அனுமன் என்ற குரங்கு படை நடத்தியதாகக் கதையுண்டு. அக்குரங்குப் படையில் அங்கம் வகித்த ஒரு குரங்கின் வம்சாவழி திருக்கோவிலூரை ஆண்ட காரியைத் தலைவனாக ஏற்று மலைப்பகுதியில் வாழ்ந்து வந்தது. மூவேந்தர்களின் முற்றுகையை எதிர்கொள்ள முடியாமல் காரியின் குடிகள் இடம்பெயர்ந்தன. மலையமானாகப் பெயர்பெற்று வழி நடந்து கெடிலம் கரை அடைந்த குடியோடு வந்த இக்குரங்கின் வம்சாவழி, பிறகு புதுவை வரை வந்ததாகவும் ஒரு கதையுண்டு.

இதை விநோதமான கதையென்று நாம் சொல்லுவதற்கு வெகுவான ஏதுக்கள் உண்டு. என்றாலும் முதலும் கடைசியுமாக இது ஒரு உண்மைக் கதை. கற்பனைக் கதைகளில் உள்ளது மாயமும் மயக்கமும் வியப்பும்தானே. அதில் ஏதும் நடக்கலாம் எப்படியும் மாறலாம். ஆனால் உண்மைக்கதைகள் அப்படியல்லவே. முழுக்க முழுக்க விநோதங்களால் நிறைந்தது. யாரும் யூகிக்கவோ, முன்னுணரவோ முடியாத மகா பயங்கரங்களையும்

மாபெரும் அதிசயங்களையும் மாற்றியமைக்க முடியாத தர்க்கங்களையும் விதிகளையும் விதிவிலக்குகளையும் கொண்டது.

கற்பனைக் கதைகளை யாரும் உருவாக்கிவிடலாம். ஆனால் உண்மைக் கதைகளைத் தெய்வங்களும் தேவதைகளும் முனிகளும் பிசாசுகளும்கூட உருவாக்கிவிட முடியாது. அதைச் சொல்லத்தான் முடியும். உண்மைக் கதைகளை உருவாக்கும் ஆற்றல் மானுடருக்கு வாய்த்ததெனில் விதியின் எல்லா விளையாட்டுகளையும் கடந்து விடலாம் இல்லையா.

இக்கதையை நாம் வாகீசப்பெருமான் வசித்த திருத்தலமாம் பாடலிபுத்திரத்திலிருந்து தொடங்கலாம். அல்லது இக்கதையின் நாயகரான பெருங்கிணறு மணிச்சித்தரின் பிறப்பிடமான பூரணாங் குப்பத்திலிருந்தும் தொடங்கலாம். தொடக்கம் எப்படி இருந்தாலும் கதைகள் முடிவை நோக்கிப் பாய்கின்றன; ஆறுகள் கடலை நோக்கிப் பாய்வதுபோல, பிண்டம் அண்டத்தை நோக்கிப் பாய்வதுபோல, பித்தம் பெரும்பொருளை நோக்கிப் பாய்வது போல, வராகநதியின் ஒரு கிளையான உப்பனாறும், தொலைவில் சங்கராபரணி ஆறு என்றும் கடலை நோக்கி வரும் இடத்தில் சுண்ணாம்பாறு என்றும் மற்றொரு பெயர் பெற்ற ஆறும் சூழ்ந்த அரியாங்குப்பம் தென்னஞ்சோலைகள் நிறைந்த ஒரு வளமான பகுதியாக விளங்கியது. மா, பலா, வாழை என முக்கனிகள் கொழிக்கும் தோட்டங்களையும் கத்தரி, வெண்டை, அவரை எனக் காய்த்துத் தொங்கும் கொல்லைகளையும் நெல், கரும்பு, மஞ்சள் விளையும் வயல்களையும் இங்கு நீக்கமறக் காணலாம். அலைபுரளும் அழகிய ஊரான வீராம்பட்டினத்திலிருந்து பிரிட்டிஷ் இந்தியப் பகுதியான நல்லப்பரெட்டிப்பாளையம் வரை பரவிய இப்பகுதி நீர்வளம் கொழிக்கும் ஒரு தீவு போல் அமைந்தது. இந்தப் பகுதியில் அரியாங்குப்பம் ஆறு என்று அழைக்கப்படும் உப்பனாற்றங்கரையில், சாக்கையன் தோப்பை ஒட்டி அமைந்த பகுதியில்தான் முன்னாளில் கிரேக்கத்துடனும் ரோமானிய தேசத்துடனும் வணிகத் தொடர்பு கொண்ட பட்டினமான அரிக்கமேடு அமைந்திருந்தது. காவிரிப்பூம்பட்டினம் போல் மேற்கு கிழக்கு நாடுகளுடன் தொடர்பு கொண்ட இப்பகுதி பின்னாளில் மண்மூடிப் போனது. அருகன் மேடு, சாக்கையன் தோப்பு, அருகன் குப்பம், பூரணன் குப்பம் என்ற பழம்பெயரையும், பூரணாங்குப்பம் என்ற தற்போதைய பெயரையும் கொண்ட தோப்புகள் அடர்ந்த அச்சிற்றூரில்தான் மணியன் பிறந்து வளர்ந்தது.

நெஞ்சையள்ளும் அழகு கொண்ட சின்ன வீராம்பட்டினம் என்ற பரதவர் குடியும் இந்த ஊரை ஒட்டித்தான் அமைந்துள்ளது.

பூரணாங்குப்பத்தின் ஒரு தோப்பில் காவல்காரனாகவும் தோப்பைக் கவனிப்பவனாகவும் இருந்த சிகாமணிக்கும் அவன் மனைவி சொர்ணத்திற்கும் ஆறாவது மகனாகப் பிறந்தான் மணியன். அவனுக்கு முன் பிறந்த ஐந்து பேரும் பெண் மக்களே. ஐந்தில் இரண்டு நோயில் மாண்டபின் தங்கியவர்கள் மூன்று பெண் மக்கள். இவர்களில் மூத்தவள் வாணி தனது மூன்றாவது வயதிலிருந்தே வீட்டு வேலைகளையும், தோப்பு வேலைகளையும் கவனிக்கத் தொடங்கி விட்டாள். இரண்டாவது பெண் அம்பிகாவும் ஐந்தாம் பேரான அஞ்சலாட்சியும் தோப்பில் திரிந்து தென்னை மட்டை, புளியம்பழம், மாம்பிஞ்சு பொறுக்கும் வேலைகளைச் சிறிது சிறிதாகக் கற்றுக்கொண்டனர். ஆறாவதாகப் பிறந்த மணியனோ மூன்று வயதுவரை பால்குடி மாறாமல் தாய் சொர்ணத்திடமே ஒட்டிக்கொண்டு கிடந்தவன். தென்னை ஓலைகளைக் குட்டையில் ஊறவைத்துக் கீற்றுப் பின்னும் கலையில் தேர்ந்த சொர்ணத்திற்குத் தன் மகன் மணியனை மடியில் கிடத்திக்கொண்டு பால் கொடுத்தபடி வேலையைத் தொடர்வது பழகிப்போன ஒன்று. அவளைப் போலவே தோப்பில் தாய்க்குரங்கு ஒன்று அடி வயிற்றில் தன் குட்டி ஒன்றைக் கட்டிக்கொண்டு மரம்விட்டு மரம் தாண்டிக்கொண்டிருக்கும். கள் பானைகளை உடைத்து விடுவதாக அக்குரங்கின்மீது சிகாமணிக்குக் கோபமுண்டு. ஒரு நாள் தன் எஜமான் கேட்டுக் கொண்டதன்படி ஒரு குருவிக்காரனைக் கொண்டுவந்து தாய்க்குரங்கைச் சுட்டான். தாய் குண்டடிபட்டு மரஉச்சியிலிருந்து விழும்போது, தனது அடிவயிற்றில் கட்டிக்கொண் டிருந்த தனது குட்டியைப் பற்றியிழுத்துச் செடிகள் அடர்ந்த ஒரு புதருக்குள் வீசியது. சொர்ணம் பதறியழுதாள்.

அரியாங்குப்பம் பகுதியின் ஒவ்வொரு தோப்பிலும் ஏதாவதொரு குடும்பம் தங்கிக் காவல் காப்பது பரம்பரையாக வந்த பழக்கம். அந்தத் தோப்பு இரண்டு தலைமுறையாக மணியன் குடும்பத்தின் காவலில் இருந்தது. கூலியோ ஊதியமோ இல்லாமல், தங்க இடமும் சாப்பிடத் தேவையான நெல்லும் கொடுத்து இவர்களை அமர்த்தியிருந்தார்கள்; புதுவையின் பெருமைமிக்க பிரெஞ்சுக் குடியுரிமை பெற்றுத் தலைமுறை களாக அரச சேவையில் நிலைத்த பெனுவா குடும்பத்தினர். பிரெஞ்சு கப்பல் கம்பெனியில் புகையிலைக் கணக்கராய் இருந்து பின்னாளில் புகையிலை வரிவசூலிப்பவராய் மாறிய ஆவுடைநாதன் குடும்பம் கிறித்துவ மதத்திற்கு மாறியபின் செல்வச் செழிப்பில் மேலோங்கத் தொடங்கியது. அந்தப் பரம்பரையில் வந்த பெனுவா சின்னப்பநாதன், மணியன் பிறந்து வளர்ந்த தோப்புக்கு அப்போதைய அதிபதி.

ஏழாவது உடை

‘பெனுவா மெர்ஸ்யே’ என்று பயபக்தியுடன் அப்பகுதி மக்களால் அழைக்கப்படும் சின்னப்பநாதன் தன் தோப்புக்கு வாரம் ஒருமுறை காரில் வருவார். தினந்தோறும் வந்து வேலைகளைக் கவனிக்கும் கணக்குப்பிள்ளை சிவராம நாயுடு அன்று பொழுது புலருமுன்னே வந்து தோப்பில் காத்திருப்பார். சிகாமணி கையைக் கட்டியபடி நடுங்கிக்கொண்டு நின்றிருப்பான்.

சுருட்டை வாயில் கடித்தபடி அவர் தோப்பைச் சுற்றிவர, பகலுக்கு மேல் ஆகும். பிறகு கொண்டு வந்த உணவைப் பிராந்தியுடன் உண்டு முடித்து ஒரு தூக்கம் போட்டுஅவர் புறப்பட இருட்டிவிடும். அவர் வந்து தங்க தனியான ஒரு பங்களா அங்கே இருந்தது. அதன் சாவிகள் கணக்குப்பிள்ளை சிவராம நாயுடுவின் கைப்பையில் எப்போதும் பத்திரமாக இருக்கும்.

பெனுவா மெர்ஸ்யே தோப்புக்கு வரும்போதெல்லாம் தென்னை மரத்தின் பின்னால் மறைந்து நின்று பார்ப்பது மணியனுக்குப் பழக்கம். அப்படி ஒருநாள் பார்த்து நின்ற போதுதான் அவன் மெர்ஸ்யே கண்ணில் தட்டுப்பட்டான். ‘யார்டா இது சிகாமணி’ என்றார் மெர்ஸ்யே. ‘என் பையன் மணியனுங்க’ என்றான் சிகாமணி. ‘ஓ சிகாமணி பையன் சின்ன மணியா, என்றபடி நீண்ட சிரிப்பை வெடித்தார் சின்னப்பநாதன். மணியன் பயந்துபோய் குடிசைக்குள் ஓடித் தன் தாயிடம் ஒளிந்து கொண்டான்.

‘ஆமாம், சிகாமணி உன்னோட பொட்டப் புள்ளேங்க எங்கடா, என்ற சின்னப்பநாதன் சுருட்டைப் பற்றவைத்தார். மூன்று பெண் பிள்ளைகளையும் தோப்புக்காரர் முன் நிறுத்திய சிகாமணி கைகட்டி நின்றான். நடுங்கி நின்ற மூன்று பிஞ்சுப் பிள்ளைகளையும் பார்த்த பெனுவா மெர்ஸ்யே பதினோரு வயதான வாணியை உற்றுப் பார்த்தபடி சிகாமணியிடம், “வீட்டு வேலை செய்ய ஆள் பத்தலடா சிகாமணி, இவள கொண்டாந்து வீட்டுல விடு. சாப்புட்டுக்கிட்டு கூடமாட ஒத்தாசையா இருக்கட்டும்” என்றார். உள்ளே மணியனை அணைத்தபடி இருந்த சொர்ணத்திற்கு உடல் ஒருமுறை பதறியது. மணியனை இறுகப் பிடித்துக்கொண்டாள். தோட்டத்தில் கீற்றுப் பின்ன எட்டு வயதில் தன் தாயுடன் வந்த சொர்ணத்திற்கு அங்கேயே மரமேறிக் கொண்டிருந்த சிகாமணிக்கும் பின்னாளில் கல்யாணம் செய்து வைத்ததே சின்னப்பநாதனின் செத்துப்போன அப்பா பெனுவா அமலநாதன்தான். பத்து வயதில் அவருக்குக் கால் அமுக்கிவிடும் வேலை செய்யத் தொடங்கி பதினேழு வயதுவரை கிழவனின் இம்சைகள் எல்லாவற்றையும் தாங்கிக் கொண்ட பின்தான் இந்தக் குடிசையும் சிகாமணியுடனான வாழ்க்கையும் சொர்ணத்திற்குக் கிடைத்தது. சாதிமாறிய

திருமணம் என்றாலும் சோத்துக்கு கையேந்தாத குந்தக் குடிசையுடைய குடும்பமாக சிகாமணி அதை வைத்திருந்தான். பெரிய மெர்ஸ்யே பிரான்சுக்குப் போய்விடும் காலங்களில் மட்டுமே நிம்மதியாக இருப்பாள் சொர்ணம். எழுபத்தொரு வயதில் 'பெரிய பெனுவா மெர்ஸ்யே' இறைபதம் அடைந்தபின் நிம்மதிப் பெருமூச்சு விட்ட சொர்ணத்திற்குச் சின்ன மெர்ஸ்யேவின் வருகை பேரிடியாக வந்தது. சின்ன மெர்ஸ்யே, பிரான்சிலும் ஆப்பிரிக்காவிலும், மடகாஸ்கரிலும் இருந்து அனுபவம் பெற்றவர். பார்க்கும்போதே பயப்பட வைக்கும் தோற்றம். முதல்முறை அவர் தோப்புக்கு வந்தபோது அவள் இரண்டு பெண்பிள்ளைகளுக்குத் தாயாக இருந்தாள். அவர் வரும் ஒவ்வொருமுறையும் கந்தலான ஒரு புடவையைச் சுற்றியபடி சேற்றில் ஊறிய தென்னை மட்டைகளை இழுத்துப் போட்டுப் பின்னிக்கொண்டிருப்பாள். ஊறிய ஓலை, தென்னை மட்டைகளின் நாற்றமும் அவள் உடல் முழுக்கப் பூசிக்கிடந்த சேறும் அவளைச் சின்ன மெர்ஸ்யேவிடமிருந்து இத்தனை ஆண்டுகளாகப் பாதுகாத்து வந்தது என்று சொர்ணம் நம்பிக்கொண்டிருந்தாள். ஆனால் எல்லாம் ஒருநாளில் தவிடு பொடியாகி விட்டது என்பதை எண்ணி எண்ணி அவள் பலநாள் அழுதுகொண்டிருந்தாள்.

சில மாதங்களுக்குப்பின் தன் மூத்த மகளைப் பார்த்து வரச்சென்ற சிகாமணி தன் மகள் அம்பிகாவைக் கூப்பிட்டு வைத்து 'உங்க அக்கா ஆள் அடையாளமே தெரியல, பசியில்லாம சாப்பிட்டு வளமா இருக்கா, உங்க ஆத்தாகிட்ட சொல்லு' என்று உரக்கச் சொன்னான். சொர்ணம் தன் மகன் மணியனைக் கட்டியணைத்துக் கண்ணீர் விட்டாள். மணியனுக்குத் தன் தாயின் கண்ணீருக்குப் பொருள் புரியாவிட்டாலும் தன் வாணி அக்காவுக்காகத்தான் அம்மா அழுகிறது என்பதை மட்டும் புரிந்துகொண்டான். தன் எட்டாவது வயதில் அப்பாவுடன் பெனுவாமெர்ஸ்யே வீட்டிற்கு மாட்டு வண்டியில் தேங்காய், மாங்காய், சப்போட்டா, மாதுளை மூட்டைகளுடன் போன மணியன் தன் வாணி அக்காவைக் கண்டதும் அடையாளம் தெரியாமல் விழித்தான்.

மணியனின் வாழ்க்கை மாபெரும் விநோதங்களைக் கொண்டதாக இருந்திருக்கும் என்றும் மணிச்சித்தராக அவன் மாறுவதற்கான அடையாளங்கள் அவனுடைய பால்யத்தி லேயே தென்பட்டிருக்கும் என்றும் நாம் எதிர்பார்ப்பதில் தவறு ஒன்றும் இல்லை. ஆனால் அப்படி எதுவும் அப்போது நடக்கவில்லை. அவன் பத்து வயதிற்குள் பிரெஞ்சு, தமிழ், ஆங்கில மொழிகளை எழுத்துக் கூட்டிப் படிக்கத் தொடங்கியிருந்தான்

என்பதும் தென்னை மரத்தில் 'தலாப்பு' இல்லாமல் ஏறப் பழகியிருந்தான் என்பதும் பக்கத்துத் தோப்பில் சீட்டாட வரும் பல ஊர் ஆண்களிடம் பழக்கம் வைத்துக்கொண்டான் என்பதும் வாரம் ஒருமுறை நடந்தே போய் தன் வாணி அக்காவைப் பார்த்துவிட்டுப் புதுச்சேரி துறைமுகம் வரை நடந்துபோய் உட்கார்ந்து இருந்துவிட்டு வருவான் என்பதும் சின்ன வீராம்பட்டினத்தில் அவனுக்கு மூன்று சிநேகிதர்களும் ஒரு சிநேகிதியும் இருந்தார்கள் என்பதும் சுண்ணாம்பாற்றை நீந்தியே கடந்து திரும்புவான் என்பதும் அப்படி ஒன்றும் விநோதமானவை அல்லவே. ஆனால் அவனுக்குள் ஏற்பட்டிருந்த ஒரு எண்ணம் மட்டும் விநோதமானது. அதுதான் 'தானும்' என்றாவது பிரான்சு தேசத்தின் தலைநகர் பாரிசுக்குப் போக வேண்டும், அங்குள்ள தூர் எஃபலின் மீதிருந்து பார்க்க வேண்டும் என்ற எண்ணம்.

மனித மனதிற்குள் ஏற்படும் விபரீத ஆசைகளின் மூல காரணத்தை நாம் முற்றிலும் விளங்கிக்கொள்ள முடியாது என்றாலும் மணியனுக்கு இவ்வாறான எண்ணம் ஏற்படக் காரணமாக அமைந்தது பெனுவா சின்னப்பநாதனின் இளைய மகள் ஷர்லோத் பெனுவா அவனுக்குப் பரிசாக வழங்கியிருந்த புகைப்பட அட்டை. "என் ஆசையான குட்டிக் குரங்குக்கு" எனப் பச்சை மையில் பிரெஞ்சில் எழுதப்பட்ட வாழ்த்து அட்டையைப் பதிமூன்று வயதான ஷர்லோத், பன்னிரெண்டு வயதான மணியிடம் தந்தபோது வாழ்க்கையின் விதி விளையாடத் தொடங்கியது. தனக்கு வேறொரு பையன் தந்த அட்டையை வைத்துக்கொள்ள விருப்பமின்றித் தூக்கி எறிவதற்குப் பதிலாக, மணியிடம் தந்த ஷர்லோத் அதை அத்துடன் மறந்து விட்டாள். அந்த அட்டையில் தூர் எஃபில் என்ற கோபுரம் மின் விளக்குகள் ஒளிர கம்பீரமாக நின்றது.

புதுவை மண்ணில் பிறக்கும் யாருக்கும் கடந்த இருநூறு ஆண்டுகளாகப் பிரான்சுக்குச் செல்ல வேண்டும் என்ற ஆசை எழுவது இயல்புதான் என்றாலும், அது எல்லோருக்கும் வாய்த்துவிடுவதில்லை என்பதையும் அந்த ஆசையிலேயே பித்துப்பிடித்து மாண்டுபோனவர்கள் பல்லாயிரம் பேர் என்பதையும் நாம் மறந்துவிடக் கூடாது. வாணி அக்கா திருமணமாகாமல் கர்ப்பமானதும் அதற்கு பெனுவா மெர்ஸ்யேவின் மூத்த மகன் தூய்மோன் பெனுவாதான் காரணம் என்பதும் தெரியவந்தபின் நடந்த குழப்பங்கள் அவமானங்கள்கூட அவனைப் பாதிக்கவில்லை. அவனுடைய இரண்டாவது அக்கா அம்பிகாவை வேறொரு பிரெஞ்சுக்காரக் குடும்பத்தில் வேலைக்கு அனுப்பிய அப்பாவை, அம்மா

திட்டித்தீர்த்ததும்கூட அவனைப் பாதிக்கவில்லை. மாறாக பிரான்சுக்குப் போகவேண்டும் என்ற ஆசை தீவிரமடைந்தது. மணியன் தன் பதினாறாவது வயதில் பெனுவா சின்னப்பநாதனின் தங்கை வீட்டில் வேலைக்குச் சேர்ந்தான். முதல் நாளிலிருந்து ஒரு அடிமையாக இருப்பதற்கு பழகிக்கொண்டான். பகல் முழுக்க வேலை, இரவில் காவல். வாரம் ஒருமுறை தன் அத்தை வீட்டிற்கு வரும் ஷர்லோத்தின் தரிசனம். அவள் புரியும் சிறு புன்னகை அவனுடைய 'ஆசை குட்டிக் குரங்கு' கனவை மேலும் மேலும் வளர்த்தது. தன் எஜமானியிடமும், எஜமானரிடமும் முழு நம்பிக்கைக்கும் பாசத்திற்கும் உரியவனாகத் தான் மாறிவிட்டதாக நம்பிய மணியன் ஒருமுறை தன் ஆசையை அவர்களிடம் கூறினான்.

"நீங்கள் பிரான்ஸ் போகும்போது என்னையும் அழைத்துச் செல்ல வேண்டும், ஒரு சிறு வேலையும் வாங்கித்தர வேண்டும்"

இருவரும் ஒருவரை ஒருவர் பார்த்துக்கொண்டனர். 'நல்லபடியா இருந்து உதவி செய்தா பிரான்சுக்குப் போகும்போது மணியனும் கூட வரட்டுமே' என்றார் மெர்ஸியே. ஆசையெல்லாம் ஈடேறியதாக மகிழ்ந்த மணியனுக்கு அன்று உறக்கத்தில் ஸ்கலிதம் கண்டது. தூர் எஃபில் மேல் நின்று ஷர்லோத் பெனுவாவின் மார்பில் முகத்தைப் புதைத்தபோது அது நடந்துவிட்டது.

மூன்றாவது அக்கா அஞ்சலாட்சியை வேறொரு பிரெஞ்சுக் குடும்பத்தில் வேலைக்குச் சேர்த்த பின் அவன் அம்மா அழுததை அவன், ஆறுதல் கூறி மாற்றினான். அவனது இருபதாவது வயதில் எஜமானரின் குடும்பம் பிரான்சுக்குப் புறப்பட ஏற்பாடு நடந்தபோது அவனுக்குப் படபடப்பும் பயமும் அதிகமானது. அவர்கள் போய் தேவையான ஏற்பாடுகளைச் செய்த பிறகு கப்பலில் வர ஏற்பாடு நடக்கும் என்று கூறிய வார்த்தைகள் அவனுக்கு நிம்மதியளித்தன. ஷர்லோத்துக்குக் கல்யாணம் ஏற்பாடான போது மணியனுக்குக் காய்ச்சல் கண்டது. இரண்டு மாதம் மாறிமாறி காய்ச்சலில் கிடந்தவன் ஒருவாறு எழுந்து நடந்தபோது பெனுவா மெர்ஸியே வீட்டுக்குச் சென்றான். கல்யாண ஏற்பாட்டிற்கிடையே, மணியனைக் கண்ட ஷர்லோத் 'என்னடா மணி முகம் குரங்கு மாறியாயிட்டுது என்னாச்சு' என்று கேட்டுவிட்டுப் பதிலை எதிர்பார்க்காமல் உள்ளே போய் மறைந்துவிட்டாள்.

இது சோகம் நிறைந்த கதையல்ல; சோகமும் துயரமும் வாழ்க்கையில் இயல்பானதுதான் என்பதை ஏற்றுக்கொண்ட மரபு வழிவந்த உண்மைக் கதை. அதனால் நாம் மணியனின்

வாழ்க்கையில் நடந்த பல நிகழ்ச்சிகளை வெறும் நிகழ்ச்சியாகவே புரிந்துகொள்ள வேண்டும். மணியனின் அக்கா மணமாகாம லேயே ஒரு பெண் குழந்தைக்குத் தாயாகி சிலநாட்கள் பெனுவா வீட்டில் வேலை செய்துகொண்டிருந்தவள்; பெனுவாவின் மாமனார் வீட்டிற்கு மாறி, பிறகு 68 வயதான கிழவரை கல்யாணம் செய்துகொண்டு ரெயூனியனுக்குப் போய்விட்டாள். இரண்டாவது அக்கா அம்பிகா, தான் வேலை செய்த வீட்டிற்கு கை ரிக்ஷா இழுத்த ஒருவனுடன் ஓடிப்போய்விட்டாள். மூன்றாவது அக்கா அஞ்சலாட்சியைப் பற்றிய கதை மிகவும் கசப்பானதாகப் பேசப்பட்டது. அவள் பிரெஞ்சுக்கார இளைஞர்களுடன் பழக்கம் வைத்துக்கொண்டு, ஒரு வயதான சட்டைக்காரப் பெண்ணின் வீட்டில் தங்கி இருப்பதாகக் கூறப்பட்டது. சிகாமணி முழு குடியனாகிவிட தோப்புக் காவலில் இருந்து விலக்கப்பட்டபோது, சொர்ணம் குவளைக் கொட்டைகளை அரைத்துக் குடித்தவிட்டு செத்துப் போனாள் என்ற தகவல் யாருக்கும் தெரியாமல் போனது.

மணியன் தபால் நிலையத்திற்கும் துறைமுகத்திற்குமாக நடந்து ஏமாந்து இனி தான் பிரான்ஸ் போக வாய்ப்பில்லை என்பதைப் புரிந்துகொண்ட ஒருநாள் மாலை நேரம் சாராயக் கடை ஒன்றின் மணற் பரப்பில் மல்லாந்து படுத்திருந்தான். எல்லாரும் ஏமாற்றுக்காரர்கள், மோசடிக்காரர்கள் என்று தனக்குள் கூறிக்கொண்டான். எல்லோரையும் பழிவாங்க வேண்டும் என்றும் முனங்கிக் கொண்டான். அப்போதுதான் எங்கிருந்தோ ஓடிவந்த ஒரு குரங்கு அவன் மார்பின் மீது வந்து உட்கார்ந்தது. நாய்க்குரைப்பில் பயந்த அது அவன் மீது ஒண்டிக் கொண்டது. முதலில் பயந்த மணியன் அதைத் தொட்டுப் பார்த்து பயம் தெளிந்தான். அவன் அங்கிருந்து கிளம்பிய போது அவனுடனேயே வந்த குரங்கைத் தூக்கித் தோள்மீது வைத்துக்கொண்டு நடந்தான். குரங்குடன் அவன் இருக்கும் ஒவ்வொரு நொடியும் வாழ்க்கை ஒரு குட்டிக்கரண வித்தை தானோ என்று அவனுக்குத் தோன்றியது. குரங்குக்கு காடன் எனச் செல்லமாகப் பெயரிட்டழைத்தான்.

புதுச்சேரி மற்றும் அதைச் சுற்றியுள்ள பகுதிகளில் வசித்த பிரெஞ்சுக் குடும்பங்கள், பிரெஞ்சு பணியாளர்கள், பிரான்ஸின் அங்கீகாரம் பெற்ற பெருங்குடும்பங்களைச் சேர்ந்த வீடுகள் எங்கும் அந்தப் பீதி பரவியது. ஒவ்வொரு வீட்டிலிருந்தும் விலைமிக்க நகைகள், பலவகை விலைமதிப்பான பொருட்கள், நவரத்தின மணிகள், தங்க நாணயங்கள் எனக் களவு போகத் தொடங்கியது. வீட்டை உடைத்தோ, திறந்தோ யாரும் நுழையாமலேயே அந்தக் களவுகள் நடந்துகொண்டிருந்தன.

மூன்றாண்டுகளாகத் தொடரும் இக்களவுக்குப் பயந்து, எவர் வீட்டிலும் இப்போது நகையோ பணமோ வைக்கும் பழக்கம் இல்லாமலானது. பிரெஞ்சு அரசுடன் தொடர்புகொண்ட குடும்பங்களில் மட்டும் இது நடந்தது குறித்தும், வேறு தனவந்தர்கள் வீட்டில் களவு நடக்கவில்லை என்பது குறித்தும் காவல் துறையினருக்கு மிகவும் குழப்பமாக இருந்தது. களவு நின்றுவிட்டது என நம்பி இயல்பு நிலைக்குத் திரும்பிய குடும்பங்களில் மீண்டும் நடந்தது அந்த அதிசயக் கொள்ளை.

மணியனும் காடனும் அந்த அடர்ந்த புதர்க்காட்டினூடாக நடந்துகொண்டிருந்தார்கள். காடன் பலவிதமான பின்னல் தையலுடன் கூடிய சிறு சிறு பைகள் வைத்துத் தைத்த சட்டையை அணிந்திருந்தது. அதன் கழுத்தில் ஒரு கம்பி வளையம். அதில் பலவித வடிவங்களில் அமைந்த கம்பிகள், திருப்புலிக் கூர்மைகள், சுருள் தகடுகள். மணியனின் தோளில் உட்கார்ந்திருந்த காடன் அந்த இடம் வந்ததும் கீழே குதித்து முன்னே ஓடியது. பழங்காலப் பாழுங்கிணறும், அதையொட்டியமைந்த சிறு மண்டபமும் அந்தக் குறுங்காட்டிற்குள் மறைந்துபோய் வெளியுலகத்திற்குத் தெரியாதவையாக இருந்தன. நூறாண்டு களுக்கு முன்பு பிரெஞ்சு சிப்பாய்கள் ஐவரால் தூக்கி வரப்பட்ட ஒரு தாசி இந்த மண்டபத்தில் வைத்து சீரழிக்கப்பட்டுக் கொல்லப்பட்டதாகவும், அன்றிலிருந்து இம்மண்டபத்தை அவளுடைய ஆவி சுற்றிவருவதாகவும் பேச்சிருந்தது. கைவிடப் பட்டு காடுகொண்ட அப்பகுதி மணியனுக்கும், காடனுக்கும் வசதியாகப் போனது. கிணற்றுக் கட்டைமீது ஏறிய காடன் தன் சட்டையின் ஒவ்வொரு பையிலும் கைவிட்டு நகைகளையும் தங்க காசுகளையும் கிணற்றுக்குள் வீசியெறிந்துவிட்டு கைக் கொட்டியபடி மணியனைப் பார்த்தது. மணியன் காடனை கண்ணில் நீர்முட்ட எடுத்துத் தன் முகத்தோடு ஒற்றிக்கொண்டான்.

இதுவரை நாம் பார்த்த கதையிலிருந்து சில கேள்விகள் எழலாம். குறிப்பாக, குரங்கு ஒன்று வீடுகளில் நுழைவது இலகுவாக இருக்கலாம். ஆனால் அலமாரிகள், பெட்டிகளின் பூட்டைத் திறப்பதும், மிகத் திறமையாகப் பொருள்களைக் களவாடி வருவதும் நடக்கக் கூடிய காரியமா என்ற கேள்வி அறிவியல் பூர்வமானதும் பகுத்துணரும் பண்புடைய யாருக்கும் தோன்றக்கூடியதுமானதே. ஆனால் விலங்குகள் என்று நாம் கீழாக நினைக்கும் பல உயிர்கள் மனிதரைவிடப் பல மடங்கு உயர்ந்த குணமுடையவையாக இருப்பதை நாம் காலம் தோறும் கண்டு வருகிறோம். இந்தியக் கண்டத்தின் பழங்கால மக்களின் உண்மைக் கதைகளில் பலவித விலங்குகள் பலவித தெய்வீக ஆற்றலுடன் விளங்கியதைத் கண்டிருக்கிறோம்.

அதிலும் 'குரங்கு' என்ற ஒன்றை நாம் விலங்கு என்று கூறவே முடியாது. அனுமனும், வாலியும், சுக்ரீவனும் என விளங்கிய பல வீர புருஷர்கள் வானர இனத்தைச் சேர்ந்தவர்களே. அனுமனின் உயர் குணமும், பணிவும், செயலாற்றலும், சொல்லால் விளக்கவியலா பக்தியும் மனிதர்களில் யாருக்கேனும் வாய்த்திருக்குமா என்ன? இவை எல்லாவற்றையும்விட மணியன் காடனுக்கு அளித்த பயிற்சியின் பூடகமான முறை இதுவரை கதைக்காரர்கள் எவராலும் விளக்கப்படாவிட்டாலும், மிக வேறுபட்ட சங்கேத மொழியில் அமைந்திருக்கலாம் என்பதையும் நாம் புரிந்துகொள்ளத்தான் வேண்டும். மேலும், இக்குரங்கு இந்தியப் பேரிதிகாசம் ஒன்றிலிருந்து வந்த குரங்கின் வம்சா வழி என்பதையும் ஞாபகம் கொள்ள வேண்டும்.

1942ஆம் வருடம் என்று கணக்குக் கூறப்படுகிறது. தன்னை வஞ்சித்த பிரெஞ்சு உறவு முறைக்காரர்களைப் பழிதீர்த்து முடித்து, ஒருவாறு சோர்ந்திருந்த மணியன் காடனுடன் புதுச்சேரி கடற்கரையில் உட்கார்ந்திருந்தான். துறைமுகத்தை ஒட்டியிருந்த ஒரு பகுதியில் ஒரு பிரெஞ்சுக்காரனும் சில கருப்பு இளைஞர்களும் ஏதோ உரையாடிக் கொண்டிருப்பதைக் கவனித்தவன் அவர்களை நோக்கிச் சென்று தெளிவான பிரெஞ்சில் தன்னை ஒரு போராட்டக்காரன் என்று அறிமுகப் படுத்திக்கொண்டான்.

தெ கோல், ஹித்லேர் என்ற பெயர்கள், அவர்களது பேச்சில் அடிபட்டன. மறுநாள் மீண்டும் சந்தித்த அவர்கள் 'பிரான்ஸ் தேசத்தை நாசிசத்திலிருந்து விடுதலைபெறச் செய்து; உலகையும் படுகொலைகளில் இருந்து விடுவித்து சுதந்திரத்தின் காற்றை எல்லோரும் சுவாசிக்கச் செய்வோம்' என உறுதிமொழி எடுத்துக் கொண்டனர். மணியன் பிரான்ஸைக் காக்கச் சென்ற சில ஆயிரம் வீரர்களில் ஒருவனாகக் கப்பல் ஏறிய அன்று, காடன் கலங்கரை விளக்கத்தின் மீது ஏறி பார்த்துக்கொண் டிருந்தது. அதன் சோகம் பல வருடங்களுக்குத் தொடர்ந்தது.

தனது இருபத்து ஐந்தாவது வயதில் கப்பல் ஏறிய மணியன் தனது ஐம்பத்து ஐந்தாவது வயதில் விமானம் மூலம் தன் பிறந்த மண்ணுக்குத் திரும்பினார். இடது காலில் அடிப்பட்டு சற்றே தாங்கித் தாங்கி நடந்தபோதும் பல போர் முனைகளைக் கண்ட ஒரு இராணுவ வீரனுக்குரிய தோற்றம் அவரிடம் அப்படியே இருந்தது. பிரான்ஸின் ஆட்சியதிகாரம் பரவியிருந்த எல்லா நாடுகளிலும் சிற்சில ஆண்டுகளைக் கழித்துவிட்டு பாரிசில் சில ஆண்டுகள் இருந்து, அதன் எல்லாக் களியாட்டங்களையும் நுகர்ந்து சலிப்படைந்துவிட்டு ஏதோ ஒரு எண்ணத்தில் மீண்டும்

புதுச்சேரி வந்த மணியனுக்கு இராணுவத்தின் மிகப்பெரிய கௌரவப் பட்டம் வழங்கப்பட்டிருந்தது.

மரியாதைக்குரிய பிரெஞ்சுக் குடிமகனாகவும், கௌரவத் திற்குரிய புதுவை வாழ் பெருமகனாகவும் இருக்கும் நிலை மணியனுக்கு உருவாகியிருந்தது. வெவ்வேறு நிறம், இனம் எனப் பெண்களுடன் கலந்து களித்திருந்த போதும் மணியன் மணம்புரியும் எண்ணமின்றியே காலத்தைக் கடத்தியிருந்தார். அவர் ஊர் வந்து சேர்ந்து இரண்டு வெவ்வேறு வீடுகளை வாங்கிக் குடியேறிபோது வயதைப் பற்றிக் கவலைப்படாமல், கல்யாணம் புரியும் எண்ணம் இருந்தால் சொல்லுங்கள் பெண் பார்த்துவிடலாம் என்று சில பெரிய மனிதர்கள் சொன்னார்கள். மணியனுக்கு ஷர்லோத் பெனுவாவின் ஞாபகம் வர கசப்பாக சிரித்துக்கொண்டார்.

புதுச்சேரி முழுக்க சுற்றி சுற்றி வந்த மணியனுக்கு எல்லாம் மாயமாக இருந்தது. அந்த சமயத்தில் ஊரைச் சூழ்ந்திருந்த உணவுப் பஞ்சமும், மக்கள் மரவள்ளியையும், கோதுமைச் சோறையும் நம்பி காலம் கடத்தியதைக் கண்டும் அதிர்ச்சியாக இருந்தது. தான் ஊர்விட்டுப் போகும்போது 28,5011 ஆக இருந்த மாநில மக்கள் தொகை திரும்பி வந்தபோது 4,71,707 என்று அரசு புள்ளி விவரம் சொன்னதும்கூட மணியனுக்கு அதிசய மாகவே இருந்தது.

தனது இரண்டு வீடுகளிலும் மாறிமாறி விருந்துகளையும் கூட்டங்களையும் சந்தித்த மணியன் பிரஞ்சிந்திய மக்களிடையே மரியாதைக்குரிய ஆளாகவும் செல்வாக்குடைய நபராகவும் மாறிய பின், எந்த ஒரு பிரச்சினைக்கும் மக்கள் அவரிடமே வரத் தொடங்கினர். சங்கம், கமிட்டி என அமைப்புகள் பலவற்றிலும் முன்னிலை வகிக்க வேண்டிய தேவையும் ஏற்பட்டது. பலப்பல பிரச்சினைகளைத் தீர்த்து வைத்த மணியன் முன் நீண்ட காலமாக பிரெஞ்சுப் பிரஜைகள் சந்தித்து ஒரு பிரச்சினை கொண்டு வரப்பட்டது. பிரஞ்சுப் போலீசாராலும் பிறகு 1954க்குப் பிறகு வந்த சுதந்திர பாண்டிச்சேரி போலீசாரலும்கூடத் தீர்த்து வைக்க முடியாத அந்த நீண்ட நாள் பிரச்சினை சங்கக் கட்டிடத்தில் நடந்த கூட்டத்தில் மணியன் முன் வைக்கப் பட்டது. இதுவரை தமது பொன்னையும் மணியையும் பறிகொடுத்தவர்களின் பட்டியல் ஒன்றும் கத்தையாக அவரிடம் தரப்பட்டது. 1937இல் தொடங்கி அன்றுவரை நீண்ட பட்டியல். பொருட்களின் மதிப்போ பலகோடிகளைத் தாண்டி யிருந்தது. ஆரம்பத்தில் தொடர்ந்து நடந்து வந்த அது, பிறகு மாதத்தில் ஒரு குறிப்பிட்ட நாள் மட்டும் நடக்கும் என்றும்,

ஆண்டில் ஒரு குறிப்பிட்ட மாதத்தில் அதிகமாக நடந்துவிடும் என்றும், திருமணம் போன்ற விசேஷங்களுக்கு வாங்கப்படும் நகைகள் கண்டிப்பாகக் களவு போய்விடுகிறதென்றும் வெவ்வேறு விதமாக முறையீடுகள் மணியன்முன் வைக்கப்பட்டன. அந்த மர்மக் கொள்ளையை பல ஆண்டுகள் இராணுவம், உளவுத் துறைகளில் வேலை பார்த்த அனுபவம் கொண்ட மணியன்தான் கண்டுபிடித்துத் தடுக்க வேண்டும் என்றும் கோரிக்கை வைக்கப்பட்டது. அது குறித்த குறிப்பேடுகள், பட்டியல்கள் அடங்கிய ஒரு பெட்டியை அவர் வீட்டில் வந்து ஒப்படைத்த சில கிழ சொல்தாத்தாக்கள் 'கொமாந்தோன் மணியன் இதை முடிக்காமல் விடமாட்டார்' என்று கூறியபடி பிராந்தியைக் கிண்ணத்தில் ஊற்றி மணியனிடம் தந்துவிட்டு தாமும் குடித்து முடித்தனர்.

ஒருவாறு நமக்கு கதைப் புரியத்தான் தொடங்குகிறது என்றாலும், கடந்த முப்பது ஆண்டுகளாக காடன் இதைச் செய்திருக்க முடியுமா என்பது புதிராகத்தான் இருக்கிறது. ஆனால் மணியன் குறுங்காட்டைத் தேடிக் கண்டுப்பிடித்து சென்றபோது அப்பகுதி மட்டும் மேலும் அடர்த்தி கூடியிருந்தது. புதர்களும், கொடிகளும் பெருகியிருந்தன. மண்டபத்திற்குப் பக்கத்தே இருந்த கிணறு முள் புதர்களால் முற்றிலும் மூடப் பட்டிருந்தது. தடித்த கழியொன்றால் புதர்கொடிகளை நீக்கி கிணற்றுக்குள் எட்டிப் பார்த்தார். உள்ளே நீருக்குள் மூழ்கிய ஆபரணங்களின் பளபளப்பு. வர்ணஜாலம். அரை கிணறுவரை நகைகளின் புதையல். கைக்கு எட்டும் தூரத்தில் தெளிந்த நீர்.

சுற்றிலும் தேடிப் பார்த்த மணியன் யாரையும் காணாமல் திரும்பி வந்தார். பலமுறை முயற்சி செய்த பிறகு ஒருநாள் நண்பகலில் காடனை மண்டபத்தில் பார்த்தபோது அழுகையும் அதிசயமும் தோன்ற நெருங்கிப்போக அடியெடுத்த மணியனைக் கண்டவுடன் காடன் சில நொடிகள் திகைத்து நின்றது. பின் முகத்தைத் திருப்பிக்கொண்டு வேறு பகுதிக்குச் சென்றுவிட்டது. குரங்கின் முதுமை வேறுவிதமாக இருந்தது. முற்றிலும் சுருங்கிய தோல். முடி அடந்த கழுத்து. அடையாளம் தெரியவில்லை. எவ்வளவு முயற்சித்தும் மணியனின் சங்கேத பாஷையைக் கவனிக்கவோ, மறுமொழி சொல்லவோ காடன் தயாராக இல்லை. மனம் நொந்த மணியன் வீடு வந்து சேர்ந்து பலவாறாக யோசித்தார். மீண்டும் மீண்டும் களவு தொடர அவரை எல்லோரும் நெருக்கத் தொடங்கினர்.

எப்படிச் சொல்லியும் காடன் கேட்பதாக இல்லை. ஒரு ஆறு மாதம் இருக்கலாம்; மணியன் காடனுக்குப் பிடித்தமான பிரெஞ்சுக் கேக்கை வாங்கிக் கொண்டு காடு நோக்கிச் சென்றார்.

பிரேம்

கேக்கை ஒரு தட்டில் வைத்து மண்டபத்தில் வைத்தார். மறுநாள் சென்றபோது கேக் தூரத்தில் கிடந்தது. மீண்டும் புதிய கேக். அதுவும் தூரக் கிடந்தது. மூன்று மாதம் தினம் நடந்த இந்த இழுபறி ஒரு நாள் முடிவுக்கு வந்தது. அன்று மணியன் கொண்டு சென்றது கடுமையான விஷம் கலந்த கேக். வைத்துவிட்டு தூரத்தில் பதுங்கியிருந்த மணியனுக்கு காடன் வழக்கம்போல அந்தக் கேக்கையும் தூக்கியெறியும் என்ற எண்ணதான்; ஆனால் நடந்ததோ வேறு. வழக்கம்போல மண்டபத்துக்கு வந்த காடன் கேக்கைத் தூக்கியெறிய கையில் எடுத்து ஓங்கியும் விட்டது. திடீரென ஏதோ தோன்ற முகர்ந்து பார்த்த அதன் முகத்தில் தேங்கிய அமைதியும், துக்கமும் மனிதர்களால் புரிந்துகொள்ள முடியாத ஒன்று. இரண்டு கைகளாலும் கேக்கை எடுத்து மெல்ல மெல்ல சாப்பிடத் தொடங்கியது. காடன் பிறகு தன் கழுத்திலிருந்த தந்திரச் சாவிக் கொத்தைத் தூக்கி எறிந்தது. மண்டபத்தின் மீது தாவி ஏறியது. சில நிமிடங்கள் இரண்டு கைகளாலும் தன் கண்களை மூடிக்கொண்டது. கிணற்றுக்குள்ளிருந்து சப்தம்.

காலம் என்பது எப்படிப்பட்டது என்று பார்த்துக் கொண்டுதான் இருக்கிறோம். இதை மாற்றம் என்றோ, தொடர்ச்சி என்றோ சொல்வதா? இல்லை, ஒன்று அழிந்து இன்னொன்று தோன்றும் விந்தையா, எப்படியானாலும் இது இவ்விதமாக நடந்தது என்பதை நாம் ஏற்றுக் கொள்ளத்தான் வேண்டியிருக்கிறது. காடன் அன்று கிணற்றில் குதித்தவுடன் சிறு தாரையாக நீர் கிணற்றின் பக்கச் சுவர் தாண்டி வழியத் தொடங்கியதைத் தான் கண்டதாக 'பெருங்கிணறு மணிச்சித்தர்' தன் ஆன்ம சீடர்கள் மூவரிடம் கூறியிருக்கிறார். மணியன் அன்று அப்படியே அந்த மண்டபத்தில் சாய்ந்து படுத்தவர் மூன்று நாட்களுக்குப் பிறகுதான் கண் விழித்தார். கிணற்றிலிருந்து வழிந்த நீர் வெளியே சிறு ஓடையாக நீண்டு சென்றது. காடனின் உடல் எங்கேயும் காணப்படவில்லை.

எல்லாம் கனவா நினைவா என்று புதிராக இருந்தது. மணியனின் முகத்தில் அதற்குப் பிறகு துக்கமோ, சாந்தமோ அற்ற வெற்று ஒரு தோற்றம் படிந்துவிட்டது. வீடு வந்த மணியன் அடுத்த ஒரு மாதத்தில் எல்லாவற்றையும் மாற்றியமைத்தார். வீடுகளை விற்றது முதல் குறுங்காட்டில் கோயில் மணடபம் கட்டியதுவரை யாருக்கும் எதுவும் புரியவில்லை. அதன் பிறகு அவர் பேசியதை யாரும் பார்த்ததில்லை.

மூன்று ஆண்டுகளுக்குப் பிறகு, அந்தக் குறுங்காடு மிகப் பிரசித்தமான சித்தர் குடியானது. பெருங்கிணறு மணிச்சித்தரை தரிசித்து கிணற்றிலிருந்து வழியும் நீரைப் பருகியவர்களுக்கு உடல் நோயிலிருந்து மன நோய்வரை தீர்ந்ததாகப் பேசிக்

கொண்டார்கள். அவரை அமைதியாகப் பார்த்துக்கொண்டு, அமர்ந்திருந்துவிட்டு மனம் தெளிந்து சென்றவர்கள் எத்தனையோ பேர். அவர் மேடையிட்டு அமர்ந்திருக்கும் பெருங்கிணற்று நீரைப் பற்றிய கதைகளும்கூட பரவத் தொடங்கியிருந்தது.

பிரெஞ்சுக் குடியுரிமை பெற்ற பெருமக்கள் அதற்குப் பிறகு களவு நடக்காதது கண்டு வியப்படைந்ததுடன் ஆண்டுக்கு ஒரு முறையாவது மணிசித்தரை வந்து தரிசித்துச் சென்றனர். மணிச்சித்தருக்கு மூன்றே மூன்று சீடர்கள் மட்டுமே வாய்த்தனர். அவர்களுக்கு மேல் அவரும் யாரையும் ஏற்றுக்கொள்ளவும் இல்லை. மணிசித்தர் பெருங்கிணறு பற்றிப் பேசிய சில வார்த்தைகள் மனமென்ற பெருங்கிணறு குறித்தவையாகவும், குரங்கு பற்றிப் பேசியவை, புத்தியென்ற குரங்கு பற்றியவை யாகவும் பின்னாளில் பொருள் கொள்ளப்பட்டன. மணிச் சித்தர் நீரில் கரைந்தது பற்றியும்கூட ஒரு கதையுண்டு.

பெருங்கிணறு மணிச்சித்தர் குறித்து மேலும் அறிந்து கொள்ள; இக்கதையில் கூறப்பட்ட தகவல்களைச் சரிபார்க்க ஆய்வு மனம் படைத்த அறிஞர் பெருமக்கள் விரும்பலாம். இக்கதை உண்மைக் கதையல்ல என்று வரலாற்று நூல்களையும், ஆவணங்களையும் துணைகொண்டு நிரூபிக்க அறிவு ஜீவிகளும் விரும்பலாம். இச்சான்றோர் பெருமக்கள் ஒரு நிமிடம் நாம் கூறுவதைக் கவனிக்க வேண்டும் 1917இல் தொடங்கி 1942, 1972 வழியாக இருபதாம் நூற்றாண்டின் இறுதிப் பத்தாண்டுவரை நீளும் இக்கதை எப்படி இதுவரை பிறருக்குத் தெரியாமல் இருந்தது. யார் சொல்லி இது இப்போது அறிய வருகிறது. சித்தர் குடி எங்கே, பெருங்கிண்று எங்கே, நீர் ஊற்று எங்கே எனப் பல கேள்விகள் எழுவது இயல்புதான். நம்ப முடியாதவை எப்போதும் நம்மைச் சுற்றி நடந்தபடி உள்ளன. புதுச்சேரி கடந்த நூற்றைம்பது ஆண்டுகளாகத் தன்னகத்தே பெரும் எண்ணிக்கையிலான சித்தர் கணங்களைக் கொண்ட நிலம் என்பதை நினைவிற் கொள்க.

தற்போது இக்கதை உருவாக அடிப்படையாக இருந்த வேறொரு கதையை நாம் தெரிந்துகொள்ள வேண்டும். அச்சம் தேவையில்லை. மிகச்சிறிய கதைதான்: 1972இல் புதுவையில் ஏழு முதல் பத்து அடி நீளமுள்ள குழாயை மண்ணில் புதைத்தால் நீர் பொங்கி வரும். ஊர் முழுக்க பன்னிரெண்டு அடிக்குள் நீர் இருக்கும். சாலையின் இருபுறமும் ஏரி வாய்க்கால் ஓடிக்கொண் டிருக்கும். புதுவையின் அத்தனை ஏரிகளிலும் தண்ணீர் இருக்கும். நூற்றுக்கணக்கான குளத்தின் தண்ணீருக்கும் அப்படி ஒரு சுவை. பிறகு வாய்க்கால் வரண்டது. 40, 50 அடிவரை குழாய் கிணறு, பிறகு 100, 200 குளமெல்லாம் கட்டடமானது. பிறகு 500, 1000

அடி ஆழம். தண்ணீர் இல்லை. கைக்குழாய்கள், வீட்டுக் கிணறுகள் இருந்தது குறித்து, யாரும் நம்ப முடியாது. ஏரிகள் வெறுமை யாக மனைகளாக்கப்பட்டன. தொழிற்சாலைகள், தொழிற் பேட்டைகள் பெருகின. மாபெரும் வளர்ச்சி. புதுச்சேரியின் நீரை இப்போது வாயில் வைக்க முடியாது. தோண்டும் இடமெல்லாம் உப்புநீர். அதுவும்கூட அதள பாதாளத்தில். ஒரு லிட்டர் குடிநீரின் விலை 12 ரூபாய். பெருங்கிணறு மணிச்சித்தரின் குரங்கு கடைசியாக உண்ட நஞ்சுதான் இப்போது நீர் முழுக்க பரவிக்கொண்டிருக்கிறது என்று அவருடைய இரண்டாம் தலைமுறை சீடர்கள் கூறுவதை மறுப்பவர்கள் தாம் நாம். ஆனால் குரங்கு கற்பனையாக இருக்கலாம் விஷமோ உண்மை யல்லவா. கிணற்றுக்குள் மூழ்கிய மணிகளும் ஆபரணங்களும் எவர் கண்ணுக்கும் தட்டுப்படாமல் மறைந்து கிடைப்பதும், ஆயிரத்தில் ஒருவருக்கு எப்போதாவது அவை கண்ணில் படும்போது அவர்களும் பேச்சை மறந்த சித்தர்களாகித் தொலைந்து போவதும் காலப்போக்கில் நடப்பதை யார் வந்து விளக்கிச் சொல்ல முடியும்?

பின் குறிப்பு

பெருங்கிணறு மணிச்சித்தரின் போதனைகள் தொகுக்கப் பட்டு நூல் வடிவம் பெற்று வருகின்ற நிலையில், அவரது போதனைகளைப் பல்வேறு மொழிகளுக்குக் கொண்டு செல்ல ஓர் அறிவார்ந்த குழு செயல்பட்டு வருவது நாம் அறிந்ததே. மணிச்சித்தர் நியமித்த நேரடி சீடர்களுள் ஒருவர் சுவாமி மணிச்சித்தானந்தா. அவர் தொகுத்த 'மணிச்சித்தர் அவதார வரலாறு' மூன்று பகுதிகளைக் கொண்ட நூல். இந்நூலின் மூன்றாம் பகுதியில், மணிச்சித்தருக்கு நண்பராகவும் சக ஞானப் பயணியாகவும் ஐரோப்பிய நாடுகளில் ஆசிரமங்களை அமைக்கப் பேருதவி புரிந்தவருமான ஸ்ரீ நித்ய சைதன்ய யதி என்ற மகானைப் பற்றியக் குறிப்புகள் காணக் கிடைக்கின்றன. ஞானியும் மாபெரும் சிந்தனாவாதியுமான கேரளத்தைச் சார்ந்த ஸ்ரீபதி அவர்களைப் பற்றிய அறிமுகக் குறிப்புகள்; தமிழர்களுக்கு, தென்னகத்தின் இன்னுமொரு ஞானியையும் அறிந்துகொள்ளப் பேருதவி புரிகிறது.

சொல் விளக்கம்

சொல்தா – பிரெஞ்சுப் படை வீரர், மெர்ஸியே – திருவாளர், தூர் எஃபில் – ஈஃபில் டவர்.

1789 ஜூலை 14, அன்று கனவில் பெய்த மழையைப் பற்றிய இசைக் குறிப்புகள்

1

தேய்பிறைக்கால நிலாக்களைப்போல உனது தீர்மானங்கள் எப்பொழுதும் தாமதமாகத் தோன்றுகின்றன. எந்தத் தீர்மானமும் இதுவரை உன்னால் நடைமுறைப்படுத்தப்பட்டதே இல்லை. உனது ஒவ்வொரு எத்தனிப்பும் சற்றுக் கூடுதலாய் கரையேறி மணல்தொட்ட அலைகளைப் போல் குமிழ் எழுப்பி மறைந்து போகின்றன. உனது ஒவ்வொரு நெடும்பயணமும் கப்பல் வரை சென்று கரை மீண்டுவிடும் பணிப்படகுகளோடு முடிந்துவிடுகின்றன. உனது தொடக்கத்திற்கான நீண்ட ஆயத்தங்கள் ஒவ்வொன்றும் இல்லாத ஓர் இசைக்கருவிக்கு எழுதிய குறிப்புகள்போல தனித்துக் கிடக்கின்றன. ஒரு சுடர் தனது எரிதலையே வடிவமாக்கிக்கொள்ளுவது போலவும், ஒரு துளி தான் மறைகிற கணங்களையே தனது இருப்பின் தருணங்களாக்கிக்கொள்ளுவது போலவும் நீ உனது இருப்பை அர்த்தப்படுத்திக்கொள்ள முயற்சிக்கிறாயோ என்று தோன்றுகிறது. ழீல், உனது வயலினையும் இசைக் குறிப்புகளையும் எரித்துவிட்டு எங்காவது தொலைந்து போய்விடுவதே நல்லது. இனியும் உனது அடுத்த பெரும் சாகசத்திற்கான திட்டத்துடன் என்னை வந்து சந்திப்பதை நிறுத்திவிடு.

2

மதாம். பெர்னாதெத், உங்களுடைய சிறிய வீட்டிற்குள் ஒரு வேற்றுக் கிரக இயந்திரம் போலவோ, கைவிடப்பட்ட விண்கலம் போலவோ தோன்றும் உங்களது பியானோ நிசப்தமாக உள்ளபோது பயங்கரங்கள் நிரம்பியதாகவும் ஏதோ சிறு ஒலியையாவது எழுப்பிக்கொண்டிருக்கும் பொழுது தெளிவான ஒரு மீன் தொட்டி போலவும் எனது சிறு வயதிலிருந்து எனக்குத் தோன்றியிருக்கிறது. நான் ஏதும் சாகசங்கள் செய்யும் பொருட்டோ சாதனைகள் செய்யும் பொருட்டோ இசையை உருவாக்கிக் கொண்டிருக்கவில்லை. மாறாக, இசைக் கருவிகளின் நிசப்தமும் மௌனமும் உருவாக்கும் மகா பயங்கரத்திலிருந்து தப்பிக்கவே நான் இசைக்குறிப்புகளை எழுதிக்கொண்டிருக்கிறேன்.

என்றாலும், எனது அடுத்த சாகசம் என்று ஒன்று உண்டென்றால் அது புவியீர்ப்பு விசையை ஓர் இடத்தில் இல்லாமல் ஆக்கவோ அல்லது புவியீர்ப்பு விசை ஓர் உடம்பை தாக்காமல் இருக்கவோ ஆன உத்தியைக் கண்டுபிடிப்பதாகத்தான் இருக்கும். ஆம், நான் தூக்குத் தண்டனையிலிருந்தும் கில்லெட்டினிலிருந்தும் தப்பிக்க வேண்டும். தூக்குத் தண்டனை எனது உடம்புமீது புவியீர்ப்பு விசை செயல்படுவதால் நிகழ்த்தப்படுவது. கில்லெட்டின் புவியீர்ப்பால் இயங்கும் ஒரு பொருள் என் உடம்பின்மீது செயல்படுவதால் நிகழ்த்தப்படுவது. இரண்டையும் நான் மீற வேண்டும். இதற்கு இசை ஏதாவதொரு வழியில் பயன்படுமா என்று நீங்கள்தான் கூற வேண்டும்.

3

ழீல், *mon petit!* எனது செல்லமான மாணவனே! நீ தண்டனை பற்றி சிந்திக்க வேண்டிய தேவை என்ன இப்போது? நீ உனது விநோத சிம்ஃபொனிகளையும் மிக அபூர்வமான ஒபேராக்களையும் நிகழ்த்திக் காட்டவோ வெளியிடவோ இன்னும் காலம் கடந்துவிடவில்லை. நீ ஓர் இளைஞன். முப்பதே வயதான இளைஞன். மிக பால்யத்திலேயே நீ ஓர் அதிசயக் கலைஞனாக மாறிவிட்டதனால் எனக்கும்கூட நீ நீண்ட காலமாகச் செய்ய வேண்டிய சாதனையைச் செய்து முடிக்கவில்லை என்றும் மிகப் பிடிவாதமாக உனது அபூர்வ இசைகளை மறைத்து வைத்துக் கொண்டிருக்கிறாய் என்றும் தோன்றிக்கொண்டிருக்கிறது.

எனது முதுமை என் பார்வையையும் விரல்களையும் பாதிக்கத் தொடங்கிவிட்ட பிறகு உனது இசைக் குறிப்புகளை நீ தரப்போகும் மாபெரும் கன்ஸர்ட்டில் ஒருத்தியாக இருந்து வாசிக்க முடியாமல் போய்விடுமோ என்ற அச்சம் என்னை

அடிக்கடி சூழ்ந்துகொள்கிறது. நான் உன்னைப்போல் மந்திர இசை வல்லுநன் இல்லை. வெறும் இசையாசிரியை. பியானோவையும் வயலினையும் கருவிகளாக எப்படி கையாள்வது என்பதையும், எழுதப்பட்ட ஒரு ஸ்வரத்தை இக்கருவிகளில் எப்படி எழுப்புவது என்பதையும் மட்டுமே அறிந்த ஆசிரியை. நீ உனது மூன்றாவது வயதில் முதல்முறை வயலினை வாசித்து நான் பார்த்த பொழுதுதான் வயலின் ஒரு கருவி அல்ல, இசை ஒரு உத்தியல்ல என்று தெரிந்துகொண்டேன். முதன்முறையாக இசை எனது மூச்சை அடைத்தது. உடம்பு சிலிர்ப்புற்று வெடிக்கும் மௌன சப்தத்தில் ஓராயிரம் நரம்புகள் அதிர்ந்தன. அதற்குப் பிறகு ஒவ்வொரு நிசப்தமும் மௌனமும் வேறுவேறு அர்த்தங்களால் நிறைந்தன.

அந்த அர்த்தங்களூடாகவே உன்னை இந்த இருபத்தேழு ஆண்டுகளாக நான் கவனித்துவருகிறேன். உனது ஒவ்வொரு அசைவும் எனக்குப் பழக்கமாகி இருக்கிறது. உனது உடம்பின் செய்கையின், நடத்தையின் ஒவ்வொரு மாற்றமும் என் நினைவுகளின் பள்ளத்தாக்குகளில் நீர்ப் பொதிந்த மேகங்களென தேங்கிக்கிடக்கின்றன. அதன் ஈர அசைவுகளே என்னைத் தாலாட்டித் தூங்க வைக்கின்றன. நீ ஒரு பனிமேகக் குழைவு; உனக்குள் ஏன் குருதிச்சூடு? நீ தண்டனை பற்றி; அதுவும் மரண தண்டனைப் பற்றி பயம் கொள்ள வேண்டிய காரணம் என்ன? உன்மீதான எனது கோபங்களையும் கடும் சொற்களையும் நீ தவறாகப் புரிந்துகொள்ளமாட்டாய் என்று எனக்குத் தெரியும். நேரில் வந்து என்னிடம் பேசு பூீல்! உதறிவிட்டு எழும்போதும் தொங்கிக் கொண்டிருக்கின்றன இரண்டொரு குட்டிகள் தாயின் காம்புகளில்.

4

மதாம் . . . உடம்பும் சைகையும் போலில்லை கனவுகளும் ஏக்கங்களும். உங்களுக்குத் தெரியாது, எனது உடம்புக்குள் ஏற்பட்ட நெரிசல். வேறு சில உருவங்கள் என்னை ஒரு பதுங்கு குழியாகப் பயன்படுத்திக் கொண்டிருப்பதும் எனது அங்கங்கள் ஒவ்வொன்றும் வேறு வேறு உயிரிகளின் ரகசியக் கட்டளை களை ஏற்று இயங்கிக் கொண்டிருப்பதும் எனது நினைவும் கனவும் இனம் புரியாத குரல்களின் சூறாவளியால் கலைந்து கொண்டிருப்பதும் உங்களுக்கு மட்டுமல்ல எனக்கே பல தருணங்களில் தெரிந்து கொள்ள முடியாமல் இருந்திருக்கிறது. எனது பேச்சு அறியப்படாத மொழிகளின் உருவகங்களாலும் எனது மௌனம் இல்லாத நிலப்பரப்புகளின் காட்சிகளாலும் நிரம்பிய பொழுது நான் எனது இசைக்கருவிகளுடன் தனித்தே இருந்தேன். நான் தேடி அலைந்த வீடு, அகழ்ந்தெடுக்கப்பட்ட

நகரம் ஒன்றின் வீதியில் அடையாளம் காணப்படுவது போல் திகைப்புகளுக்கு நடுவே நான் உலவிக்கொண்டிருந்தேன். நான் மறுமுறை நினைவுகூற முடியாத வாக்கியங்களால் சிந்தித்துக் கொண்டிருந்தேன். அது என்னை ஓயாமல் பின்னப்படுத்திக் கொண்டே இருந்தது. நான் அந்த வாதை நிறைந்த நினைவிலிருந்து தப்பி எங்காவது பதுங்கிக்கொண்ட பொழுதெல்லாம் ஒரு உருவம் தவறாமல் வந்து என்னைத் தொட்டெழுப்பி அந்த வாசகங்களை நினைவூட்டி விட்டுச் சென்றது. நான் இரண்டாவது கொலைக்குத் தயாராகிவிட்டதாகத் தோன்றியது. கொலை. உங்களுக்கு அதிர்ச்சியூட்டக்கூடிய ஒரு சொல் என்றாலும் உங்களுடைய செல்லமான மாணவனும் இசை வரலாற்றில் பெரும் சாகசங்களைச் செய்ய வேண்டியவனுமான ழீல் ஒரு கொலைகாரன். அவனது மாபெரும் இசைச் சேர்க்கைக்கான குறிப்புகளெல்லாம் இரண்டு கொலைகளுக்கான ரகசிய திட்டங்களின் சங்கேத வரிகள்தான். ஒன்று பச்சையான கொலை. மற்றது அந்தக் கொலைக்குச் சாட்சியமாக அமைந்ததை அழித்த கொலை. குற்றவுணர்விலிருந்து மீள பலவழிகள் உண்டு என்றாலும், உத்தரவாதமான ஒரு வழி அக்குற்றத்தை மீண்டும் செய்வதுதான் என்று ஒரு துறவி என்னிடம் எப்பொழுதோ கூறிச் சென்றார். நான் குற்றவுணர்வுடன் இல்லை; மாறாக, தண்டனையிலிருந்துத் தப்பிக்கும் தந்திரத்தைக் கண்டுபிடிக்கும் பரிசோதனையில்.

5

ழீல்! நீ கொலை செய்ததாகக் கூறிய இரண்டு நபர்களும் தற்போது உயிருடன் இருக்கிறார்கள். நீ அவர்களை ஏதும் செய்ய முடியாது. உன்னால் பார்க்கக்கூட முடியாத இடங்களில் அவர்கள் இருக்கிறார்கள். என் பிரியமான குழந்தையே! இப்படி பேசுவதை எல்லாம் விட்டுவிடு. நீ கண்டது வெறும் கனவு. உனது இசைக் குறிப்புகளையும் உனது வயலினையும் எடுத்துக்கொண்டு வீட்டிற்கு வந்துவிடு. இனி நீ தனியாக எங்கும் இருக்க வேண்டியதில்லை. உன்னை அடையாளம் கண்டு கொள்ள இந்தச் சிறிய நகரத்தில் யாரும் இல்லை; என்னைத் தவிர. பிரெஞ்சுப் பெயர்களும் வடஇந்தியக் கடைகளும் ஆங்கிலப் பள்ளிகளும் நிறைந்த இந்த பொந்திஷேரியில் உனது வயலினுக்குள் பதுங்கிக்கிடக்கும் மாய விநோதங்கள் பற்றி பேச நாம் இருவர் மட்டுமே இருக்கிறோம். நீ இப்படி மறைந்து விளையாடுவதையும் செய்யாத குற்றங்கள் பற்றி பேசிக்கொண்டிருப்பதையும் விட்டுவிட்டு என்னை வந்து பார். வேறு யாரேனும் இவற்றைத் தவறாகப் புரிந்துகொள்ளவும் அதன்மூலம் வேறு பிரச்சினைகள் ஏற்படவுமான சூழ்நிலைகளை

நீ உருவாக்கிவிட வேண்டாம். உனது பியானோ பயிற்சி கடந்து மூன்று மாதங்களாகத் தடைபட்டிருக்கிறது. மாற்று உடை ஏதும் எடுத்துக்கொள்ளாமலேயே சென்ற நீ தற்போது எந்த உடுப்பைப் போட்டுக்கொண்டிருக்கிறாய்? இனி உனது இசை நிகழ்ச்சியை எப்பொழுது நிகழ்த்தப்போகிறாய் என்றோ, உனது இசையாக்கங்களை உலகிற்கு ஏன் தெரிவிக்கவில்லை என்றோ கேட்டு உன்னை தொல்லைப்படுத்தப் போவதில்லை. உனக்குப் பிடித்தமான பிரம்பு ஊஞ்சல் ஒன்று வாங்கி வாதுமை மரத்தில் தொங்கவிட்டிருக்கிறேன். உனக்குப் பிடித்தமான நாவல்கள் சிலவும் பாரிசிலிருந்து வரவழைத்திருக்கிறேன். இசை வகுப்புக்கு வரும் குழந்தைகள் உன்னை தினம் கேட்கும் பொழுதெல்லாம் நீ திபேத்திற்குச் சென்றிருப்பதாகப் பொய் சொல்லிக்கொண்டிருக்கிறேன். இரண்டு நாளைக்கு ஒரு முறைதான் என்னால் சாப்பிட முடிகிறது. உனது மனச்சிதைவிற்கும் மூளை வலிக்கும் வைத்தியம் பார்த்துக்கொள்வதை என்னிடமிருந்து நீ மறைக்கத் தேவையில்லை. அந்த வைத்தியம் எனக்கும் தேவைப்படுவதாக இருக்கலாம். நீ எத்தனை கொலைதான் செய்தால் என்ன? என் பிரியமான நட்சத்திர மீனே! என் உள்ளங்கையில் வந்து உறங்கு செல்லமே! என்னை இந்த வயதிற்குப்பின் அலையவிடாதே. அழுதால் மயக்கம் வருகிறது. தனிமையில் மயக்கம் வந்தால் தண்ணீர் தர யார் இருக்கிறார்கள் மீல்?

6

அப்பா சவப்பெட்டி செய்யும் நேரம் தவிர வயலின் வாசித்துக் கொண்டிருப்பார். மிகப் பழைய வயலின் மெர்ஸ்யே பெனுவா தன் வீட்டை விற்றுவிட்டு பிரான்ஸூக்குச் சென்றபொழுது தந்துவிட்டுச் சென்ற தட்டுமுட்டுச் சாமான்களில் வயலினும் ஒன்று. சாராயவாடை வயலினிலிருந்து வருவதற்குக் காரணம் அப்பா அதை தன் முகத்தோடு ஒட்டி வைத்தே எப்பொழுதும் வாசிப்பதுதான் என்று அம்மா சொல்லும். அம்மா, காயரில் முக்கியப் பாடகி. தனியே பாடும்பொழுதெல்லாம் சில பிரெஞ்சுப் பாடல்கள் மட்டும் பாடும். அம்மாவுக்கு அதற்கு அர்த்தம் தெரியாது என்று அப்பா சொல்லுவார். அப்பாவுக்கு வயலின் வாசிக்கத் தெரியாது என்றும், தன் மனம்போன போக்கில் வாசித்து ஊரை ஏமாற்றுவதாகவும் அம்மா சொல்லும். ஆனால் ஊரில் எல்லோரும் அப்பாவைப் பெரிய வயலின்காரன் என்றே கூறுவார்கள். பங்கில் நடக்கும் எல்லா நிகழ்ச்சி களிலும் வயலின் உண்டு. அம்மாவின் பாடல்களும் உண்டு. அம்மா பாடும் பொழுது எப்போதும் மூடிய கண்களும் முனைமட்டும் தெரியும் கண்ணீரும் உண்டு.

அம்மா வேலை செய்யும் போதும் கோவிலைப் பெருக்கும் போதும் நடக்கும்போதும் கவனமாகக் கேட்டால் பாடல் ஒலிக்கும். உதடுகள் அசையாது. கன்னத்திலிருந்து காது வழியாக சில சமயம் ஒரு ரேகை அசையும்.

அப்பா என்னை வயலின் வாசிக்கச் சொன்னபோது எனக்கு இரண்டு வயது. கொஞ்சமாக ஞாபகம் இருக்கிறது. சப்தம் என்னை முதலில் பயமுறுத்தியது காதுக்கு வெகு அருகே. விரல்களைப் பிடித்து வில்லை நகர்த்தி அப்பா பின்னாலிருந்து என் கை வழியே வாசித்த போது மெல்லிய இசை ஒன்று புகைபோல் புறப்பட்டது. திரும்பத் திரும்ப அதை வாசித்தபோது அசைவுகள் புரிந்தது.

அப்பா இல்லாதபோது அம்மா ஒரு நாள் எனக்குச் சொல்லித் தந்தது. அப்பொழுதுதான் அம்மாவுக்கும் வயலின் வாசிக்கத் தெரியும் என்பது தெரிந்தது. அப்பாவிடம் சொல்ல வேண்டாம் என்று அம்மா கேட்டுக் கொண்டதன் காரணம் பின்னால் புரிந்தது.

மதாமை நான் பார்த்தது எனது மூன்றாவது வயதில். கோவிலில் பியானோ வாசிக்கப் புதிதாக வந்தவர். அப்பாவுக்குக் காய்ச்சல் அதிகமாக இருந்ததால் அம்மா என்னையும் வயலினை யும் தூக்கிக்கொண்டு சென்றது. எனக்குப் பக்கத்தில் நின்றபடி அம்மா பாட, முதன்முறையாக ஒரு பொது இடத்தில் வயலின் வாசித்தேன். நான்தான் வாசித்ததாக நிறைய பேருக்குத் தெரியாது. 'பியானோ மதாம்' என்னையே உற்றுப் பார்த்துக்கொண் டிருந்தார். அவரது கண்களில் பரவசமான ஓர் ஒளி. வாசித்து முடிந்ததும் என்னைக் கூப்பிட்டார். நான் அம்மாவைப் பார்த்தேன். அம்மா தலையசைத்ததும் மதாம் அருகில் சென்றேன். குட்டி மொசார்ட் என்றபடி என் இருகைகளையும் பிடித்துத் தன் கண்களில் வைத்துக் கொண்டார். பிறகு அம்மாவும் மதாமும் பேசிக்கொண்டதும், அம்மா அப்பாவிடம் பேசிக் கொண்டதும் அதிகம் ஞாபகம் இல்லை. மூன்றாவது நாளி லிருந்து மதாம் வீட்டிற்கு மாலை நேரத்தில் இசை வகுப்புக்குச் செல்ல வேண்டியிருந்தது. அம்மா அழைத்துச் செல்லும்.

வயலினும் இசையும் என் நினைவை முற்றிலுமாகச் சூழ்ந்து கொண்டதும், என் உறக்க நேரங்களில் புதிய இசைகள் தோன்ற அந்த நினைவுகளில் நான் வாசிக்க முயற்சி செய்வதை மதாம் பியானோவில் வாசித்து எழுத்தாகக் குறித்துக்கொண்டதும் அப்பொழுது எனக்கு இயல்பாகத் தோன்றினாலும், மதாம். பெர்னாதேத்துக்கும் அம்மா அப்பாவுக்கும் பேரதிசயமாகவே தோன்றியது. இப்படியாகத்தான் நான் இந்த வலி நிறைந்த உயிர் அரிக்கும் இசையை எனக்குள் நிறைத்துக் கொண்டதும் ஓர் இசைக் கலைஞன் என்று பெயர் பெற்றதும் நடந்தது.

எனது நான்காவது வயதில் என்னை ஒரு அதிசயக் குழந்தையாக இசை உலகிற்கு அறிமுகம் செய்துவைத்துவிட மதாம் செய்த ஏற்பாடுகளும் அதற்காக நான் செய்த பயிற்சிகளும் முழுமையாகப் பயனளித்திருந்தால் தற்போது நான் சிகிச்சைக்காக உங்களிடம் வருவதற்கு பதிலாக ஏதாவது அய்ரோப்பிய நாடு ஒன்றில் வரலாற்றுப் புகழ்பெற்ற மனநோய் மருத்துவமனையில் தங்கியிருக்க நேர்ந்திருக்கலாம்; வான்கோ போல்; ஆர்தோ போல், அல்தூஸர் போல் . . . மெர்ஸ்யே தொனாதேன்.

7

மரியாதைக்குரிய மதாம் பெர்னாதேத் அவர்களே! உங்கள் வளர்ப்பு மகனும் அனாதை குழந்தைகள் இல்லத்தின் இசையாசிரியனும் தனது வயலின் இசையால் தேவாலயத்தின் கர்த்தர் சிலையில் உள்ள காயத்திலிருந்து குருதி வடியவைத்த அதிசய கலைஞனுமான மெர்ஸ்யே ழீல் அமாதியே தற்போது எனது கண்காணிப்பில்தான் இருக்கிறார். தான் இருக்குமிடத்தை உங்களுக்குத் தெரிவிக்கக் கூடாது என்ற உறுதிமொழியை என்னிடம் பெற்றிருக்கிறார். உங்களிடம் இருந்து கிடைக்கும் தகவல்களை அவருக்கும் அவர் தரும் தகவல்களை உங்களுக்கும் கிடைக்கச் செய்வதில் நான் கவனமாக இருக்கிறேன்.

நான் மனநல மருத்துவன் என்று அறியப்பட்டவன். பிராங்கோ தமிழனான நான் இதுவரை முப்பதுக்கும் மேலான நாடுகளில் பயணம் செய்திருக்கிறேன். மூன்று ஐரோப்பிய நாடுகளிலும் இரண்டு ஆப்ரிக்க நாடுகளிலும் சில சில ஆண்டுகள் தங்கிப் பணி செய்திருக்கிறேன். என் அம்மா ஒரு பிரெஞ்சு மருத்துவர் வீட்டில் வேலை செய்தவர். அவரது இருபத்தேழாவது வயதில் நான் பிறந்தேன். கன்னிமரியாள் பெற்றெடுத்ததுபோல என்னைப் பெற்றெடுத்ததாக அம்மா சொல்வார். அம்மா பின்னல் வேலைகளில் கைத்திறன் பெற்றவர். தனது அய்யா வீட்டின் அத்தனைப் பொருட்களையும் துடைத்தபடி அவர் பிரார்த்தனைப் பாடல்களைப் பாடிக்கொண்டிருப்பார். மாட்டு மாமிசம் சமைப்பதில் அம்மாவைப் போல் ஐரோப்பா முழுதும் தேடினாலும் ஆள் இல்லை என அந்த பிரெஞ்சு மருத்துவர் கூறுவார்.

மருத்துவர் என்னை தனது மகனாக என்னுடைய பதினெட்டாவது வயதில் ஏற்றுக்கொண்டார். நான் அவரை கடைசிவரை 'மெர்ஸ்யே' என்றுதான் அழைத்துவந்திருக்கிறேன். எனக்கு அவர் கற்றுத் தந்தவை பிரெஞ்சு வரலாறு, இசை, ஹோமியோபதி மருத்துவம் மற்றும் தனியே வாழ்வதற்கான

மனநிலை. அம்மா எனக்குக் கற்றுத்தந்தவை எவருடைய முகத்தையும் பார்த்து அவருடைய சிந்தனை ஓட்டத்தைப் படித்துக் கொள்ளும் கணிப்பு, கண்களை உற்றுநோக்குவதனூடாக ஒருவரை புறநினைவற்றவராக மாற்றி அந்தர மனதுடன் பேசும் உத்தி மற்றும் செடிகளுடன் பேசுவதற்கான சங்கேத மொழி.

மெர்ஸியேவின் நூலகமும் அம்மாவின் பின்னல் ஓவியங் களும் வீட்டின் இரண்டு பெரிய அறைகளை நிறைத்தபடி எனது சொத்துக்களாக அமைந்தன. என்னை சர்வதேச உளவியல் அமைப்பு மருத்துவனாக ஏற்றுக்கொள்ளவில்லை. உலகின் ஒவ்வொருவரையும் ஒவ்வொரு வகை மனநோயாளியாக அடையாளம் காண வேண்டும் என்பது அவர்களின் விதிமுறை களில் ஒன்றாக உள்ளபோது; அந்த வகையில் மனம் என்பது தான் முதல்நோய் என்றும், நோய் குணமாவது என்பது மரணம்தான் என்றும் நான் நம்பத்தொடங்கிவிட்டது பைத்தியக்காரத் தனமாகத் தோன்றியது. நான் எனது நண்பர் களின் விருப்பத்திற்கிணங்க ஒரு சமரசம் செய்துகொண்டேன். ‘சிகிச்சை என்பது ஒரு நோயிலிருந்து மற்றொரு நோய்க்கு மாற்றும் கலை’ என்ற கருதுகோளை முன்வைத்தேன். நான் கடைசியாக பாரிஸில் இருந்தபோது மருந்துகளில் இருந்து வாசனைத் தைலங்கள் தயாரிக்கும் முறையைக் கண்டு பிடித்ததால் சட்டபூர்வமான நடவடிக்கைக்கு உட்பட்டு மீண்டும் பொந்திஷேரி வந்தேன்.

நான் மிலித்தேரில் இருந்தபொழுது எனது ஒரு கண்ணில் மட்டும் நிறப்பார்வை இழந்தேன். தலையில் காயம் பட்டதால் ஏற்பட்டக் கோளாறில் இரண்டு காதுகள் வழியாக நுழையும் ஒலி தனித்தனியே இம்மி நேர இடைவெளிகளுடன் கேட்கும் தன்மை எனக்கு ஏற்பட்டது. இந்த இரண்டு குறைபாட்டையும் இதுவரை நான் யாரிடமும் தெரிவித்ததில்லை. உங்களிடம் மட்டும் இதை கூறுவதற்குக் காரணம், மீல் அமாதியேவுடன் எனக்கு ஏற்பட்ட நட்புக்கு இவை காரணமாக அமைந்தன என்பதனால்தான்.

நான் உங்களிடம் தெரிவித்துகொள்ள விரும்புவதெல்லாம் இசை மீலை கொஞ்சம் கொஞ்சமாக சாகடித்துக்கொண்டிருக் கிறது. அதே சமயம் அவரை உயிர்ப்புடன் வைத்துக்கொண்டும் இருக்கிறது. ஓசைகளில் மரணமும் அவற்றிற்கிடையே வரும் மௌனங்களில் உயிர்ப்பும் மாறிமாறி நம்மைத் தாக்குவதை நீங்கள் அறிவீர்கள் தானே.

எனக்கும் மீலைப் போலவே அச்சமாக இருக்கிறது. எனது கனவுகளில் அடிக்கடி நான் ஒரு கொலை செய்துகொண்டிருக் கிறேன். விழித்ததும் எனது கைகளை ரத்தக் கறைகளுடன் கண்டு

பதறிப்போகிறேன். கழுவக் கழுவ தீராத கறை எனது கைகளில் படிந்துபோயிருக்கிறது. எனது நூலகத்தில், எனது அம்மாவின் பின்னல் ஓவிய அறையில் அந்த ரத்தவாடையும் கறையும் அவ்வப்பொழுது தென்படுகிறது. நானும் என் அம்மாவைப்போலத் துணியை வைத்து நாள் முழுதும் இந்தப் பழமையான வீட்டையும் அதிலுள்ள ஒவ்வொரு பொருள்களையும் மீண்டும் மீண்டும் துடைத்துக் கொண்டிருக்கிறேன். ஒருமுறை துடைக்கும் பொழுது ரத்தக்கறையையும் மறுமுறை துடைக்கும் பொழுது எனது குற்றம் பதிந்த ரேகையையும் மாறிமாறி அழித்துக் கொண்டிருக்கிறேன்.

ழீல் எனது அம்மா தங்கியிருந்த கடைக்கோடி அறையில் தனது இசையை எழுதிக்கொண்டிருக்கிறார். அவ்வப்போது எனது பியானோவையும் தனது வயலினையும் பயன்படுத்திக் கொள்கிறார். நான் உங்களை வந்து சந்தித்துவிட்டு செல்லும் ஒவ்வொரு முறையும் ழீல் உங்கள் உடல்நிலைப் பற்றிக் கேட்கிறார். இந்த மிகச்சிறிய நகரத்திலேயே நாம் இப்படி ஒளிந்து வாழ முடியுமா என்று எனக்கு வியப்பாக இருக்கிறது.

8

மெர்ஸ்யே. தொனாதேன்! நீங்கள் என்னை சில முறை வந்து பார்த்துவிட்டுச் சென்றதற்கும், ழீல் பற்றி பேசிவிட்டுச் சென்றதற்கும் மிக்க நன்றி! ழீலை அந்தத் தனிமையிலிருந்து மீட்பது எப்படி என்று எனக்குத் தெரியவில்லை. அவனது ஒவ்வொரு திசுவிலும் இசை படிந்து கிடக்கிறது. மிக நீண்ட இடைவெளிக்குப் பின் மீண்டும் அசாதாரண இசைப் படைப்புகள் இந்த உலகிற்கு அவன் மூலம் கிடைக்கும் என்ற எதிர்பார்ப்பில்தான் நான் வாழ்ந்துகொண்டிருக்கிறேன். அவனுக்கு இந்நூற்றாண்டின் இசை மோஸ்தர்கள் பற்றி நான் சொல்லித்தராததற்கும் சிறு சிறு இசைவடிவங்கள் பற்றி கவனப்படுத்தாததற்கும் காரணம்; பெரும் இசைவடிவங்களையே அவன் உருவாக்க வேண்டும் என்ற ஆசை. அவனை நான் மூன்று வயது குழந்தையாகப் பார்த்தேன். முதல்முறை அவனது வயலின் வாசிப்பு, அவன் முகத்தின் லயிப்பு, கண்களில் தெரிந்த மாய ஏக்கம், விரல்களின் கையசைவின் அதிசய நடனங்கள். எனக்கு மறுபிறவி பற்றிய நம்பிக்கை ஏனோ உருவாகத் தொடங்கியது. மொசார்டின் உருவம். ழீல் பியானோவில் ஈடுபட்டிருக்கும்பொழுது மேலே சுவரில் தொங்கும் அந்த பதினெட்டாம் நூற்றாண்டு ஓவியம் உயிர்பெற்றதாகவே தோன்றும். *Oui, i lest Mozart, le Maestro!*

எனது கனவுகள் ஏதேதோ பிரதேசங்களைத் தொட்டுச் சென்றன. அவன் ஒரு அதிசயக் கலைஞன். ஆனால் எனது

முதல் ஏக்கத்தையும் முதல் முயற்சியையும் அவன் மௌனமாகக் கொலை செய்துவிட்டான். அவனிடம் நான் அப்பொழுது கூறியது 'என் உயிரில் பாதி குறைந்துவிட்டது ழீல்.'

ஏன் அப்பொழுது அவன் மௌனமாக நின்றான்; அசைவற்று உறைந்து போய்? இன்றுவரை எனக்குப் புதிராக இருக்கிறது. அதற்குப் பிறகு ஒவ்வொரு முறையும் அவன் ஏதுவெதுவாகவோ மாற முயற்சித்தும், மாறிவிட்டதாக அறிவித்துக்கொண்டும் ஆனால் ஏதுமின்றி வெறுமையாய் வந்து என்முன் நின்றான். கடந்த இருபத்தேழு ஆண்டுகளாக அவனது ஒவ்வொரு கட்ட மாற்றமும் மாறுதல் இன்றி உறைந்து நிற்கின்றன. அவனைப் பற்றிய ஆசைகள் கொடிக் கயிறில் மழைத்துளியின் பயணம் போல ஒன்று மற்றதைத் தொட்டதும் மறைந்து போகிறது.

9

மெர்ஸ்யே. தொனாதேன், உங்களுக்கு நானும் நன்றியுடையவனாக இருப்பேன். வாத்துக் கூட்டம் கடந்து சென்ற மண்பாதை போல மனம் முழுக்க ரகசியக் குறியீடுகள். இது மதாம் ஒரு முறை என்னிடம் கூறியது. மதாம்போல என்னால் மொழியைப் பயன்படுத்த முடியாது. ஒருவகையில் என்னால் மொழியைப் பயன்படுத்தவே முடியாதோ என்று தோன்றியது. எனது மொழி; இசை, அனைத்தையும் இசையில் மொழிபெயர்த்துத்தான் என்னால் நினைவில் வைத்துக்கொள்ள முடிகிறது. இசையிலிருந்து வடிவம் மாற்றித்தான் பிறவற்றைப் பேச முடிகிறது. இதுதான் எனக்கு நேர்ந்த முதல் மனச்சிதைவு என்று இப்பொழுது தோன்றுகிறது. இப்பொழுது உங்களுடன் என்னால் பேசமுடிவதால் எல்லாவற்றையும் கூறிவிட வேண்டும் என்ற மனத்தவிப்பு உண்டாகிறது. எனது மொழியில் ஏற்படும் தடுமாற்றங்களையும் இடைவெளிகளையும் நீங்கள் அர்த்தப் படுத்திப் புரிந்துகொள்வீர்கள் என்ற நம்பிக்கை எனக்குண்டு.

அது கோடைக் காலம். மாலை இன்னும் புழுக்கத்தைக் கொண்டுவந்தது. மதாம். பெர்னாதேத் எனக்குப் புது உடுப்பு அணிவித்திருந்தார். அம்மா எப்பொழுதும்போல முகத்தில் சலனமின்றி பாடலையோ, மெட்டையோ எழுப்பிக்கொண்டே இருந்தது. மதாமின் முகம் நீருக்குள் தென்படும் கூழாங்கல்போல இருந்தது. கொஞ்சம் போல் நீரில் நனைந்து உதறிக் கொள்ளும் சிட்டுக்குருவிகள்போலக் கண்களில் படபடப்பு இருந்து கொண்டே இருந்தது. பிரான்சிலிருந்து வந்து இசை நிகழ்ச்சி தந்த குழுவின் தலைமைக் கலைஞரிடம் மதாம் என்னை அறிமுகப்படுத்தி வைத்தார். மதாமைவிட சற்றே மூத்த அந்த

பிரெஞ்சுப் பெண் என் பெயரைக் கேட்டார். ழீல் அமாதியே என்றேன். அமாதியே என்றபடி கண்சிமிட்டிக் கொண்டார். அவரது இசை நிகழ்ச்சிக்கு இடையே எனக்காக ஒரு பதினைந்து நிமிடங்களை ஒதுக்கி இருந்தார். மதாம் எனது இரு கைகளை யும் பற்றி தன் கன்னங்களில் வைத்துக்கொண்டார்கள். நான் சற்றே தனிமையில் இருந்தேன். நான் வாசிக்க இருந்த இசைக்கோலத்தின் சில பகுதிகளை அறையில் இருந்தபடி வாசித்துப் பார்த்துக்கொண்டேன். வாசித்து நிறுத்தியபோது என்னையே கவனித்துக்கொண்டிருந்தன இரு கண்கள். சிறு கைகள் உணர்வுபெற்று கைத்தட்டல் ஒலியை எழுப்பின. எனது கைகளின் நடுக்கத்தை ஏற்படுத்திய அந்தப் புதிய முகம். வெளியே இருந்து என்னை அழைக்கும் குரல். நான் அந்தச் சிறுமியையே பார்த்தபடி வாசல் படி கடந்தபோது தடுக்கி விழ இருந்தேன். சட்டென்று முன் வந்து தாங்கின அவள் கைகள். இமைக்க மறந்து அவள் முகம் நோக்க, அள்ளிய கை நீரில் அகப்பட்ட மீன் குஞ்சுகளாய் அலைக்கழிந்தன அவளது விழிகள். ‘நீ அமாதியேவா’ என்றது அவளது ரகசியக் குரல். தலையசைப்பில் ‘ஆம்’ என்றேன். ‘நான் அந்துவானேத்’ என்றாள். ‘எனக்காக இந்தப் பகுதியை வாசிக்க வேண்டும். முதல் வரிசையில் நான் உன்னைப் பார்த்தபடி காத்திருப்பேன்’ என்றபடி அங்கிருந்து ஓடி மறைந்தாள்.

மேடையில் வட்ட ஒளியில் நான். முன் வரிசையைத் தடவின எனது கண்கள். அந்துவானேத் அங்கில்லை. அரங்கம் முழுக்கத் தேடியும் அந்தக் கண்களைக் காணவில்லை. என் மூளை, துணியில் பொதியப்பட்ட பனிக்கட்டிபோல் கனத்தது. விரல்கள் இருப்பது தெரியாமல் மறந்து போனது. மதாம் என் பின்னால் வந்து நின்று காதில் ‘தொடங்கு ழீல்’ என்று கெஞ்சியது கேட்டது. நேரம் ஆக ஆக சலசலப்பு. தலைக்குள் தண்ணீர் சுழல்கள். நிலைக்குத்தியது எனது பார்வை. கண் விழித்தபோது மதாம் சிவந்த ஈரமான கண்களுடன் ‘என் உயிரில் பாதி குறைந்து விட்டது ழீல்’ என்றார்.

இரண்டு மூன்று நாட்கள் காய்ச்சலுக்குப் பிறகு மதாம் முன்னால் புதிதாகச் சில இசைப் பத்திகளை வாசித்துக் காட்டினேன். மதாமின் மூடிய கண் இமைகள் பொத்து நீர்த்தாரைகள். அழுத்தமாக என்னை அணைத்துக்கொண்ட அந்தக் கைகள் நடுக்கத்தை மறைத்தன. ‘உனக்கு என்ன ஆனது ழீல்’ என்றார் மதாம். ‘என்னை மன்னிக்கணும்’ என்றேன் நான்.

இப்படியாக ஆரம்பித்தது அந்தத் தீய அலைக்கழிப்பு. ‘அந்துவானேத்’ மாயங்களின் மையம். எனது வாழ்க்கையின் மொத்தப் போக்கையும் மாற்றி மாற்றிப் போடும் அந்த முகத்தின் தோற்றம். அதற்குப் பிறகு அவளை ஒரு வருடம் எங்குமே பார்க்கவில்லை.

இரண்டாவது முறை அவளைப் பார்த்தது பள்ளியில் சேர்க்க மதாம் என்னை அழைத்துச் சென்றபோது. வரிசையில் மதாமுடன் அமர்ந்திருந்தேன். காத்திருத்தல் நீண்டது. தாகம் எடுத்தது. மதாமிடம் சொல்லிவிட்டு தண்ணீர்க் குழாய்களைத் தேடி எழுந்து சென்றேன். குழாயில் குனிந்து கண்மூடி வயிறு நிறையக் குடித்துவிட்டு நிமிர்ந்தபோது எதிரில் அந்துவானேத். விரிந்த கண்களும் படர்ந்த உதடுகளுமாக 'அமாதியே' என்றாள். எல்லாம் மறந்து போக அந்த உச்சரிப்பு மட்டும் மீந்து நின்றது. என் நெற்றியில் ஒட்டியிருந்த முடியை ஒதுக்கிவிட்டு 'இந்தப் பள்ளியிலா சேரப் போகிறாய்' என்றாள். 'ஆம்' என்ற எனது தலையசைப்பும் அவளது பதற்றமும் ஒன்றாக நிகழ்ந்தன. 'நான் படிப்பது அந்தப் பள்ளி. நீயும் அங்கேயே சேர்ந்து படி. நாம் தினமும் பார்த்துக்கொள்ளலாம். உனது வயலினைக் கேட்காமல் எனது காலம் வீணே கழிகிறது அமாதியே.' 'மீல்' என்ற மதாமின் குரல். ஓடிச் சென்று மதாமின் கைகளைப் பற்றிக்கொண்டேன்.

சற்று நேரத்திற்குப் பின் மெல்லிய குரலில் 'மதாம் இந்தப் பள்ளி வேண்டாம்' என்றேன். காரணம் புரியாமல் மதாம் குழம்பினார். 'அந்தப் பள்ளி' என்றேன். 'நம்மால் முடியாது மீல்' என்றார். நான் அழத் தொடங்கினேன். பள்ளியில் சேர்த்த பிறகு நான்கு நாட்களுக்குக் கடுமையான காய்ச்சல். இடைவெளிவிட்டு பள்ளி சென்றபோது மீண்டும் காய்ச்சல் கண்டது. 'என்ன மீல்' என்றார் மதாம். 'அந்தப் பள்ளி வேண்டாம்' என்றேன். மதாம் என்னை நான் விரும்பிக் கேட்ட பள்ளியில் சேர்க்க ஒரு வாரம் அலைந்த பிறகு இடம் கிடைத்தது. யார் யாரையோ பார்த்துக் கெஞ்ச வேண்டி இருந்தது. பள்ளிக்குச் சென்ற மூன்று நாட்களும் ஆரம்ப வகுப்புகள் எல்லாவற்றிலும் தேடிப்பார்த்தும் அந்துவானேத் இல்லை. அதற்குப் பிறகு அவளைப் பதினொரு மாதங்கள் பார்க்கவில்லை. எழுத்துக்களின் புதுமையும் படங்களின் நிறங்களும் புத்தகங்களின் வாசனையுமாய்க் கழிந்துவிட்டது காலம்.

மூன்றாவது முறை அந்துவானேத் என் எதிரில் தோன்றியது – ஓவியப் போட்டிக்கான நிகழ்ச்சியொன்றில். காலையிலிருந்து காத்திருந்து எனது பள்ளியின் மொத்த சிறுவர்களையும் பிரதிநிதித்துவப்படுத்தும் ஓவியத்தை வரையத் தொடங்கினேன். மாநிலத்தின் எல்லாப் பள்ளிகளும் கலந்துகொண்டன. மதாம் என்னிடம் கூறி அனுப்பியது ஞாபகத்தில் இருந்துகொண்டே இருந்தது. 'நரம்புகளைத் தடவும் விரலின் நுல்லியமும், இசைக்கு முன் தோன்றும் நிறங்களின் நெகிழ்வுகளும் உனக்கு வாய்த்தால் நீ ஒரு ஓவியனாகலாம். மீல் நீ முதன்மை பெற வேண்டும்.'

அப்பாவுக்கு இரண்டு ஓவியங்கள் வரையத் தெரியும். ஒன்று, யேசுபாலன். மற்றது, முள்முடி சுமந்த கர்த்தரின் முகம்.

ஒவ்வொரு முறையும் அவற்றில் வித்தியாசம் தெரியும். சவப்பெட்டிகள்மீது சிலுவையும் சமனஸ்ஸூம் வரைய பயன்படுத்தும் தூரிகையும் நிறங்களும் எனக்கும் பயன்படும். அம்மா, இசையைத் தவிர வேறு எதையும் கலையாக ஏற்றுக் கொள்ளாது. மற்ற கலைகள் அனைத்தையும் – மீந்து நிற்பவை என்றும் இசை மட்டும் ஒவ்வொரு முறையும் தீர்ந்துவிடுவது என்றும் அம்மா சொல்லும். இதன் பொருள் எனக்குப் புரியா விட்டாலும் அப்பொழுது எனக்கு அந்த வாசகம் பிடித்திருந்தது.

நான் வரைந்தது, மழையில் நனையும் ஒரு பியானோ, பின்புலத்தில் கடல், மின்னல் கோடுகள் தொடுவானத்தில் இறங்கி பியானோவின் பின்புறம் மறைகின்றன. எனது கனவில் அடிக்கடி தோன்றும் காட்சி இது. வரைந்து முடித்தவர்கள் பின்புறம் தனது பெயரையும் தனது பள்ளியின் பெயரையும் எழுதித் தர வேண்டிய தருணம். அங்கு வந்திருந்தவர்களிலேயே குட்டிப் பையன் நான் மட்டும்தான். கைகளைச் சுத்தப்படுத்திக்கொண்டு தண்ணீர் குடித்துவிட்டு ஓவியப் பலகை இருந்த இடத்திற்குத் திரும்பி வந்தபோது – இரு கைகளையும் குவித்துத் தன் உதடுகளை மறைக்க வைத்தபடி அந்துவானேத். சூழலின் ஓசைகள் எல்லாம் சில நிமிடங்கள் ஒடுங்கின. ‘அமாதியே, உன்னுடையதா இது? நான் உனது விரல்களைத்தான் இதில் பார்த்துக்கொண்டிருந்தேன். உன்னை நினைக்காமல் எனது ஒரு நாளும் கழியவில்லை அமாதியே. உனது நினைவாக இதை எனக்குக் கொடுப்பாயா அமாதியே’. அந்துவானேத்தின் குரலில் ஒரு சோகமும் அந்தக் கண்களில் ஒரு வித ஏக்கமும் என்னை முறுக்கிப்போட்டன. ‘நீ இப்படி கெஞ்சத் தேவையில்லை அந்துவானேத்’ என்றபடி எனது கைகள் ஓவியத்தைக் கழற்றின. நிமிடங்கள் கழிந்தபின் மறு விழிப்பு நேர்ந்தது. ஓவியம் எங்கே என்று கேட்டவர்களுக்கு ‘இல்லை’ என்ற பதில் போதுமானதாக இல்லை. மீண்டும் பதிமூன்று மாதங்கள் ஆயின அவளைப் பார்க்க.

நான்காம் முறை நான் அவளைக் கடற்கரையில் பார்த்தேன். ஏழு வண்ணச் சோழிகளை என் உள்ளங்கையில் வைத்தாள். எனக்காக வருடம் முழுக்க தேடிச் சேகரித்தவை என்றாள். புதிதாக என்ன இசைக் கோலத்தை நான் பயிற்சி செய்துகொண் டிருக்கிறேன் என்று கேட்டுத் தெரிந்துகொண்டாள். ஏதாவது ஒரு மாலை நேரம் வந்து உனது பியானோவைக் கேட்க வேண்டும் என்றாள். அந்தச் சோழிகள் காட்டும் எண்களை வைத்து தான் இருக்கும் திசையைத் தெரிந்துகொள்ள முடியும் என்றாள். போகும் பொழுது தன் நெற்றியிலிருந்த ஒட்டுப்பொட்டை எடுத்து எனது நெற்றியில் ஒட்டி விட்டுச் சென்றாள். எனது நெற்றிப் பொட்டைப் பார்த்த மதாமும் அம்மாவும் மிகவும் சங்கடப் பட்டார்கள். அப்பா அதை எடுத்து எறியச் சொன்னார்.

என்றாலும் அடுத்த ஓர் ஆண்டுக்கு அந்தப் பொட்டு என் நெற்றியில் இருந்தது. ஏழு சோழிகள், ஏழு ஸ்வரங்களாகவும் ஏழு நாட்களாகவும் ஏழு நிறங்களாகவும் மாறி மாறி என் அறிவையும் நினைவையும் அலைக்கழித்தன. தினமும் மாலை நேரத்தில் மூன்று மணி நேரம் இடைவெளியின்றி பியானோவில் இசை செய்தேன். எந்தவொரு மாலையிலும் அந்துவானேத் வரவே இல்லை.

ஐந்தாம் முறை என் பூசை நேர இசை நிகழ்ச்சியின் போது முன் வரிசையில் அமர்ந்தபடி என்னையே கவனித்துக் கொண்டிருந்தாள். நான் அவளுக்காக அமைத்த இசைக் கோலங்களை நடுநடுவே இசைத்துக்கொண்டிருந்தேன். மதாம் என்னைப் புதிராகப் பார்த்தபடி தனது பியானேவில் மாற்று இசையை வாசித்துக்கொண்டிருந்தார். எல்லோரும் போனபின் தேவாலயத்தில் நானும் அந்துவானேத்தும் மட்டும் இருந்தோம். அவள் கர்த்தருக்கு முன்னால் என்னை நிறுத்தி அவரின் விலாவிலுள்ள காயத்தைக் காட்டினாள். முள்முடி அழுந்தி முகத்தில் வடிந்த குருதியைக் காட்டினாள். நாங்கள் சுற்றுச்சுவர் தாண்டி உள்ளே சென்று கர்த்தரின் கால்விரல்களைத் தொட்டோம். அண்ணாந்து பார்க்கச் சொன்னாள். கர்த்தர் வலியுடன் புன்னகைப்பது தெரிந்தது. எனது கண்களில் என்னையறியாமலேயே வழிந்த கண்ணீரைத் துடைத்தாள். வெளியே வரும்போது அவள் சொன்னாள், 'இயேசு தேவகுமாரன் அல்ல; மனிதகுமாரன். தனது மக்களுக்காக மரித்த மனிதகுமாரன். தான் நம்பியதற்காக மரிக்கும் துணிவும் தனது இனத்திற்காகக் கரையும் பேரன்புமே கர்த்தர்'. நான் அதிர்ச்சியடைந்தேன். 'கர்த்தரின் வலியைக் குறைக்க நீ தினமும் இசை பொழிய வேண்டும் அமாதியே' அவள் பேச்சுக்கு நடுவே என் வயலின் பெட்டியைத் தொட்டுப் பார்த்தாள். தூரத்தில் அவளை யாரோ அழைக்கும் குரல் கேட்டது. ஓடி மறைந்தாள்.

இயேசு தேவகுமாரன் அல்ல; மனிதகுமாரன் என்று நான் கூறியது மதாம், அம்மா, அப்பா அனைவரையும் கடுமையான துயரத்தில் ஆழ்த்தியது. நான் இதை அனைவரிடமும் கூறினேன். கர்த்தரின் வலியைக் குறைக்க தினமும் நான் இசைத்தேன். தேவாலயத்திற்கு நான் வரக் கூடாது என்றனர். அப்பா என்னை மாற்ற முயற்சித்தார். இயேசு மனிதகுமாரனே, பேரன்பின் வடிவமே, போராட்டத்தின் உருவமே என்று நான் மாறாமல் கூறிக் கொண்டிருந்தேன். அந்த ஆண்டு அப்பா தற்கொலை செய்துகொண்டார்.

நான் பூசையில் கலந்து கொள்ளக் கூடாது என்று உத்தரவு வந்தது. மதாம் தினமும் எனக்காக ஜபித்தார். தேவாலய

மதிலுக்கு வெளியே நின்றபடி நான் இயேசுவுக்காக வாசித்தேன். நோயாளிகளும் யாசகர்களும் என்னைச் சுற்ற அமர்ந்து கொள்ள தினமும் மாலை நேரங்களில் இசை தொடர்ந்தது. அப்பொழுது நான் 'யாசிப்பவர்களே பாக்கியவான்கள் – அவர்கள் கொலை செய்வதில்லை' என்னும் இசை நாடகம் ஒன்றை எழுதினேன்.

ஆறாம் முறை பதினான்கு மாத இடைவெளிக்குப் பிறகு அந்துவானேத் என்னைத் தேடி பள்ளிக்கு வந்தாள். தேர்வு நேரம். தான் வளர்த்த குருவி ஒன்று நோய்ப்பட்டு நினைவு தப்பிக் கிடப்பதாகவும் எனது இசைதான் அதை மீட்டுத்தரும் என்றும் கூறினாள். தேர்வு முடிந்து வருகிறேன் என்றதற்குக் காலம் கடந்து போகும் என்றாள். தேர்வு எழுதாமல் அவளுடன் சென்றேன்.

ரொமேன் ரொலான் வீதியில் பழைய பிரெஞ்சு பாணி வீடு. பெரியவர்கள் யாரும் இல்லை. ஆயா ஒருவர் மட்டும் கதவுகளைத் துடைத்துக்கொண்டிருந்தார். குருவியைக் கூண்டிலிருந்து எடுத்து பியானோ மீது வைத்தாள். விலையுயர்ந்த பியானோ – ஆஸ்திரிய வகை. நீண்ட நாட்களாகக் கற்பனை செய்து வைத்திருந்த ஒரு புதிய இசை வரிசையை வாசிக்கத் தொடங்கினேன். அது வானம், பறவைக் கூட்டம், சுழற்காற்று, சிறு தூறல் இவற்றை உள்ளடக்கிய இசைக்கோலம். குருவியின் உடம்பில் சிறு அசைவைக் கண்டேன். மறதி சூழ நினைவு கரைய இசை நெகிழ்ந்தது. திடீரென ஒரு சிறகடிப்பு. ஒருமுறை ஜன்னல் கம்பியில் உட்கார்ந்து திரும்பிப் பார்த்த குருவி விருட்டென வெளியே பறந்தது. தொடர்ந்து ஓடியவள் வெளியே ஏமாற்றத்துடன் நின்றுகொண்டிருந்தாள். நான் குருவி உயிர் பிழைத்ததற்காக மகிழ்ச்சியைத் தெரிவித்தேன். அந்தக் குருவி தனக்கு வேண்டும் என்றாள். அதன் நிறங்களை அடையாளம் வைத்துத் தேடிக் கண்டுபிடித்துவிடலாம் என்றாள். வேறு குருவி ஒன்று வாங்கித் தருகிறேன் என்றேன். அந்தக் குருவிக்குத் தனது ரகசியங்கள் தெரியும் என்றும் மூல் அமாதியே என்ற பெயர்கூட அதன் குரலில் கேட்கும் என்றும் அதனால் அதே குருவி திரும்ப வேண்டும் என்றாள்.

நான் குருவியைத் தேடி அலைய ஆரம்பித்தேன். அந்த வருடம் என் பள்ளிப்படிப்பு முடிவுக்கு வந்தது. பதினொரு மாதங்களுக்குப் பிறகு தினம் தேடியும் குருவி கிடைக்காதது பற்றி அவளிடம் கூற அந்த வீட்டிற்குச் சென்றேன். வீட்டில் இருந்தவர்கள் குடும்பத்துடன் பிரான்சிற்குச் சென்றுவிட்டதாகத் தகவல் கிடைத்தது. இரண்டு மாதங்களுக்குப் பிறகு பிரான்ஸிலிருந்து எனக்கு ஒரு கடிதம் வந்தது. எனது பெயருக்கு வந்த முதல் கடிதம். 'என் பிரியமான அமாதியேவுக்கு அந்துவானேத்' என ஆரம்பித்தது.

பிரான்ஸிற்குச் செல்ல வேண்டும் என்ற ஆசையை மதாமிடம் கூறினேன். இந்த முறை எனது அதிசய இசை நிகழ்ச்சியைப் பாரிஸில் நடத்திக் காட்டுவேன் என்றேன். எழுதி வைத்திருந்த இசைப் பகுதிகளை மதாமிடம் வாசித்துக் காட்டினேன். மதான் தனது தோழிக்குக் கடிதம் எழுதி ஏற்பாடுகளைச் செய்துகொண்டிருந்தபோது ஒரு நாள் வீட்டுக்கு வந்தாள் அந்துவானேத். அந்நிய மண்ணில் அதிக நாள் இருக்க முடியவில்லை என்றும் தனது படிப்பை இங்கேயே தொடங்கப் போவதாகவும் பெற்றோர் மட்டும் பிரான்ஸில் இருப்பார்கள் எனவும் கூறினாள். 'எனது பதின்மூன்றாவது பிறந்தநாளை அமாதியேவுடனும் வயலினுடனும் கொண்டாட வேண்டும்' என்று சிணுங்கலுடன் கூறினாள். தான் பிரான்ஸில் வாங்கிய மொஸார்ட் பற்றிய நூலையும், சுருட்டி வைத்திருந்த மொஸார்ட் ஓவியத்தையும் தந்தாள். மதாம். பெர்னாதேத் வந்த பிறகு செல்லலாம் என்றதற்கு பிறகு ஒரு முறை சந்திக்கிறேன் என்றபடி பிரிந்து போனாள்.

பிறந்த நாளைக் கொண்டாட நான் பிரான்ஸ் பயணத்தைத் துறந்தாக வேண்டும். எப்படி மதாமிடம் கூறுவது. நினைத்துக்கூடப் பார்க்க முடியாத சூழ்நிலை. பயணத்திற்கு இரண்டு நாட்களுக்கு முன் மரத்திலிருந்து தவறிவிழுந்து என் கால் முறிந்தது. பிரான்ஸ் பயணமும் முடிந்தது. மாவுக்கட்டுடன் அந்துவானேத்துக்காகக் காத்திருந்தபோது பதினாறு மாதங்கள் கடந்து போயிருந்தன. மீண்டும் கடிதம் மட்டுமே வந்தது.

இப்படியாகத்தான் அவள் என்னைத் தன் கொடூர விளையாட்டிற்குள் சிக்க வைத்தாள். ஒருமுறை எனக்கு நிறைய வரலாற்று நூல்களைத் தந்து – உனது இசை, வரலாற்றை மாற்றப் பயன்பட வேண்டும் என்று கூறிவிட்டு மறைந்து போனாள். முதல் முறை புகைபிடிக்க ஆயத்தங்கள் செய்து தனிமையில் இருந்தபோது திடீரென வந்து சில நாவல்களைத் தந்துவிட்டு தனக்கு சிகரெட் நெடி ஒத்துக்கொள்ளாது எனக் கூறித் தூக்கி எறிந்துவிட்டுச் சென்றாள். நண்பன் ஒருவனுடன் முதன்முறையாக மது அருந்த நடந்து சென்று கொண்டிருந்தபோது சைக்கிளில் வந்து மோதி நின்றவள் என்னை மட்டும் பின்னால் இருத்தி தன் தோழியின் அறைக்குச் சென்றாள். நான் மது அருந்தச் சென்றதைக் கேட்டதும் தானும் இன்றுதான் மது அருந்தத் தொடங்க வேண்டும் என்று கூறி ஏற்பாடுகளைச் செய்தாள். நள்ளிரவுவரை அறையில் கழித்துவிட்டு அவளை வீடுவரை விட்டு விட்டுத் திரும்பிய போது தனது கழுத்திலிருந்த மணிமாலையைக் கழற்றி எனக்கு அணிவித்து, தள்ளாடியபடி உள்ளே மறைந்தாள்.

வழியில் காவல்துறை வண்டி முன் திகைத்ததும் அவர்கள் என்னை யார் என்று கேட்டதும் என்னடா மணி இது என

ஒருவன் அடிக்க வந்ததும் நான் இசைக் கலைஞன் என்று கூறியும் அடி பலமாக விழுந்ததும் இரண்டு நாட்களுக்குப் பிறகு மதாம் என்னை காவல் நிலையத்திலிருந்து மீட்டுச் சென்றதும் எதற்கென்று புரியாத நிகழ்வுகள்.

சில மாதங்களுக்குப்பின் அமாதியேவுக்குத் தனியாக அறை ஒன்று வேண்டும் என்று அந்துவானேத்தின் கடிதம் வந்து கூறியது. ஒரு சூதாட்ட விடுதியில் ஆறுமணி நேரம் வயலின் வாசிக்கும் வேலையும் தனி அறையும் ஒரு சைக்கிளும் அந்த வருடத்திய எனது சாதனைகளாக இருந்தன. அம்மாவுக்குப் பிடித்தமான கொலாஞ்சும் சில இசைத் தட்டுக்களும் வாங்கித் தந்ததும் மதாமுக்கு மீன் தொட்டியும் நிறைய பிரெஞ்சு கவிதை நூல்களும் வாங்கித் தந்ததும் அந்த வருடம்தான்.

எனது அறையில் சில நண்பர்கள் தங்கி அரசியல் செயல்களில் ஈடுபட்டுக்கொண்டிருந்ததை நான் முழுமையாக ஆதரித்ததும் அவர்களுக்குப் பண உதவி செய்து வந்ததும் எனக்குச் சில ஆண்டுகள் ஆறுதல் அளித்த சம்பவங்களாகும். தனது முடி அலங்காரத்தை முழுமையாக மாற்றிக்கொண்டு அந்துவானேத் பதினெட்டு மாத இடைவெளிக்குப் பின் எனது அறைக்கு வந்தவள், நான் இல்லாத போது நண்பர்களிடம் 'நான் இனி அமாதியேவுடன் தங்க வேண்டி இருப்பதால் நீங்கள் வேறு இடம் செல்வது நல்லது' எனக் கூறி அவர்களை வெளியே அனுப்பிவிட்டு அறையைச் சுத்தம் செய்து சில பொருட்களையும் திரைச்சீலைகளையும் மாற்றியமைத்து நான் அறை திரும்பிய போது படுக்கையில் படுத்திருந்தாள். 'அமாதியே நான் தூக்கத்தில் இருக்கிறேன்' என்றாள். மூன்று நாட்கள் எனது அறையில் இருந்தாள். நடுவில் ஒருமுறை காவல்படை ஒன்று அறைக்குள் புகுந்து சோதனை இட்டது. அதிகாரிகளிடம் அமைதியாகப் பிரெஞ்சு உச்சரிப்பில் ஆங்கிலத்தில் பேசினாள். அறையில் இருந்தவை அனைத்தும் பிரெஞ்சு நூல்கள் என் வயலின், அவளுடைய புகைப்படக்கருவி, எக்கச்சக்கமான இசைக்குறிப்புகள். வந்தவர்கள் வெளியேறியபின் வளர்ந்து கிடந்த என் முடியில் சடை பின்னிப் பார்த்தாள். தனது கவிதைகள் சிலவற்றை வாசித்துக்காட்டினாள்:

அமாதியே
ஆர்ப்பரிக்கும் கடலைவிட
அள்ளிய கையில் நீரின் அமைதி
பயங்கர மர்மம் நிரம்பியது

எனக்கு அவளுடைய கவிதைகள் புரியவில்லை என்றேன். மீண்டும் பிரிந்து சென்றவள் பத்து மாதங்களுக்குப் பின்

என்னை வழியில் சந்தித்தாள். தனது வெளிநாட்டுத் தோழிக்கு நான் உதவி செய்ய வேண்டும் என்றும் தோழி அன்று மாலை என்னை அறையில் வந்து பார்ப்பாள் என்றும் கூறிச் சென்றாள்.

கடித்ததுடன் வந்த தோழி எனது அறையில் ஆறு மாதங்கள் இருந்ததும் பிறகு திடீரென காணாமல் போனதும் அவளுக்கு உடந்தையாக இருந்ததற்காக நான் நான்கு ஆண்டுகள் காவலில் கழித்ததும் சிறையில் இருந்த காலங்களில் ஒரே ஒருமுறை அந்துவானேத் என்னை வந்து பார்த்ததும் விடுதலை அடைந்த பிறகு இருவரும் கனடா செல்ல வேண்டும் என்று கூறிச் சென்றதும் அம்மா நோய்வாய்ப்பட்டதும் மதாமுக்குப் பார்வைக் கோளாறு ஏற்பட்டதும் குழப்பமான ஞாபகங்களாக மனம் பதியாமல் நிறமற்றுக்கிடக்கின்றன.

மீண்டும் நான் மதாமின் வீட்டில் இருந்தபோது அயல்நாட்டு ஆராய்ச்சியாளர் ஒருவருக்கு ஆய்வு உதவியாளனாக சில காலம் பணியாற்றினேன். எங்கள் கள ஆய்வுகளில் தமிழகமெங்கும் கிடைத்த உடைந்த சிலைகளை அடையாளம் கண்டறிய நான் ஆவணங்களையும் ஆதாரங்களையும் தேடி ஒப்பிட்டு ஒரு முடிவுக்கு வந்தேன். மறுநாள் தனது நாடு திரும்ப இருந்த ஆராய்ச்சியாளரிடம் அதைத் தெரிவித்து – இந்திய வரலாறு பற்றி பல புதிய உண்மைகளை உலகின் முன் கொண்டு வரலாம் என்ற பதைப்புடன் இருந்தேன். அன்று இரவு தனது வலது கையில் கட்டும், அதை கழுத்தில் தொட்டில் கட்டிய தோற்றமுமாய் அந்துவானேத் வந்து நின்றாள். விபத்தில் சிக்கித் தப்பி வந்திருந்தாள். புதிதாகச் சிகரெட் பிடிக்கவும் தொடங்கி யிருந்தாள். பேசும்போது நிறைய புகைத்தாள். அன்று இரவு எனது அறையில் தங்கினாள். எனது ஆடைகளை அணிந்துகொண்டு கொஞ்சமாகக் குடித்தாள். எனது புதிய இசைப்பகுதி ஒன்றை திரும்பத் திரும்ப கேட்டு லயித்தாள். காலையில் புறப்படும் பொழுது ‘அமாதியே எனக்கு ஒரு உதவி செய்ய வேண்டும்’ என்று கேட்டுக்கொண்டாள். எனது ஆய்வுத் தாள்களின் சில பக்கங்களை எடுத்துக்கொண்டு ‘உடைந்த சிலைகளை நீ ஒரு முனிவரின் சிலை என்று ஆராய்ச்சியாளரிடம் தெரிவிக்க வேண்டும்’ என்று அமைதியாகச் சொன்னாள். எனது தவிப்புகளை வலியை கொஞ்சமும் கண்டு கொள்ளாமல், ‘அமாதியே அப்படியே சொல்வான்’ என்றபடி மறைந்து போனாள். நான் பிறகு ஆராய்ச்சியாளரைச் சந்திக்கவும் இல்லை, அவை புத்தரின் சிலைகள் எனக் கூறவுமில்லை. அதே ஆய்வின் தொடர்ச்சியாக நான் கண்டுபிடித்த இந்தப் புதுச்சேரி, போதிச்சேரி அல்லது புத்தச்சேரி என்று இருந்து மாறியது என்பதற்கான சான்றுகளும் சில ஏடுகளும்கூட அந்துவானேத்திடம் சிக்கிக்கொள்ள –

புதுச்சேரி பௌத்த நகரங்களில் ஒன்று என்ற எனது தகவலுக்காக நான் நகையாடப்பட்டேன்.

எனது ஒவ்வொரு முடிவும் ஆயத்தமும் அவளால் குலைந்து போனது. கியூபாவுக்குச் சேவைக்காகச் செல்ல முயற்சிசெய்து கொண்டிருந்தபோது, மெக்ஸிகோவின் பூர்வகுடிமக்களின் போராட்டத்திற்கு உதவ எனக்கு வாய்ப்பு வந்த போது, தென்னாப்ரிக்காவின் புதிய அமைப்பின் கீழ் இசை கற்பிக்க எனது விண்ணப்பத்தின் பேரில் அழைப்பு வந்தபோது அவளது சாத்தான் கடிதங்கள் என்னைக் கொன்று போட்டன. இலங்கைத் தீவிற்கு மருந்து கொண்டு செல்லும் தொடர் கடமை எனக்கு வாய்த்தபோது அவள் நேரில் வந்தாள். இரண்டு நாட்கள் என்னுடன் இருந்தாள். மூன்றாவது நாள் ஆதரவற்ற குழந்தைகள் இல்லம் ஒன்றிற்கு அழைத்துச் சென்று பிள்ளைகளைக் காட்டி இவை இனி நம் குழந்தைகள் என்றாள். அறுபது குழந்தைகள். இசை அவர்களுக்குக் கனவுகளை எழுப்பும் என்றாள். சுற்றி நின்ற குழந்தைகளுக்கு நடுவே சிக்கிக்கொண்டவன் மூன்று ஆண்டுகளுக்கு விடுபடவே இல்லை.

மதாமை மீண்டும் பார்த்தபோது முழுமையாக மாறி இருந்தார்கள். 'நீ எதுவும் சாதிக்க வேண்டாம். ழீல் நீ என்னுடன் இருந்தால் போதும். இது யார் ஏவிய சாபமோ தெரியவில்லை' என்று அழுதார்கள். தினமும் பகல் நேரத்தில் மதாமைப் பார்க்கச் சென்றேன். மதாமின் தோழியிடமிருந்து வந்திருந்த கடிதத்தில் குறிப்பிட்டிருந்த செய்தியும் விண்ணப்ப படிவமும் மதாமுக்கு அழுகையையே உண்டாக்கின. என் சாவுக்கு முன்பு உன்னை ஒரு பெரும் இசைக் கலைஞனாக உலகின் முன் சரித்திரத்தின் முன் நிற்கவைத்துப் பார்க்க எனக்கு ஆசை இருக்காதா ழீல், இந்த வயோதிக முகத்தைப் பார். எனக்கே லயிப்பை ஏற்படுத்தி வசீகரத்துடன் இருந்த முகம் இது; உன்னை முதலில் பார்த்த காலத்தில் என் மார்புகள் யாரும் சுகிக்காமலேயே, எந்த சிசுவும் சுவைக்காமலேயே ஒடுங்கிப்போய்விட்டன. பலரை ஏக்கப் பெருமூச்சுவிடவைத்த இளமை என்னுடையது. எல்லாம் என்ன ஆனது? சாத்தானின் கருவியான உனது வயலினால் கருகிப்போனது. உனது இசைக்காக மட்டுமே என்னுடைய ஒவ்வொரு நொடியும் அழிந்து இருக்கிறது. ஆனால் நீ உனது இசையைப் புலப்படுத்த எதுவும் செய்யமாட்டாய். சூதாட்ட விடுதியிலும் ஞாயிற்றுக்கிழமைக் கடைகளிலும் நீ உனது வயலினை வாசித்துப் பிச்சை எடுத்துக்கொண்டிரு. போதும் ழீல். எனது பிறவி கொடுமையாய் முடிந்து போகட்டும். மதாமின் கண்ணீரும் வலியும் என்னை உருக்கி வார்த்தன. நான் விண்ணப்பத்தில் கையெழுத்திட்டேன்.

ஒலிநாடாவில் சில இசை மேதைகளின் சோலோ, சொனட்டா, கன்ஸர்டோக்களை வாசித்துப் பதிவு செய்தேன். முதலில் ஒரு ஆர்க்கெஸ்ட்ரா கலைஞனாக இருக்க முடிவு செய்தேன். எல்லாம், எதிர்பார்த்ததைவிட விரைவில் நடந்து விட்டன. ஹங்கேரியிலிருந்து அழைப்பு. வீட்டிலிருந்த சில பொருட்களையும் நகைகளையும் மதாம் விற்றார். கடன் வாங்கிய காசில் குழந்தைகள் இல்லப் பிள்ளைகள் அனைவருக்கும் புதிய உடுப்பும் ஒரு டேப்ரெக்கார்டரும் எனது வாசிப்புக்கள் அடங்கிய ஒலிநாடாக்களும் மதாமே தனது கைகளால் அளித்து மகிழ்ந்தார். வரும் வழியில் மசூதிமுன் மண்டியிட்டு மதாம் தொழுதார். நான் உள்ளே சென்று வணங்கினேன். அல்லாஹூ. அழுகை தொண்டையை அடைத்தது. அன்று இரவு மதாம் ஒயினுக்குப் பதிலாக பிராந்தி அருந்தினார்கள். நிறைய பருகினார்கள். என்னைச் செல்லமான பட்டாம்பூச்சியே என்றார்கள். எனது கம்போசிஷனில் சிலவற்றை வயலினில் சிலசில தவறுகளோடு வாசித்தார்கள். ‘முதலில் கொஞ்ச காலம் உன்னைக் கம்போசராகக் காட்டிக்கொள்ள வேண்டாம் மீல். வெறும் வியொலோனீஸ்தாக இரு. பிறகு நீ எப்படி எப்படியோ மாற வேண்டிவரும். இந்த மூதாட்டியை மறக்காதே. உனது ஒரேவொரு கோன்ஸரில் நான் வாசித்துவிட்டால் போதும்; எனது பெட்டிக்குள் நான் அமைதியாக உறங்கத் தொடங்கிவிடுவேன்’. அன்று இரவு முழுதும் மதாம் சிறுபிள்ளைப்போல நிறைய பேசிக்கொண்டிருந்தார்கள். எனது இசைக் குறிப்புகள் அடங்கிய பையும் வயலினும் அணிந்திருந்த உடுப்பும் மட்டுமாக எனது பயணம் தொடங்கியது.

விமான நிலையத்திற்கு வெளியேயே விடைபெற்ற மதாம் நான் உள்ளே சென்று மறையும்வரை பார்த்திருந்தார்கள். விமானத்திற்காகக் காத்திருக்க நேர்ந்த இடைவெளியில் அந்துவானேத் எதிரில் வந்து நின்றாள். வியப்பும் குழப்பமு மாகப் பார்த்தாள். என் கன்னங்களைப் பற்றி அழுத்தமாக முத்தமிட்டாள் ‘அமாதியே என்னை விட்டுவிட்டு எங்கே போகிறான்’ என்றாள். ‘ஹங்கேரி’ என்றேன். ‘இல்லை அமாதியே உன்னை நான் இங்கிலாந்து அழைத்துச் செல்லத்தான் இப்பொழுது வந்திருக்கிறேன்’ என்றாள். ‘நாம் அங்குதான் வாழப்போகிறோம். லண்டன் ஃபிலெர்மோனிக்கில் உனக்கு அழைப்பு இருக்கிறது. மூன்று நாட்களுக்குப் பிறகு இதே இடத்திலிருந்து நாம் புறப்பட வேண்டும். இப்போது என்னுடன் வா’. எனது வயலினை எடுத்துத் தோளில் மாட்டியபடி என் கையைப் பற்றி முன்னே நடந்தாள். விமான நிலையத்தை விட்டு வெளியே வந்தபோது நான் சென்றிருக்க வேண்டிய விமானம் பெரும் ஓசையுடன் மேலெழும்பிச் சென்றது.

மீண்டும் பொந்திஷேரி. அவளது ரோமென் ரொலான் வீதி வீடு. வீட்டில் நுழைந்ததும் நேராகக் குளியலறைக்குள் நுழைந்தவள் 'அமாதியே இங்கே ஓடிவா' என்றாள். முதல்முறையாக அவளைப் பெண்ணாக நான் பார்த்த கணம் அது. அந்த உடம்புக்குள் எங்கே ஒளிந்துகொண்டிருக்கிறது முதன்முதலில் நான் பார்த்த சிறுமி உருவம்? தண்ணீர் வழிதலில், துளிகளின் தெறிப்பில் சிதறிக்கொண்டிருந்தன தாபப் பொறிகள்.

மூன்று நாட்களும் நாங்கள் உடுப்புகள் பற்றி யோசிக்கவில்லை. அங்கிருந்து புறப்பட்டு விமான நிலையம் செல்லும்முன் அவள் மட்டும் வேறு சில இடங்களுக்குச் செல்வதென்றும் நான் நிலையத்தில் காத்திருப்பதென்றும் முடிவு செய்திருந்தோம். விமான நிலையத்தில் நான் அப்படியே மூன்று நாட்கள் காத்திருந்தேன். அந்துவானேத் வரவேயில்லை. நானும் எனது வயலினும் மட்டும் தனித்துக்கிடந்தோம்.

10

மெர்ஸியே தொனாதேன், நான் உங்களிடம் வந்தது போதையில் தொலைந்து போகவும், முடிந்தால் வலியின்றி தற்கொலை செய்து கொள்ளவும். இந்த வயலினை ஒப்படைக்கவும்தான். ஆனால் நான் மீண்டும் இசையை எழுதிக்கொண்டிருக்கிறேன். இனி மதாமுக்கு நான் உயிருடன் இருப்பதே தெரியக்கூடாது என்று நினைத்ததெல்லாம் குழப்பத்தில் முடிந்துவிட்டது. நான் உறங்கவே பயப்படுகிறேன். இதுவரை இருபதுக்கும் மேற்பட்ட தடவைகள் அந்துவானேத்தைக் கொலை செய்திருக்கிறேன். குளியல்தொட்டியில் அவள் உடல் ரத்தப் பெருக்கில் கிடக்கிறது. வயலின் வில்லை ஒரு கத்திபோல் வைத்து அவளது கழுத்தை அறுத்துக் கொன்றுவிட்டேன். தண்ணீர் முழுக்கக் குருதி. தொட்டிக்கு வெளியே வழிந்து அறைக்கு வெளியே வழிந்து வீட்டுக்கு வெளியே ஓடி சாலையோரம் பெருகி, நகரம் முழுக்கக் கலந்துக் கிளைத்து; அவளது மரணம் நகரம் முழுக்கத் தெரிந்துவிடுகிறது. நகரம் முழுக்க ஓடிய ரத்தத் தண்ணீர் கடலில் கலந்து கடலையும் சிவப்பாக்குகிறது. உதயத்தில் சூரியனும் அவளது ரத்தக் கறையுடன் விழிக்கிறது. வானம் முழுக்க அவளின் ரத்தப் பிரதிபலிப்பு. கடலில் மிதந்து செல்கிறது வயலின். வயலினின் மேற்பரப்பில் இரண்டு கண்கள் விழித்தபடி இருக்கின்றன. அதிலிருந்து சொட்டும் கண்ணீர் நீலமாக இருக்கிறது. எங்கும் தப்ப முடியாது. நினைத்துக்கூடப் பார்க்க முடியாத படுபாதகம். மேற்கில் சூரியன் சிவப்பாகக் கில்லெட்டின் கத்திபோல வழவழவென்று இறங்குகிறது. திசைகள் கத்தியைத் தாங்கிய மரக்கால்களாக அசைய பூமியே பலிமனையாகிறதோ. அல்லாஹூ...

11

மதாம். பெர்னாதேத்! உல்ஃப்கங் அமேதியாஸ் மொசார்ட் உங்களுக்கும் உலகின் இசைவாணர்கள் அனைவருக்கும் பிரியமான பெயர். அவன் வாழ்ந்த காலத்தில் அவன் ஒரு அதிசயம். அவன் இறந்த பிறகோ அவன் ஒரு மர்மம். விவால்டி, பாக், ஹேண்டில், ஹைடன், பீத்தோவன், சோப்பின், மண்டல்ஷோன் என்ற வரிசையில் மொசார்ட் வித்தியாசமானவன். அவன் உலகை மாற்றியமைக்கும் திட்டத்துடன் வந்தவன். அவனது திட்டத்தின் விளைவு இன்று உலகின் அத்தனை மனிதர்களின் உடம்பிலும் உள்ளத்திலும் உருவம் பதித்திருக்கிறது.

மூன்று வயதில் அவன் இசைக் கருவிகளுடன் பேசத் தொடங்கினான். எல்லா பொருட்களுக்குள்ளும் ஆத்மாவாய் உள்ளது இசையே என்றும் அதைத் தீண்டும் மற்ற ஆத்மாவே அதை இசையாகவோ இரைச்சலாகவோ மாற்றுகிறது என்றும் அவன் மிக பால்யத்திலேயே கண்டுகொண்டான். நாலரை வயதில் அவனது இசை நிகழ்ச்சி தொடங்கியது. அரண்மனைகளில், அரசவைகளில், பிரபு மண்டலங்களில் அவனது இசை இதயமற்ற உலகின் இதயமாகவும் ஆத்மா அற்ற உலகின் ஆத்மாவாகவும் நுழைந்தது. அவனது விரல் அசைவில் பெருங்கூட்டம் வசியப்பட்டுக் கிடந்தது. ஐரோப்பாவின் பேரதிசயமாக அவன் பேசப்பட்டான். அவனைச் சுற்றிலும் அரச குடும்பத்தினரும் அரண்மனை மனிதர்களும் மயக்கம் வழியும் விழிகளுடன் உறக்க நடையாளர்களைப்போல உலவிக்கொண்டிருந்தனர்.

அவனது முதல் ஸொனட்டா, பிரெஞ்சு இளவரசி வித்துவாருக்குச் சமர்ப்பிக்கப்பட்டது. அவனது திட்டம் தொடங்கும் களம் அவனுக்கு முன்பே அறிவிக்கப்பட்டதுபோல் தோன்றுகிறது.

மொசார்ட் தனது ஐந்தாவது வயதில் ஒருநாள் ஜெர்மனியின் அரண்மனையில் இசை வழங்கச் சென்றான். புதிய நடைபாதை. பளிங்கு முற்றம். சுற்றிலும் தங்கமீன்களுக்கு ஆடை கட்டிவிட்டதுபோல அரசகுலப் பெண்களின் ஒய்யாரம். நடந்து சென்றவன் கால் வழுக்கிக் கீழே விழுகிறான். எல்லோரும் அவனைப் பார்க்கிறார்கள். ஒரே ஒருத்தி மட்டும் அவனை கைநீட்டி பற்றிக்கொள்கிறாள். அந்த அரண்மனையே ஒரு பியானோவாக மாறி அதிர்வது போல் ஒரு தோற்றம். அந்தப் பெண்ணுக்கு அவன் முத்தமிடுகிறான். எல்லோரும் திகைக்கிறார்கள். என்னை உன் காதலனாக ஏற்றுக்கொள்வாயா என்று கேட்கிறான். அவள் திகைப்புடன் சுற்றிலும் பார்க்கிறாள். அங்கிருந்து மெல்ல நழுவி கூட்டத்தில் மறைந்துவிட்ட அவள்

இசை நிகழ்ச்சி முழுவதையும் ஒரு தூண் மறைவிலிருந்தே கவனிக்கிறாள். ஆனால் வரலாறு வேறுவிதமாக மாறுகிறது. அவள் பிரெஞ்சுப் பேரரசின் கடைசி மகாராணியாக மாறுகிறாள்: மரி அந்துவானேத்! மொசார்ட்டின் திட்டத்தைச் செயல்படுத்தும் ஒரு தூதாக, தீய தேவதையாக அவள் பிரான்ஸின் அரண்மனைக்குள் நுழைகிறாள். அவனது இசையால் ஆசிர்வதிக்கப்பட்டவள்; தான் யாரென்று தெரிந்துகொள்ளும் முன்பே வரலாற்றின் ஒரு பெரும் திட்டத்தில் உறுப்பினராகி விட்டாள்.

தேவாலயத்திலிருந்தும் அரச சபைகளிலிருந்தும் வெளியேறிய மொசார்ட் தனது இசையின் பின்புலமாகச் சுதந்திரத்தைத் தேர்ந்தெடுத்தான். அவன் ரகசிய சங்கத்தின் உறுப்பினன் ஆனபோது வயது இருபத்தியெட்டு. தனது குறைந்த வாழ்நாளுக்குள் அரசப் பரம்பரைகளின் அழிவைத் தொடங்கி வைத்துவிட வேண்டும் என்ற ஆவல் அவனுக்குள் இருந்தது. ஒரு காலகட்டத்தில் பெரும் சிறைகள் தகர்க்கப்படவும் அரண்மனைகள் தரைமட்டமாக்கப்படவும் பழைய நம்பிக்கைகள் உடைந்து நொறுங்கவும் திட்டங்கள் மிக ரகசியமாகத் தீட்டப்பட்டதுடன் அதன் தீ எல்லா இடங்களிலும் பரவிக்கொண்டும் இருந்தது.

மரி அந்துவானேத் பிரான்ஸில் இருந்தபடி அரசாண்மை பற்றிய கற்பனைகளைத் தகர்த்துக்கொண்டிருந்தாள். அதன் நேசம் தோன்றும் முகமூடியைக் கிழித்து கோரைப் பற்களையும் ரத்தப்பசிகொண்ட அதன் உதடுகளையும் பகிரங்கமாக்கினாள். அவள் துயரப்படும் மக்களைப் பார்த்து 'ரொட்டி இல்லை என்றால் கேக்குகளைச் சாப்பிடுங்கள்' என்று கூறியது; மர்மமான செய்திப் பரிமாற்றமாகவும் ஒரு சமிக்ஞையாகவும் இருந்தது.

ஃபிரிமேசோன் சங்கத்தில் ஆண்கள் மட்டுதான் உறுப்பினராக வேண்டும் என்ற விதியை மொசார்ட் எதிர்த்தான். தனது 'மந்திரப் புல்லாங்குழல்' இசை நாடகத்தில் பெண் பாத்திரமே சுதந்திரத்தின், புரட்சியின் செய்தியைக்கொண்டு வருவதாக அவன் அமைத்ததும் – ரகசிய சங்கங்களின் வரலாற்றில் முக்கிய இடம்பெறக் கூடியதாகும். மொசார்ட் அடகு வைத்திருந்த வயலின் எப்படியோ அரண்மனைக்குள் நுழைந்து மரி அந்துவானேத்தின் கைகளுக்கு வந்தது. அத்துடன் மொசார்டின் சதித் திட்டமும் இருந்தது.

பிரெஞ்சுப் புரட்சி வெடித்தபோது ஒரு நீண்டகாலக் கொடுங்கனவு கலைந்தது போலும் வேற்றுக் கிரகத்திலிருந்து விடுதலையின் செய்திகள் வந்தது போலும் மொசார்ட் மகிழ்ந்தான். 'எல்லா உயிர்வாழ்க்கையும் அன்பையே அடிப்படையாகக் கொண்டிருக்கிறது' என்று மந்திரப் புல்லாங்குழலுக்காக அவன் குறிப்புகளை எழுதிக்கொண்டிருந்தபோது மரி

அந்துவானேத் தன்னைக் கில்லெட்டினுக்குப் பலியிட தயாராகி விட்டிருந்தாள். தனது கடமை முடிந்தது என்ற திருப்தியுடன், ஃபிரிமேசோனிய சங்கத்தின் முதல் பெண் உறுப்பினர் என்ற பெருமையுடன் உலகில் இதுவரை எவருக்குமே தெரிவிக்கப்படாத தனது தியாகத்திற்காக அவள் தன்னை அளித்தாள்.

அவளைக் கொலைக் களத்திற்கு அழைத்துச் சென்ற காட்சியை இரண்டு ஓவியர்கள் பார்த்து வரைந்திருக்கிறார்கள். அப்போது மொசார்ட் இவ்வுலகில் இல்லை. பின்புறம் கட்டப்பட்ட அவளது கைகளின் விரல்களில் மொசார்டின் ஓர் இசைக்குறிப்பிற்கான அசைவுகள் இருந்துகொண்டே இருந்ததை சில இசைவல்லுநர்கள் கண்டுபிடித்துச் சொல்கிறார்கள்.

வரலாற்றின் ஒரு முக்கிய கட்டத்தை அடைந்துவிட்ட போதும் இனிவரும் மனிதத் துயரங்கள் மொசார்டை அலைகழித்தபோது அவன் குலைந்து போனான். கைவிடப்பட்ட இசைக்கலைஞனாக அவன் தெருக்களில் அலைந்தான். தனது முப்பத்தியைந்தாவது வயதில் இறந்தபோது, அவனது உடல் அவனது விருப்பப்படி அனாதைகளின் கல்லறைகளோடே புதைக்கப்பட்டது. மதாம் பெர்னாதேத்! உலக வரலாற்றை மாற்றியவை அனைத்தும் இரகசிய சங்கங்களே. உலகை அழிவை நோக்கிச் செலுத்திக் கொண்டிருப்பவையும் சில ரகசிய இயக்கங்களே. இந்த இரகசிய சங்கங்களின் பகிரங்கப் போர்க்களம்தான் உலக அரசியலும் வரலாறும்.

உலகை அவ்வப்பொழுது அதிர்ச்சியில் ஆழ்த்தவும் கலைத்துப் போட்டு மீண்டும் அடுக்கவும் ஒரு சபை வேற்றுக் கிரகத்தில் இருக்கிறது என்றும் அதன் தூதுவர்களும் செய்திகளும் அவ்வப்பொழுது பூமியை அடைந்து முதலில் இவ்வகை ரகசியச் சங்கங்களைத்தான் தேடிச்சேர்வது வழக்கம் என்றும் சில ஆய்வுகள் தெரிவிக்கின்றன.

நான் இதற்கு மாற்றுத் தத்துவம் ஒன்றைக் கண்டுபிடித்தேன். ஒவ்வொரு மனித உடலிலும் சில அங்கங்களும், ஒவ்வொரு மனித மூளையிலும் சிலபகுதிகளும் இரகசிய அமைப்புகளுடன் தொடர்புடையவையாக உள்ளன வேற்றுக் கிரகத்தின் ரகசிய சமிக்ஞைகளை இவையும் கிரகித்து மொழிபெயர்த்துக் கொள்ளும் தன்மை உடையவை என்று நான் நிரூபித்தேன். இன்று விஞ்ஞானம் பரப்பும் நுண் அலைக் கதிர்களும் இயந்திர ஓசைகளும் அந்த சமிக்ஞைகளைக் குலைப்பதற்கான தந்திரங்களே என்றும் ஆதாரங்களைத் தொகுத்தேன்.

மூீல் கூடுதலாக ஒரு தகவலைக் கூறினார்; மிகத் துல்லிய மான உயர் இசைகள் பூமிலிருந்து அந்த வேற்றுக் கிரகத்திற்கு

அனுப்பப்படும் பதில் சமிக்ஞைகளே என்றும் போலி இசைகள் அவற்றில் குழப்பம் விளைவிப்பவை என்றும் அவர் கூறினார்.

12

மெர்ஸ்யே தொனாதேன்! உங்களையும் ஒரு ரகசிய சங்க உறுப்பினராக நீங்கள் குறித்துக்கொண்டதுடன்; ஒவ்வொரு மனிதருமே ஏதோவொரு ரகசிய சங்கத்தின் முதன்மை, இரண்டாம் நிலை உறுப்பினராக பிறந்தவுடன் பதிவு செய்யப்பட்டு விடுகிறார் என்றும்; பிறகு அவரவர் ஆற்றலுக்கேற்றபடி தமது சபைகளிலிருந்து கட்டளைகளை ஏற்பதும் பதில் தகவல் அனுப்புவதும் நிகழ்கிறது என்றும்; இவர்களில் தேர்ந்தெடுக்கப் பட்ட சிலர் மட்டுமே சபைகளின் கோட்பாடுகளை மாற்றி அமைக்கவோ, மறுபரிசீலனை செய்யவோ, புதுப்பித்து அமைக்கவோ ஆன குழுவுக்கு அழைக்கப்படுகிறார்கள் என்றும்; இவை அனைத்துமே இரகசிய பொறியியல் செயல்பாடுகள் என்றும்; எல்லா ரகசியங்களையும் தெரிந்த ஒரு சபையின் உறுப்பினர் வேற்றுக் கிரகத்தின் சபையில்கூட இல்லை என்றும் நீங்கள் தெளிவுபடுத்தி இருந்தீர்கள். பெரும் ரகசிய வலைப்பின்னலின் துண்டுத் துண்டு ரகசியங்களே ஒவ்வொரு வருக்கும் வழங்கப்படும் என்பதும் கர்த்தராலேயே கண்டு பிடித்துச் சொல்லப்பட்ட உண்மைகள். 'தந்தையே தந்தையே ஏன் என்னைக் கைவிட்டீர்' என்ற புலம்பல் இந்த பேருண்மையையே நமக்குச் சொல்லித் தருகிறது.

உங்களுக்குத் தற்போது ஒரு ரகசியத்தை சொல்லுவது அவசியம் என்று படுகிறது. ஜூலை 14, 1789, பிரெஞ்சு அரண்மனை அதிர்ச்சிக்குள்ளாகிறது. வரப்போகும் பெருங்குழப்பங்களுக்கு முன்னோட்டமாக அரண்மனைப் பணியாளர்கள் பொருள்களை மூட்டைகளாகக் கட்டிக் கொண்டிருக்கிறார்கள். அரசியின் அறையிலிருந்த பொருட்கள் பல பெட்டிகளில் நிரப்பப்பட்டு வண்டிகளில் ஏற்றி வேறு பகுதிகளுக்கு அனுப்பப்படுகின்றன. திசைக்கொன்றாக வண்டிகள் பிரிகின்றன. கோபம் கொண்ட மக்கள் கூட்டம் சில வண்டிகளைச் சூறையாடுகிறது. ஒரு வண்டிக்காரன் சில பெட்டிகளை வெவ்வேறு இடங்களில் மறைத்து வைக்கிறான். சில பெட்டிகள் துறைமுக நகரமான மார்ஸெய்க்கு வருகின்றன. நின்றிருந்த கப்பலில் பதுக்கப்பட்ட பெட்டி ஒன்று தவறி புதுச்சேரிக்கு வந்து சேர்கிறது. பெயரற்ற பெட்டியைக் கிடங்கில் போடுகிறார்கள் அதிகாரிகள். பல ஆண்டுகள் திறக்கப்படாத அந்தப் பெட்டியை 1848இல் ஒரு அதிகாரி தனது வீட்டிற்குக்கொண்டு செல்கிறார். அறையில் வைக்கப்பட்ட

பெட்டியிலிருந்து நரம்பதிரும் ஓசை அவ்வப்பொழுது கேட்க 1917ஆம் வருடம் அடுத்தத் தலைமுறையினர் அதைத் திறந்து பார்க்கின்றனர். ஆடைகள், மணிகள், ஒப்பனைப் பொருட்களுடன் அவர்களுக்குப் பயன்படாத வயலின் பேழையும் இருக்கிறது. அந்த வயலின் பேழை திறக்கப்படாமலேயே குடும்பத்தினரின் காட்சிப் பொருளாக வைக்கப்படுகிறது. 1959ஆம் வருடம் வீடு காலி செய்யப்பட்டபொழுது வீட்டுப் பணியாளராக இருந்த ம்ீலின் தந்தைக்குக் கடைசி நேர அவசரத்தில் அந்த வயலின் கிடைக்கிறது.

வீட்டுக்கு எடுத்துவந்து வயலின் பேழை திறக்கப்பட்ட அன்றுதான் ம்ீலின் அம்மா தனது முதல் பாடலைப் பாடத் தொடங்குகிறாள். கொஞ்சம் போல பிரஞ்சு அறிந்த அவளுக்கு பிரெஞ்சுப் பாடல்கள் பல சரளமாகத் தோன்றுகின்றன. எதையும் ஒருமுறை கேட்டால் பாடக் கூடியவளாகவும், தூக்கத்தில்கூட ஏதோ ஒரு பாடலை முனகிக்கொண்டிருப்பவளாகவும் மாறுகிறாள். ம்ீலின் அப்பா விளையாட்டாக வில்லை இழைக்கத் தொடங்கிய அன்றிலிருந்து ஏதாவது ஓர் இசை ஒலித்துக் கொண்டே இருந்தது. ம்ீல் முதல்முறை தொட்டபொழுதுதான் அந்த வயலின் முழுமையாக அமைதியானது. அதற்குப் பிறகு அதன் நிசப்தத்திலிருந்து இசையை எழுப்பும் ம்ீலின் முயற்சிதான் அவனை அபூர்வக் கலைஞனாக்கியது. அவனது வயலினை நீங்கள் ஒருமுறை எடுத்து வாசித்துப் பாருங்கள்.

ம்ீலை பத்திரமாகப் பார்த்துக்கொள்வதற்காக எனது நெஞ்சார்ந்த நன்றி மெர்ஸியே தொனாதேன்.

13

மதாம் பெர்னாதேத்! உங்களிடம் நான் இரண்டு முக்கியத் தகவல்களைத் தெரிவிக்க வேண்டும். முதல் தகவல்; அந்துவானேத், ம்ீலை சந்திக்க வந்த ஒருமுறை அல்லாஹூவே இசைக்கு நெருக்கமானவர் என்றும் உருவமின்மையால் இசைக்கலை மட்டுமே அல்லாஹூவுக்கு நெருக்கமானது என்றும் கூறிச்சென்றதால் ம்ீல் இஸ்லாத்துக்கு மாறியிருக்கிறார். அதை ரகசியமாகவே காப்பாற்றிய போதும் அவரது இசையாக்கங்களில் பெரும் மாற்றம் அப்பொழுது ஏற்படத் தொடங்கிவிட்டது. அல்லாஹூவைத் தவிர யாரும் தலைவரில்லை என்பதும் அல்லாஹூவைத் தவிர யாருக்கும் தலைவணங்கவோ, துதி செய்யவோ தேவையில்லை என்பதும் ம்ீலுக்கு மிகவும் அணுக்கமாக இருந்தன. கர்த்தரும் கூட அல்லாஹூவின் தூதரே என்று அறிந்துகொண்டபோது ம்ீலுக்குப் பரவசம் உண்டானது. அந்தப் பரவசமே அவரது ‘வழி

தொலைத்த தூதுவர்களும் மீன்பிடிக்கும் பெண் குழந்தைகளும்' என்ற இசை நாடகத்தின் 'மொத்தீஃபாக' அமைந்தது.

இதைவிட முக்கியமானது ரகசிய சங்கம் பற்றிய செய்தி. உலகின் அத்தனை ரகசிய சங்கங்களையும் இல்லாமல் ஆக்கும் பொருட்டு ஓர் எதிர் ரகசிய சங்கம் பலகாலமாக இயங்கிக் கொண்டிருக்கிறது. இதுவே உலகின் மிகமிக ரகசியமான சங்கம். இது செய்யும் செயல்கள் மிகமிகக் குறைவானவை; ஆனால் மிகவும் ஆற்றலுடையவை. முக்கிய ரகசியச் சங்கச் சபையினரின் பட்டியல்களை அவ்வப்பொழுது வெளியிடுவதும்; ரகசியச் சங்கங்களின் எல்லா திட்டங்கள், வரலாற்றுப் பங்குகள், அவற்றிற்கிடையிலான ஒப்பந்தங்கள் அனைத்தையும் தொகுத்து பகிரங்கமாக்கிவிடுவதன் மூலம் அவற்றின் ரகசிய ஆற்றலை அழித்து உச்சிப்பகல் வெளிச்சத்தில் தூக்கி எறிந்துவிடுவதும் அச்சங்கத்தின் முக்கியமான செயல்திட்டம்.

நான் இத்தாலி சென்றிருந்தபோது அச்சங்கத்தின் செயல்வீரர் ஒருவரை எதேச்சையாகச் சந்தித்தேன். அவர் என்னை ஒரு சூனியக்கார மருத்துவர் என்று குறிப்பிட்டார். நான் பதிலுக்கு எதுவும் கூறவில்லை. அவரைப் போன்றவர்களிடம் நாம் எச்சரிக்கையாக இருக்க வேண்டும். நாம் பேசும் மொழியை ஒரு கயிறுபோலப் பிடித்துக்கொண்டு நமது மூளையின் அந்தரங்கப் பிரதேசங்களுக்குள் இறங்கி உலவத் தொடங்கி விடும் மொழியியல் வித்தைக்காரரர்கள் அவர்கள். அவரது இரு நாவலகளை வாசித்தேன். அதில் ஒன்றின் பிரெஞ்சுப் பதிப்பை பூலுக்குப் படிக்கக் கொடுத்தேன். ஹைப்பர் சீக்ரட் சொசைட்டியின் ஆவணம் இது என்றார் பூல். தனது கனவில் கொலை ஒன்று நிகழ்ந்ததையும் தான் கில்லெட்டினுக்கும் தூக்குக்கயிறுக்கும் பயந்து மறைந்துத் திரிவதையும்கூட இந்த நாவலாசிரியரின் ஒற்றர்கள் கண்டறிந்து இவருக்குத் தெரிவித்திருப்பார்கள் என்று பூல் நம்பத் தொடங்கிவிட்டார். அந்த நாவலாசிரியரோ ஒரு நாள் பூலின் கனவில் தோன்றி தனது அடுத்த நாவலை எழுதத் தொடங்கிவிட்டதாகத் தெரிவித்ததுடன், பூலை அவ்வப்போது தொடர்ந்து வரவும் ஆரம்பித்தார். பூல் செய்த கொலைக்குத் தான் மட்டுமே ஒரே சாட்சி என்றும் பேசத் தொடங்கினார். பூல் செய்த இரண்டாவது கொலை இவருடையது.

அவர் தனது கணிப்பொறிமுன் அமர்ந்து தனது நான்காவது நாவலை உருவாக்கிக்கொண்டிருந்தார். சப்தமின்றி அவரது அலுவலறைக்குள் நுழைந்த பூல் – திரையில் கவனித்தார். தன்னைப்பற்றி எழுதிய பக்கங்கள் முன்னே போயிருக்கும் என்ற பயம் நடுக்கத்தைத் தந்தது. கையில் சுற்றியிருந்த வயலின் நரம்பு நாவலாசிரியரின் குரல்வளையைச் சுற்றி இறுகியது.

பின்னேயிருந்து பலம் கொண்டமட்டும் இறுக்கியக் கைகளில் ரத்தம் வழிந்தது. மூச்சடைந்த நாவலாசிரியர் மேசைமீது சரிந்தார். கையில் வழிந்த ரத்தத்தை அங்கிருந்த பழைய புத்தகங்களைக் கிழித்துத் துடைக்கத் துடைக்கக் கசிந்துகொண்டே இருந்தது. காகிதங்கள் போதவில்லை. எல்லா நூல்களின் பக்கங்களிலும் ஏற்கனவே ரத்தக்கறை இருந்தது.

இந்தக் கொலைக்கு நானும் காரணமாகி விட்டேனோ என்று எனது நெஞ்சு அவ்வப்பொழுது பதறுகிறது. ஏற்கனவே நான் என் அம்மாவின் ஏக்கங்களைக் கொலை செய்ததே இன்னும் தீராத தண்டனையாக உள்ளபோது புதிதாக இந்தப் பாபமும் வந்து சேர்ந்துவிட்டது. மதாம் பெர்னாதேத் என்னையும் மீலையும் எப்படியாவது இதிலிருந்து மீட்டெடுத்து வெளியே நடமாடவையுங்கள். துயரமும் அழுகையும் தாளவில்லை. மூளை விண்விண்னென்று தெறிக்கிறது. அல்லாஹூ...

14

மெர்ஸ்யே தொனாதேன் மற்றும் என் செல்ல மீல் இருவருக்கும் நான் கூறிக்கொள்வது. நீங்கள் உங்களுடைய தீய கனவிலிருந்து மீண்டுவிட வேண்டும். மீல் எனக்கு உன்மீது எந்த வருத்தமும் இல்லை. மெர்ஸ்யே தொனாதேன், நமது பால்ய பள்ளிப்பருவமும் நீங்கள் சொல்லாமலேயே பிரிந்து சென்ற இளமைப் பருவமும் அப்பொழுதுபோல இப்பொழுது நினைவில் கிடந்து தவிப்பை ஏற்படுத்தவில்லை. ஒரு அந்நியரைப் போல வந்து கடிதங்களைத் தருவதும் கடிதங்களைப் பெற்றுச் செல்வதும் உங்களுக்குப் பழகிவிட்டது போலவே – எனக்கும் எனது கடந்த காலத்தை வேறு ஒருவருடையது போல பார்க்க வாய்த்திருக்கிறது. நமக்கான சமிக்ஞைகள் எந்தக் கிரகத்திலிருந்து எப்பொழுது எவ்வளவு தாமதமாக வந்து சேருமோ தெரியாது. அதுவரை நாம் இசை மூலம் நமது சமிக்ஞைகளையாவது அனுப்பிக்கொண்டிருப்போம்.

மீலுக்கு மீண்டும் நினைவூட்ட : Le pendule de Foucault நாவலை நானும் படித்துப் பார்த்தேன். நம்மைப் பற்றி எந்தத் தகவலும் அதில் இல்லை. மேலும், மத்மோஸேல் அந்துவானேத் சுவிட்சர்லாந்திலும் மெர்ஸ்யே உம்பர்த்தோ ஈகோ இத்தாலியிலும் மிக்க நலமாகவும் பாதுகாப்பாகவும் இருக்கிறார்கள்.

முத்தங்களுடன் பெர்னாதேத்.